ಓದಿ ಓದಿ ಮರುಳಾಗಿ!

ತೊಟ್ಟು ಕ್ರಾಂತಿ

ರಾಘವೇಂದ್ರ ಪಾಟೀಲ ಕಥಾ ಪ್ರಶಸ್ತಿ ಪಡೆದ ಕೃತಿ

ಕಥಾಸಂಕಲನ

ಕಾವ್ಯಾ ಕಡಮೆ

Thottu Kranthi

– Collection of short stories in Kannada
by Kavya Kadame
ISBN: 978-81-967248-2-5

Published by:
Chanda Pustaka
I-004, Mantri Paradise
Bannerghatta Road
Bangalore - 560076
M. 98444 22782

ಮೊದಲ ಮುದ್ರಣ: 2024

ಮುಖಪುಟ: ಶ್ವೇತಾ ಆಡುಕಳ
ಕರಡು ತಿದ್ದುವಿಕೆ: ಪುನರ್ವಸು
ಪುಟ ಜೋಡಣೆ: ಅರುಣ್ ಅಂಚೆ
ಪುಟಗಳು: 148 ಬೆಲೆ: ₹ 180
ಕಾಗದ: ಸ್ತೋರಾ 70 ಜಿಎಸ್‌ಎಂ, 1/8 ಡೆಮಿ

ಪ್ರತಿಗಳಿಗಾಗಿ ಸಂಪರ್ಕಿಸಿ:
ಛಂದ ಪುಸ್ತಕ
ಐ–004, ಮಂತ್ರಿ ಪ್ಯಾರಡೈಸ್
ಬನ್ನೇರುಘಟ್ಟ ರಸ್ತೆ
ಬೆಂಗಳೂರು–560 076
ಸೆಲ್: 98444 22782
me@vasudhendra.com

ಮುದ್ರಣ:

ಟ್ರಿನಿಟಿ ಅಕಾಡೆಮಿ, ಕುಡ್ಲು ಗೇಟ್, ಹೊಸೂರು ರಸ್ತೆ, ಬೆಂಗಳೂರು

ಕಾವ್ಯಾ ಕಡಮೆ

ಕಾವ್ಯಾ ಕಡಮೆ ಉತ್ತರ ಕನ್ನಡ ಜಿಲ್ಲೆಯ ಕಡಮೆಯವರು. 1988ರಲ್ಲಿ ಜನನ. ಬಿ.ಎಸ್ಸಿ ನಂತರ ಕರ್ನಾಟಕ ವಿವಿಯಿಂದ ಪತ್ರಿಕೋದ್ಯಮ ಎಂ.ಎ ಪದವಿ. 2013ರಿಂದ ಅಮೆರಿಕಾದ ನ್ಯೂಜೆರ್ಸಿಯಲ್ಲಿ ವಾಸ.

'ಧ್ಯಾನಕೆ ತಾರೀಖಿನ ಹಂಗಿಲ್ಲ', 'ಜೀನ್ಸ್ ತೊಟ್ಟ ದೇವರು' ಪ್ರಕಟಿತ ಕವನ ಸಂಕಲನಗಳು. 'ಮಾಕೋನ ಏಕಾಂತ' ಕಥಾ ಸಂಕಲನ. 'ಪುನರಪಿ' ಕಾದಂಬರಿ. 'ಆಟದೊಳಗಾಟ ಮತ್ತು ಡೋರ್ ನಂಬರ್ ಎಂಟು' ಹಾಗೂ 'ಸಂಜೀವಿನಿ ಸ್ಟೋರ್ಸ್' ನಾಟಕ ಸಂಕಲನಗಳು. 'ದೂರ ದೇಶವೆಂಬ ಪಕ್ಕದ ಮನೆ' ಪ್ರಬಂಧ ಸಂಕಲನ. ಕೇಂದ್ರ ಸಾಹಿತ್ಯ ಅಕಾಡೆಮಿಯ ಯುವ ಪುರಸ್ಕಾರ, ಛಂದ ಪುಸ್ತಕ ಬಹುಮಾನ ಮುಂತಾದ ಮನ್ನಣೆಗಳು ಇವರ ಬರಹಗಳಿಗೆ ಸಂದಿವೆ.

'ತೊಟ್ಟು ಕ್ರಾಂತಿ' ಇವರ ಎಂಟನೆಯ ಕೃತಿ.

kavya.kadame@gmail.com | +1 848 391 1356

ತಮ್ಮ ಕತೆಗಳ ಮುಖಾಂತರ
ಬದುಕಿನ ಪಾಠ ಹೇಳಿಕೊಟ್ಟ

ಜಯಂತ ಕಾಯ್ಕಿಣಿ ಅಂಕಲ್‌ಗೆ,

ಪ್ರೀತಿಯಿಂದ

ಆಧುನಿಕ ವಿಕಾರಕ್ಕೊಂದು ಕನ್ನಡಿ

ನೈತಿಕ ಕಲ್ಪನೆಗೆ (Moral Imagination) ಅವಕಾಶ ನೀಡದ ಆಕ್ರಮಣಕಾರಿ ವೇಗದಲ್ಲಿ ಜಗತ್ತನ್ನು ಆವರಿಸುತ್ತಿರುವ ಮಾಹಿತಿ ಮಾರುಕಟ್ಟೆ ಮತ್ತು ಅದರಿಂದ ರೂಪುಗೊಂಡ ಅಮಲಿನ ಸರಕುಸಂಸ್ಕೃತಿಯ ಜನ್ಮಜಾತೆಯಾದ ಕಾರ್ಪೋರೇಟ್‌ಗಳ ಅಟ್ಟಹಾಸದ ಕಾಲದಲ್ಲಿ ಕಲೆಯ ಅಸ್ತಿತ್ವದ ಬಗ್ಗೆ ಏಳುತ್ತಿರುವ ಅನುಮಾನ ಮತ್ತು ಆತಂಕದ ಕೋಲಾಹಲವನ್ನೇ ಕಥೆಯ ವಸ್ತುವನ್ನಾಗಿರಿಸಿರುವ ವಿಲಕ್ಷಣವಾದ ಹೊಸ ಬೆಳವಣಿಗೆಯನ್ನು ವರ್ತಮಾನದ ಬರೆವಣಿಗೆಯಲ್ಲಿ ನಾವು ಕಾಣುತ್ತಿದ್ದೇವೆ. ಕಥೆಗಳ ತಾತ್ವಿಕ ನಿಲುವು ಮತ್ತು ತಂತ್ರಗಳು ಜಾಗತಿಕ ಬೃಹತ್ ವ್ಯಾಪಾರಿ ಸಂಸ್ಥೆಗಳ ವಿಮರ್ಶಾತ್ಮಕ ನೋಟಗಳ ಉತ್ಪಾದನೆಯಾಗಿರುವುದು ಸೋಜಿಗದ ವಾಸ್ತವವಾಗಿದೆ. ಮನುಷ್ಯನ ವ್ಯಕ್ತಿತ್ವದ ಅಸ್ಮಿತೆಯನ್ನೇ ನುಂಗಿ ಹಾಕುವ ಹವಣಿಕೆಯಲ್ಲಿರುವ ಗ್ರಾಹಕಸಂಸ್ಕೃತಿಯನ್ನು ಕಥನ ಎದುರಿಸುವುದು ಅನಿವಾರ್ಯ ವಿಧಿಯಾಗಿದೆ. ಮಾರುಕಟ್ಟೆಯ ಭೌತಿಕ ಭೋಗದ ಮಂಪರಿನಲ್ಲಿ ಸಮುದಾಯ ಕೊಚ್ಚಿಹೋಗುವುದಕ್ಕಿಂತಲೂ ಹೆಚ್ಚು ಅಪಾಯಕಾರಿಯಾದದ್ದು ಅದು ನೈತಿಕ ಅನುಪಸ್ಥಿತಿಯ ಕೂಪದಲ್ಲಿ ಮುಳುಗುತ್ತಿರುವುದು. ಬಾಹ್ಯ ಶಕ್ತಿಗಳ ಆಕ್ರಮಣಗಳ ನಡುವೆ ಮನುಷ್ಯನ ಪ್ರತಿರೋಧಾತ್ಮಕ ಅಂತಃಸತ್ವದ ಸೋಲನ್ನು ಒಪ್ಪಿಕೊಳ್ಳದ ಕಥೆಗಳು ಸಂಪೂರ್ಣ ದಿಗ್ವಿಜಯ ಪತಾಕೆಯನ್ನು ಎತ್ತಿ ಹಿಡಿಯುವುದನ್ನು ತಡೆಹಿಡಿದಿವೆ. ಆದರೆ, ಅದೆಷ್ಟೋ ಸಲ ಕಥನಗಾರಿಕೆ ನೈತಿಕ ಅಥವಾ ತಾತ್ವಿಕ ಎಚ್ಚರವನ್ನು ಉದ್ದೀಪಿಸಿದರೂ ಎಚ್ಚರವನ್ನು ಗಾಢವಾಗಿ ಕಲಕುವಲ್ಲಿ ಯಶಸ್ವಿಯಾಗಲಿಲ್ಲ ಎಂದೆನಿಸುತ್ತದೆ. ಕಥೆ ಸಂಚರಿಸಿ, ಕಂಪಿಸಬೇಕಿದ್ದ ಓದುಗನ ಕಲ್ಪನೆ ಮತ್ತು ಯೋಚನಾ ಸ್ಥಳದಲ್ಲಿ ಪ್ರವಾಹೋಪಾದಿಯಲ್ಲಿ ಕಿಕ್ಕಿರಿದು, ತಿಳಿದುಕೊಳ್ಳಲು ಅವಕಾಶ ನೀಡದೆ ಎಲ್ಲವನ್ನೂ ತೀರ್ಮಾನಿಸಿ ಹೇಳುವ ವಿವರಣೆಯ ವೇಷದಲ್ಲಿ ಆಮಿಷ ಒಡ್ಡುತ್ತಿರುವ ಮಾಹಿತಿಯ ಪ್ರಭುತ್ವವನ್ನು ಎದುರಿಸುವುದು, ಕಾಲಾಂತರದಿಂದ ಮೂಕರಾಗಿಸಲ್ಪಟ್ಟವರ ಮಾತಿಗೆ ಅವಕಾಶ ಮಾಡಿಕೊಡುವುದು ಮತ್ತು ಮನುಷ್ಯ ಸಂಬಂಧಗಳನ್ನು ವಿಕೃತಗೊಳಿಸುವ ಜಾತಿ-ಮತಗಳ ಕಟ್ಟುಪಾಡುಗಳನ್ನು ದಾಟಿಸುವ ದಾರಿಗಳನ್ನು ಹುಡುಕುವುದು ಕಥನಕ್ಕಿರುವ ಇಂದಿನ ಮುಖ್ಯ ಸವಾಲುಗಳಾಗಿವೆ.

'ತೊಟ್ಟು ಕ್ರಾಂತಿ' ಕಥಾ ಸಂಕಲನವನ್ನು ಓದುತ್ತಿದ್ದಂತೆಯೇ ಆಧುನಿಕ ವಿಕಾರ ಮತ್ತು ಸಾಂಪ್ರದಾಯಿಕ ಅನಾಚಾರ ಹಾಸುಹೊಕ್ಕಾಗಿರುವ ಮನೆಯೊಂದನ್ನು ಹೊಕ್ಕು ಹೊರ ಬಂದ

ಅನುಭವವಾಯಿತು. ಮುಖ್ಯವಾಗಿ ಬಾಗಿಲಿರದ, ಬಟ್ಟೆ ತೊಟ್ಟಿರದವರ ಈ ಮನೆಯಲ್ಲಿ ಬೆತ್ತಲೆ ನಡೆದಾಡುತ್ತ ಜಾಹೀರಾತಾಗಿರುವ ಸ್ತ್ರೀಯರು, ಮತೀಯ ವಿಕೃತಿ ಮತ್ತು ಪ್ರಾಕೃತಿಕ ದುರ್ವಿಧಿಯನ್ನು ಮುಗ್ಧ ಮಕ್ಕಳಲ್ಲಿ ಎದುರಿಸುವ ಮಾತೃ ಅಂತಃಕರಣದ ತಾಯಂದಿರು ಭೇಟಿಯಾದರು.

'ತೊಟ್ಟು ಕ್ರಾಂತಿ' ಕಥೆಯಲ್ಲಿ ಜಗತ್ತಿನಾದ್ಯಂತ ಕಂಪನಿಯ ಶೇರುಗಳನ್ನು ಮಾರಾಟ ಮಾಡಲು ತೆರೆದೆದೆಯ ತರುಣಿಯರು ಮ್ಯಾರಥಾನಲ್ಲಿ ಭಾಗವಹಿಸುವುದು ಕ್ರಾಂತಿಕಾರಕ ಯೋಜನೆ ಎನ್ನುವುದರಲ್ಲೇ ಬೆಚ್ಚಿಬೀಳಿಸುವ ವ್ಯಂಗ್ಯವಿದೆ. ಆರ್ಥಿಕ ಲಾಭಕ್ಕಾಗಿ ಮನುಷ್ಯರನ್ನು ಬೀದಿಯಲ್ಲಿ ಅರೆಬೆತ್ತಲ ಜಾಹೀರಾತಾಗಿಸಿ ಮಾರುವ ಸ್ಪರ್ಧೆಗೆ ಇಳಿದಿರುವ ಕಂಪನಿಯ ಸಿಇಓಗಳು ಸ್ವಯಂ ತಮ್ಮ ಮಾನಭಂಗಕ್ಕಿಳಿದಿರುವುದು ನೈತಿಕತೆಯ ದಿವಾಳಿತನಕ್ಕೆ ಸಾಕ್ಷಿಯಾಗಿದೆ. ಸ್ತ್ರೀಯ ಸ್ವಾತಂತ್ರ್ಯದ ಅಭಿವ್ಯಕ್ತಿಯಾಗಿ ಮ್ಯಾರಥಾನನ್ನು ನೋಡುವುದರಲ್ಲಿರುವ ದುರಂತದ ಸಾಧ್ಯತೆಯನ್ನು ಕಥೆ ಅತ್ಯಂತ ಸೂಕ್ಷ್ಮವಾಗಿ ಸೂಚಿಸುತ್ತದೆ.

ಈ ಕಥೆಯ ಆವರ್ತನದ ಇನ್ನೊಂದು ಆವೃತ್ತಿ ಎಂಬಂತೆ 'ಆಯಿಲ್ ಪೇಂಟ್'ನಲ್ಲಿ ದಾಂಪತ್ಯ ಪಾವಿತ್ರ್ಯವನ್ನೂ ಕಲೆಯ ಸೌಂದರ್ಯವನ್ನೂ ನಾಶಗೊಳಿಸಿದ, ಕಾಮವನ್ನು ಮಾರಾಟ ಮಾಡುವ ಮಾಡೆಲಿಂಗ್ ವೃತ್ತಿಯ ವಿಕೃತ ಚಿತ್ರದ ನಿರೂಪಣೆಯಿದೆ. ಪ್ರತಿಭಾಶಾಲಿ ಚಿತ್ರಕಲಾವಿದ ರಾವ್ ಸ್ಟೂಡಿಯೋದಲ್ಲಿ ಬೆತ್ತಲೆ ಭಂಗಿಯ ಪೇಯಿಂಟಿಂಗ್ ಚಿತ್ರಿಸುವಾಗ ಎಸಗುವ ಲೈಂಗಿಕ ಕಿರುಕುಳ, ಮೀ ಟು ಅಭಿಯಾನ, ಮೀಡಿಯಾದವರ ಬ್ಲ್ಯಾಕ್‌ಮೇಲ್, ಹೆಂಡತಿ ಸಾಕ್ಷಿ ಹೇಳಲು ನಿರಾಕರಿಸುವುದು... ಹೀಗೆ ಕಥೆ ಒಂದು ವಿಷವ್ಯೂಹವನ್ನೇ ಸೃಷ್ಟಿಸುತ್ತದೆ. ಕೊನೆಯಲ್ಲಿ ಅವಳ ನೈತಿಕ ಕ್ರೋಧಕ್ಕೆ ಪೇಯಿಂಟಿಂಗ್ ಬೆಂಕಿಗೆ ಆಹುತಿಯಾಗುವುದು ಮತ್ತು ರಾವ್ ಗನ್ ಹಿಡಿದು ಸ್ಟೂಡಿಯೋ ಪ್ರವೇಶಿಸುವುದು ಕಥೆಗೆ ಸಂದಿಗ್ಧವಾದ ಓಪನ್ ಎಂಡ್ ನೀಡುತ್ತವೆ. ಸುಟ್ಟ ಪೇಯಿಂಟಿಂಗ್ ವೀರ್ಯದ ವಾಸನೆಯನ್ನು ಹೊರ ಸೂಸುವ ರೂಪಕವಾಗಿ ಕಥೆಯ ಆಶಯವನ್ನು ಧ್ವನಿಸಿಬಿಡುತ್ತದೆ.

ಅಸಹಾಯಕ ವಿಧವೆಯೊಬ್ಬಳು ಮತೀಯ ಹಿಂಸೆ, ಅಸ್ಪೃಶ್ಯತೆಯಂತಹ ಸಾಂಪ್ರದಾಯಿಕ ಕಟ್ಟುಪಾಡು ಮತ್ತು ಗಂಡಸಿನ ನೈತಿಕ ಗೂಂಡಾಗಿರಿಯಿಂದ ಅನುಭವಿಸುವ ಮೌನನರಳುವಿಕೆ ಮುಗ್ಧ ಮನಸಿನ ಮೇಲೆ ಉಂಟು ಮಾಡುವ ಪರಿಣಾಮವನ್ನು ನವಿರಾಗಿ ನಿರೂಪಿಸುವ ಕಥೆ 'ಮುಟ್ಟಬಾರದ ಹುಡುಗ'. ಅಸಹಜ ಕಟ್ಟುಪಾಡುಗಳಿಂದ ವಿಶೂ ಮತ್ತು ಸದಾನಲ್ಲಿ ಅರಳಬೇಕಿದ್ದ ಪ್ರೀತಿ ಒಣಗಿ, ಅದೆಷ್ಟು ನಿಷ್ಪಂದವಾಗುವುದೆಂದರೆ ಒಬ್ಬರಿಗೊಬ್ಬರು ಸ್ಪರ್ಶಿಸಿದರೂ ಅಲ್ಲಿ ದೇಹವಿರದೆ ಬರೀ ಗಾಳಿ ಮುಟ್ಟಿದ ಅನುಭವ ಉಂಟಾಗುತ್ತದೆ! "ವಿಶೂ, ಹೊರಗಿಂದ ಮುಟ್ಟೋಕೆ ಸಾಧ್ಯವಾಗಿ, ಒಳಗಿಂದು ಏನೂ ಅರ್ಥವಾಗದಿದ್ದರೆ ಇದನ್ನು ನೀನು ಬದಲಿ ಮಾಡಿಕೊಳ್ತಿದ್ದೆಯೇನು?" ವಯಸ್ಸಿಗೆ ಮೀರಿದ ಸದಾನ ಪ್ರಶ್ನೆ ಕಥೆಗೆ ಭಾರವೆನಿಸಿದರೂ ಕಾಡುವುದು ಸುಳ್ಳಲ್ಲ. ಪಾತ್ರಗಳ ವಿಶಿಷ್ಟ ಮನೋಧರ್ಮ, ಅವುಗಳ ಪ್ರಾದೇಶಿಕ ಮಾತುಗಳ ವಿಭಿನ್ನ ರುಚಿ, ಕಥನವನ್ನು ಜೀವಂತಗೊಳಿಸಿದ ಆಪ್ತ ವಿವರಗಳು ತಮ್ಮ ಪಾಡಿಗೆ ಸಹಜವಾಗಿ ಜಿನುಗುತ್ತ ನಮ್ಮನ್ನು ಆರ್ದ್ರಗೊಳಿಸುತ್ತವೆ.

ಹಗಲು ಮತ್ತು ರಾತ್ರಿಯನ್ನು ಉದ್ಯೋಗದ ಸಲುವಾಗಿ ಪಾಳಿಪ್ರಕಾರ ಹಂಚಿಕೊಂಡ ಗಂಡ-ಹೆಂಡತಿಯರ ಸಣ್ಣ ಸಂಶಯದಿಂದ ಸಂಸಾರ ವಿಘಟನೆಯಾಗುವುದನ್ನು ಅಚ್ಚುಕಟ್ಟಾಗಿ ನಿರ್ವಹಿಸುವ ಕಥೆ 'ರಾಷ್ಟ್ರಗೀತೆ'. ಸದಾ ಒಂದಲ್ಲ ಒಂದು ರೀತಿಯ ಉದ್ವಿಗ್ನತೆಯನ್ನು ದಿನಚರಿಯನ್ನಾಗಿಸಿಕೊಂಡ ಸಮಾಜ ಮನುಷ್ಯ-ಮನುಷ್ಯರ ನಡುವಿನ ನಂಬಿಕೆಯನ್ನು ದುರ್ಬಲಗೊಳಿಸಿದೆ. ಸಂಬಂಧಗಳೊಳಗೆ ಅಪನಂಬಿಕೆ ಇಣುಕಲು ವ್ಯಕ್ತಿಗತ ತಪ್ಪು ತಿಳಿವಳಿಕೆ ಮಾತ್ರ ಕಾರಣವಾಗಿರದೇ ವರ್ತಮಾನದ ಜಾಗತಿಕ ವಿಧ್ವಂಸಕ ವಿದ್ಯಮಾನಗಳ ಒಳನುಸುಳುವಿಕೆಯೂ ಕಾರಣವಾಗಬಹುದು. ಬಂಗ್ಲಾದೇಶದ ರಾಷ್ಟ್ರಗೀತೆಯ ಸಂಗೀತ ಮಾಧುರ್ಯಕ್ಕೆ ಮಾರುಹೋದ ಹೆಂಡತಿಯನ್ನು ಗೂಢಚಾರಣಿಯಾಗಿ ದೇಶದ್ರೋಹ ಎಸಗುತ್ತಿದ್ದಾಳೆಂದು ಅನುಮಾನಿಸಿ ತನ್ನ ಜೀವಕ್ಕೇ ಅಪಾಯವಿದೆಯೆಂದು ದಾಂಪತ್ಯ ವಿಚ್ಛೇದನ ಮಾಡಿಕೊಳ್ಳುವ ಯಶವಂತ ಹೃದಯಗಳ ನಡುವಿನ, ಮನುಷ್ಯ ಮತ್ತು ಸಮಾಜದ ನಡುವಿನ ಬಿರುಕಿನ ಸ್ಥಿತಿಯಾಗಿದ್ದಾನೆ. ದೇಶದ ಒಗ್ಗಟ್ಟನ್ನು ಪೊರೆಯುವ ರಾಷ್ಟ್ರಗೀತೆಯೇ ಸಂಸಾರವನ್ನು ಒಡೆಯುವ ಶಕ್ತಿಯಾಗುತ್ತದೆ. ವಿಶ್ವಾತ್ಮಕತೆಯ ಸಾಧ್ಯತೆಯನ್ನು ದೇಶ ಮತ್ತು ಸಂಸಾರದ ಗಡಿಗಳು ಸುಂದರ ಆದರ್ಶದ ಮಟ್ಟದಲ್ಲಿಟ್ಟಿರುವ ಸತ್ಯವನ್ನು ಕಥೆ ಪರೋಕ್ಷವಾಗಿ ಬಿಂಬಿಸುತ್ತದೆ. ದಂಪತಿಯನ್ನು ಸಂತೈಸಿದ ಆದಿಶಕ್ತಿ ಆಶ್ರಮದ ಮಮತಾನಂದಮಯಿಯವರನ್ನು ಧರ್ಮದರ್ಶಿಗಳು ಉಚ್ಚಾಟಿಸುವ ಹಿನ್ನೆಲೆ ಕಥೆಗೆ ಆಕಸ್ಮಿಕವಲ್ಲ. ಅಲ್ಲೂ ಕೂಡ ಆಧ್ಯಾತ್ಮಿಕತೆಯನ್ನು ಲೌಕಿಕ ಹಿತಾಸಕ್ತಿ ಅಸಹನೆ ಮತ್ತು ಅನುಮಾನದಿಂದ ನೋಡುತ್ತಿದೆ. ಆದರೆ, ಈ ಎರಡು ಚೌಕಟ್ಟುಗಳು ಸಂಯೋಜನೆಯಲ್ಲಿ ಕಥೆಯ ಶಿಲ್ಪವನ್ನು ಸಡಿಲಗೊಳಿಸಿವೆ.

ಸಾಯುವ ವಿವಿಧ ವಿಧಾನಗಳ ಬಗ್ಗೆ ಮಾರ್ಗದರ್ಶನ ನೀಡಲು ಹುಟ್ಟಿದ 'ಆಸರೆ' ಎಂಬ ಹೆಸರಿನ ಸೂಸೈಡ್ ಹಾಟ್‌ಲೈನ್ ಸುತ್ತ ನಡೆಯುವ ಕಥೆ 'ಪಿಂಕಿ'. ಅಪಾರ ಜೀವನ ಪ್ರೀತಿಯಿಂದ ಬೆಳೆಯಬೇಕಿದ್ದ ಸಣ್ಣ ಮಕ್ಕಳನ್ನು ಸಾಯಲು ಒತ್ತಾಯಿಸುವ ಸಮಾಜದಲ್ಲಿ ಬದುಕನ್ನು ಬಾಧಿಸುತ್ತಿರುವ ಕ್ರೌರ್ಯದ ತೀವ್ರತೆ ಊಹೆಗೂ ಮೀರಿದ್ದು. ದುಡ್ಡಿನ ಲೆಕ್ಕಾಚಾರ ಕೇಳುವ ಯಾಂತ್ರಿಕ ಜೀವನಕ್ಕೆ ದುಡಿಮೆಯ ದೈನಿಕ ವರದಿಯನ್ನು ಸಲ್ಲಿಸುವವರೆಲ್ಲರೂ ಧಾವಂತ, ಆತಂಕ ಮತ್ತು ಉದ್ವೇಗದಿಂದ ದಣಿದಿದ್ದಾರೆ. ಜೀವ ಸಂಬಂಧಗಳಿಗೆ ಸುಸ್ಥಿರತೆ ಒದಗಿರದ ಕಾಲದಲ್ಲಿ ಊಹಿಸಿದ ಕೇಡುಗಳೆಲ್ಲ ನಿಜವಾಗುತ್ತಿವೆ. ಬದುಕಿನ ಬಗೆಗಿನ ನಂಬಿಕೆ, ಸದಿಚ್ಛೆಯನ್ನು ಮೆಟ್ಟಿಹಾಕಿದ ನಿರ್ದಯ ವಾಸ್ತವ ಮೇಲ್ಗೈ ಸಾಧಿಸಿದೆ. ಮೌನದ ವೇಷದಲ್ಲಿ ಮನೆಯಲ್ಲಿ ಸಾವು ನಿಂತಿದೆ; ಅನಾಮಿಕ ನೀರವತೆಯಲ್ಲಿ ಸೂತಕದ ವಾಸನೆ ಹರಡಿದೆ. ಪೂರ್ವಿಯ ಸಾವಿನ ಶಂಕೆಯಲ್ಲಿದ್ದವರಿಗೆ ರಮಣನ ಸಾವು ಎದುರಾಗುತ್ತದೆ. ಬದುಕಿನ ತರ್ಕಕ್ಕೆ ಸಿಗದ ಸಾವಿನ ನಡೆ ನಿಗೂಢವಾದದ್ದು.

ಅಂತರ್ಯಕ್ಕಿಳಿಯದ ಅಥವಾ ಬತ್ತಿಹೋದ ಪ್ರೀತಿ ಚರ್ಮದ ಮೇಲೆ ಹಚ್ಚೆಯಾಗಿ ವ್ಯಾಪಾರದ ಸರಕಾಗಿಬಿಡುವ ಅಮಾನವೀಯ ಬದುಕಿಗೆ ಕನ್ನಡಿ ಹಿಡಿಯುವ ಕಥೆ 'ಟ್ಯಾಟೂ'. ಮನುಷ್ಯರು ಸಂಪರ್ಕದಲ್ಲಿದ್ದೂ ಅವರ ನಡುವೆ ಜೀವಂತ ಸಂಬಂಧ ಸಾಧ್ಯವಾಗಿಸದ ಪಾರ್ಲರ್ ಎಲ್ಲವನ್ನೂ ಉಪಯೋಗೀ ದೃಷ್ಟಿಯಿಂದ ನೋಡುವ ಜಾಹೀರಾತು ಪ್ರದರ್ಶಿಸುವ

ಸಂಸ್ಥೆಯೇ. ದ್ವೀಪವಾದ ಜೀವಗಳಿಗೆ ಪ್ರೀತಿ ಕೇವಲ ದೇಹದ ಚಹರೆಯಾಗಿರುವುದನ್ನು ಸ್ವಯಂ ಅನುಭವಿಸುವ ನಿರೂಪಕಿ ಅನುಕಂಪಕ್ಕೆ ಪಾತ್ರಳಾಗುತ್ತಾಳೆ.

ಲಲಿತ ಪ್ರಬಂಧದ ಧಾಟಿಯಲ್ಲಿ ಆರಂಭವಾಗುವ 'ಬರೆಯಲಾಗದ ಕಥೆ'ಯಲ್ಲಿ ತಂದೆಯ ಜವಾಬ್ದಾರಿ ಹೊರಲು ಸಿದ್ಧನಿಲ್ಲದವನಿಂದ ದೂರಾಗಿ, ತವರಿನವರಿಂದ ತಿರಸ್ಕೃತಳಾಗಿ ಏಕಾಂಗಿಯಾಗಿ ಮಗುವಿನ ವಿಕಲತೆಯನ್ನು ಲೀಲೆ ಎಂದು ಪೊರೆಯುವ ಅಸಾಮಾನ್ಯ ಅವಿವಾಹಿತ ತಾಯಿಯೊಬ್ಬಳ ಕರುಣಾಜನಕ ಸಂಕಟ ಅನುಕಂಪ ಮಾತ್ರವಲ್ಲದೇ ಘನತೆಯನ್ನೂ ಗೆದ್ದು ಬಿಡುತ್ತದೆ. ನಿರೂಪಕಿಯ ದುರಂತ ಬದುಕಿನಿಂದ ಒಳ್ಳೆಯ ಕಥೆಯೊಂದು ಹುಟ್ಟಿರುವುದು ವಿಷಾದಯೋಗವೇ. ತಾಯಿಯ ಸಹನೆ ಮತ್ತು ಪ್ರೀತಿಯ ಸ್ವೀಕಾರದಲ್ಲಿ ಮಗುವಿನ ವಿಕಾರ ಹಿನ್ನೆಲೆಗೆ ಸರಿಯುತ್ತದೆ. ಕಥೆಯಾಗಲೀ ಕೂಸಾಗಲೀ ಸೃಷ್ಟಿಯ ವಿಷಯದಲ್ಲಿ ಸುಂದರ, ಕುರೂಪ ಎಂಬ ವರ್ಗೀಕರಣವೇ ಪ್ರಕೃತಿಯಲ್ಲಿ ಅಸಹಜವಾದದ್ದೆಂದು ಕಥೆ ಸೂಚಿಸುತ್ತದೆ. ಬದುಕಿನಂತೆಯೇ ಬರೆವಣಿಗೆಗೂ ತಾರ್ಕಿಕ ಅಂತ್ಯ ಸಾಧ್ಯವಿಲ್ಲವೇನೋ ಎಂಬ ಸಂದಿಗ್ಧತೆಯಲ್ಲಿ ಕಥೆ ನಿಲ್ಲುತ್ತದೆ.

ಎರಡು ದೇಶಗಳ ಭಿನ್ನ ಸಂಸ್ಕೃತಿಯನ್ನು ಮುಖಾಮುಖಿಯಾಗಿಸುವ 'ಸಂದರ್ಶನ' ಸಂಕೀರ್ಣವಾದ ವಿಶಿಷ್ಟ ಧ್ವನ್ಯಾರ್ಥದ ಕಥೆ. ಬೇರೆಯವರ ಖಾಸಗಿ ಗುಟ್ಟುಗಳನ್ನು ಸಾರ್ವಜನಿಕವಾಗಿ ಬಿಚ್ಚಿ ಹೇಳುವುದು ಭಾರತದ ಕೌಟುಂಬಿಕ ಸಂಸ್ಕೃತಿಯಲ್ಲಿ ಅಸಭ್ಯ ವರ್ತನೆಯಾದರೆ ಪಾಶ್ಚಾತ್ಯ ಪರಿಸರದಲ್ಲಿ ತನ್ನ ವೈಯಕ್ತಿಕ ಸಂಸಾರದ ಸೂಕ್ಷ್ಮಗಳನ್ನು ಮಾಧ್ಯಮಗಳಲ್ಲಿ ಸಂಕೋಚವಿಲ್ಲದೆ ಬಹಿರಂಗವಾಗಿ ಗಾಸಿಪ್ ಮಾಡುವುದು ಮೆಚ್ಚುಗೆಯ ವಿಷಯವಾಗುತ್ತದೆ. ಆದರೆ, ಭಾರತದಲ್ಲಿ ಅಮೆರಿಕಾದಲ್ಲಿರುವಂತೆ ಅನಾಮಿಕ ಅಪರಿಚಿತ ಒಂಟಿತನದ ನರಕವಿಲ್ಲ. ಜಾಗತಿಕ ಮಾರುಕಟ್ಟೆಯಲ್ಲಿ ಮನುಷ್ಯರಿಗೆ ಗುಟ್ಟಾದ ಏಕಾಂತ ಸ್ಥಳವೇ ಸಾಧ್ಯವಿಲ್ಲವೆಂದು ಕಥೆ ಒಂದಿಷ್ಟೂ ವಾಚ್ಯಗೊಳಿಸದೇ ತಿಳಿಸಿಬಿಡುತ್ತದೆ. ಏಕೆಂದರೆ, ಇಲ್ಲಿ ಎಲ್ಲವೂ ವ್ಯಾಪಾರದ ಸರಕುಗಳೇ. ತನ್ನ ಸಹಜ ವಿನೋದಶೀಲ ಗುಣವಿಶೇಷದಿಂದ ಲಘುಧಾಟಿಯಲ್ಲಿ ಗಹನವಾದ ಸತ್ಯವನ್ನು ವ್ಯಕ್ತಪಡಿಸಿದ ಸ್ಮೃತಿಯ 'ವಿಶ್ವರೂಪ' ದರ್ಶನ ನೆನಪಿನಲ್ಲುಳಿಯುತ್ತದೆ.

ತೊಟ್ಟು ಕ್ರಾಂತಿ ಸಂಕಲನದ ಕಥೆಗಳಲ್ಲಿ ಕೆಲವು ಪ್ರದೇಶದ ಕನ್ನಡದ ಉಪಭಾಷೆಗಳ ಪ್ರಯೋಗವಾಗಿದೆ. ಪಾತ್ರಗಳ ಮಾತಿನ ಭಿನ್ನ ಶೈಲಿಯಲ್ಲಿ ಆಕಾರ ಪಡೆಯುವ ಕಥೆಗೆ ಹಲವು ಧ್ವನಿಗಳಿವೆ. ಭಾಷೆಯ ಮೂಲಕ ಕಥೆಯ ನಿರೂಪಣೆಯಲ್ಲ; ಭಾಷೆಯೇ ಕಥೆಯಾಗುವುದು; ಭಾಷೆ ಕಥೆಯಾಗುವುದೆಂದರೆ ಮನುಷ್ಯರಾಗುವುದು; ಭಾಷೆಯೇ ಮನುಷ್ಯರೊಡಗೂಡಿ ವಿಷಯವಾಗುವುದು ಇಲ್ಲಿ ಸಾಧ್ಯವಾಗಿದೆ; ಆದ್ದರಿಂದ ಪಾತ್ರ–ಪರಿಸರದ ಹಾಸುಹೊಕ್ಕಿನ ನೇಯ್ಗೆ ಈ ಕಥೆಗಳ ಯಶಸ್ಸಿಗೆ ಕಾರಣಗಳಲ್ಲೊಂದು.

● ಶ್ರೀಧರ ಬಳಗಾರ

ಅರಿಕೆ

ನನ್ನ ಹನ್ನೆರಡನೆಯ ವಯಸ್ಸಿಗೆ ಅಮ್ಮ, "ಮಕ್ಕಳ ಪುಸ್ತಕ ಓದಿದ್ದು ಸಾಕೀಗ. ಇದನ್ನು ಟ್ರೈ ಮಾಡು" ಅಂತ ಆಗಷ್ಟೇ ಬಿಡುಗಡೆಯಾಗಿದ್ದ ಜಯಂತರ 'ಬಣ್ಣದ ಕಾಲು' ಸಂಕಲನವನ್ನು ಕೈಯಲ್ಲಿ ಹಿಡಿಸಿದ್ದರು. ನನ್ನಲ್ಲಿ ಆಸಕ್ತಿಯನ್ನು ಉದ್ದೀಪಿಸಲು ಅಲ್ಲಿನ 'ಟ್ರೈಸಿಕಲ್' ಕತೆಯನ್ನೂ ನಿರೂಪಿಸಿದ್ದರು. 'ಚಂದ್ರಶಾಲೆ'ಯನ್ನು ಕಡೆಯಲ್ಲಿ ಓದು ಅಂತ ನಕ್ಕರು. ನಾನು ಶುರು ಮಾಡಿದ್ದು ಮಾತ್ರ 'ಅಪರೂಪ' ಕತೆಯಿಂದ. ಇವತ್ತಿಗೂ ಕಣ್ಣೀರು ಹರಿಸದೇ ನನಗೆ ಆ ಕತೆ ಮುಗಿಸಲು ಆಗುವುದಿಲ್ಲ.

ನನ್ನಿಂದ ಮೂಡುವ ಪ್ರತೀ ಅಕ್ಷರದ ಹಿಂದೆಯೂ 'ಅಪರೂಪ' ಕತೆಯ ವರ್ಷಾ ಅದೇ ಸ್ಟೂಡಿಯೋ ಪರದೆಯ ಹಿಂದೆ ನಿಂತೇ ಇದ್ದಾಳೆ ಅನ್ನಿಸ್ತದೆ ನನಗೆ. ನನ್ನ ಒಳಗನ್ನು ಖಾಯಂ ಆಗಿ ಬದಲಿಸಿಬಿಟ್ಟ ಜಯಂತ ಅಂಕಲ್‌ರ ಕಥನ ಶಕ್ತಿಗೆ ಈ ಕೃತಿಯನ್ನು ಪ್ರೀತಿಯಿಂದ ಅರ್ಪಿಸುತ್ತಿದ್ದೇನೆ.

ಈ ಎಲ್ಲ ಕತೆಗಳನ್ನೂ ಮೊದಲ ಪ್ರತಿಯಲ್ಲೇ ಓದಿ ಪ್ರತಿಕ್ರಿಯಿಸಿದ ನನ್ನ ಅಚ್ಚುಮೆಚ್ಚಿನ ವ್ಯಕ್ತಿಯೂ, ಬರಹಗಾರರೂ ಆದ ವಸುಧೇಂದ್ರ ಈ ಕೃತಿಯನ್ನು ಪ್ರಕಟಿಸುತ್ತಿರುವುದು ನನಗೆ ಎಲ್ಲಕ್ಕಿಂತ ಹರ್ಷದ ವಿಚಾರ. ಅವರಿಗೆ ಕೃತಜ್ಞತೆ.

ನಾನು ತುಂಬಾ ಗೌರವಿಸುವ ಕಥೆಗಾರ ರಾಘವೇಂದ್ರ ಪಾಟೀಲ ಸರ್‌ರ ಹೆಸರಿನ ಪುರಸ್ಕಾರ ಈ ಹಸ್ತಪ್ರತಿಗೆ ಸಂದಿದ್ದು ನನಗೆ ವಿವರಿಸಲಾಗದ ಸಂಭ್ರಮ ತಂದುಕೊಟ್ಟಿದೆ. ಈ ಸ್ಪರ್ಧೆಯ ತೀರ್ಪುಗಾರರಾದ ಶ್ರೀಧರ ಬಳಗಾರ ಮತ್ತು ನಾ. ದಾಮೋದರ ಶೆಟ್ಟಿ ಅವರಿಗೂ, ಸಂಚಾಲಕರಾದ ವಿಕಾಸ ಹೊಸಮನಿ ಅವರಿಗೂ ಧನ್ಯವಾದಗಳು.

ಪ್ರಜಾವಾಣಿ ದೀಪಾವಳಿ ಕಥಾ ಸ್ಪರ್ಧೆಯ ತೀರ್ಪುಗಾರರಾದ ಎಚ್ ಎಸ್ ರಾಘವೇಂದ್ರರಾವ್ ಮತ್ತು ವಿನಯಾ, ಇಲ್ಲಿನ ತಲಾ ಎರಡೆರಡು ಕತೆಗಳನ್ನು ಬರೆಸಿ ಉಪಕರಿಸಿದ ನೆಚ್ಚಿನ ಸಂದೀಪಣ್ಣ (ಮಯೂರ, ಕರಾವಳಿ ಮುಂಜಾವು) ಗೊರವರ್ ಅಣ್ಣ (ಅಕ್ಷರ ಸಂಗಾತ) ಮತ್ತು ಅಬ್ದುಲ್ ರಶೀದ್ (ಕೆಂಡಸಂಪಿಗೆ, ಆಂದೋಲನ) ಜೊತೆಗೆ ಜೋಗಿ ಸರ್ (ಕನ್ನಡಪ್ರಭ) ಮತ್ತು ಮೀರಾ ರಾಜಗೋಪಾಲ್ (ಕನ್ನಡ ಸಾಹಿತ್ಯ ರಂಗ) ಅವರಿಗೆ ವಂದನೆಗಳು.

ಕತೆಯೆಂಬ ಕಾಡಿನಲ್ಲಿ ದಿಕ್ಕು ತಪ್ಪಿಸಿಕೊಂಡಾಗ ದೂರದಲ್ಲೊಂದು ಹಣತೆ ಹಚ್ಚಿಟ್ಟು ದಾರಿ ಕಾಣುವ ಹಾಗೆ ನೋಡಿಕೊಳ್ಳುವ ಅಕ್ಕರೆಯ ವಿವೇಕ ಶಾನಭಾಗ ಸರ್, ಯಾವತ್ತೂ ಜೊತೆಗಿರುವ ಅಮ್ಮ ಮತ್ತು ಪದ್ಮನಾಭ, ಎಂಥದೇ ಧಾವಂತದಲ್ಲೂ ಓದಿ ತಿಳಿಸುವ ಗುರುಪ್ರಸಾದ ಕಾಗಿನೆಲೆ, ಕರ್ಕಿ ಕೃಷ್ಣಮೂರ್ತಿ, ಮುಖಪುಟ ರೂಪಿಸಿರುವ ಶ್ವೇತಾ ಆಡುಕಳ, ಮತ್ತು ನನ್ನೆಲ್ಲ ಹುಚ್ಚಾಟ ಸಹಿಸಿಕೊಂಡೂ ಮನೆಯಲ್ಲಿ ನಿಷ್ಕಲ್ಮಶ ಪ್ರೇಮ ಧಾರೆ ಸುರಿವ ಪ್ರಿಯ ಸಂಗಾತಿ ಸಂತೋಷ ಮತ್ತು ಮಗು ವಿಸ್ಮಯರಿಗೂ, ಪಪ್ಪ ಮತ್ತು ನವ್ಯಾರಿಗೂ ಒಂದೊಂದು ಥ್ಯಾಂಕ್ಸ್.

ಪುಟ ತೆರೆದು ಓದುತ್ತಿರುವ ನಿಮ್ಮ ಒಲುಮೆ ದೊಡ್ಡದು.

● **ಕಾವ್ಯಾ**

ಬ್ರಿಡ್ಜ್ ವಾಟರ್, ನ್ಯೂಜೆರ್ಸಿ

ಪರಿವಿಡಿ

ತೊಟ್ಟು ಕ್ರಾಂತಿ

"ಇಲ್ಲಿಂದ ನಾವು ದೊಡ್ಡ ಕ್ರಾಂತಿಯನ್ನೇ ಮಾಡಲಿದ್ದೇವೆ!" ಅಂತ ನನ್ನ ಅಸಿಸ್ಟಂಟ್ ಲೌರೀನ್ ಹೇಳಿದಾಗಲೇ ನನಗೆ ಅರ್ಥವಾಗಬೇಕಿತ್ತು, ಇದು ಮುಂದೆ ನನ್ನ ಬುಡಕ್ಕೇ ಬರುತ್ತದೆ ಎಂದು. ಮಹತ್ವವಾದ ಯಾವುದಕ್ಕೋ ಸಲ್ಲುತ್ತಿದ್ದೇವೆ ಎಂಬ ನಶೆ ಒಮ್ಮೆ ಏರಿತೆಂದರೆ ಆ ಶಿಖರದಿಂದ ಮತ್ತೆ ಇಳಿಯೋದು ಕಷ್ಟ. ವೈಯಕ್ತಿಕವಾದ ಎಲ್ಲವನ್ನೂ ಸಾರ್ವತ್ರಿಕಗೊಳಿಸಲು ಬೇಕಾದ ಕೀಲಿ ಕೈ ಇಂಥ ಒಂದು ಅಮಲಿನಲ್ಲಿರುತ್ತದೆ. ಸಿನಿಮಾ ತಾರೆಯರು ಪಲ್ಲಂಗದ ವಿಷಯವನ್ನೂ ಎಗ್ಗಿಲ್ಲದೇ ಮಾತನಾಡುತ್ತಾರಲ್ಲ, ಹಾಗೆಯೇ ಇದು. ತೊಟ್ಟು ಕ್ರಾಂತಿಯ ವಿಷಯಕ್ಕೆ ಬಂದಾಗ ನನಗೇರಿದ್ದ ಮತ್ತೂ ಅಂಥದೇ.

ಶುಕ್ರವಾರದ ಆ ಸಂಜೆಯ ಐಡಿಯಾ ಮೀಟಿಂಗಿನಲ್ಲಿ ಹೊಸ ಹುಡುಗ ಹುಡುಗಿಯರ ಹುರುಪು ಕಂಡು ನನಗೂ ಉಮೇದು ಬಂದಿತ್ತು. ತಿಂಗಳಿಗೊಮ್ಮೆ ಕಂಪನಿಯಲ್ಲಿ ಯಾವ ಪ್ರೊಟೋಕಾಲ್‌ಗಳೂ ಇಲ್ಲದೇ 'ಹೊಸ ವಿಚಾರಗಳಿದ್ದವರಿಗೆಲ್ಲ ಸ್ವಾಗತ' ಎಂಬ ಒಕ್ಕಣಿಕೆ ಹೊತ್ತು ನಡೆಯುವ ಈ ಐಡಿಯಾ ಮೀಟಿಂಗುಗಳಿಗೆ ನಾನೂ ಇದಿರು ನೋಡುತ್ತಿರುತ್ತೇನೆ. ಈಗಷ್ಟೇ ಇಂಟರ್ನ್‌ಗಳಾಗಿ ಸೇರಿದ ಕಾಲೇಜು ವಿದ್ಯಾರ್ಥಿಗಳಿಂದ ಹಿಡಿದು ಕಂಪನಿಯ ಸೃಜನಾತ್ಮಕ ನಿಲುವಿಗೆ ಯಾವ ರೀತಿಯಿಂದಲೂ ಸಂಬಂಧ ಪಡದ ಇನ್-ಹೌಸ್ ಲಾಯರ್‌ಗಳ ತನಕ ಎಲ್ಲರಿಗೂ ಈ ಸಭೆಗೆ ಆಹ್ವಾನವಿರುತ್ತದೆ.

ಈ ಮೀಟಿಂಗಿನಲ್ಲಿ ಮುಖ್ಯವಾಗಿ ಭಾಗವಹಿಸುವವರು ಎಳೆಯರು. ನನ್ನ ಮಗಳು ಸಹನಾಳ ಕೆಲ ಕ್ಲಾಸ್‌ಮೇಟುಗಳೂ ಈ ಗುಂಪಿನಲ್ಲಿದ್ದಾರೆ. ಸಹನಾ ಈಗ ನ್ಯೂಯಾರ್ಕಿನಲ್ಲಿಲ್ಲ. "ನಿನ್ನ ಕಾರ್ಪೊರೇಟ್ ಸಂಸ್ಕೃತಿ ಹಾಳು ಬೀಳಲಿ. ನಾನು ರೈಟರ್ ಆಗಬೇಕು" ಎಂದು ಲಾಸ್ ಆಂಜಲಿಸ್‌ನಲ್ಲಿ ರೈಟಿಂಗ್ ಕೋರ್ಸ್ ಒಂದಕ್ಕೆ ಸೇರಿಕೊಂಡಿದ್ದಾಳೆ. ಒಳಗೆಲ್ಲೋ ನನಗೆ ಇಂದಲ್ಲ ನಾಳೆ ಅವಳಿಗೆ ಜ್ಞಾನೋದಯವಾಗುತ್ತದೆ, ನ್ಯೂಯಾರ್ಕಿಗೆ ಮರಳಿ ಬಂದೇ ಬರುತ್ತಾಳೆ ಎಂಬ ನಂಬಿಕೆಯಿದೆ.

ಐಡಿಯಾ ಮೀಟಿಂಗಿನಲ್ಲಿ ಚೈನ್ ಆಫ್ ಕಮಾಂಡ್‌ನ ಕಿರಿಕಿರಿಯಿಲ್ಲದೇ ನೇರವಾಗಿ ಕಂಪನಿಯ ಸಿಇಓ ಜೊತೆಗೇ ತಮ್ಮ ಯೋಚನೆಗಳನ್ನು ಹಂಚಿಕೊಳ್ಳಬಹುದು ಎಂಬ ಉತ್ಸಾಹ ಈ ಕೋಣೆಯಲ್ಲಿ ಸೇರಿದ ತರುಣರ ಚಲನವಲನದಲ್ಲೇ ಸೇರಿ ಹೋಗಿದೆ. ಲೌರೀನ್‌ಳಿಗೆ ಕೂಡ ಅದೊಂದು ಮೀಟಿಂಗಿನಲ್ಲಿ ನನ್ನ ಅಸಿಸ್ಟಂಟ್ ಕೆಲಸದಿಂದ ರಜಾ. ನಾನು ಹೇಳಿದ್ದನ್ನು ಮಾತ್ರ ಬರೆದುಕೊಳ್ಳುತ್ತ ನನ್ನ ಮೂರನೆಯ ಕೈಯಂತೆ ಇರುವವಳು, ಅದೊಂದು ದಿನ ತನಗನಿಸಿದ್ದನ್ನು ಹೇಳಬಹುದು ಎಂಬ ಸ್ವಾತಂತ್ರ್ಯ ದೊರಕಿಸಿಕೊಂಡಿದ್ದಾಳೆ. ಕಂಪನಿಯ ಸಿಇಓಳ ಅಸಿಸ್ಟಂಟ್ ಎಂಬ ಭಾರವಿಲ್ಲದೇ ತನ್ನದೇ ವಯಸ್ಸಿನ ಹುಡುಗ ಹುಡುಗಿಯರೊಟ್ಟಿಗೆ ಬೆರೆತರೂ ಅಲ್ಲಿ ನೆರೆದವರೆಲ್ಲರಿಗಿಂತ ತಾನು ವಿಶೇಷವಾದವಳು ಎಂಬ ಪ್ರಭೆ ಲೌರೀನ್‌ಳ ವ್ಯಕ್ತಿತ್ವದಲ್ಲೇ ಬೆರೆತು ಹೋಗಿರುವುದನ್ನು ಗಮನಿಸಿ ಮುಗುಳ್ನಕ್ಕಿದ್ದೇನೆ. ಅದೊಮ್ಮೆ ಮಾತ್ರ ನನ್ನ ನೋಟ್‌ಪ್ಯಾಡ್- ಪೆನ್ನನ್ನು ನಾನೇ ಕೊಂಡೊಯ್ಯುತ್ತೇನೆ.

ಮಾತುಮಾತಿಗೆ ಮ್ಯಾಮ್ ಅನ್ನದೇ ಅಮೆರಿಕನ್ ಶಿಷ್ಟಾಚಾರದ ಅನುಸಾರವಾಗಿ 'ಶಾಲಿನಿ' ಎಂಬ ನನ್ನ ಮೊದಲ ಹೆಸರು ಹಿಡಿದೇ ಕರೆದರೂ ಈ ಎಳೆಯರ ಕಣ್ಣುಗಳಲ್ಲಿ ಮನೆಮಾಡಿದ ಅಭಿಮಾನದ ಕುರಿತು ನನಗೆ ಅರಿವಿದೆ. ಅದನ್ನು ತುಸು ಬಿಡುಬೀಸಾಗಿಯೇ ನನ್ನ ಮಾತು- ನಿಲುವುಗಳಲ್ಲಿ ತೋರಿಸಿಕೊಳ್ಳುತ್ತೇನೆ ಎಂದು ಮಾರ್ಕ್ ನನ್ನ ಮೂಡು ಸರಿಯಿದೆಯೇ ಎಂದು ಖಚಿತಪಡಿಸಿಕೊಂಡು ಒಮ್ಮೊಮ್ಮೆ ಹಾಸ್ಯ ಮಾಡುತ್ತಾನೆ. ನನಗೇನೂ ಆ ಬಗ್ಗೆ ಅಂಥ ಸಂಕೋಚವಿಲ್ಲ. "ಇಂದಿನ ಯುವಕರೇ ಮುಂದಿನ ಮುತ್ಸದ್ದಿಗಳು. ದೇಹಕ್ಕೆ ವಯಸ್ಸು ಎಷ್ಟೇ ಆಗಿರಲಿ, ಮನಸ್ಸು ಲವಲವಿಕೆಯಿಂದಿರಬೇಕಾದರೆ ಎಳೆಯರ ಜೊತೆ ಬೆರೆಯಬೇಕು" ಎಂದು ಮ್ಯಾನೇಜ್‌ಮೆಂಟ್ ಪುಸ್ತಕಗಳಲ್ಲಿ ಓದಿದ ತಿಪ್ಪೆಯನ್ನೇ ಇಲ್ಲಿಯೂ ಸಾರುತ್ತೇನೆ. ಈಗ ಐವತ್ತರ ಹೊಸ್ತಿಲಲ್ಲಿರುವ ನನ್ನ ಆತ್ಮವಿಶ್ವಾಸ ಕಾಯ್ದುಕೊಳ್ಳಲು ಹೀಗೆ ಯಾರೂ ಕ್ಯಾರೇ ಅನ್ನದ ಯಃಕಶ್ಚಿತ್ ಇಂಟರ್ನ್‌ಗಳ ಜೊತೆಗೆ ಬೆರೆಯುವುದು ದಿನವೂ ಮುಂಜಾನೆ ಇಯರ್‌ಫೋನು ಹಾಕಿಕೊಂಡು ಸೆಂಟ್ರಲ್ ಪಾರ್ಕಿನಲ್ಲಿ ಓಡಿದಂತೆಯೇ, ಇಷ್ಟವಿಲ್ಲದಿದ್ದರೂ ಮಧ್ಯಾಹ್ನದ ಊಟಕ್ಕೆ ಕಿನ್ವಾ ತಿಂದಂತೆಯೇ, ಮಾರ್ಕ್‌ನಂಥ ತರುಣನನ್ನು ಬಾಯ್‌ಫ್ರೆಂಡಾಗಿ ಇರಿಸಿಕೊಂಡಂತೆಯೇ ಒಂದು ಅವಶ್ಯಕತೆಯಿರಬಹುದೇನೋ ಎಂಬ ಸಂಶಯ ಆಗಾಗ ನನ್ನೊಳಗೆ ಸುಳಿದು ಹೋಗಿದೆ.

ಹಾಗಂತ ನಾನೇನು ಅಮೆರಿಕದ ಕುರಿತು ಮುಜುಗರದ ಧನ್ಯತೆಯಿಂದ ನಡೆದುಕೊಳ್ಳುವುದಿಲ್ಲ. ಈ ದೇಶದಲ್ಲಿ ನೆಲೆಸಿ ಮೂವತ್ತು ವರ್ಷಗಳೇ ಕಳೆದರೂ ನನ್ನ ಭಾರತೀಯ ಇಂಗ್ಲೀಷ್ ಪಲುಕನ್ನು ಬೇಕೆಂದೇ ಉಳಿಸಿಕೊಂಡಿದ್ದೇನೆ. ಅದು ನ್ಯೂಯಾರ್ಕಿನ ಪ್ರಭಾವಿ ವಲಯಗಳಲ್ಲಿ ಬೆರೆಯುವಾಗ ಇಲ್ಲಿನ ಜನ ಭಾರತೀಯತೆಗೆ ಅನುಗ್ರಹಿಸಿರುವ ಎಕ್ಸಾಟಿಕ್ ಅಂಶವನ್ನು ಎತ್ತಿ ಹಿಡಿಯುತ್ತದೆ ಎಂಬುದು ನನಗೆ ಗೊತ್ತಿದೆ. ನ್ಯೂಯಾರ್ಕಿನಂಥ ನ್ಯೂಯಾರ್ಕಿನಲ್ಲೇ ಯಶಸ್ಸು ಕಂಡಿರುವ ನನ್ನ ಅಮೆರಿಕನ್ ಡ್ರೀಮ್ ಸ್ಟೋರಿಯನ್ನು ಮಾತಿನಲ್ಲಿ ಹೇಗೆ ಮಿಳಿತವಾಗಿಸಬೇಕು ಎಂಬ ಪಾಠವನ್ನು ಅನುಭವದಿಂದ ಕಲಿತಿದ್ದೇನೆ. ಈ ಯುವವರ್ಗದ ಜೊತೆಗೆ ಸಂವಹಿಸುವಾಗಲೂ ಆ ಅಂಶ ನನಗೆ ಮರೆತು ಹೋಗುವುದಿಲ್ಲ.

"ಭಾರತದಲ್ಲಿ ಶಿವಮೊಗ್ಗದ ಶರಾವತಿ ನಗರ ಎಂಬಲ್ಲಿ ನಾನು ಬೆಳೆಯುವಾಗ ನಮ್ಮ ಮನೆಯ ಮುಂದೆ ಓಪನ್ ಗಟಾರ ಹರಿಯುತ್ತಿತ್ತು ಗೊತ್ತೇ? ಮುಂಬಾಗಿಲು ರಸ್ತೆಗೇ ತಾಗಿತ್ತು. ಮಳೆ ಸುರಿದಾಗ ಗಟಾರದ ನೀರು ಹೊಸ್ತಿಲಿಗೇ ನುಗ್ಗುತ್ತಿತ್ತು" ಎಂದು ನಾನು ಮಾತನಾಡಲು ತೊಡಗಿದರೆ ರೆಯೋಸ್‌ನಿಂದ ತರಿಸಿದ ಪಿಜ್ಜಾ ತ್ರಿಕೋನಗಳು ತಣ್ಣಗಾಗುತ್ತ ಬಿದ್ದಿದ್ದರೂ ಅದರ ಪರಿವೆಯಿಲ್ಲದೇ ಈ ಹುಡುಗ ಹುಡುಗಿಯರು ಕಣ್ಣು ಬಾಯಿ ಬಿಟ್ಟುಕೊಂಡು ಕುಳಿತುಬಿಡುತ್ತಾರೆ. ಇವರನ್ನು ಗೆಲ್ಲಲು ತೆರೆದ ಗಟಾರಗಳು, ಟ್ರೇನಿನಲ್ಲಿ ಹಾಡುತ್ತಲೇ ಬೊಗಸೆಯೊಡ್ಡುವ ಭಿಕ್ಷುಕರು, ರಸ್ತೆಯಲ್ಲಿ ಟ್ರಾಫಿಕ್ ಪೊಲೀಸರಂತೆ ನಿಂತೇಬಿಟ್ಟಿರುವ ದನಗಳು, ಲೋಡ್ ಶೆಡ್ಡಿಂಗ್ ಮುಂತಾದ ಪ್ರತಿಮೆಗಳನ್ನು ಆಗಾಗ ನಿಸ್ಸಂಕೋಚವಾಗಿ ನಾನು ಬಳಸುವುದುಂಟು. ಇದೆಲ್ಲ ಈ ಹುಡುಗರಿಗೆ ಪುಸ್ತಕದಲ್ಲೋ, ಸಿನಿಮಾದಲ್ಲೋ ಮಾತ್ರ ಕಂಡು ಗೊತ್ತಿರುವ ಆಗಂತುಕ ಲೋಕ. ಶಿವಮೊಗ್ಗೆಯ ಮಧ್ಯಮ ವರ್ಗದ ಮನೆಯಲ್ಲಿ ತಕ್ಕಮಟ್ಟಿನ ಸವಲತ್ತುಗಳ ಜೊತೆಗೇ ಬೆಳೆದ ನನಗೂ ಆ ಪ್ರತಿಮೆಗಳು ಅವರಷ್ಟೇ ಅಪರಿಚಿತವಾದವು ಎಂಬ ಗುಟ್ಟನ್ನು ಮಾತ್ರ ನಾನು ತಪ್ಪಿಯೂ ಬಿಟ್ಟು ಕೊಡುವುದಿಲ್ಲ.

"ನೋಡಿ, ಅಲ್ಲಿದ್ದವಳು ಇಲ್ಲಿ ನಿಮ್ಮ ಮುಂದೆ ಕುಳಿತು ಮಾತನಾಡುತ್ತಿದ್ದೇನೆ ಎಂದರೆ ಅದಕ್ಕೆ ಕಾರಣ ಎರಡೇ. ಒಂದು ಅಮೆರಿಕಾ. ಇನ್ನೊಂದು ನನ್ನೊಳಗಿದ್ದ ಛಲ" ಎಂದೆಲ್ಲ ಬುರುಡೆ ಬಿಟ್ಟು ಆಡಿದ ಮಾತಿಗೆ ತೂಕ ಬರಲೆಂದು ಮನಸ್ಸಿನಲ್ಲೇ ಅರವತ್ತೆಣಿಸುತ್ತ ಮೌನವಾಗಿ ಕುಳಿತೇಬಿಟ್ಟಿದ್ದೇನೆ. ಮ್ಯಾನೇಜ್‌ಮೆಂಟ್ ಪುಸ್ತಕದ ಈ ಟ್ರಿಕ್ ಕೆಲಸ ಮಾಡಿದಂತೆ ಕಾಣಿಸುತ್ತದೆ.

■

ಅಂದಾಗಿದ್ದೂ ಅದೇ. ಏಪ್ರಿಲ್ ತಿಂಗಳ ಆ ಶುಕ್ರವಾರದ ಸಂಜೆ 'ಹಾಲ್ ಎ' ಎಂದು ಬಾಗಿಲ ಮೇಲೆ ಚಿನ್ನದ ಬಣ್ಣದ ಅಕ್ಷರಗಳಲ್ಲಿ ಬರೆದುಕೊಂಡಿದ್ದ ಕಾನ್ಫರನ್ಸ್ ರೂಮು ಯುವ ದನಿಗಳಿಂದ ಚಿಲಿಪಿಲಿಗುಟ್ಟುತ್ತಿತ್ತು. ಇಲ್ಲಿ ನೆರೆದವರೆಲ್ಲ ಈ ಮೀಟಿಂಗು ಮುಗಿಯುವ ತನಕವಾದರೂ ಸಮಾನರು ಎಂದು ಸಾರುವಂತೆ ಮೇಜು- ಕುರ್ಚಿಗಳನ್ನು 'ಹಾಲೋ-ಸ್ಕ್ವೇರ್' ಮಾದರಿಯಲ್ಲಿ ಜೋಡಿಸಲಾಗಿತ್ತು.

ಎಲ್ಲಕ್ಕಿಂತ ಮೊದಲು ಲೌರೀನ್, ನಾವು ಮುಂದಿನ ಹಣಕಾಸು ವರ್ಷದಿಂದ ಎಸ್-ಕಾರ್ಪ್‌ನಿಂದ ಸಿ-ಕಾರ್ಪ್ ಹಂತಕ್ಕೆ ಅಪ್‌ಗ್ರೇಡ್ ಆಗಲಿದ್ದೇವೆ ಎಂದು ಏರುದನಿಯಲ್ಲಿ ಸಾರಿದಾಗ ನೆರೆದವರೆಲ್ಲ ಒಮ್ಮೆ ನಿಂತಂತೆ ಮಾಡಿ ಚಪ್ಪಾಳೆ ತಟ್ಟಿದರು. ಎಸ್-ಕಾರ್ಪ್, ಸಿ-ಕಾರ್ಪ್ ಅಂದರೆ ಏನೆಂದು ಕೇಳಿ ಅವರನ್ನು ತಬ್ಬಿಬ್ಬುಗೊಳಿಸಲು ಯಾಕೋ ಆ ಖುಷಿಯ ಸಂದರ್ಭದಲ್ಲಿ ನನಗೆ ಮನಸ್ಸು ಬರಲಿಲ್ಲ. ಕರತಾಡನ ನಿಂತ ಮೇಲೆ ನಾನೇ ಮಾತಿಗೆ ತೊಡಗಿದೆ.

"ನಿಮಗೆಲ್ಲ ಗೊತ್ತಿರುವ ಹಾಗೆ ಸ್ಥಾಪನೆಯಾದ ಹದಿನೈದು ವರ್ಷಗಳಿಂದ ನಾವು ಎಸ್-ಕಾರ್ಪ್ ಕಂಪನಿಯಾಗಿದ್ದೆವು. ನಮ್ಮ ಶೇರುದಾರರ ಸಂಖ್ಯೆ ನೂರು ದಾಟುವಂತಿರಲಿಲ್ಲ. ಜೊತೆಗೆ ಅವರೆಲ್ಲ ಅಮೆರಿಕದ ಪ್ರಜೆಗಳೇ ಆಗಬೇಕಿತ್ತು. ಆದರೆ ಕಳೆದ ವರ್ಷ ನಮ್ಮ

ಕಂಪನಿ ಬಿಡುಗಡೆ ಮಾಡಿದ ವ್ಯಾಲಿಡ್-ಜೆ ಸಾಫ್ಟವೇರು ವಿಶ್ವದಾದ್ಯಂತ ಸಂಚಲನ ಉಂಟು ಮಾಡಿಬಿಟ್ಟಿದೆ. ಯಾವುದೋ ಯಬಡೇಶಿ ಸಾಫ್ಟವೇರ್ ಇಂಜಿನಿಯರು ಹೇಗೆ ಹೇಗೋ ಬರೆದ ತಪ್ಪುಕೋಡ್‌ಗಳನ್ನು ಈಗ ಇನ್ನ್ಯಾರೋ ಡೀಬಗ್ ಮಾಡುತ್ತ ಕೂರಬೇಕಿಲ್ಲ. ವ್ಯಾಲಿಡ್-ಜೆ ಅಳವಡಿಸಿಕೊಂಡುಬಿಟ್ಟರೆ ಕಣ್ತಪ್ಪಿನಿಂದಾದ ಸಣ್ಣ ಸಣ್ಣ ತಪ್ಪುಗಳನ್ನೂ ಹೈಲೈಟ್ ಮಾಡಿ ತೋರಿಸಿಬಿಡುತ್ತದೆ. ಇದೊಂದೇ ವರ್ಷದಲ್ಲಿ ಕಂಪನಿಯ ವರಮಾನ ಎರಡು ನೂರು ಮಿಲಿಯನ್‌ನಿಂದ ಐದು ನೂರು ಮಿಲಿಯನ್ ದಾಟಿ ಬಿಟ್ಟಿದೆ. ಅಫ್‌ಕೋರ್ಸ್ ವ್ಯಾಲಿಡ್-ಜೆ ನಂತರದ ವರ್ಷನ್ ಆದ ವ್ಯಾಲಿಡ್-ಎಂ ಅನ್ನು ಇನ್ನು ನಾಲ್ಕು ತಿಂಗಳಲ್ಲಿ ಬಿಡುಗಡೆ ಮಾಡಲಿದ್ದೇವೆ." ನಾನು ಮಾತು ಮುಂದುವರೆಸದಂತೆ ಇನ್ನೊಮ್ಮೆ ಚಪ್ಪಾಳೆಗಳ ಸುರಿಮಳೆಯಾಯಿತು.

"ಕಂಪನಿಯನ್ನು ಮುಂದಿನ ಹಂತಕ್ಕೆ ತೆಗೆದುಕೊಂಡು ಹೋಗಲು ಇದೇ ಸರಿಯಾದ ಸಮಯ ಅಂತ ಬೋರ್ಡ್ ಆಫ್ ಡಿರೆಕ್ಟರ್ಸ್ ಎಲ್ಲರ ಒಮ್ಮತದ ಅಭಿಪ್ರಾಯವಾಗಿದೆ. ಹೀಗಾಗಿ ಮುಂದಿನ ಹಣಕಾಸು ವರ್ಷದಿಂದ ನಾವು ಸಿ-ಕಾರ್ಪ್ ಸ್ಟೇಟಸ್ಸಿಗೆ ಭಡ್ತಿ ಹೊಂದಲಿದ್ದೇವೆ. ಅಂದರೆ ಜಗತ್ತಿನಾದ್ಯಂತ ನಮ್ಮ ಶೇರುಗಳನ್ನು ಮಾರಾಟ ಮಾಡಬಹುದು, ಇದರಿಂದ ಕಂಪನಿಯೂ ಬೆಳೆಯುತ್ತದೆ. ಹೀಗೆಯೇ ಮುಂದುವರೆದರೆ ಇನ್ನೆರಡು ವರ್ಷಗಳಲ್ಲಿ ಕಂಪನಿಯ ಶೇರುಗಳನ್ನು ಪಬ್ಲಿಕ್ ಐಪಿಓ ಮಾಡುವ ಯೋಚನೆಯೂ ಇದೆ" ಎಂದಾಗ ಎಲ್ಲರ ಮುಖದ ಮೇಲೆ ತಾವೂ ಈ ಸಾಧನೆಯಲ್ಲಿ ಪಾಲುದಾರರು ಎಂಬ ಕಳೆಯಿತ್ತು.

"ಇಂದಿನ ಐಡಿಯಾ ಸೆಷನ್ನಿನಲ್ಲಿ ಅದೇ ವಿಚಾರವಾಗಿ ನಿಮ್ಮೆಲ್ಲರ ಸಹಾಯ ಬೇಕು. ನಮ್ಮ ಐವ್ಯಾಲಿಡ್ ಕಾರ್ಪ್‌ನ ಹೆಸರು ಜನರ ಮನಸ್ಸಲ್ಲಿ ನೆಲೆ ನಿಲ್ಲುವಂತೆ ಮಾಡಬೇಕು. ಇನ್ನೆರಡು ವರ್ಷಗಳಲ್ಲಿ ನಮ್ಮ ಶೇರುಗಳು ಪಬ್ಲಿಕ್ ಆದಾಗ ಜನ ಮುಗಿಬಿದ್ದು ಅವುಗಳನ್ನು ಖರೀದಿಸಬೇಕು. ಹಾಗೆ ಎಲ್ಲರ ಮನಸ್ಸಿನಲ್ಲಿ ಉಳಿಯುವಂಥ, ಸಾರ್ವಜನಿಕವಾಗಿ ಎಲ್ಲರೂ ಪಾಲ್ಗೊಳ್ಳುವಂಥ ಇವೆಂಟನ್ನು ಆಯೋಜಿಸಬೇಕು ಎಂದು ನಿರ್ಧರಿಸಿದ್ದೇವೆ. ವಿವರಗಳನ್ನು ನಾನು ಕಾರಣಾಂತರಗಳಿಂದ ಕೊಡಲಾಗದಿದ್ದರೂ ಬಜೆಟ್ ಕೂಡ ಭರ್ಜರಿಯಾಗಿಯೇ ಸಾಂಕ್ಷನ್ ಆಗಿದೆ. ಯಶಸ್ವಿಯಾದರೆ ಇದನ್ನು ವಾರ್ಷಿಕವಾಗಿ ನಡೆಸುವ ಯೋಚನೆಯೂ ಇದೆ..."

"ಈಗ ಹೇಳಿ. ನೀವೆಲ್ಲ ಯುವಕರು. ಕೂದಲು ನೆರೆತ ನಮ್ಮಲ್ಲಿ ಹುಟ್ಟದ ಹೊಸ ವಿಚಾರಗಳು ನಿಮಗೆ ಹೊಳೆಯುತ್ತವೆ. ನಮಗೆ ಗೊತ್ತಿರದ ನೂರಾರು ವಿಷಯಗಳು ನಿಮಗೆ ಗೊತ್ತಿರುತ್ತವೆ. ಮುಂದಿನ ಎರಡು ಘಂಟೆಗಳಲ್ಲಿ ಯಾವ ಇವೆಂಟನ್ನು ಆಯೋಜಿಸಬೇಕು ಎಂದು ಪಕ್ಕಾ ಮಾಡಿಕೊಂಡೇ ಈ ಕೋಣೆಯಿಂದ ಹೊರಹೋಗಲು ನಾನಂತೂ ತಯಾರಾಗಿ ಬಂದಿದ್ದೇನೆ" ಎಂದು ಕಾಫಿ ಹೀರುತ್ತ ವಿರಾಮವಾಗಿ ಕುಳಿತುಬಿಟ್ಟೆ.

ಅಬಬಾ, ಎಲ್ಲರ ಮುಂದೆ ಆಸ್‌ಹೋಲ್ ಹಾಗೆ ಕಾಣಬಾರದು ಎಂಬ ಕಾರಣಕ್ಕೆ ಎಳೆಯ ವಯಸ್ಸಿನವರನ್ನು ಹೊಗಳುತ್ತೇವೆ ನಿಜ, ಆದರೆ ಇವರ ಜೊತೆಗೆ ಸಂವಹಿಸಲು ಶುರುಮಾಡಿದಾಗಲೇ ಇದೆಂಥ ಬುರ್ನಾಸು ಪೀಳಿಗೆ ಎಂಬುದು ನನ್ನ ವಯಸ್ಸಿನವರಿಗೆ

ತಿಳಿದು ಬಿಡುತ್ತದೆ. ಮಾತುಮಾತಿಗೆ "ಲೈಕ್... ಲೈಕ್..." ಎಂದೋ "ಯೂ ನೋ... ಯೂ ನೋ..." ಎಂದೋ ಅತೀ ಸುಲಭದ ಶಬ್ದಗಳಿಗೂ ತಡವರಿಸುತ್ತ, ಹುಟ್ಟಿದಾಗಿನಿಂದ ಕಲಿತಿದ್ದೂ ಮಾತನಾಡಿದ್ದೂ ಇಂಗ್ಲೀಷ್ ಭಾಷೆಯೊಂದೇ ಆಗಿದ್ದರೂ ಅದರಲ್ಲೂ ವ್ಯಾಕರಣ ಬದ್ಧವಾಗಿ ಒಂದೂ ವಾಕ್ಯ ಮಾತನಾಡಲೂ, ಬರೆಯಲೂ ಬಾರದ ಇವರ ಬಗ್ಗೆ ಬಾಯಿ ಬಿಟ್ಟಾಗಲೇ ಇದೊಂದು ಖಾಲಿ ಡಬ್ಬಿ ಎಂಬ ಸತ್ಯ ಗೊತ್ತಾಗಿ ಹೋಗುತ್ತದೆ. ಪ್ರತೀ ಐಡಿಯಾ ಮೀಟಿಂಗು ಶುರುವಾಗಿ ಅರ್ಧಘಂಟೆಗೆ ಏನೇನೋ ಮಾಡುವುದನ್ನು ಬಿಟ್ಟು ಇಲ್ಲಿ ಹೀಗೆ ಸಮಯ ಹಾಳು ಮಾಡುತ್ತಿದ್ದೇನಲ್ಲ ಎಂಬ ಯೋಚನೆ ನನ್ನಲ್ಲಿ ಸುಳಿಯಲೇ ಬೇಕು, ಹಾಗಿರುತ್ತದೆ ಇವರ ವರಸೆ.

ಅವತ್ತೂ ಅಷ್ಟೇ. ಸಾರ್ವಜನಿಕ ಇವೆಂಟಿಗಾಗಿ ಐಡಿಯಾ ಕೊಡಿರಿ ಎಂದರೆ ಎಂತೆಂಥ ಮಾತುಗಳು ಬರಬೇಕು! ನೂರಾರು ಡಾಲರು ಕೊಟ್ಟು ಮಂಡಿಯ ಬಳಿ, ತೊಡೆಯ ಬಳಿ ಹರಿದ ಜೀನ್ಸನ್ನು ಕೊಂಡ ಹಾಗೆಯೇ, ನನ್ನನ್ನು ಸ್ನೇಹಿತೆಯೆಂದು ತಿಳಿಯಿರಿ ಅಂದಿದ್ದಕ್ಕೆ ಹೆಗಲ ಮೇಲೆ ಕೈ ಹಾಕಲೂ ಹಿಂಜರಿಯದ ಹಾಗೆಯೇ ಉಡಾಫೆಯ, ಸೊಕ್ಕಿನ, ಸ್ಯೂಡೋ ಮಹತ್ವಾಕಾಂಕ್ಷೆಯ, ದೊಡ್ಡ ಹಡಗು ಕಟ್ಟುವ ಯೋಗ್ಯತೆಯೂ ಚಾತುರ್ಯವೂ ಹಂಬಲವೂ ಇಲ್ಲದೇ ಸಾಯುವ ತನಕ ಸಣ್ಣ ತೆಪ್ಪಗಳಾಗಿಯೇ ದಡದ ಹತ್ತಿರದಲ್ಲೇ ತೇಲಾಡಿಕೊಂಡು ಒಂದು ದಿನ ಹೇಳ ಹೆಸರಿಲ್ಲದೇ ಮರಚಿ ಬೀಳುವವರಂತೆ ಕಂಡರು.

"ಶಾಲಿನಿ, ನನ್ನ ಬಳಿ ಒಂದು ಅದ್ಭುತ ಐಡಿಯಾ ಇದೆ. ಅಮೆರಿಕದಲ್ಲಿ ಎಲ್ಲರ ಮನೆಗಳಲ್ಲೂ ಒಂದಾದರೂ ನಾಯಿಯಿರುತ್ತದೆ. ನಾಯಿಗಳಿಗೊಂದು ಫ್ಯಾಷನ್ ಶೋ ಮಾಡಿದರೆ ಹೇಗೆ? ಈಗ ಎಲ್ಲರೂ ಇಂಥದನ್ನು ಆಯೋಜಿಸುತ್ತಿದ್ದಾರೆ."

"ಏನು ನಿನ್ನ ಹೆಸರು?"

"ರ್ಹೀಸ್."

"ಓಕೆ, ರೀಸ್..."

"ಸಾರಿ, ಇಟ್ಸ್ ರ್ಹೀಸ್!"

ತುಟಿಯನ್ನು ತುಸು ಓರೆಯಾಗಿಸಿ ನಕ್ಕಂತೆ ಮಾಡಿ ಮುಂದುವರೆಸಿದೆ.

"ಆಲ್‌ರೈಟ್ ರ್ಹೀಸ್. ಗಣತಿ ಮಾಹಿತಿಯ ಪ್ರಕಾರ ಐವತ್ತೊಂದು ಪರ್ಸಂಟ್ ಅಮೆರಿಕನ್ ಮನೆಗಳಲ್ಲಿ ಮಾತ್ರ ಕನಿಷ್ಟ ಒಂದಾದರೂ ನಾಯಿಯಿದೆ. ಹೀಗಾಗಿ, ಎಲ್ಲರೂ ಎಂದು ಹೇಳುವ ಮೊದಲು ಸಂಖ್ಯೆಗಳನ್ನು ಮೊದಲು ಪರಿಶೀಲಿಸಬೇಕು. ಜೊತೆಗೆ ನಾವು ನಡೆಸಬೇಕೆಂದಿರುವುದು ನಮ್ಮ ಬ್ರಾಂಡ್ ಮೌಲ್ಯ ಹೆಚ್ಚಿಸಬಲ್ಲ ಇವೆಂಟು. ನಾಯಿಗಳು, ಬೆಕ್ಕುಗಳು, ಮಕ್ಕಳು ಇವೆಲ್ಲ ಪರ್ಸನಲ್ ಆದ, ಡಮೆಸ್ಟಿಕ್ ಸ್ಪೇಸಿಗೆ ಸೇರಿದಂಥವು. ಲೆಟ್ಸ್ ನಾಟ್ ಬ್ರಿಂಗ್ ದೆಮ್ ಹಿಯರ್. ಇಟ್ ಹ್ಯಾಸ್ ಟು ಬಿ ಮಚ್ ಮೋರ್ ಯೂನಿಕ್ ದೆನ್ ದ್ಯಾಟ್."

ಅಷ್ಟರಲ್ಲಿ ಅರ್ಧ ಕೂದಲಿಗೆ ನೀಲಿ ಬಣ್ಣ ಡೈ ಮಾಡಿಕೊಂಡ ಟೆರಿ ಎಂಬ ಹುಡುಗಿ ಎದ್ದು ನಿಂತಳು.

"ಸೋ ಶಾಲಿನಿ, ಹೀಗೆ ಮಾಡಿದ್ರೆ ಹೇಗೆ? ನ್ಯೂಯಾರ್ಕಿನಲ್ಲಿ ಎಷ್ಟೊಂದು ಜನ ಹೋಮ್‌ಲೆಸ್ ಇದ್ದಾರೆ. ಅವರಿಗಾಗಿ ನಮ್ಮ ಕಂಪನಿಯಿಂದ ಒಂದು ಸೂಪ್ ಕಿಚನ್ ತೆರೆದರೆ ಹೇಗೆ? ನಾವಿಲ್ಲಿ ಏಸಿ ಕೋಣೆಯಲ್ಲಿ ಕುಳಿತಿರುವಾಗ ಇದೇ ಬಿಲ್ಡಿಂಗಿನ ಹೊರಗೆ ಯಾರೋ ಹಸಿದುಕೊಂಡಿದ್ದಾರೆ ಎಂದರೆ ನನಗದು ಸಹಿಸಲೇ ಆಗುವುದಿಲ್ಲ. ಇಲ್ಲಿರುವ ಅನೇಕರಿಗೆ ಗೊತ್ತಿರುವ ಹಾಗೆ ನಾನೊಬ್ಬ ಇಗಾಲಿಟೇರಿಯನ್."

ಮನಸ್ಸಿನಲ್ಲೇ ಒಮ್ಮೆ ಮೈ ಪರಚಿಕೊಂಡೆ. ಕಾಣಿಸಿಕೊಳ್ಳಬಾರದು ಎಂದು ಎಷ್ಟೇ ಪ್ರಯತ್ನಪಟ್ಟರೂ ಅಸಹನೆಯ ಗೆರೆಗಳು ನನ್ನ ಮುಖದ ಮೇಲೆ ಮೂಡತೊಡಗಿದ್ದವು. ಹಟಕ್ಕೆ ಬಿದ್ದ ಪುಟ್ಟ ಮಗುವೊಂದನ್ನು ಸ್ಟಿಯರಿಂಗ್ ವ್ಹೀಲಿನ ಮುಂದೆ ನಿಲ್ಲಿಸಿ ಹಿಂದೆ ಕುಳಿತವರಂತೆ ಚಡಪಡಿಸಿದೆ.

"ಹೋಮ್‌ಲೆಸ್ ಜನರಿಗೆ ಸಹಾಯವಾಗಲೆಂದು ಸಿಎಸ್‌ಆರ್ ಅಡಿಯಲ್ಲಿ ನಾವು ಆಗಲೇ ಸಾಕಷ್ಟು ಸೂಪ್‌ಕಿಚನ್‌ಗಳಿಗೆ ಚಾರಿಟಿ ಕೊಟ್ಟಿದ್ದೇವೆ. ನಾನು ಏನು ಹೇಳ್ತಿದ್ದೇನೆ ಎಂಬುದು ನಿಮಗರ್ಥವಾಗುತ್ತಿಲ್ಲ ಅನ್ನಿಸುತ್ತದೆ. ನಾವು ಆಯೋಜಿಸಬೇಕು ಅಂತಿರುವುದು ಸಾರ್ವಜನಿಕರು ಭಾಗವಹಿಸಬಹುದಾದ ಕಾರ್ಪೊರೆಟ್ ಇವೆಂಟು. ಅತ್ತ ಟ್ರೇಡ್-ಶೋ ಅಷ್ಟು ಫಾರ್ಮಲ್ ಅಲ್ಲದ, ಇತ್ತ ಮ್ಯಾರಥಾನ್ ಅಷ್ಟು ಕ್ಯಾಶುವಲ್ ಅಲ್ಲದ, ಅವೆರಡರ ನಡುವಿನ ಎಲ್ಲರೂ ಭಾಗವಹಿಸಬಹುದಾದ ಚಟುವಟಿಕೆ."

"ಓಹ್, ಮ್ಯಾರಥಾನ್ ನಡೆಸಬಹುದಲ್ಲ!"

"ವಾಹ್, ಎಂಥ ಓರಿಜಿನಲ್ ಐಡಿಯಾ! ನಾನು ಹೇಳಿದ್ದು ಆ ತರಹದ್ದು ಎಂದು. ನ್ಯೂಯಾರ್ಕಿನಲ್ಲಿ ಆಗಲೇ ಹತ್ತಾರು ಮ್ಯಾರಥಾನ್‌ಗಳು ವರ್ಷದುದ್ದಕ್ಕೂ ನಡೆಯುತ್ತವೆ. ನಾವು ಹೊಸದೇನನ್ನು ಮಾಡಿದಂತಾಯಿತು?"

ಮೀಟಿಂಗು ಶುರುವಾಗಿ ಆಗಲೇ ಎರಡು ಘಂಟೆಗಳು ಸರಿದು ಹೋಗಿದ್ದವು. ಶುಕ್ರವಾರ ಸಂಜೆ ತೆಪ್ಪಗೆ ಮನೆಯಲ್ಲಿ ಕುಳಿತು ಶಾಂತಿಯಿಂದ ಕಾಫಿ ಕುಡಿಯುವ ಬದಲು ವಾರಾಂತ್ಯದ ಪ್ರಾರಂಭವನ್ನು ಈ ಮುಟ್ಠಾಳರ ಜೊತೆ ಕಳೆಯುತ್ತಿದ್ದೇನಲ್ಲ ಎಂದು ಸಿಟ್ಟೇ ಬಂತು. ಕಣ್ಣಲ್ಲೇ ಲೌರೀನ್‌ಳಿಗೆ ಮೀಟಿಂಗನ್ನು ಮುಗಿಸುವ ಸೂಚನೆ ಕೊಟ್ಟೆ. ಅವಳು ಹಕ್ಕಿನಿಂದೆಂಬಂತೆ ನನ್ನ ಸನ್ನೆಯನ್ನು ದಿವ್ಯವಾಗಿ ನಿರ್ಲಕ್ಷಿಸಿದಳು. ಇನ್ನೇನು ನಾನೇ ಎದ್ದು ಮಂಗಳ ಹಾಡಬೇಕು ಎನ್ನುವಷ್ಟರಲ್ಲಿ ಸಿಕಿ ಎಂಬ ಸಣಕಲು ಹುಡುಗಿ ಎದ್ದು ನಿಂತು ಮಾತನಾಡತೊಡಗಿದಳು.

"ಇಟ್ ಹ್ಯಾಸ್ ಟು ಬಿ ವಿಥ್ ವಿಮೆನ್."

"ಹೌ ಡೂ ಯೂ ಮೀನ್?"

"ಈ ಇವೆಂಟು ನ್ಯೂಯಾರ್ಕಿನಲ್ಲಷ್ಟೇ ಅಲ್ಲ, ಇಡೀ ದೇಶದಲ್ಲಿ ನಮ್ಮ ಕಂಪನಿಯ

ಇಮೇಜನ್ನು ಸ್ಥಾಪಿಸಬೇಕು. ನಮ್ಮ ಬ್ರಾಂಡ್ ಬಿಲ್ಡಿಂಗ್ ಉದ್ದೇಶವನ್ನು ಮೀರಿ ಅದಕ್ಕೊಂದು ಸಾಮಾಜಿಕ ಮಜಲು ಇರಬೇಕು. ಆಗಲೇ ಅದು ಜನರ ಕಾರ್ಯಕ್ರಮವಾಗುತ್ತದೆ."

ಎದ್ದು ಹೋಗಿ ಕಾಫಿ ಮಷಿನ್ನಿನಿಂದ ಇನ್ನೊಂದು ಎಸ್‌ಪ್ರೆಸ್ಸೋ ಬಗ್ಗಿಸಿಕೊಂಡು ಬಂದು ಸಿಕಿಯ ಮಾತು ಕೇಳುತ್ತ ಕುಳಿತೆ.

"ನೀವು ಮ್ಯಾರಥಾನ್ ಅಂದ ತಕ್ಷಣ ನನಗೆ ಒಂದು ಘಟನೆ ನೆನಪಾಯಿತು. ಐಮ್ ಅ ರನ್ನರ್. ಪ್ರತೀ ವರ್ಷ ಸಿಟಿ ನಡೆಸುವ ಮ್ಯಾರಥಾನಿನಲ್ಲಿ ನಾನೂ ಭಾಗವಹಿಸುತ್ತೇನೆ. ಈ ಸಮಯದಲ್ಲಿ ನಾನು ಎದುರಿಸುವ ಅತಿ ದೊಡ್ಡ ಸಮಸ್ಯೆ ಏನು ಗೊತ್ತೇ? ಓಡುವಾಗ ತರಿಯಬಾರದು ಅಂತ ನಿಪ್ಪಲ್‌ಗಳಿಗೆ ಬ್ಯಾಂಡ್-ಏಯ್ಡ್ ಹಾಕಿಕೊಂಡು ಓಡುತ್ತೇನೆ. ನಾನಷ್ಟೇ ಅಲ್ಲ, ನನಗೆ ಗೊತ್ತಿರುವ ಎಷ್ಟೊಂದು ಜನ ಹೆಂಗಸರು ಇದನ್ನೇ ಮಾಡುತ್ತಾರೆ. ಆದರೂ ಬೆವರಿಗೆ ಆ ಬ್ಯಾಂಡ್-ಏಯ್ಡ್ ಕೂಡ ಕಿತ್ತು ಬಂದು ಎಷ್ಟೋ ಜನ ಮಹಿಳಾ ರನ್ನರ್‌ಗಳು ರಕ್ತಸಿಕ್ತ ನಿಪ್ಪಲ್ ಕುರುಹನ್ನು ಶರ್ಟಿನ ಮೇಲೆ ಹೊತ್ತೇ ಓಡಬೇಕಾಗುತ್ತದೆ. ಗಂಡಸರಾದರೆ ಆರಾಮಾಗಿ ತೆರೆದೆದೆಯಲ್ಲಿ ಓಡಬಹುದು."

ಇನ್ನೊಂದಿಬ್ಬರು ಹುಡುಗ-ಹುಡುಗಿಯರು ಸಿಕಿಯ ಮಾತನ್ನು ಅನುಮೋದಿಸಿದರು.

"ಅದೇ ಕಾರಣಕ್ಕೆ ನಾವು ಟಾಪ್‌ಲೆಸ್ ಮ್ಯಾರಥಾನನ್ನು ಯಾಕೆ ಆಯೋಜಿಸಬಾರದು ಎಂಬ ಪ್ರಸ್ತಾಪವನ್ನು ನಿಮ್ಮ ಮುಂದಿಡುತ್ತಿದ್ದೇನೆ. ಮ್ಯಾರಥಾನ್ ಎಂದರೆ ಪೂರ್ತಿ ಇಪ್ಪತ್ತಾರು ಮೈಲನ್ನೂ ಓಡಬೇಕೆಂದಿಲ್ಲ. ಸಾಂಕೇತಿಕವಾಗಿ ಆರೇ ಮೈಲುಗಳ ಕ್ವಾರ್ಟರ್ ಮ್ಯಾರಥಾನನ್ನು ಸಂಘಟಿಸಬಹುದು. ನಮ್ಮ ಧ್ಯೇಯಕ್ಕೆ ಹೊರತಾದ ಸಾಮಾಜಿಕ, ಸಾಂಸ್ಕೃತಿಕ ಮಗ್ಗುಲೂ ಈ ಕಾರ್ಯಕ್ಕಿರುತ್ತದೆ. ವೀ ಕ್ಯಾನ್ ಮೇಕ್ ಹಿಸ್ಟರಿ. ಹೆಂಗಸರು, ಗಂಡಸರು, ಆ ರೇಂಜಿನ ನಡುವಿನವರು, ಎರಡೂ ಗುಂಪಿಗೆ ಸೇರದವರು ಯಾರು ಬೇಕಿದ್ದರೂ ಭಾಗವಹಿಸಬಹುದು."

"ಇದಕ್ಕೆ ಏನಾದರೂ ಲೀಗಲ್ ತೊಂದರೆಗಳು ಬರುವುದಿಲ್ಲವೇ?"

ಟೆರಿಯಿಂದ ಬಂದ ಈ ಪ್ರಶ್ನೆಗೆ ನಮ್ಮ ಇನ್-ಹೌಸ್ ಲಾಯರ್ ಕ್ಯಾಥಿ ಉತ್ತರಿಸಿದಳು.

"ಇಲ್ಲ. ಪೀನಲ್ ಲಾ 245.01 ಪ್ರಕಾರ 1992ನೇ ಇಸವಿಯಿಂದಲೇ ನ್ಯೂಯಾರ್ಕಿನ ಸಾರ್ವಜನಿಕ ಸ್ಥಳಗಳಲ್ಲಿ ಯಾರು ಬೇಕಿದ್ದರೂ ಟಾಪ್‌ಲೆಸ್ ಹೋಗಬಹುದು ಎಂಬ ಸ್ವಾತಂತ್ರ್ಯವಿದೆ."

"ಆಗಸ್ಟಿನಲ್ಲೊಮ್ಮೆ ಗೋ ಟಾಪ್‌ಲೆಸ್ ಡೇ ಎಂಬ ಪರೇಡ್ ನಡೆಯುತ್ತದೆ. ಆದರದು ಮೆರವಣಿಗೆ, ನಾವು ಪ್ಲಾನ್ ಮಾಡುತ್ತಿರುವ ಹಾಗೆ ಮ್ಯಾರಥಾನ್ ಓಟವಲ್ಲ. ಇನ್ನೂ ಒಂದು ಅಂಶ ಸೇರಿಸಬೇಕೆಂದರೆ ಮೂರು ತಿಂಗಳಲ್ಲಿ ಜುಲೈ ನಾಲ್ಕು ಬರಲಿದೆ. ಶಾಲಿನಿ ಒಪ್ಪಿದರೆ ಅಂದೇ ಈ ಇವೆಂಟನ್ನು ಏರ್ಪಡಿಸಬಹುದು. ದೇಶಕ್ಕೆ ಸ್ವಾತಂತ್ರ್ಯ ಸಿಕ್ಕ ನೆನಪಿನ ದಿನವೇ ನಮಗೂ ಈ ದರಿದ್ರ ಬ್ರಾಗಳಿಂದ ಸ್ವಾತಂತ್ರ್ಯ ಸಿಗಲಿ."

"ಇದು ತುಂಬಾ ಸೂಕ್ಷ್ಮ ವಿಚಾರವಾಗಿರುವುದರಿಂದ ನಾನು ಬೋರ್ಡಿನ ಸಲಹೆಯನ್ನು ಕೇಳಲೇಬೇಕು. ಜೊತೆಗೆ ಕಾನೂನಿನ ತೊಡಕುಗಳು ಇಲ್ಲವಾದರೂ ಸಾಂಸ್ಕೃತಿಕ ತೊಡಕುಗಳು, ಪ್ರಾಕ್ಟಿಕಲ್ ಕಷ್ಟಗಳು ಬಂದೇ ಬರುತ್ತವೆ. ಉದಾಹರಣೆಗೆ ಮ್ಯಾರಥಾನ್‌ಗೆಂದು ಬಂದವರು ರೆಸ್ಟೂರೆಂಟಿಗೆ ಹೋಗಬಹುದೇ? ಆ ಹೊಟೇಲಿನವರು ತೆರೆದೆದೆಯ ಅವರನ್ನು ಒಳಗೆ ಬಿಟ್ಟುಕೊಳ್ಳುವುದಿಲ್ಲ ಎಂದರೇನು ಮಾಡುವುದು? ಇತ್ಯಾದಿ. ನೋಡೋಣ. ಐ ವಿಲ್ ಕೀಪ್ ಯೂ ಆಲ್ ಇನ್‌ಫಾರ್ಮ್ಡ್" ಎನ್ನುತ್ತ ಎದ್ದೆ.

ಮೀಟಿಂಗು ಅರ್ಧ ಘಂಟೆ ತಡವಾಗಿ ಮುಗಿದಿತ್ತು. ಸಿಕಿ ಎತ್ತಿದ ವಾದಕ್ಕೆ ಹಲವು ಯುವಕ ಯುವತಿಯರು ದನಿಗೂಡಿಸಿದ್ದರು. ಕಾರಿನಲ್ಲೇ ಡಿರೆಕ್ಟರ್ ಬೋರ್ಡಿನವರಿಗೆಲ್ಲ ಸಾಮೂಹಿಕ ಇಮೇಲ್ ಬರೆದು ಈ ಪ್ರಸ್ತಾಪವಿಟ್ಟೆ, ಸೋಮವಾರ ಲಂಚ್ ಮೀಟಿಂಗನ್ನೂ ಕರೆದೆ.

ಬೋರ್ಡಿನಿಂದ ಯದ್ವಾತದ್ವಾ ಅಡ್ಡ ಮಾತು ಕೇಳಬೇಕಾಗುತ್ತದೆ ಎಂಬ ತಯಾರಿಯಲ್ಲಿದ್ದವಳಿಗೆ ಒಳ್ಳೆಯ ಪ್ರತಿಕ್ರಿಯೆಯನ್ನು ಕಂಡು ಖುಷಿಯಾಯ್ತು.

"ನಿನ್ನ ಮತ್ತು ನಿನ್ನ ಇಂಟರ್ನ್‌ಗಳ ಟೀಮ್ ಬಗ್ಗೆ ಹೆಮ್ಮೆಯಾಗುತ್ತದೆ. ಮುಂದುವರೆಯಲಿ."

"ವಾಹ್, ನ್ಯೂಯಾರ್ಕ್ ಸಿಟಿಯಲ್ಲಿ ನಿಪ್ಪಲ್ ರೆವಲ್ಯೂಷನ್ ಮಾಡಿದ ಮೊದಲ ಕಾರ್ಪೊರೆಟ್ ಕಂಪನಿ ನಮ್ಮದಾಗಲಿ!"

"ತೊಟ್ಟು ಕ್ರಾಂತಿಗೆ ಜಯವಾಗಲಿ" ಎಂಬೆಲ್ಲ ಇಮೇಲುಗಳು ಮನೆ ತಲುಪುವ ಮೊದಲೇ ಇನ್‌ಬಾಕ್ಸಿಗೆ ಬಂದು ಬಿದ್ದಿದ್ದವು.

ಎಂಬತ್ತು ದಾಟಿದ ಸ್ಟೀವನ್‌ಸನ್ ಮಾತ್ರ "ಅಲ್ಲ, ಇನ್ಮೇಲೆ ಡೋನಟ್ ಬಾಕ್ಸು, ಬೈನಾಕ್ಯುಲರ್ ಹಿಡಿದುಕೊಂಡು ವಕ್ರಬುದ್ಧಿಯ ಗಂಡಸರು ಛಾವಣಿ ಹತ್ತಿ ಕೂರಬೇಕಿಲ್ಲ, ಬದಲಿಗೆ ಸಿಟಿ ಮಧ್ಯದ ರಸ್ತೆಯಲ್ಲೇ ನಿಂತು ಕೆಕ್ಕರಿಸಿ ನೋಡಬಹುದು ಎಂಬ ಕಾರಣಕ್ಕಷ್ಟೇ ನನ್ನ ಕಾಳಜಿ" ಎಂದು ಬರೆದಿದ್ದರು. ಜೊತೆಗೆ "ಎಲ್ಲರಿಗೂ ಒಪ್ಪಿಗೆಯಿದ್ದರೆ ನನ್ನದೇನೂ ಅಭ್ಯಂತರವಿಲ್ಲ" ಎಂದೂ ಸೇರಿಸಿದ್ದರು.

ಎಲ್ಲವೂ ಘಂಟೆಗಳ ಅಂತರದಲ್ಲಿ ನಿಶ್ಚಯವಾದಾಗ ವಿಚಿತ್ರ ಭಾರ ಅನುಭವಕ್ಕೆ ಬಂತು. ಇದಕ್ಕೊಂದು ಪ್ರತ್ಯೇಕ ಕಮಿಟಿಯನ್ನೇ ರಚಿಸಬೇಕು, ಸೋಮವಾರ ಸಮಯ ನಿಗದಿಪಡಿಸು ಎಂದು ಲೌರೀನ್‌ಳಿಗೆ ಸಂದೇಶ ಕಳಿಸಿ ಸೋಫಾದ ಮೇಲೆ ಕಣ್ಮುಚ್ಚಿ ಒರಗಿದೆ.

■

"ಮಾನ ಮರ್ಯಾದೆ ಇಲ್ವಾ ನಿನಗೆ. ಥೂ, ನಾಚಿಕೆಯಾಗಬೇಕು ಜನ್ಮಕ್ಕೆ. ಮೊದಲು ನನ್ನ ಕಂಪನಿ ಕದ್ದೆ, ಹಣ ಲಪಟಾಯಿಸಿದೆ. ಈಗ ನನ್ನ ಹಿಂದೆ ಮುಂದೆಯೇ ಜಾಸೂಸಿಗಳನ್ನು ಬಿಟ್ಟು ಕಂಪನಿಯ ಬೋರ್ಡ್‌ರೂಮಿನಿಂದ ಐಡಿಯಾ ಕದಿಯುವವರೆಗೂ ಬಂದು ಮುಟ್ಟಿದೆಯಾ? ನಿನ್ನನ್ನ ಸುಮ್ನೇ ಬಿಡಲ್ಲ ನೋಡು. ನಿನ್ನನ್ನ ಜೈಲಿಗೆ ಕಳಿಸದೇ ಬಿಡಲ್ಲ ಹುಶಾರ್!"

ಎಷ್ಟೋ ವರ್ಷಗಳ ನಂತರ ಬಂದ ಚಿತ್ರಾಳ ಸಂದೇಶ ಕಂಡು ಕುತೂಹಲದಿಂದ ತೆರೆದರೆ ಈ ರೀತಿ ಅಪದ್ಧ ಬರೆದಿದ್ದಳು. ಅದೂ ಇಂಗ್ಲೀಷ್ ಲಿಪಿಯಲ್ಲಿ ಕನ್ನಡ ಭಾಷೆಯ ಪತ್ರ! ಶಬ್ದಕ್ಕೆ ಶಬ್ದ ಸೇರಿಸಿ ಓದಲೇ ನನಗೆ ಐದು ನಿಮಿಷ ಹಿಡಿಯಿತು. ಎಂದೂ ಉಪಯೋಗಿಸಿದ, ಆದರೂ ಫೋನಿನಲ್ಲಿ ದಾಖಲಾದ ಅವಳ ನಂಬರ್ ತೆಗೆದು ಕರೆ ಮಾಡಿದೆ. ಎರಡು ಬಾರಿ ವಾಯ್ಸ್ ಮೇಲಿಗೆ ಹೋಯ್ತೇ ವಿನಹ ಅವಳಂತೂ ಫೋನು ಎತ್ತಲಿಲ್ಲ.

ಈ ಚಿತ್ರಾ ನನ್ನ ಒಂದು ಕಾಲದ ಸ್ನೇಹಿತೆ. ಇಪ್ಪತ್ತೈದು ವರ್ಷಗಳ ಕೆಳಗೆ ಸಹನಾ ಒಂದು ವರ್ಷದ ಮಗುವಾಗಿದ್ದಾಗ ಹಠಾತ್ತನೆ ಎರಗಿದ ಶೇಖರರ ಸಾವು ನನ್ನನ್ನು ಕಂಗೆಡಿಸಿಬಿಟ್ಟಿತ್ತು. ಕುಟುಂಬದ ಯಾವುದೋ ಆಸ್ತಿ ವ್ಯಾಜ್ಯ ಪರಿಹರಿಸಿಕೊಳ್ಳುವುದಿದೆ ಎಂದು ಮೈಸೂರಿಗೆ ಹೋದವರು ನೀಲಗಿರಿ ರಸ್ತೆಯಲ್ಲಿ ಕಾರು ಅಪಘಾತವಾಗಿ ಅಸುನೀಗಿದ್ದರು. ಸಹನಾಳಿಗೆ ನಾವಾಗ ಪಾಸ್‌ಪೋರ್ಟ್ ಕೂಡ ಮಾಡಿಸಿರಲಿಲ್ಲ. ಹೀಗಾಗಿ ಸಮಯಕ್ಕೆ ಸರಿಯಾಗಿ ನನಗೆ ಭಾರತಕ್ಕೆ ಹೋಗಲೂ ಆಗಲಿಲ್ಲ. ವಾರದೊಳಗೆ ಬರುತ್ತೇನೆ ಎಂದು ಮಗುವಿಗೊಂದು ಮುತ್ತು ಕೊಟ್ಟು ಹೋದವರ ಚಿತ್ರ ನನ್ನೊಳಗೆ ಇಂದಿಗೂ ಅದೇ ಕಾಲ, ಶಬ್ದ, ದನಿ, ಗಂಧಗಳ ಜೊತೆಗೆ ಉಳಿದು ಬಿಟ್ಟಿದೆ.

ಆಗ ಚಿತ್ರಾ ಇಲ್ಲದಿದ್ದರೆ ನಾನು ಅಮೆರಿಕದಲ್ಲಿ ಉಳಿಯುತ್ತಲೇ ಇರಲಿಲ್ಲವೇನೋ. "ವಾಪಸ್ ಹೋಗಿ ಏನು ಮಾಡುತ್ತೀ? ಸಹನಾಳ ಭವಿಷ್ಯದ ಬಗ್ಗೆ ಯೋಚಿಸು. ಶೇಖರರ ಮನಸ್ಸಿನಲ್ಲೇನಿತ್ತು ಎಂಬುದನ್ನು ನಿನ್ನೊಳಗೇ ಕೇಳಿಕೋ. ಉಳಿಯುವ ಮನಸ್ಸೊಂದು ಮಾಡಿದರೆ ಸಹಾಯದ ದಾರಿಗಳು ತಂತಾನೇ ತೆರೆದುಕೊಳ್ಳುತ್ತವೆ" ಎಂದು ಧೈರ್ಯ ತುಂಬಿದವಳು ಅವಳೇ. ಒಂದೇ ಅಪಾರ್ಟ್‌ಮೆಂಟ್‌ನವಳು, ಕನ್ನಡದವಳು ಎಂದಷ್ಟೇ ಪರಿಚಯವಿದ್ದ ಚಿತ್ರಾ ಆ ಘಟನೆಯ ನಂತರ ಆತ್ಮದ ಗೆಳತಿಯಾಗಿ ಬದಲಾಗಿದ್ದಳು.

ಅವಳ ಜೊತೆಗೇ ನನ್ನನ್ನೂ ಎಂಬಿಎಗೆ ಸೇರಿಸಿಕೊಂಡಳು. ಸಹನಾಳನ್ನು ನೋಡಿಕೊಳ್ಳಲು ಒಳ್ಳೆಯ ನ್ಯಾನಿ ಒಬ್ಬರನ್ನು ಹುಡುಕಿ ಕೊಟ್ಟಳು. ಅಲ್ಲಿನ ತನಕ ಶೇಖರ್ ಮಾತ್ರ ನೋಡಿಕೊಳ್ಳುತ್ತಿದ್ದ ಹಣಕಾಸಿನ ವಿಚಾರ, ಸಮಯಕ್ಕೆ ಸರಿಯಾಗಿ ಟ್ಯಾಕ್ಸ್ ರಿಟರ್ನ್ ಫೈಲ್ ಮಾಡುವುದು, ಎಂಥ ಶೇರುಗಳಲ್ಲಿ ಹಣ ಹೂಡಬೇಕು ಎಂಬುದು... ಮುಂತಾದ ನೂರಾರು ಸಂಗತಿಗಳ ಬಗ್ಗೆ ಚಿತ್ರಾಳಿಂದಲೇ ತಿಳಿದುಕೊಂಡೆ. ಊರಿಗೆ ಹೋಗಬೇಕಾದಾಗಲೂ ಬೆಂಗಳೂರಿನ ತನಕ ಒಟ್ಟಿಗೇ ಹೋಗಿ ಅಲ್ಲಿಂದ ಅವಳು ಹಾಸನದ ಬಸ್ಸನ್ನೂ, ನಾನು ಮತ್ತು ಸಹನಾ ಶಿವಮೊಗ್ಗೆಯ ಬಸ್ಸನ್ನೂ ಹಿಡಿಯುತ್ತಿದ್ದೆವು.

ಎಂಬಿಎ ಮುಗಿದ ತಕ್ಷಣ ಹೀಗೆ ಐವ್ಯಾಲಿಡ್ ಎಂಬ ಕಂಪನಿ ಶುರು ಮಾಡಿದ್ದು, ನನ್ನ ತಾಂತ್ರಿಕ ಪರಿಣತಿ ಮತ್ತು ಅವಳ ಡಿಸೈನ್ ಜ್ಞಾನದಿಂದ ಕಂಪನಿ ಹಂತಹಂತವಾಗಿ ಮೇಲೇರಿದ್ದು, ಸಾಫ್ಟ್‌ವೇರ್ ಕಂಪನಿಯನ್ನು ಯಶಸ್ವಿಯಾಗಿ ಮುನ್ನಡೆಸುತ್ತಿರುವ ಕನ್ನಡನಾಡಿನ ಇಬ್ಬರು ಮಹಿಳಾಮಣಿಗಳು ಎಂದು ತವರಲ್ಲೂ, ಮ್ಯಾನ್‌ಹ್ಯಾಟನ್ ವಲಯದಲ್ಲೂ ಸುದ್ದಿಯಾಗಿದ್ದು, ನಂತರ ಎಂಟೇ ವರ್ಷದಲ್ಲಿ ತಾತ್ವಿಕ ಭಿನ್ನಾಭಿಪ್ರಾಯಗಳು ಬಂದು ಕಂಪನಿಯನ್ನು ನನ್ನ ಸುಪರ್ದಿಯಲ್ಲೇ ಉಳಿಸಿಕೊಂಡು ಅವಳಿಗೆ ತಕ್ಕ ಪರಿಹಾರ ಕೊಟ್ಟು ಹೊರ ಹಾಕಿದ್ದು,

ಅವಳೂ ಈಗ ಸೋನೆಯಾನ್ ಎಂಬ ಇನ್ನೊಂದು ಕಂಪನಿ ಆರಂಭಿಸಿರುವುದು, ಅದು ಇಷ್ಟು ವರ್ಷವಾದರೂ ನಮ್ಮ ಐವ್ಯಾಲಿಡ್‌ನ ಮಟ್ಟಕ್ಕೆ ಬೆಳೆಯದಿರುವುದು ಎಲ್ಲ ನನಗೆ ಹಳೆಯ ವಿಷಯ. ಹೊಸದು ಎಂದರೆ ಹೀಗೆ ದಿಢೀರನೆ ಬಂದ ಅವಳ ವಿಚಿತ್ರ ಸಂದೇಶವಷ್ಟೇ.

ಆಗಲೇ ನಮ್ಮ ಕಂಪನಿ ನಡೆಸುತ್ತಿರುವ ಜುಲೈ ನಾಲ್ಕರ 'ಟಾಪ್‌ಲೆಸ್ ರನ್' ಪತ್ರಿಕೆ-ಸುದ್ದಿವಾಹಿನಿಗಳಲ್ಲಿ ಸಾಕಷ್ಟು ಗದ್ದಲ ಮಾಡಿತ್ತು. ಮಹಿಳೆಯರ ಹಕ್ಕುಗಳ ಕಾರ್ಯಕರ್ತರು ದೇಶದೆಲ್ಲೆಡೆಯಿಂದ ಅಭಿನಂದಿಸಿದ್ದರು. "ಇಂಥ ಮಹಿಳಾ ಸಿಇಓಗಳ ಸಂಖ್ಯೆ ಹೆಚ್ಚಲಿ" ಎಂದು ಬೇರೆ ಯಾವುದೋ ಸುದ್ದಿ ಹೇಳುವಾಗಲೂ ನ್ಯೂಸ್ ಆಂಕರ್‌ಗಳು ನನ್ನ ಹೆಸರು ಹೇಳಿಯೇ ಶುರು ಮಾಡುವುದು ನನಗೆ ಒಳಗೊಳಗೇ ಸಂತೋಷವನ್ನುಂಟು ಮಾಡಿತ್ತು. ಕ್ಯಾಲಿಫೋರ್ನಿಯಾದ 'ಫೆಮಿನಿಸ್ಟ್ ಮೆನ್' ಎಂಬ ಸಂಸ್ಥೆಯಂತೂ "ಈ ಮ್ಯಾರಥಾನಿನಲ್ಲಿ ಪಾಲ್ಗೊಳ್ಳಲು ನಾವೂ ಬರುತ್ತೇವೆ. ತೆರೆದೆದೆಯಲ್ಲಿ ಓಡಲು ಗಂಡಸರಿಗಿರುವಷ್ಟೇ ಹಕ್ಕು ಹೆಂಗಸರಿಗೂ ಇದೆ ಎಂಬುದನ್ನು ಪ್ರತಿಪಾದಿಸಲು ಪ್ಲಕಾರ್ಡುಗಳನ್ನು ಒದಗಿಸುತ್ತೇವೆ" ಎಂದು ಮೆಚ್ಚಿ ಬರೆದಿದ್ದರು.

ಮಧ್ಯಾಹ್ನದ ವೇಳೆಗೆ ಚಿತ್ರಾಳೇ ಕರೆ ಮಾಡಿದಳು. ಫೋನೆತ್ತಿದ್ದೇ ಬೈಯಲು ಶುರುಮಾಡಿದಳು. ದಿನಕ್ಕೆ ಹದಿನೆಂಟು ಘಂಟೆ ಇಂಗ್ಲೀಷನ್ನೇ ಕೇಳಿ ಕೇಳಿ ನನ್ನ ಕಿವಿಗೂ, ಮಿದುಳಿಗೂ ಕನ್ನಡವನ್ನು ಒಳಗೆಳೆದುಕೊಳ್ಳಲು ಕೆಲ ಸೆಕೆಂಡುಗಳೇ ಹಿಡಿದವು.

"ನೋಡು ಶಾಲಿನಿ, ನೀನು ನಡೆಸುತ್ತಿದ್ದೀಯಲ್ಲ ಟಾಪ್‌ಲೆಸ್ ರನ್, ಅದು ನಮ್ಮ ಕಂಪನಿಯ ಐಡಿಯಾ. ನಿಮ್ಮ ವ್ಯಾಲಿಡ್-ಜೆ ಸಾಫ್ಟ್‌ವೇರಿನ ತಲೆಯ ಮೇಲೆ ಹೊಡೆಯುವಂಥ ಸಾಫ್ಟವೇರನ್ನು ನಮ್ಮ ಇಂಜಿನಿಯರುಗಳು ತಯಾರಿಸಿದ್ದಾರೆ. ಅದರ ಪ್ರಮೋಷನ್ನಿಗಾಗಿ ಹೀಗೆ ಇವೆಂಟು ಆಯೋಜಿಸೋಣ ಅಂತ ಮಾತಾಡಿಕೊಂಡಿದ್ದೆವು. ಸೀಕ್ರೆಟ್ ಆಗೇ ಇಟ್ಟಿದ್ದು ಹೇಗೆ ಲೀಕ್ ಆಯಿತು ಎಂದು ತನಿಖೆ ನಡೆಸುತ್ತಿದ್ದೆ. ಅದಕ್ಕೇ ಆಗ ಕರೆ ಎತ್ತಿರಲಿಲ್ಲ."

ವ್ಯಾಲಿಡ್-ಜೆ ನಂತರದ ವರ್ಷನ್ ಆದ ವ್ಯಾಲಿಡ್-ಎಂ ಅನ್ನು ನಾವೂ ಎರಡು ತಿಂಗಳಲ್ಲಿ ಬಿಡುಗಡೆಗೊಳಿಸಲಿದ್ದೆವು. ಚಿತ್ರಾಳ ಕಂಪನಿ ಏನಾದರೂ ಅದನ್ನು ಮೊದಲು ಹೊರ ಹಾಕಿದರೆ ನಮಗೆ ಭಾರೀ ಹೊಡೆತ ಬೀಳುತ್ತಿತ್ತು. ಏನು ಹೇಳಬೇಕೆಂದು ತಿಳಿಯದೇ ಚಿತ್ರಾ ಮಾತು ಮುಗಿಸುವ ತನಕ ಕೇಳುತ್ತ ಕುಳಿತೆ.

"ನಮ್ಮ ಫೈನಾನ್ಶಿಯಲ್ ಎಕ್ಸಿಕ್ಯುಟಿವ್ ಅದ್ಯಾವಳೋ ಇಂಟರ್ನಿಯ ಜೊತೆ ಮಲಗುತ್ತಿದ್ದನಂತೆ. ಅಮಲಿನಲ್ಲಿ ಆಕೆಗೆ ಈ ಐಡಿಯಾ ಬಗ್ಗೆ ಹೇಳಿಬಿಟ್ಟಿದ್ದಾನೆ. ಅವಳು ತನ್ನ ರೂಮ್‌ಮೇಟ್ ಆದ ಸಿಕಿ ಎಂಬ ಹುಡುಗಿಗೆ ಹೇಳಿದ್ದಾಳೆ. ಅವಳು ನಿಮ್ಮ ಮೀಟಿಂಗಿನಲ್ಲಿ ಅದು ತನ್ನದೇ ಐಡಿಯಾ ಎಂಬಂತೆ ಹೇಳಿ ನಿನ್ನ ಬಳಿ ಶಹಬಾಷ್ ಎನ್ನಿಸಿಕೊಂಡಿದ್ದಾಳೆ."

ಒಳಗೊಳಗೇ ಆಘಾತವಾಗುತ್ತಿದ್ದರೂ ತೋರಿಸಿಕೊಳ್ಳದಂತೆ ಶಾಂತವಾಗಿರಲು ಪ್ರಯತ್ನಿಸಿದೆ. ಇವಳ ಬಳಿ ಹೆಚ್ಚು ಜಗಳವಾಡದೇ ಹೇಗೆ ಪರಿಹರಿಸಿಕೊಳ್ಳಬಹುದು ಎಂಬುದನ್ನು ಯೋಚಿಸಿದೆ.

"ನಾನು ಅವರಿಬ್ಬರನ್ನೂ ಫೈರ್ ಮಾಡಿದ್ದೇನೆ. ನೀನೂ ಆ ಇಂಟರ್ನ್ ಹುಡುಗಿಯನ್ನು ಫೈರ್ ಮಾಡು."

"ಹಾಗೇ ಮಾಡ್ತೀನಿ ಚಿತ್ರಾ. ಆದರೆ ಅದಕ್ಕೆ ಹೊರತಾಗಿ ನನ್ನ ಬಳಿ ಇನ್ನೇನೂ ಮಾಡಲು ಸಾಧ್ಯವಿಲ್ಲ. ಎಲ್ಲ ಕಡೆಗೂ ಸುದ್ದಿಯಾದ ಮೇಲೆ ಹಿಂತೆಗೆಯಲು ಅವಮಾನ. ಈಗ ಎಲ್ಲವೂ ನನ್ನ ಕೈ ಮೀರಿ ಹೋಗಿಬಿಟ್ಟಿದೆ. ಐಡಿಯಾ ನಿಮ್ಮದಾಗಿದ್ದರೂ ಎಕ್ಸಿಕ್ಯೂಟ್ ಮಾಡುತ್ತಿರುವುದು ನಾವೇ ತಾನೇ. ಐಮ್ ಸಾರಿ. ನನ್ನಿಂದ ಇನ್ನೇನಾದರೂ ಆಗಬೇಕಿದ್ದರೆ ಹೇಳು."

ಅರ್ಧ ನಿಮಿಷದ ಮೌನದ ನಂತರ ಚಿತ್ರಾ ಮುಂದುವರೆದಳು.

"ನೋಡು ಶಾಲಿನಿ. ವೀ ಹ್ಯಾವ್ ಅ ಹಿಸ್ಟರಿ. ಯಾವುಯಾವುದೋ ಕಾರಣಕ್ಕೆ ನಮ್ಮ ಮನಸ್ಸು ಒಡೆದುಹೋಗಿದ್ದರೂ ನಾವಿಬ್ಬರೂ ಏನು, ಎಲ್ಲಿಂದ ಬಂದಿದ್ದೇವೆ ಎನ್ನುವುದು ಇಬ್ಬರಿಗೂ ಚೆನ್ನಾಗಿ ಗೊತ್ತು. ಅದಕ್ಕೇ ನೀನು ಮಗನ ವಯಸ್ಸಿನ ಆ ಹುಡುಗನನ್ನು ಬಾಯ್‌ಫ್ರೆಂಡಾಗಿ ಇಟ್ಟುಕೊಂಡಿರುವುದೂ ನನಗೆ ತಪ್ಪೆಂದು ಅನ್ನಿಸುವುದಿಲ್ಲ. ಐ ಅಡ್ಮೈರ್ ಯೂ. ಆದರೆ ಏನೋ ಈಗ, ನಿನಗೇ ಗೊತ್ತಿರುವ ಹಾಗೆ ನನ್ನ ಕಂಪನಿ ಬಹಳ ಸ್ಟ್ರಗಲ್ ಆಗುತ್ತಿದೆ."

ಮತ್ತರ್ಧ ನಿಮಿಷ ಮೌನ ಕವಿಯಿತು.

"ನಿನ್ನ ಬಳಿ ನನ್ನದು ಒಂದೇ ಬೇಡಿಕೆಯಿದೆ. ಈ ಟಾಪ್‌ಲೆಸ್ ರನ್ ಐಡಿಯಾವನ್ನು ನಿನಗೇ ಬಳಸಿಕೊಳ್ಳಲು ಬಿಡುತ್ತೇನೆ. ನಾನೂ ನನ್ನ ಕಂಪನಿಯ ಎಂಪ್ಲಾಯಿಗಳ ಜೊತೆಗೆ ಬಂದು ಅದರಲ್ಲಿ ಭಾಗವಹಿಸುತ್ತೇನೆ. ಆದರೆ ದಯವಿಟ್ಟು ವ್ಯಾಲಿಡ್-ಎಂ ಬಿಡುಗಡೆಯನ್ನು ಒಂದಾರು ತಿಂಗಳು ಮುಂದೆ ಹಾಕ್ತೀಯಾ? ನನ್ನ ಇಂಜಿನಿಯರುಗಳು ಕೊನೆಯ ಹಂತದ ಕೆಲಸ ಮಾಡುತ್ತಿದ್ದಾರೆ. ಅದನ್ನು ನಾವೇ ಮೊದಲು ಹೊರಹಾಕುತ್ತೇವೆ. ಮುಳುಗುತ್ತಿರುವ ನಮ್ಮ ಕಂಪನಿಗೆ ಇದರಿಂದ ಬಹಳ ಸಹಾಯವಾಗುತ್ತದೆ."

ನಮ್ಮ ವ್ಯಾಲಿಡ್-ಎಂ ಇನ್ನು ಮೂರೇ ತಿಂಗಳಲ್ಲಿ ಮಾರುಕಟ್ಟೆಗೆ ಹೋಗಲು ತಯಾರಾಗುತ್ತದೆ ಎಂದು ನಮ್ಮ ಇಂಜಿನಿಯರುಗಳ ಟೀಮ್ ಭರವಸೆ ಕೊಟ್ಟಿತ್ತು. ನನ್ನ ತಪ್ಪೇ ಇಲ್ಲದಿದ್ದರೂ ನನ್ನೊಳಗೆ ಅಪರಾಧಿ ಪ್ರಜ್ಞೆ ಹುಟ್ಟುವಂತೆ ಮಾಡಿ ಅದರಿಂದ ಲಾಭ ಪಡೆಯಲು ಪ್ರಯತ್ನಿಸುತ್ತಿರುವ ಚಿತ್ರಾಳ ಮೇಲೆ ಅಸಹನೆಯೇ ಅಯಿತು. ಅಷ್ಟಕ್ಕೂ ನಮ್ಮ ಟೀಮಿನವರು ಇನ್ನೇನು ಹೊರಬರುವ ವ್ಯಾಲಿಡ್-ಎಂ ಬಗ್ಗೆ ಉತ್ಸುಕರಾಗಿದ್ದರು. ಸಾಫ್ಟವೇರ್ ಕೊಳ್ಳಲು ರಿಸೀವರ್ ಕಂಪನಿಗಳ ಜೊತೆ ಮಾತುಕತೆಯೂ ನಡೆಯುತ್ತಿತ್ತು. ಅಂಥದ್ದರಲ್ಲಿ ಈಕೆ ಯಾವುದೋ ಕಾಲದ ಸ್ನೇಹದ ನೆಪ ಹೇಳಿ ಆರು ತಿಂಗಳು ಬಿಡುಗಡೆಯನ್ನು ಮುಂದೆ ಹಾಕು ಎನ್ನುತ್ತಾಳೆ ಎಂದರೆ!

"ನೋಡು ಚಿತ್ರಾ. ನನಗೂ ನಿನ್ನ ಬಗ್ಗೆ ಅಷ್ಟೇ ಗೌರವವಿದೆ. ಆದರೆ ರಿಲೀಸಿಗೆ ತಯಾರಾದ ಸಾಫ್ಟವೇರನ್ನು ಆರು ತಿಂಗಳು ತಡೆ ಹಿಡಿ ಅಂದರೆ ಕಷ್ಟವಾಗುತ್ತದೆ. ಅದಕ್ಕೆ ಸೂಕ್ತ ಕಾರಣ ಕೊಡಲೇ ಬೇಕಾಗುತ್ತದೆ. ಮತ್ತು ನಮ್ಮ ಕಂಪನಿಯ ಫ್ಯೂಚರ್ ನಿಂತಿರುವುದೂ ಈ ರಿಲೀಸಿನ

ಮೇಲೆಯೇ. ನಿನ್ನ ಕಂಪನಿ ಸೋನೆಯಾನ್ ಕಷ್ಟ ಪಡುತ್ತಿದೆ ಎಂಬುದು ನನಗೂ ಗೊತ್ತಿದೆ. ದುಪ್ಪಟ್ಟು ಹಣ ಕೊಟ್ಟು ಅದನ್ನು ಕೊಂಡುಕೊಳ್ಳಲು ನಾನು ತಯಾರು. ಆದರೆ ಇನ್ನಾವ ಸಹಾಯವನ್ನೂ ದಯವಿಟ್ಟು ಅಪೇಕ್ಷಿಸಬೇಡ."

ಅವಳ ಕಂಪನಿಯನ್ನು ಕೊಂಡುಕೊಳ್ಳುವ ಮಾತು ನನ್ನ ಬಾಯಿಂದ ಹೊರಟಾಗಲೇ ಅತ್ತ ಕಡೆಯಿಂದ ರಿಸೀವರ್ ಕುಕ್ಕಿದ್ದು ಕೇಳಿಸಿತು. ಆ ಮಾತನ್ನು ಆಡಿ ಅವಳಿಗೆ ಅವಮಾನ ಮಾಡಿದ್ದಕ್ಕೆ ಪಶ್ಚಾತ್ತಾಪವಾಯಿತು. ಆದರೆ ಎಲ್ಲವೂ ನನ್ನ ಕೈಮೀರಿ ಹೋಗಿತ್ತು. ಅಂಥ ಸಂದಿಗ್ಧ ಪರಿಸ್ಥಿತಿಯಲ್ಲಿ ನಾನು ಏನು ತಾನೇ ಮಾಡಲು ಸಾಧ್ಯವಿತ್ತು?

■

ಮ್ಯಾರಥಾನಿಗೆ ಒಂದು ವಾರವಿದ್ದಾಗ ಅತೀ ಅವಶ್ಯಕವಾದ ಒಂದು ಟೀಮಿನ ಹೊರತಾಗಿ ಉಳಿದೆಲ್ಲರೂ ಗುಂಪುಗಳಾಗಿ ಏರ್ಪಟ್ಟು ಇವೆಂಟಿನ ಕೆಲಸವನ್ನೇ ಹಗಲು ರಾತ್ರಿ ನಿರ್ವಹಿಸುತ್ತಿದ್ದರು. ನಾನೂ ಐದಾರು ಟೀವಿ ಚಾನಲ್ಲುಗಳಗೆ, ಪತ್ರಿಕೆಗಳಿಗೆ ನಮ್ಮ ಉದ್ದೇಶದ ಬಗ್ಗೆ ಭರ್ಜರಿಯಾಗಿಯೇ ಸಂದರ್ಶನ ಕೊಡಲು ಶುರು ಮಾಡಿದ್ದೆ. ಸ್ಪರ್ಧಿಗಳು ಆರು ಮೈಲುಗಳ ಕ್ವಾರ್ಟರ್ ಮ್ಯಾರಥಾನ್ ಓಡುವ ದಾರಿ ನ್ಯೂಯಾರ್ಕಿನ ನೂರಾಮೂವತ್ತೈದನೆಯ ಸ್ಟ್ರೀಟ್‌ನಿಂದ ಶುರುವಾಗಿ, ಜಗತ್ಪ್ರಸಿದ್ಧ ಫಿಫ್ತ್ ಅವಿನ್ಯೂ ಹಾಯ್ದು ಸೆಂಟ್ರಲ್ ಪಾರ್ಕಿನಲ್ಲಿ ಕೊನೆಗೊಳ್ಳುವುದು ಅಂತ ಗೊತ್ತಾಗಿತ್ತು. ಆ ದಾರಿಯುದ್ದಕ್ಕೂ ನಮ್ಮ ಕಂಪನಿಯ ಹೆಸರು ಮತ್ತು ಲಾಂಛನ ರಾರಾಜಿಸತೊಡಗಿದ್ದವು.

ತಾವೂ ಪ್ರಗತಿಪರ ಎಂದು ಕಾಣಿಸಿಕೊಳ್ಳಲು ಇಚ್ಛಿಸುವ ರಾಜಕಾರಣಿಗಳು, ಸಿನಿಮಾ-ಟೀವಿ ತಾರೆಯರು, ವಿದ್ಯಾರ್ಥಿಗಳು ಸಾಮಾಜಿಕ ತಾಣಗಳಲ್ಲಿ ಈ ಓಟಕ್ಕೆ ತಮ್ಮ ಬೆಂಬಲ ಸೂಚಿಸಿದ್ದರು. ಒಲಂಪಿಕ್ಸ್‌ನಲ್ಲಿ ಅಮೆರಿಕವನ್ನು ಪ್ರತಿನಿಧಿಸಿದ ಸ್ಯಾಲಿ ಡೇವಿಸ್ ಕೂಡ ತಾನೂ ಈ ರೇಸಿನಲ್ಲಿ ಭಾಗವಹಿಸುತ್ತೇನೆ ಎಂದು ಟ್ವೀಟ್ ಮಾಡಿದ್ದಳು. ನೂರಾರು ಸೆಲೆಬ್ರಿಟಿಗಳು ಮುಗಿಬಿದ್ದು ಹೆಸರು ನೋಂದಾಯಿಸಿಕೊಂಡಿದ್ದು ಕಂಡು ನನಗೂ ಹರ್ಷವಾಗಿತ್ತು. ಹತ್ತಿರತ್ತಿರ ನಾಲ್ಕು ಸಾವಿರ ಜನ ನಮ್ಮ ಇವೆಂಟಿಗೆ ಸೈನ್-ಅಪ್ ಆಗಿದ್ದರು. ಎಲ್ಲೆಲ್ಲಿಂದಲೋ ಸ್ಪಾನ್ಸರ್‌ಶಿಪ್ಪುಗಳು ಹರಿದು ಬಂದು ಸಂಘಟನೆಯ ಹೊಣೆಯ ಹೊರತು ಇನ್ನಾವುದರ ಬಗ್ಗೆ ಯೋಚಿಸುವ ಪ್ರಮೇಯವೇ ಬಾರದಂಥ ಸ್ಥಿತಿ ನಿರ್ಮಾಣವಾಗಿತ್ತು.

ನನ್ನ ಎದೆ ಹಾರಿ ಹೋಗುವ ಸಂದರ್ಭ ಬಂದಿದ್ದು ಮ್ಯಾರಥಾನ್ ನಡೆಯುವ ಎರಡೇ ದಿನಗಳ ಮೊದಲು. ಆಗಲೇ ಊರೆಲ್ಲ ಹಂಚಿ ಮುಗಿದಿದ್ದ ಆಮಂತ್ರಣ ಪತ್ರಿಕೆಯಲ್ಲಿ ಓಟವನ್ನು ಸಾಂಕೇತಿಕವಾಗಿ ಉದ್ಘಾಟಿಸಲು ನ್ಯೂಯಾರ್ಕಿನ ಮೇಯರ್‌ರ ಪತ್ನಿ ಅಲಿಸನ್ ಲೂಕಸ್, ಹಾಲಿವುಡ್ ನಟಿ ಡಯಾನಾ ರಡ್ ಹೆಸರಿನ ಜೊತೆಗೆ ಶಾಲಿನಿ ಅಬ್ಬಲಗೆರೆ ಎಂದು ನನ್ನ ಹೆಸರೂ ಇತ್ತು. ನನ್ನ ಗಮನ ಕದಲಿಸಿದ್ದು ಆ ಹೆಸರುಗಳಲ್ಲ, ಆದರೆ ನಮ್ಮ ಮೂವರ ಹೆಸರುಗಳ ಮೇಲೆ 'ಟಾಪ್‌ಲೆಸ್ ಮ್ಯಾರಥಾನನ್ನು ಟಾಪ್‌ಲೆಸ್ ಆಗಿಯೇ ಉದ್ಘಾಟಿಸುವ ಮುತ್ಸದ್ದಿಗಳು' ಎಂದು ಬೋಲ್ಡ್ ಅಕ್ಷರಗಳಲ್ಲಿ ಬರೆದಿದ್ದು ಕಂಡು ಹೌಹಾರಿದೆ. ಲೌರೀನ್‌ಳಿಗೆ

ಕೂಡಲೆ ಕರೆ ಕಳಿಸಿ ಸಿಕ್ಕಾಪಟ್ಟೆ ಒದರಾಡಿದೆ.

"ನಾನೂ ಟಾಪ್‌ಲೆಸ್ ಓಡುತ್ತೇನೆ ಎಂದು ನಿನಗ್ಯಾರು ಹೇಳಿದ್ದೋರು? ಈಗ ಊರೆಲ್ಲ ಹಂಚಿ ಮುಗಿದಿದೆಯಾ ಈ ಇನ್ವಿಟೇಷನ್‌ಗಳನ್ನ? ಹೇಗಾದರೂ ಅದನ್ನೆಲ್ಲ ಹಿಂತೆಗೆದುಕೊಳ್ಳಲು ವ್ಯವಸ್ಥೆ ಮಾಡು. ನಾನು ಟಾಪ್‌ಲೆಸ್ ಓಡುತ್ತಿಲ್ಲ. ನಿನಗೇನು ತಲೆ ಕೆಟ್ಟಿದೆಯಾ? ಕೆಲಸದ ಮೇಲೆ ಒಂದಿಷ್ಟು ನಿಗಾ ಬೇಡವಾ?"

"ನೀನು ಏನು ಹೇಳ್ತಿದ್ದೀ ಶಾಲಿನಿ? ಫೈನಲ್ ಪ್ರತಿಯನ್ನ ಪ್ರಕಟಿಸುವ ಮುನ್ನ ನೀನೇ ತಾನೇ ಒಮ್ಮೆ ನೋಡಿ ಅಸ್ತು ಅಂದಿದ್ದು?"

"ಏನು ಬೊಗಳ್ತಿದೀಯಾ ನೀನು? ಈ ಸಾಲು ನೋಡು. ಟಾಪ್‌ಲೆಸ್ ಆಗಿಯೇ ಉದ್ಘಾಟಿಸುವ ಅಂತಿದೆಯಲ್ಲ. ಇದನ್ನ ನೀವೇ ಯಾರೋ ಹಾಸ್ಯಕ್ಕಾಗಿ ನಂತರ ಸೇರಿಸಿರಬೇಕು. ನನ್ನ ಮರ್ಯಾದೆ ತೆಗೆಯಬೇಕಂತಲೇ ಮಾಡ್ತಿದೀಯಾ ಇದನ್ನ?"

ಲೌರೀನ್ ಗಡಿಬಿಡಿಯಿಂದ ಫೈಲ್‌ಗಳನ್ನೆಲ್ಲ ಹುಡುಕಿ ಆಮಂತ್ರಣ ಪತ್ರಿಕೆಯ ಫೈನಲ್ ಡ್ರಾಫ್ಟನ್ನು ನನ್ನ ಮುಂದೆ ಹಿಡಿದಳು. ನೋಡುತ್ತ ನನಗೇ ಪರಮಾಶ್ಚರ್ಯವಾಯಿತು. ಫೈನಲ್ ಪ್ರತಿಯನ್ನು ನಾನೇ ಒಮ್ಮೆ ನೋಡಿ ಮುಂದುವರೆಯಬಹುದು ಎಂದು ಸಹಿ ಹಾಕಿದ್ದೆ. ನಾನೀಗ ಆಕ್ಷೇಪವೆತ್ತುತ್ತಿದ್ದ ಆ ಸಾಲೂ ಅಲ್ಲೇ ಇತ್ತು.

"ಆದ್ರೆ... ನಾನು... ನಾನು ಹೇಗೆ... ಲೌರೀನ್ ಕ್ಯಾನ್ ಯೂ ಗಿವ್ ಮೀ ಸಮ್ ರೂಮ್?"

ಮಾತನಾಡದೇ ಹೊರ ಹೋದವಳ ಬೆನ್ನು ದಿಟ್ಟಿಸುತ್ತ ತಟಸ್ಥಳಾಗಿ ಆಫೀಸಿನ ಸೋಫಾದ ಮೇಲೆಯೇ ಕುಸಿದುಬಿಟ್ಟೆ. ನನಗರಿವಿಲ್ಲದೇ ಎದೆಯ ಮುಂದೆ ಕೈಕಟ್ಟಿಕೊಂಡು ಕುಳಿತೆ. ಪ್ರಕಟವಾಗಿರುವ ಸಂದರ್ಶನಗಳು, ನ್ಯೂಸ್ ಪ್ರತಿಕ್ರಿಯೆಗಳನ್ನೆಲ್ಲ ಇನ್ನೊಮ್ಮೆ ತೆಗೆದು ನೋಡಿದೆ. ಎಲ್ಲಿಯೂ ಈ ಮ್ಯಾರಥಾನಿನಲ್ಲಿ ಟಾಪ್‌ಲೆಸ್ ಓಡುವುದಿಲ್ಲ ಅಂತ ನಾನು ಸ್ಪಷ್ಟವಾಗಿ ಹೇಳಿರಲಿಲ್ಲ. ಎಲ್ಲಿಯೂ ಆ ಮಾತೇ ಬಂದಿರಲಿಲ್ಲ. ಸಾವಿರದ ಸಂಖ್ಯೆಯಲ್ಲಿ ಹೆಂಗಸರು ತೆರೆದೆದೆಯಲ್ಲಿ ಓಡುವುದು, ಇದನ್ನು ಸಾಧ್ಯವಾಗಿಸಿದ್ದಕ್ಕೆ ಎಲ್ಲರೂ ನನ್ನನ್ನು ಅಭಿನಂದಿಸುವುದು, ನಮ್ಮ ಕಂಪನಿಯ ಹೆಸರು ಎಲ್ಲರ ಮನದಲ್ಲೂ ನೆಲೆಸುವುದು... ಇವಿಷ್ಟೇ ನನ್ನ ಕನಸಿನ ಭಾಗವಾಗಿತ್ತು. ಆದರೆ ಆ ಹೆಂಗಸರ ಗುಂಪಿನಲ್ಲಿ ನನ್ನ ಚಿತ್ರವನ್ನು ನಾನೆಂದೂ ಕಲ್ಪನೆ ಮಾಡಿಕೊಂಡಿರಲಿಲ್ಲ. ಏನು ಮಾಡಬೇಕೆಂದೇ ಗೊತ್ತಾಗಲಿಲ್ಲ. ಏನನ್ನಾದರೂ ಮಾಡುವಷ್ಟು ಸಮಯಾವಕಾಶವೂ ಈಗ ಉಳಿದಿರಲಿಲ್ಲ.

ನಮ್ಮ ಬೋರ್ಡಿನಲ್ಲಿದ್ದ ಎಲಿಜಬೆತ್‌ರಿಗೆ ಕರೆ ಮಾಡಿದೆ. ಎಪ್ಪತ್ತು ದಾಟಿದ ಈಕೆ ಕಂಪನಿ ಶುರುವಾದಾಗಿನಿಂದಲೂ ನನಗೆ ಗುರುವಿನ ಸ್ಥಾನದಲ್ಲಿದ್ದರು. ಫೋನೆತ್ತಿದ್ದೇ ಉತ್ಸಾಹದಿಂದ ಮಾತನಾಡಲು ಶುರು ಮಾಡಿದರು.

"ಶಾಲಿನಿ, ಐಮ್ ಸೋ ಪ್ರೌಡ್ ಆಫ್ ಯೂ. ನಿನಗಿರುವ ಮುಂದಾಳತ್ವ, ಧೈರ್ಯ ಯಾರಿಗಿದೆ ಈ ಊರಿನಲ್ಲಿ? ಅಂತೂ ನೋಡನೋಡುತ್ತಲೇ ಮ್ಯಾರಥಾನ್ ದಿನ ಬಂದೇ

ಬಿಟ್ಟಿತಲ್ಲ! ನಾನು ನನ್ನ ಪೂರ್ತಿ ಪರಿವಾರದ ಜೊತೆಗೆ ಬಂದು ಓಡಲಿದ್ದೇನೆ. ನನ್ನ ಗಂಡ, ಮಗಂದಿರು, ಸೊಸೆಯಂದಿರು, ಮಗಳು, ಅಳಿಯ, ಮೊಮ್ಮಕ್ಕಳು ಎಲ್ಲರೂ ಬರಲಿದ್ದಾರೆ. ಹೆಣ್ಣು ಗಂಡು ಎಂಬ ಭೇದ ಭಾವವಿಲ್ಲದೇ ಎಲ್ಲರೂ ತೆರೆದೆದೆಯಲ್ಲಿ ಓಡುವುದು ಎಷ್ಟೊಂದು ಲಿಬರೇಟಿಂಗ್ ಅನುಭವ ಅಲ್ಲವೇ? ಅದನ್ನು ಸಾಧ್ಯವಾಗಿಸಿದ್ದಕ್ಕೆ ಥ್ಯಾಂಕ್ಸ್. ನನ್ನ ಜೀವಮಾನದಲ್ಲಿ ಈ ದಿನ ಬರಬಹುದು ಅಂತ ಅಂದುಕೊಂಡಿರಲೇ ಇಲ್ಲ ನೋಡು."

"ಲಿಸ್, ನಾನು... ನಾನು..." ನನ್ನ ಅಳುದನಿಯನ್ನು ಕೇಳಿ ಎಲಿಜಬೆತ್‌ರಿಗೂ ಆಶ್ಚರ್ಯವಾಯಿತೇನೋ. ಏನಾಯ್ತು ಎಂದು ಕಾಳಜಿಯಿಂದ ಕೇಳಿದರು.

"ಲಿಸ್, ನನಗೆ ಹಾಗೆಲ್ಲ ಬರಿ ಎದೆಯಲ್ಲಿ ಓಡೋಕೆ ಸಾಧ್ಯವಿಲ್ಲ. ನಾನದಕ್ಕೆ ತಯಾರಿಲ್ಲ. ನನ್ನನ್ನು ಹೇಗಾದರೂ ಇದರಿಂದ ಪಾರು ಮಾಡೋಕೆ ಸಾಧ್ಯವೇ?"

"ಹೀಗಂದ್ರೆ ಹೇಗೆ ಶಾಲಿನಿ? ನಮ್ಮ ಕಂಪನಿಯ ಚಹರೆ ನೀನು. ನೀನೇ ಭಾಗವಹಿಸುವುದಿಲ್ಲ ಅಂದರೆ ಸಂಘಟಿಸಿದ ನಾವೇ ಮುಖಹೇಡಿಗಳಾದಂತೆ ಆಗುವುದಿಲ್ಲವೇ? ಅಷ್ಟಕ್ಕೂ ನಿನ್ನ ಹತ್ತಿರ ಸೂಕ್ತ ಕಾರಣವೇನಾದರೂ ಇದೆಯೇ?"

"ಇಲ್ಲ ಹಾಗೆ ಶರ್ಟಿಲ್ಲದೇ ರಸ್ತೆಯಲ್ಲಿ ಓಡಲು ನನಗೆ ಸಾಧ್ಯವೇ ಇಲ್ಲ. ಯಾಕೆ ಅಂತ ಕೇಳಿದರೆ ಏನೆಂದು ಹೇಳಲಿ? ನಾನು ಬೆಳೆದ ಪರಿಸರ ಕಾರಣ ಎಂದರೆ ಅದೂ ತಪ್ಪಾದೀತು. ಬೆಳೆದ ಪರಿಸರದಿಂದ ದೂರ ಬಂದು ಮೂವತ್ತು ವರ್ಷಗಳ ಮೇಲಾಯಿತು. ಯಾಕೆಂದೇ ಹೇಳಲಾಗದ ಕಾರಣಕ್ಕೆ ಸಾಧ್ಯವಿಲ್ಲ. ಲಿಸ್, ಪ್ಲೀಸ್ ಏನಾದರೂ ಮಾಡು."

ನನ್ನ ಮಾತುಗಳಿಂದ ಎಲಿಜಬೆತ್‌ರಿಗೆ ಬೇರೆ ತರಹದ ಸಂಶಯ ಶುರುವಾಯಿತು.

"ಆರ್ ಯೂ ಬಾಡಿ ಕಾನ್ಶಿಯಸ್? ನಿನ್ನ ಸ್ತನಗಳು ದೊಡ್ಡವು ಅಥವಾ ಚಿಕ್ಕವು ಅಂತ ನಿನಗೆ ಕೀಳರಿಮೆ ಇದೆಯೇನು? ಹೀಗೆ ಕೇಳುತ್ತೇನೆಂದು ತಪ್ಪು ತಿಳಿಯಬೇಡ. ಆದರೆ ಎದೆಯ ಮೇಲೆ ಏನಾದರೂ ಕಲೆ ಇದೆಯೇನು? ಹುಟ್ಟು ಮಚ್ಚೆ ಅಥವಾ ಸರ್ಜರಿಯಿಂದ ಆದ ಗಾಯ? ಏನೇ ಇರಲಿ ಶಾಲಿನಿ. ಎಲ್ಲ ಸಂಕೋಚವನ್ನೂ ಬದಿಗೊತ್ತಿ ನೀನು ಈ ಮ್ಯಾರಥಾನಿನಲ್ಲಿ ಓಡಲೇಬೇಕು."

ಒಂದು ಕ್ಷಣ ಬಿಟ್ಟು ಮುಂದುವರೆಸಿದರು.

"ನೋಡು, ಬ್ರೆಸ್ಟ್ ಕ್ಯಾನ್ಸರಿನಿಂದ ಡಬಲ್ ಮ್ಯಾಸಕ್ಟಮಿ ಮಾಡಿಕೊಂಡವರು, ಒಂಟಿ ಮೊಲೆಯವರು, ಹುಟ್ಟು ನ್ಯೂನ್ಯತೆಯುಳ್ಳವರು ಎಲ್ಲರೂ ಈ ಓಟದಲ್ಲಿ ಭಾಗವಹಿಸುತ್ತಿದ್ದಾರೆ. ಸ್ತನಗಳು ಸೆಕ್ಸ್ ಆರ್ಗನ್‌ಗಳಲ್ಲ. ಅವುಗಳನ್ನು ನಾವು ಮುಚ್ಚಿಡಬೇಕಿಲ್ಲ. ಅವುಗಳಿರುವುದು ಮಕ್ಕಳಾದರೆ ಹಾಲೂಡಿಸಲು. ಸೆಕ್ಸ್ ಅವುಗಳ ಪ್ರೈಮರಿ ಉದ್ದೇಶವಲ್ಲ. ತುಟಿಗಳಂತೆಯೇ ಅವು. ಯಾರಾದರೂ ನಮಗೆ ತುಟಿಗಳನ್ನು ಮುಚ್ಚಿಕೊಳ್ಳಿ, ನಮಗೆ ಉದ್ರೇಕವಾಗುತ್ತದೆ ಎನ್ನುತ್ತಾರಾ? ಅನ್ನಲ್ಲ ತಾನೇ? ಹಾಗೇ ಇದು. ಹೆಚ್ಚು ಹೆಚ್ಚು ಹೆಂಗಸರು ಮಡಿತನ ಬಿಟ್ಟು ಸಾರ್ವಜನಿಕವಾಗಿ ಎದೆ ತೆರೆದು ಓಡಾಡುವುದನ್ನು ಸಹಜವಾಗಿಸಿಕೊಂಡರೆ ಅದಕ್ಕಂಟಿದ ಗೌಪ್ಯ ಸಮಾಜದಿಂದ

ಕ್ರಮೇಣ ತೊರೆದುಹೋಗುತ್ತದೆ. ಇವೆಲ್ಲವನ್ನೂ ನೀನೇ ಸಂದರ್ಶನಗಳಲ್ಲಿ ಹೇಳಿದ್ದು. ಈಗ ಕಾರಣವೇ ಇಲ್ಲದೇ ಹಿಂತೆಗೆದರೆ ಹೇಗೆ ಶಾಲಿನಿ?"

"ಹಾಗಲ್ಲ ಲಿಸ್, ಎದೆ ತೆರೆಯಬಹುದು ಎಂಬ ಸ್ವಾತಂತ್ರ್ಯವಿರುವ ಹಾಗೆ ಎದೆ ಮುಚ್ಚಬಹುದು ಎಂಬ ಸ್ವಾತಂತ್ರ್ಯವನ್ನೂ ನಾವು ಉಳಿಸಿಕೊಳ್ಳಬೇಕಲ್ಲವೇ?"

"ಹೌದು. ಆ ಸ್ವಾತಂತ್ರ್ಯ ಇರಬೇಕು. ಆದರೆ ನೀನೀಗ ಕೇವಲ ಒಬ್ಬ ವ್ಯಕ್ತಿಯಾಗಿ ಉಳಿದಿಲ್ಲ. ಯೂ ಆರ್ ದಿ ಫೇಸ್ ಆಫ್ ಅವರ್ ಕಂಪನಿ. ಹೆಗಲ ಮೇಲೆ ಇಷ್ಟೊಂದು ಜನರ ನಂಬಿಕೆಗಳ ಭಾರ ಹೊತ್ತು ನೀನೀಗ ಕೈಯೆತ್ತಬಾರದು. ಥಿಂಕ್ ಅಬೌಟ್ ಇಟ್ ಅಂಡ್ ಲೆಟ್ ಗೋ" ಎಂದು ಫೋನು ತುಂಡರಿಸಿದರು.

ನನ್ನ ಸಂಕಷ್ಟ ಇವರ್‍ಯಾರಿಗೂ ಯಾಕೆ ಅರ್ಥವಾಗುತ್ತಿಲ್ಲ ಅಂತ ಕನಲಿ ಹೋದೆ. ರಾತ್ರಿ ಮಾರ್ಕ್ ಬಳಿ ತೋಡಿಕೊಳ್ಳುತ್ತ ಏನೋ ಹೇಳಲು ಹೋಗಿ, ಇನ್ನೇನನ್ನೋ ಹೇಳಿದೆ. "ನಾನು ಮನಸ್ಸಿನಲ್ಲೂ ತೀರಿಹೋದ ಗಂಡನ ಬಗ್ಗೆ ಏಕವಚನದಲ್ಲಿ ಯೋಚಿಸುವುದಿಲ್ಲ ಗೊತ್ತೇ?" ಅಂದೆ. "ವಾಟ್ಸ್ ಏಕವಚನ?" ಅಂದ. "ಯಾರೂ ಇಲ್ಲದಾಗಲೂ ಮುಂದೆ ಬಗ್ಗುವಾಗ ಹಸ್ತ ತಂತಾನೇ ಡ್ರೆಸ್ಸಿನ ಎದೆಯ ಭಾಗವನ್ನು ಮುಚ್ಚುತ್ತದೆ" ಎಂದೆ. "ದ್ಯಾಟ್ಸ್ ಕ್ಯೂಟ್" ಎಂದ. "ನಿನಗೇ ಗೊತ್ತಲ್ಲ, ಎಲ್ಲಾ ಕಿಟಕಿ ಬಾಗಿಲು ಮುಚ್ಚಿದಾಗಲೂ ನನಗೆ ಬೆಳಕಿನಲ್ಲಿ ಬೆತ್ತಲಾಗಲು ಸಾಧ್ಯವಿಲ್ಲ" ಅಂದೆ. ಅವನಿಗೆ ನನ್ನ ಮಾತುಗಳ ಗಹನತೆಯೇ ಅರ್ಥವಾಗಲಿಲ್ಲ.

"ಇವಕ್ಕೇನಾಗಿದೆ, ದೇ ಆರ್ ಲವ್ಲೀ" ಎಂದು ಅಸಡ್ಡಾಳ ಮಾತನಾಡಿ ಮುದ್ದಿಸಲು ಬಂದ. "ನಾಟ್ ಟುಡೇ" ಎಂದು ಹೇಳಿ ಹೊರಗೆದ್ದು ಬಂದೆ. ಸಹನಾಳಿಗೆ ಕರೆ ಹಚ್ಚಿದರೆ ಅವಳೂ ಮಾತಿಗೆ ಸಿಗಲಿಲ್ಲ. "ಸಾರಿ ಮಾಮ್, ಒಂದು ವರ್ಕ್‌ಶಾಪ್‌ನಲ್ಲಿದ್ದೇನೆ. ಆಲ್ ದಿ ಬೆಸ್ಟ್ ಫಾರ್ ಯುವರ್ ಇವೆಂಟ್" ಎಂದು ಸಂದೇಶ ಕಳಿಸಿದಳು.

ಇದೇ ಪ್ರಥಮ ಬಾರಿಗೆ ಎಲ್ಲರೂ ಎಲ್ಲವೂ ಇದ್ದೂ ಈ ಜಗತ್ತಿನಲ್ಲಿ ನಾನೆಷ್ಟು ಒಂಟಿ ಎಂಬುದು ಅರಿವಿಗೆ ಬಂತು. ಬೆತ್ತಲೆ ಎದೆಯಲ್ಲಿ ನಿಲ್ಲುವುದಿಲ್ಲ ಎಂಬ ಸರಳ ಸ್ವಾತಂತ್ರ್ಯವನ್ನೂ ಉಳಿಸಿಕೊಳ್ಳದೇ ಇರುವುದು ಇದೆಂಥ ಬದುಕು ಅನ್ನಿಸಿತು. ಈ ಐಶ್ವರ್ಯ ಅಧಿಕಾರಕ್ಕೆಲ್ಲ ಏನು ಅರ್ಥ ಅನ್ನಿಸಿತು. ಇದೇ ವ್ಯಾಕುಲತೆಯಲ್ಲೇ ಇನ್ನೊಂದು ದಿನವೂ ಕಳೆದು ಹೋಯಿತು.

ಕಡೆಗೆ ಮ್ಯಾರಥಾನ್ ನಡೆಯುವ ಹಿಂದಿನ ದಿನ ರಾತ್ರಿ ನಾನೇ ಸೋತು ಚಿತ್ರಾಳಿಗೆ ಕರೆ ಮಾಡಿದೆ.

"ನಾನೂ ನಮ್ಮ ಟೀಮಿನ ಜೊತೆಗೆ ಬರುತ್ತಿದ್ದೇನೆ ತಾಯೀ. ನಿನ್ನ ಹಾಗೆ ಮುಂದಿನ ಸಾಲಿನಲ್ಲಿರುವ ಅದೃಷ್ಟ ನಮಗೆಲ್ಲಿ ಸಿಕ್ಕೀತು. ನಾವು ಥರ್ಡ್ ಅವಿನ್ಯೂ ಬಳಿ ಜಾಯಿನ್ ಆಗಿ ಫಿಫ್ತ್ ಅವಿನ್ಯೂ ತನಕ ಓಡುತ್ತೇವೆ" ಅಂದಳು.

"ಚಿತ್ರಾ..."

"ಯಾಕೆ ಶಾಲಿನಿ ಹುಶಾರಾಗಿದ್ದೀ ತಾನೇ?"

"ಚಿತ್ರಾ, ನನಗೆ ಈ ಓಟದಲ್ಲಿ ಭಾಗವಹಿಸಲು ಸಾಧ್ಯವೇ ಇಲ್ಲ. ನಾನು ಇಲ್ಲ ಎಂದು ಎಲ್ಲಿಯೂ ಹೇಳದೇ ಇದ್ದುದರಿಂದ ನೋಡು ಎಲ್ಲರೂ ನನ್ನ ಸಮ್ಮತಿಯನ್ನು ಅವರೇ ನಿರ್ಣಯಿಸಿಬಿಟ್ಟಿದ್ದಾರೆ. ನಿನಗೇ ಗೊತ್ತಲ್ಲ. ನಾನು ಹಾಗೆ ಬಿಡುಬೀಸಾಗಿ ತೆರೆದೆದೆಯಲ್ಲಿ ರಸ್ತೆಯಲ್ಲಿ ಓಡುವ ವ್ಯಕ್ತಿಯೇ? ನನ್ನ ಮಾತು ಯಾರಿಗೂ ಅರ್ಥವೇ ಆಗುತ್ತಿಲ್ಲ..."

ದನಿಯಲ್ಲಿ ತಾನಾಗಿಯೇ ಅಳು ಒಸರುತ್ತಿತ್ತು.

"...ಚಿತ್ರಾ, ಪ್ಲೀಸ್ ಏನಾದರೂ ಮಾಡಲು ಸಾಧ್ಯವೇ?"

"ನಾನೇನು ಮಾಡೋಕೆ ಸಾಧ್ಯ?"

"ನಾಳೆ ನಾನು ನಿನ್ನ ಜೊತೆ ಓಡಿದ್ದೇನೆ, ನೀನು ನನ್ನನ್ನು ನೋಡಿದ್ದೀ ಅಂತ ಸೋಷಿಯಲ್ ಮೀಡಿಯಾದಲ್ಲಿ ಒಂದು ಪೋಸ್ಟ್ ಹಾಕೋಕೆ ಸಾಧ್ಯವೇ? ನೀನು ನನ್ನ ಪ್ರಾಣ ಸ್ನೇಹಿತೆ, ನೀನು ಹೇಳಿದರೆ ಎಲ್ಲರೂ ನಂಬ್ತಾರೆ."

"ಸರಿ ಶಾಲಿನಿ, ಅದೇನೂ ಅಷ್ಟು ದೊಡ್ಡ ಸಂಗತಿಯಲ್ಲ. ಬರೀ ಪೋಸ್ಟೇನು, ನನ್ನ ಜೊತೆಗೆ ನೀನೂ ಓಡುತ್ತಿದ್ದ ಹಾಗೆ ಚಿತ್ರವನ್ನು ಫೋಟೋಶಾಪ್ ಮಾಡಿಯೇ ಹಾಕುತ್ತೇನೆ ಬೇಕಾದರೆ. ಆದರೆ ಈ ಸಹಾಯ ಮ್ಯೂಚುವಲ್ ಆಗಬೇಕು ಅಷ್ಟೇ."

"ಏನು ಚಿತ್ರಾ, ಪ್ರಾಣ ಸ್ನೇಹಿತೆಯರ ನಡುವೆಯೂ ಮ್ಯೂಚುವಲ್ ಸಹಾಯ ಅನ್ನುವ ಮಾತು ಬರಬೇಕಾ?"

"..."

"ಸರಿ, ಏನು ಬೇಕು ನಿನಗೆ?"

"ನಿನಗೆ ಗೊತ್ತು ನನಗೇನು ಬೇಕು ಅಂತ."

"ವ್ಯಾಲಿಡ್-ಎಂ ರಿಲೀಸನ್ನು ಮಾತ್ರ ಮುಂದೆ ಹಾಕೋಕೆ ಹೇಳಬೇಡ ಚಿತ್ರಾ. ಅದು ನಮ್ಮ ಕಂಪನಿಯ ಕನಸಿನ ಕೂಸು. ಈಗ ಗೊತ್ತಾಗಿರೋ ದಿನಾಂಕವನ್ನು ರದ್ದು ಮಾಡಿದರೆ ನಾನು ಬಹಳಷ್ಟು ಜನರಿಗೆ ಉತ್ತರಿಸಬೇಕಾಗುತ್ತದೆ."

"ಸರಿ ಹಾಗಾದರೆ, ಫಿಫ್ತ್ ಅವಿನ್ಯೂನಲ್ಲಿ ಮೊಲಕೆ ಕಟ್ಟು ಬಿಚ್ಚಿ ಓಡಲು ತಯಾರಾಗು."

ಈ ಬಾರಿ ಅವಳು ಮಾತನಾಡುತ್ತಿದ್ದರೂ ನಾನೇ ಕರೆ ತುಂಡರಿಸಿದೆ.

ಒಳಗಿನಿಂದ ರೋಷ ಉಕ್ಕಿ ಬಂದಂತಾಯಿತು. ಏನು, ಶರ್ಟಿಲ್ಲದೇ ಓಡಬೇಕು ಅಷ್ಟೇ ತಾನೇ ಅನ್ನಿಸಿತು. ಬರೀ ಶರ್ಟೇನು, ನಾನು ಪೂರ್ತಿ ಬೆತ್ತಲೆ ಓಡಿದರೂ ಇವರ್ಯಾರು ನನ್ನದೇನು ಹರಿದುಕೊಳ್ಳುವುದಿದೆ ಎಂದು ಕ್ರೋಧ ಮೂಡಿತು. ಬಾತ್‌ರೂಮಿಗೆ ಹೋಗಿ ಶರ್ಟ್ ತೆಗೆದೆ. ಬ್ರಾ ಕಳಚಿದೆ. ಬೆತ್ತಲೆ ನಿಂತಾಗ ಗೊತ್ತಾಗದೇ ನನ್ನ ಹೆಗಲು ತುಸು ಮುಂದೆ ಬಂದು ಎದೆ ದೈನ್ಯತೆಯಿಂದ ಹಿಂದೆ ಬಾಗುತ್ತಿತ್ತು. ಅಮೆರಿಕನ್ ಹೆಂಗಸರಂತೆ ಬೆನ್ನು

ನೇರವಾಗಿಸಿ ಎದೆ ಎತ್ತರಿಸಿ ಒಮ್ಮೆ ನಿಂತೆ. ಅಲ್ಲೇ ಒಂದೆರಡು ಹೆಜ್ಜೆ ಓಡಿದೆ.

ಹಿಂದೊಂದು ಕಾಲದಲ್ಲಿ ಮಗುವಿಗೆ ಎರಡು ವರ್ಷ ಹಾಲೂಡಿಸಿ ಸಡಿಲವಾದ ಮಧ್ಯವಯಸ್ಕ ಹೆಂಗಸಿನ ಸೋತ ಮೊಲೆಗಳು ಹೇಗೆ ತೊನೆದಾಡಬೇಕೋ ಹಾಗೇ ತೊನೆದಾಡಿದವು. ಒಂಟಿಯಾಗಿರುವಾಗಲೂ ಎದೆಯ ಮೇಲೆ ಒಂದು ಕೈ ಮುಚ್ಚಿ ನಿಲ್ಲುವುದೇ ಸಹಜವಾಗಿ ತೋರಿತು. ಮನಸ್ಸು ದಾಟಿದ್ದ ಗೆರೆಯನ್ನು ದೇಹಕ್ಕೆ ದಾಟಲೇ ಸಾಧ್ಯವಾಗಲಿಲ್ಲ.

ಮರುದಿನ ಮುಂಜಾನೆಯ ಉದ್ಘಾಟನೆಯ ಸಮಯಕ್ಕೆ ನಾನು ಹೋಗಲಿಲ್ಲ.

"ಒಂದಿಷ್ಟು ಹೊತ್ತಾದರೂ ಬಂದು ಓಡಿ ಹೋಗು. ಮೀಡಿಯಾದವರೆಲ್ಲ ನೀನೆಲ್ಲಿ ಅಂತ ನಮ್ಮನ್ನು ಕೇಳುತ್ತಿದ್ದಾರೆ. ಎಲ್ಲರ ಮುಂದೆ ನಾವು ಮುಖಹೇಡಿಗಳಾದಂತೆ ಆಗುತ್ತದೆ" ಎಂದು ಕಂಪನಿಯ ಬೋರ್ಡ್‌ನವರೆಲ್ಲ ಆಗ್ರಹ ಮಾಡಿದ್ದರು. ಲೌರೀನ್, ಎಲಿಜಬೆತ್ ಸೇರಿದಂತೆ ನೂರಾರು ಜನ ಕಳಿಸಿದ ಇಮೇಲ್‌ಗಳು, ಕರೆಗಳು ಫೋನಿಗೆ ಬಂದು ಬೀಳಹತ್ತಿದವು. ರೈಡರ್ ಅವಿನ್ಯೂನಲ್ಲಿದ್ದ ನನ್ನ ಪೆಂಟ್‌ಹೌಸ್ ಅಪಾರ್ಟ್‌ಮೆಂಟಿನ ಕಿಟಕಿಯಿಂದ ಕೆಳಗೆ ನೋಡಿದರೆ ಮ್ಯಾರಥಾನ್ ಕಾಣಿಸುತ್ತಿತ್ತು. ಸಾವಿರಾರು ಪ್ಲಕಾರ್ಡುಗಳು, ಟೀವಿ ಕ್ಯಾಮರಾಗಳು, ನೋಡಲೆಂದೇ ಬಂದವರ ಕೂಗು, ಸಿಳ್ಳೆ, ಚೀತ್ಕಾರಗಳು ಕೇಳಿಸದಿದ್ದರೂ ಕಿವಿ ತುಂಬುತ್ತಿದ್ದವು.

ಇನ್ನೇನು ಲಿಫ್ಟಿಳಿದು ರಸ್ತೆಗೆ ಹೊರಳಿದರೆ ನಾನೂ ಓಟದ ನಡುವೆಯೇ ನಿಂತಿರುತ್ತಿದ್ದೆ. ಆದರೆ ಆ ರೇಖೆ ದಾಟಲು ಮಾತ್ರ ಎಷ್ಟು ಪ್ರಯತ್ನಿಸಿದರೂ ಸಾಧ್ಯವೇ ಆಗಲಿಲ್ಲ. ನನ್ನ ಬಳಿ ಆ ಒಂದು ಆಯ್ಕೆಯೇ ಇಲ್ಲವೇನೋ ಎನ್ನುವ ಹಾಗೆ ಯಾರೋ ನನ್ನನ್ನು ತಡೆದು ನಿಲ್ಲಿಸಿದ ಹಾಗಿತ್ತು. ನನ್ನ ಉಪಸ್ಥಿತಿ ಕೇಳಿ ಬರುತ್ತಿದ್ದ ಸಂದೇಶಗಳು ಟಿನ್, ಟಿನ್ ಎಂದು ಸದ್ದು ಮಾಡುತ್ತಲೇ ಫೋನಿಗೆ ಬಂದು ಬೀಳುತ್ತಿದ್ದವು.

ಕೊನೆಗೆ ಕಂಪ್ಯೂಟರಿಗೆ ನಡೆದು "ವ್ಯಾಲಿಡ್-ಎಂ ಸಾಫ್ಟವೇರ್ ಬಿಡುಗಡೆಯನ್ನು ಅನಿವಾರ್ಯವಾಗಿ ಆರು ತಿಂಗಳು ಮುಂದೆ ಹಾಕಿದ್ದೇವೆ" ಎಂದು ಲೆಟರ್ ಡ್ರಾಫ್ಟ್ ಮಾಡಿ ನಮ್ಮ ರಿಸೀವರ್ ಕಂಪನಿಗಳಿಗೆ ಕಳಿಸಿದೆ. ಇದಕ್ಕೆ ತಕ್ಕ ಬೆಲೆ ತೆರಬೇಕಾಗುತ್ತದೆ ಎಂಬುದಕ್ಕೆ ಸಿದ್ಧಳಾದೆ. ಆ ಪ್ರತಿಯನ್ನು ಚಿತ್ರಾಳಿಗೂ ಮೇಲ್ ಮಾಡಿದೆ. ತಕ್ಷಣ ಅವಳಿಂದ ಒಂದು ಚಿತ್ರ ನನ್ನ ಇಮೇಲಿಗೆ ಬಂತು.

ಆ ಚಿತ್ರದಲ್ಲಿ ಚಿತ್ರಾ ಥರ್ಡ್ ಅವಿನ್ಯೂನಲ್ಲಿ ತನ್ನ ಎಂಪ್ಲಾಯಿಗಳ ಜೊತೆ ತೆರೆದೆದೆಯಲ್ಲಿ ಓಡುತ್ತಿದ್ದಳು. ಅವಳ ಪಕ್ಕದಲ್ಲೇ ನಾನೂ ಓಡುತ್ತಿದ್ದೆ. ನನ್ನ ಮುಂದೆ ಕುಳ್ಳಗಿನ ಹೆಂಗಸೊಬ್ಬಳು ಓಡುತ್ತಿದ್ದು, ನನ್ನ ಎದೆಯನ್ನು ಆ ಹೆಂಗಸಿನ ತಲೆ ಸಂಪೂರ್ಣವಾಗಿ ಮುಚ್ಚಿತ್ತು. ಚಿತ್ರದಲ್ಲಿ ನನ್ನ ಬೆತ್ತಲೆ ಹೆಗಲುಗಳನ್ನಷ್ಟೇ ಕಂಡು ಸಮಾಧಾನವಾಯಿತು.

ಚಿತ್ರಾ ಫೇಸಾಬುಕ್- ಟ್ವಿಟರಾ ಖಾತೆಗಳಲ್ಲೂ ಈ ಚಿತ್ರವನ್ನು ಹಂಚಿಕೊಂಡಿದ್ದಳು.

"ನನ್ನ ಪ್ರಾಣ ಸ್ನೇಹಿತೆ, ಐವ್ಯಾಲಿಡ್ ಕಂಪನಿಯ ಸಿಇಓ, ಟಾಪ್‌ಲೆಸ್ ಮ್ಯಾರಥಾನಿನ ಸಂಚಾಲಕಿಯಾದ ಶಾಲಿನಿ ಅಬ್ಬಲಗೆರೆ ಅವರೊಂದಿಗೆ ಓಡಿದ್ದೇ ನನಗೊಂದು ಹೆಮ್ಮೆ"

ಎಂದು ಬರೆದಿದ್ದಳು. ಹತ್ತೇ ನಿಮಿಷದಲ್ಲಿ ನಮ್ಮ ವೆಬ್‌ಸೈಟು, ಹತ್ತಾರು ಬ್ಲಾಗ್, ಪತ್ರಿಕೆ, ಟೀವಿ ಚಾನಲ್ಲುಗಳು ಆ ಚಿತ್ರವನ್ನು ಬಿತ್ತರಿಸಿದವು.

ಬೀಸುವ ದೊಣ್ಣೆಯಿಂದ ತಪ್ಪಿಸಿಕೊಂಡಂತಾಗಿ ಮನಸ್ಸು ಯಥಾಸ್ಥಿತಿಗೆ ಮರಳಿತ್ತು. ನಾನು ಪತ್ರ ಕಳಿಸಿದಾಗ ಅದಕ್ಕೆ ತಯಾರಾಗಿದ್ದವಳಂತೆ ಚುರುಕಿನ ಗತಿಯಲ್ಲಿ ಫೋಟೋ ಕಳಿಸಿದ ಚಿತ್ರಾಳ ಮೇಲೆ ಅನುಮಾನವಾಯಿತು. ಯಾವುದೋ ವ್ಯೂಹದಲ್ಲಿ ಸಿಕ್ಕಿ ಬಿದ್ದಂತೆ ಒದ್ದಾಡಿದೆ. ಯೋಚಿಸುತ್ತ ಹೋದ ಹಾಗೆ ವ್ಯೂಹದ ಮೂಲ ಆ ಶುಕ್ರವಾರ ಸಂಜೆಯ ಐಡಿಯಾ ಮೀಟಿಂಗಿನಲ್ಲಿ ಮಾತನಾಡಿದ ಸಿಕಿ ಎಂಬ ಸಣಕಲು ಹುಡುಗಿಯ ತನಕ ನನ್ನನ್ನು ಕರೆದೊಯ್ದಿತು.

ಚಿತ್ರಾ ಫೋಟೋದ ಜೊತೆಗೆ ಸಂದೇಶವನ್ನೂ ಕಳಿಸಿದ್ದಳು.

"ಓಯ್ ರಾಜ್ಕುಮಾರಿ, ನೀನು ಬಹಳ ಬದಲಾಗಿ ಬಿಟ್ಟಿದೀಯಾ ಅಂದುಕೊಂಡಿದ್ದೆ. ನೋಡಿದರೆ ನೀನಿನ್ನೂ ಶಿವಮೊಗ್ಗದ ಶರಾವತಿ ನಗರದ ಅದೇ ಗರತಿ. ಲವ್ ಯೂ ಕಣೇಮ್ಮಾ."

ಅದನ್ನು ಓದುತ್ತಲೇ ನನ್ನ ಇಡೀ ದೇಹ ಕಂಪಿಸಲು ಶುರುವಾಯ್ತು. ಕಂಪ್ಯೂಟರನ್ನು ದಿಟ್ಟಿಸುತ್ತಲೇ ಟೇಬಲ್ಲನ್ನು ಆಸರೆಗಾಗಿ ಹಿಡಿದೆ.

ನಿಯಂತ್ರಣ ಮೀರಿ ನನ್ನ ತುಟಿಗಳಿಂದ "ಬಿಚ್" ಎಂಬ ಪದ ಸಶಬ್ದವಾಗಿ ಹೊರಬಂತು.

□□□

ಆಯಿಲ್ ಪೇಂಟ್

ತೆರೆದಿಟ್ಟ ಕಿಟಕಿಯ ಗಾಜಿನಲ್ಲಿ ಸಿಗರೇಟಿನ ಅಂಚಿನ ಕುಡಿ ಕಾಣುತ್ತಲೇ ಸಂಜೆಯ ಪಾರ್ಟಿಗೆ ತರಬೇಕಾದ ಹೂವುಗಳ ನೆನಪಾಯಿತು. ತಕ್ಷಣ ಆಶ್‌ಟ್ರೇಯಲ್ಲಿ ಕುಡಿಯನ್ನೊತ್ತಿ ಎದ್ದು ನಿಂತೆ. ಇನ್ನೂ ಎರಡು ಪಫ್ ಉಳಿದಿರುವಾಗಲೇ ಛೇ ನಂದಿಬಿಟ್ಟೆನಲ್ಲ ಅಂತ ಪಶ್ಚಾತ್ತಾಪವಾಯಿತು.

ಇದು ಇಂದಿನ ನನ್ನ ಪಾಲಿನ ಎರಡನೆಯ ಮತ್ತು ಕೊನೆಯ ಸಿಗರೇಟು. ಇನ್ನೆರಡು ಸಿಗಲು ಮತ್ತೆ ನಾಳೆ ಮುಂಜಾನೆಯ ತನಕ ಕಾಯಬೇಕು. ರಾವ್ ಏನಾದರೂ ತನ್ನ ಪಾಲಿನದನ್ನು ಹಾಗೆಯೇ ಉಳಿಸಿದ್ದಾನೇನೋ ಎಂಬ ಆಸೆಯಿಂದ ಡಿಸ್ಪೆನ್ಸರ್ ಅಡಿಯ ಟ್ರೇಯಲ್ಲೊಮ್ಮೆ ಕಣ್ಣಾಡಿಸಿದೆ. ಪಾಪಿ ಮುಂಜಾನೆಯೇ ತನ್ನ ಪಾಲಿನ ಎರಡನ್ನು ಎತ್ತಿಕೊಂಡು ಅವನು ಸ್ಟೂಡಿಯೋ ಸೇರಿಯಾಗಿದೆ. ನಮ್ಮಿಬ್ಬರಿಗೂ ಸೇರಿದ ಐದನೆಯ ಸಿಗರೇಟು ಮಾತ್ರ ಆ ಪುಟ್ಟ ಗಾಜಿನ ಹರಿವಾಣದಲ್ಲಿ ಒಂಟಿಯಾಗಿ ಕುಳಿತಿದೆ. ಅದು ನಮ್ಮಿಬ್ಬರಿಗೂ ಸೇರಿದ್ದು, ರಾತ್ರಿ ದೀಪವಾರಿಸುವ ಮುನ್ನ ಒಳಗೆಳೆದುಕೊಳ್ಳಲು.

ಯಾವಾಗಲಾದರೊಮ್ಮೆ ನಮ್ಮ ನಡುವೆ ಜಗಳವಾದಾಗ ಆ ಮನಸ್ತಾಪಕ್ಕೆ ಕಾರಣೀಕರ್ತರು, ಇನ್ನೊಬ್ಬರಿಗೆ ಈ ಐದನೆಯ ಸಿಗರೇಟನ್ನು ಬಿಟ್ಟುಕೊಡಬೇಕು ಎಂಬ ಅಲಿಖಿತ ನಿಯಮ ನಮ್ಮ ನಡುವಿದೆ. ಈ ನಿಯಮ ಜಾರಿಗೆ ಬಂದಾಗಿನಿಂದ ನಮ್ಮ ನಡುವಿನ ಕಲಹಗಳು ಇಲ್ಲವೇ ಇಲ್ಲ ಎಂಬಷ್ಟು ತಹಬಂದಿಗೆ ಬಂದಿವೆ ಅಂದರೆ ಈ ಪಾನ ಮೋಹದಲ್ಲಿ ನಾವೆಷ್ಟು ಬಂಧಿತರಾಗಿದ್ದೇವೆ ಎಂಬುದು ತಿಳಿಯುತ್ತದೆ.

ಪ್ರತಿ ತಿಂಗಳ ಮೊದಲನೆಯ ತಾರೀಖು ಈ ಡಿಸ್ಪೆನ್ಸರ್‌ನಲ್ಲಿ ಲೆಕ್ಕ ಮಾಡಿ ನಮ್ಮಿಬ್ಬರ ನೆಚ್ಚಿನ ನ್ಯಾಟ್ ಶರ್ಮನ್ ಸಿಗರೇಟುಗಳನ್ನು ತುಂಬಿಡುವವಳು ನಮ್ಮ ಕೆಲಸದಾಕೆ ಸೋಫಿ. ಅದಕ್ಕೆ ಬೇಕಾದ ಹಣವನ್ನು ಅವಳ ಅಕೌಂಟಿಗೆ ತಪ್ಪದೇ ವರ್ಗಾಯಿಸುತ್ತೇವೆ. ಅವಳು ತುಂಬಿಟ್ಟ

ಡಿಸ್ಪೆನ್ಸರ್‌ನಿಂದ ದಿನಕ್ಕೈದರಂತೆ ದೊರಕುವ ಸಿಗರೇಟುಗಳ ಹೊರತಾಗಿ ಜಗತ್ತಿನ ಇನ್ನ್ಯಾವ ಧೂಮದಂಡಗಳ ಮೇಲೂ ನಮಗೆ ಹಕ್ಕಿಲ್ಲ ಎಂದು ನಮ್ಮನ್ನು ನಾವೇ ಸಂತೈಸಿಕೊಂಡಿದ್ದೇವೆ. ಆ ಡಿಸ್ಪೆನ್ಸರಿನ ಆರು ಸಂಖ್ಯೆಗಳ ಕೋಡ್ ಕೂಡ ಗೊತ್ತಿರುವುದು ಸೋಫಿಯೊಬ್ಬಳಿಗೇ. ಕಳೆದ ಮೂವತ್ತು ವರ್ಷಗಳಿಂದ ನಡೆದುಕೊಂಡು ಬಂದ ನನ್ನ ಮತ್ತು ರಾವ್‌ನ ಚೈನ್ ಸ್ಮೋಕಿಂಗ್ ಪ್ರವರ ಕೇಳಿಸಿಕೊಳ್ಳುತ್ತ, "ಹೀಗೆಯೇ ಮುಂದುವರೆದರೆ ಇನ್ನೈದೇ ವರ್ಷದಲ್ಲಿ ಇಬ್ಬರೂ ಚಟ್ಟ ಸೇರುತ್ತೀರಿ" ಎಂದು ನಮ್ಮ ಪ್ರೈಮರಿ ಫಿಸಿಶಿಯನ್, ಡಾಕ್ಟರ್ ಗುಲಾಘೋ ಹೇಳಿದಾಗಿನಿಂದ ಈ ಒಪ್ಪಂದ ನಡೆದುಕೊಂಡು ಬಂದಿದೆ.

ಬೇರೆ ದಿನವಾಗಿದ್ದರೆ ಆ ಒಂಟಿ ಸಿಗರೇಟನ್ನೇ ಎರಡೆರಡು ಬಾರಿ ತಿರುಗಿಸಿ ತಿರುಗಿಸಿ ನೋಡುತ್ತ, ಮೂಸುತ್ತ, ನಾಲಿಗೆ ಕಚ್ಚಿಕೊಳ್ಳುತ್ತ ಮರಿಗಳನ್ನು ಬಿಟ್ಟು ಬಂದ ಬೆಕ್ಕಿನ ಹಾಗೆ ಅಲ್ಲಲ್ಲೇ ನಾಲ್ಕಾರು ಬಾರಿ ಸುಳಿದಾಡುತ್ತ ಇರುತ್ತಿದ್ದನೇನೋ. ಆದರೆ ಈ ದಿನ ಎಂದಿನಂತಲ್ಲ. ಆಗಲೇ ಗಡಿಯಾರ ಹತ್ತೂವರೆ ತೋರಿಸುತ್ತಿದೆ. ನಾಲ್ಕು ಘಂಟೆಗೆಲ್ಲ ಪಾರ್ಟಿಗೆ ಗೆಸ್ಟುಗಳು ಬರಲು ತೊಡಗುತ್ತಾರೆ. ಅಷ್ಟರ ಒಳಗೆ ಎಲ್ಲವೂ ಸಿದ್ಧವಿರಬೇಕು. ಸೋಫಿ ಇಂಥ ವಿಶೇಷ ದಿನಗಳಿಗಷ್ಟೇ ಗೊತ್ತಾದ ಇಬ್ಬರು ಸಹಾಯಕರೊಡನೆ ಸಂಜೆಯ ಪಾರ್ಟಿಗಾಗಿ ಶ್ರಿಂಪ್ ಕಬಾಬ್, ಪಾಲಕ್ ರೋಲ್ಸ್, ಕ್ಯಾಲಮರಿ ಬೈಟ್ಸ್ ಮುಂತಾದ ಫಿಂಗರ್ ಫುಡ್‌ಗಳ ತಯಾರಿಯ ಗಡಿಬಿಡಿಯಲ್ಲಿದ್ದಾಳೆ. ಇನ್ನೊಬ್ಬ ಸಹಾಯಕ ಲಿವಿಂಗ್‌ರೂಮಿನ ಕಾರ್ಪೆಟ್ಟನ್ನು ವ್ಯಾಕ್ಯೂಮ್ ಮಾಡುವುದರಲ್ಲಿ ನಿರತನಾಗಿದ್ದಾನೆ. ತಿಂಗಳಿಗೊಮ್ಮೆ ಮಾತ್ರ ಮುಖದರ್ಶನವಾಗುವ ಈ ಸಹಾಯಕರ ಹೆಸರುಗಳನ್ನು ಇವತ್ತಾದರೂ ಕೇಳಿ ನೆನಪಿಟ್ಟುಕೊಳ್ಳಬೇಕು ಅಂತ ಒಮ್ಮೆ ಮನಸ್ಸಿನಲ್ಲಿ ಮಾಡಿಕೊಂಡಿದ್ದೇನೆ. ಆದರದು ಪ್ರತಿ ಬಾರಿಯ ಹಾಗೆ ಈ ಸಲವೂ ಮರೆತು ಹೋಗುತ್ತದೆ ಎಂದೂ ನನಗೆ ಗೊತ್ತಿದೆ.

ಸೋಫಿ ಮತ್ತವಳ ಸಹಚರರ ದಯೆಯಿಂದ ನಾನು ಸಂಜೆಯ ಪಾರ್ಟಿಯ ಕುರಿತು ಹೆಚ್ಚಿನ ತಲೆಬಿಸಿಯನ್ನೇನೂ ತೆಗೆದುಕೊಳ್ಳಬೇಕಾಗಿಲ್ಲ. ಪ್ರತಿ ಕೋಣೆಯಲ್ಲೂ ಕಲಾತ್ಮಕವಾಗಿ ನಿಂತ ಹೂದಾನಿಗಳಿಗಾಗಿ ತಾಜಾ ಹೂಗಳನ್ನು ಕೊಂಡು ತರುವುದು ಮಾತ್ರ ನನ್ನ ಅಂದಿನ ಕೆಲಸ. ಇದನ್ನೂ ಸೋಫಿಗೇ ವಹಿಸಿದ್ದರೆ ಐದು ನಿಮಿಷದಲ್ಲಿ ಆರ್ಡರ್ ಮಾಡಿ ಮುಗಿಸಿಯಾಳು. ಆದರೆ ನನ್ನ ಮನೆಯ ಹೂಗಳನ್ನು ನಾನೇ ಆಯ್ದು ತರಬೇಕೆಂಬ ಕಟ್ಟಳೆಯನ್ನು ನನ್ನ ಮೇಲೆ ನಾನೇ ಹೊರಿಸಿಕೊಂಡಿದ್ದೇನೆ. ಯಾವ ಕೋಣೆಯಲ್ಲಿ ಟುಲಿಪ್‌ಗಳಿರಬೇಕು, ಯಾವ ಹೂದಾನಿಯಲ್ಲಿ ಆರ್ಕಿಡ್‌ಗಳಿರಬೇಕು, ಯಾವ ಕರ್ಟನ್ನಿನ ವಿನ್ಯಾಸಕ್ಕೆ ಯಾವ ಬಣ್ಣದ ಡೇಸಿಗಳು ಹೊಂದುತ್ತವೆ ಎಂಬುದಕ್ಕೆ ನನ್ನದೇ ಆದ ಒಂದಿಷ್ಟು ಥಿಯರಿಗಳಿವೆ. ಆ ಹೂವುಗಳ ಬೇಟೆಗೇ ಈಗ ನಾನು ಹೊರಡಲನುವಾಗುತ್ತಿರುವುದು.

ರಾವ್ ಅಂತೂ ಇದ್ಯಾವುದರ ಪರಿವೆಯಿಲ್ಲದೇ ಮುಂಜಾನೆಯೆದ್ದು ತನ್ನ ಸ್ಟೂಡಿಯೋ ಸೇರಿಯಾಗಿದೆ. ಅವನ ಇತ್ತೀಚಿನ ಕೃತಿಗಳಾದ ಸೀ ಬರ್ಡ್ ಮತ್ತು ಗರ್ಲ್ ಇನ್ ಅ ಟ್ರೇನ್ ಮಾತ್ರ ಫ್ಯಾಮಿಲಿ ರೂಮಿನ ಗೋಡೆಗೆ ಆತುಕೊಂಡು ನಿಂತಿವೆ. ಎಷ್ಟು ಸಲ ಹೇಳಿದ್ದೇನೆ ಹೀಗೆ ಫ್ಯಾಮಿಲಿ ರೂಮಿನ ಬಿಸಿಲಲ್ಲಿ ಪೇಂಟಿಂಗುಗಳನ್ನು ಇಟ್ಟು ಹೋಗಬೇಡ ಅಂತ. ತಕ್ಷಣ

ಅವನ್ನೆತ್ತಿಕೊಂಡು ಪಕ್ಕದಲ್ಲೇ ಇರುವ ಆರ್ಟ್ ಸ್ಟೋರೇಜ್ ರೂಮಿಗೆ ಒಯ್ದು ಮೇಜಿನ ಮೇಲಿಟ್ಟೆ. ಹೊರಗೆ ಎಷ್ಟೇ ಸಿಡಿಮಿಡಿಗೊಂಡರೂ ಈ ಪೇಂಟಿಂಗುಗಳ ಮೇಲೆ ಕಣ್ಣು ನಿಂತೊಡನೆಯೇ ರಾವ್‌ನ ಮೇಲೆ ಅಭಿಮಾನ ಉಕ್ಕಿ ಬಂತು. ಪರ್ಫೆಕ್ಟ್, ಅಬ್ಸಲ್ಯೂಟ್ಲೀ ಪರ್ಫೆಕ್ಟ್ ಎಂಬ ಉದ್ಗಾರ ಮನಸ್ಸಿನಾಳದಿಂದ ಎದ್ದು ಬಂತು.

ಇನ್ನು ಈ ಪೇಟಿಂಗುಗಳಿಗೆ ವಾರ್ನಿಶ್ ಹಚ್ಚಿ, ಒಣಗಿಸಿ, ಕ್ಯಾಟಲಾಗ್ ಮಾಡಿ, ನೆಲಕ್ಕಿಂತ ಮೂರಡಿ ಮೇಲಿರುವ ರ್‍ಯಾಕುಗಳಲ್ಲಿ ಇರಿಸುವುದು ನನ್ನ ಕೆಲಸ. ಅಷ್ಟಾದರೆ ಮುಂದೆ ಕಲಾ ಪ್ರದರ್ಶನಗಳಿಗೋ, ಡೀಲು ಫೈನಲ್ ಆದ ಮೇಲೆ ಡೀಲರುಗಳಿಗೆ ತೋರಿಸಬೇಕಾದಾಗಲೋ ಇವನ್ನು ಮತ್ತೆ ತೆರೆಯುವುದು. ಕಿಟಕಿಗಳಿಲ್ಲದ, ಹೊರಗೋಡೆಯ ಸಂಪರ್ಕವಿಲ್ಲದ ಈ ಕೋಣೆಯ ಹವೆಯಲ್ಲಿ ತೇವಾಂಶ ಶೇಖಡಾ ನಲವತ್ತೈದಕ್ಕಿಂತ ಹೆಚ್ಚಿಗೆಯೂ ಕಡಿಮೆಯೂ ಇಲ್ಲದಂತೆ ನೋಡಿಕೊಳ್ಳಲು ಹ್ಯೂಮಿಡಿಫೈರ್ ಒಂದನ್ನು ಖಾಯಂ ಆಗಿ ಅಳವಡಿಸಲಾಗಿದೆ. ಈ ಕೋಣೆಯ ತಾಪಮಾನವೂ ಇಪ್ಪತ್ತೊಂದು ಡಿಗ್ರಿಗಿಂತ ಕೆಳಗೆ ಇಳಿಯದ ಹಾಗೆ, ಇಪ್ಪತ್ನಾಲ್ಕು ಡಿಗ್ರಿಗಿಂತ ಮೇಲೆ ಏರದ ಹಾಗೆ ವ್ಯವಸ್ಥೆಯಾಗಿದೆ. ಇನ್ನೂ ಸಾವಿರ ವರ್ಷವೋ, ಎರಡು ಸಾವಿರ ವರ್ಷವೋ ಅಥವಾ ಯಾರಿಗೆ ಗೊತ್ತು, ಹತ್ತು ಸಾವಿರ ವರ್ಷವೋ ಬಾಳಬೇಕಾದ ಈ ಕ್ಯಾನ್ವಾಸುಗಳನ್ನು ಜೋಪಾನ ಮಾಡಲು ಬೇಕಾದ ಎಲ್ಲ ಸೌಕರ್ಯಗಳೂ ಈ ಕೋಣೆಯಲ್ಲಿವೆ.

ಹೊರಡುವ ಅವಸರವಿದ್ದರೂ ಗರ್ಲ್ ಇನ್ ಅ ಟ್ರೇನ್ ನನ್ನನ್ನು ಆವರಿಸಿಕೊಂಡು ಬಿಟ್ಟಿತು. ಇವಳು ಗಾಯತ್ರಿಯೇ. ವಂಡರ್‌ಫುಲ್! ಈ ಚೂಪು ಮೂಗು, ಗುಂಗುರು ಕೂದಲು ಗಾಯತ್ರಿಯದೇ. ಕಲಾವಿದರಿಗೆ ಪೇಂಟು, ಬ್ರಶ್ಶುಗಳು, ಕ್ಯಾನ್ವಾಸ್, ಪ್ಯಾಲೆಟ್‌ಗಳು, ಸ್ಫೂರ್ತಿ ಎಷ್ಟು ಮುಖ್ಯವೋ ಈ ಮಾಡೆಲ್‌ಗಳೂ ಅಷ್ಟೇ ಮುಖ್ಯ. ಈ ನೋರಾ, ಗಾಯತ್ರಿ, ಪೆಟ್ರೀಶಿಯಾ, ಆಲಿಸನ್, ಡೇವಿಡ್, ಟೆರ್ರಿ ಇವರೆಲ್ಲ ಮೈಯ್ಯಾಗದಿದ್ದರೆ ಕ್ಯಾನ್ವಾಸಿನ ಮೇಲೆ ಜೀವವನ್ನು ರಾವ್ ಹೇಗೆ ಅರಳಿಸಬೇಕು?

ಆದರೆ ತಿಂಗಳ ಕೊನೆಯ ವೀಕೆಂಡಿನ ಪಾರ್ಟಿಗೆ ಈ ಮಾಡೆಲ್‌ಗಳನ್ನು ಕರೆಯಲು ರಾವ್ ಸುತರಾಂ ಬೇಡ ಎನ್ನುತ್ತಾನೆ. "ಇಟ್ ಈಸ್ ಲೈಕ್ ಬ್ರಿಂಗಿಂಗ್ ವರ್ಕ್ ಟು ಹೋಮ್. ಸ್ಟೂಡಿಯೋದಲ್ಲಲ್ಲದೇ ಇನ್ನೆಲ್ಲೂ ಅವರನ್ನು ನಾನು ಕಲ್ಪಿಸಿಕೊಳ್ಳಲಾರೆ" ಎಂದು ಆ ಯೋಚನೆಯನ್ನೇ ತಳ್ಳಿ ಹಾಕುತ್ತಾನೆ. ಅಷ್ಟೇಕೆ ಯಾರನ್ನೂ ಮನೆಗೆ ಆಮಂತ್ರಿಸಲು ಅವನ ಬಳಿ ಆಕ್ಷೇಪ ಇದ್ದೇ ಇದೆ. ಇನ್ನವನು ತಯಾರಾಗಿ ತಾನೂ ಒಬ್ಬ ಅತಿಥಿಯಂತೆ ಸ್ಟೂಡಿಯೋದಿಂದ ಹೊರ ಬರುವುದು ಸಂಜೆ ನಾಲ್ಕು ಘಂಟೆಗೇ.

"ಯಾಕಾದರೂ ಈ ಪಾರ್ಟಿಗಳನ್ನು ಆಯೋಜಿಸಬೇಕು? ಸ್ನೇಹಿತರು– ಸ್ನೇಹಿತರು ಅಂತ ಎಷ್ಟೇ ಮೇಲೆ ಕೊಂಡಾಡಿದರೂ ಒಬ್ಬರಿಗೊಬ್ಬರು ನೆಲಕಚ್ಚಿಸುವುದಕ್ಕೇ ಕಾಯ್ದುಕೊಂಡಿರುತ್ತಾರೆ. ಕುಡಿದ ಮತ್ತಿನಲ್ಲಿ ಮನಸ್ತಾಪ ಮಾಡಿಕೊಳ್ಳದೇ ಹೊರ ಹೋದ ಒಂದೇ ಪಾರ್ಟಿಯಾದರೂ ನಿನಗೆ ನೆನಪಿದೆಯೇನು? ಈ ಇಸ್ತ್ರಿ ಸೂಟು ಹಾಕಿಕೊಂಡ ಹಾಗೆಯೇ ನಾವೂ ಅವರ ಮುಂದೆ ನಾಟಕ ಮಾಡಲು ಶುರು ಮಾಡಿಬಿಡುತ್ತೇವೆ. ಎಂಥದೇ

ಅಪ್ಪಂತ ಪಾರ್ಟಿಯ ಸಡಗರವನ್ನೂ ನೂಕಿ ಬೇಕಾದರೆ ಸೋಫಾದ ಮೇಲೆ ಮೌನವಾಗಿ ನಿನ್ನ ಹೆಗಲಿಗೊರಗಿಕೊಂಡು ಕೂಡುವ ಸಂಜೆಯನ್ನು ಆಯ್ದುಕೊಳ್ಳುತ್ತೇನೆ" ಎಂದು ಆ ಉಳಿದೊಂದು ಸಿಗರೇಟು ಹಂಚಿಕೊಳ್ಳುತ್ತ ಇವತ್ತು ರಾತ್ರಿಯೂ ಅವರೆಲ್ಲ ತೆರಳಿದ ಮೇಲೆ ರಾವ್ ಇನಿದನಿಯಲ್ಲಿ ಉಸುರಿ ನನ್ನ ತುಟಿಗಳಿಗೆ ಮುತ್ತಿಡಲಿದ್ದಾನೆ.

ಆದರೆ ಅದೆಲ್ಲ ಆಮೇಲೆ. ಈ ಸಾಮ್ರಾಜ್ಯ ನಡೆಸುವುದೆಂದರೇನು ಸುಮ್ಮನೆಯೇ? ಸ್ಟೂಡಿಯೋದಲ್ಲಿ ದಿನವಿಡೀ ಬಾಗಿಲು ಹಾಕಿಕೊಂಡು ಜನರ ಸಹವಾಸವಿಲ್ಲದೇ ಬಣ್ಣ ಕಲೆಸುತ್ತ, ಕ್ಯಾನ್ವಾಸಿನ ಮೇಲೆ ಹರಡುತ್ತ ಕುಳಿತು ಬಿಟ್ಟರೆ ಇಲ್ಲಿನ ಜಂಬರ ನಡೆಯುವುದು ಹೇಗೆ? ಆಗಾಗ ಒಂದಿಷ್ಟು ಕಲಾವಿದ ಸ್ನೇಹಿತರನ್ನೂ, ಆರ್ಟ್ ಡೀಲರುಗಳನ್ನೂ, ಕಮಿಷನ್ ಮ್ಯಾನೇಜರುಗಳನ್ನೂ ಕರೆದು ಔತಣ ಏರ್ಪಡಿಸದೇ ಇದ್ದರೆ ಈ ಸೋಷಿಯಲ್ ಸರ್ಕಲ್‌ನಲ್ಲಿ ಒಳಗೊಳ್ಳುವುದು ಹೇಗೆ? ಈ ಕೌಶಲ ನಿರ್ವಹಣೆಗಳೆಲ್ಲ ತಾನು ಕ್ಯಾನ್ವಾಸಿನ ಮೇಲೆ ಮೂಡಿಸುವ ಕಲೆಯಷ್ಟೇ ಮುಖ್ಯ ಎಂಬ ಸತ್ಯ ರಾವ್‌ನಿಗೇನು ಗೊತ್ತಿಲ್ಲದ್ದೇ? ಎಂಬೆಲ್ಲ ಪ್ರಶ್ನೆಗಳ ಹಿನ್ನೆಲೆಯಲ್ಲಿಯೇ ಜಾಸ್ಮಿನ್ ಫ್ಲೋರಿಸ್ಟ್ಸ್ ಎಂಬ ಹೂವಿನಂಗಡಿಯ ದಾರಿಯನ್ನು ಕಣ್ಮುಂದೆ ತಂದುಕೊಂಡು ಕಾರಿನ ಇಂಜಿನ್ ಶುರು ಮಾಡಿದೆ.

■

ರಾವ್ ಮತ್ತು ನನ್ನ ಸಾಹಚರ್ಯಕ್ಕೆ ಕಳೆದ ಅಕ್ಟೋಬರಿನಲ್ಲಿ ಬರೊಬ್ಬರಿ ಮೂವತ್ತೆರಡು ಶಿಶಿರಗಳು ತುಂಬಿವೆ. ಅವನನ್ನು ನಾನು ಮೊದಲ ಬಾರಿ ಕಂಡಿದ್ದು, ಆತನ ಅಪ್ರತಿಮ ಪ್ರತಿಭೆಗೆ ಮಾರು ಹೋಗಿದ್ದು, ಇವನಲ್ಲದೇ ಇನ್ನ್ಯಾರೊಂದಿಗೂ ಬದುಕಲಾರೆ ಎಂದು ನಿರ್ಧರಿಸಿದ್ದು ಎಲ್ಲವೂ ಮುಂಬೈನಲ್ಲಿ, ಜೆಜೆ ಸ್ಕೂಲ್ ಆಫ್ ಆರ್ಟ್ಸ್‌ನ ಕ್ಯಾಂಪಸ್ಸಿನ ಸ್ವಚ್ಛಂದದಲ್ಲಿ. ಅಲ್ಲಿನ ಎತ್ತರೆತ್ತರ ಯೂಕಲಿಪ್ಟಸ್ ಮರಗಳು, ಗುಂಗು ಹಿಡಿಸುವ ಮೈನಾ ಹಕ್ಕಿಗಳ ಚಿಲಿಪಿಲಿ, ಗೋಡೆಗೆ ಹಬ್ಬಿ ನಿಂತ ಬಳ್ಳಿಗಳು, ಹಸಿರು ಬಣ್ಣದ ಗಂಭೀರ ವಿಶಾಲ ಛಾವಣಿಗಳು, ಕಮಾನು ಕಿಟಕಿಗಳು, ಶಿಲ್ಪಕಲಾ ವಿಭಾಗದ ಮೈಮರೆಸುವ ನಗ್ನ ಪ್ರತಿಮೆಗಳು, ಹಾಸ್ಟೆಲ್ಲಿನ ಕೆಟ್ಟ ಊಟ ಇವೆಲ್ಲ ನಮ್ಮ ಪ್ರೇಮ ಫಲಿಸುವುದಕ್ಕೆ ಹೇಗೆ ಬೇರೆ ಬೇರೆ ರೀತಿಯಲ್ಲಿ ಕಾರಣವಾದವು ಅಂತ ನಾವು ಆಗಾಗ ವಿರಾಮದಲ್ಲಿ ಕೂತು ಹರಟುವುದಿದೆ.

ಚಾರ್‌ಕೋಲ್‌ನಲ್ಲಿ ನವೀನ ಮಾದರಿಯ ಗೆರೆಗಳನ್ನು ಎಳೆಯುತ್ತೇನೆ ಎಂಬ ಒಂದೇ ಕಾರಣಕ್ಕೆ ಜೆಜೆಯಲ್ಲಿ ಬಿ.ಎ ಫೈನ್ ಆರ್ಟ್ಸ್ ಕೋರ್ಸಿಗೆ ಆಯ್ಕೆಯಾಗಿದ್ದೆ. ಪ್ರೊಫೆಸರ್ ವಿಲ್ಸನ್ ಎನ್ನುವವರು ಆಯ್ಕೆಯ ಪ್ರಕ್ರಿಯೆಯಲ್ಲಿ ನನ್ನ ಅರ್ಜಿಯನ್ನು ಎತ್ತಿ ಹಿಡಿದು "ಇಂಥ ಹೊಸ ದೃಷ್ಟಿಯಿರುವವರಿಗೆ ಅವಕಾಶ ಕೊಡಬೇಕು" ಅಂತ ವಾದ ಮಾಡಿದ್ದರಂತೆ. ಆದರೆ ಹಿಡಿದ ಯಾವುದೇ ಕೆಲಸವನ್ನೂ ನಾನು ದಡ ಮುಟ್ಟಿಸುವುದಿಲ್ಲ ಅಂತ ಪಾಪ ವಿಲ್ಸನ್‌ರಿಗೆಲ್ಲಿ ಗೊತ್ತಾಗಬೇಕು? ಆ ನಂತರ ಕ್ಯಾಂಪಸ್ಸಿನಲ್ಲಿ ಹುಡುಗಿಯರ ಪಟಾಲಂ ಕಟ್ಟಿಕೊಂಡು ಪೋಲಿ ತಿರುಗುತ್ತಿದ್ದ ನನ್ನನ್ನು ಕಂಡು ಅವರು ಕೆಂಗಣ್ಣು ಬಿಡುತ್ತಿದ್ದರು.

ನನಗೆ ಈ ಮಹತ್ವಾಕಾಂಕ್ಷೆ ಎಂಬುದರ ವ್ಯಾಖ್ಯಾನವೇ ಅರ್ಥವಾಗುವುದಿಲ್ಲ. ಎಲ್ಲರೂ

ಲೀಡರ್‌ಗಳಾದರೆ ಹಿಂಬಾಲಕರಾಗುವುದು ಯಾರು? ಎಲ್ಲರೂ ಆವಿಷ್ಕಾರಿಗಳೇ ಆದರೆ, ಆ ಆವಿಷ್ಕಾರಗಳನ್ನು ಅನುಭವಿಸುವುದಕ್ಕೊಂದು ಜನ ಬೇಡವೇ? ಎಲ್ಲರೂ ಸಾಧನೆ– ಸಾಧನೆ ಎಂದೇ ಜೀವ ತೇಯಬೇಕೇ? ಆ ಸಾಧನೆಗಳನ್ನು ಪುರಸ್ಕರಿಸುವುದಕ್ಕೇ ಒಂದು ದಂಡು ಬೇಕಲ್ಲವೇ?

ನನಗೆ ಮಾತು ಬೇಕು. ಜನ, ಕಾಡು ಹರಟೆ, ಸುತ್ತಾಟ, ಸಿನಿಮಾ ಎಲ್ಲವೂ ಬೇಕು. ಆರ್ಟ್ ಕಾಲೇಜಿನ ವಿದ್ಯಾರ್ಥಿಗಳೂ, ಪ್ರೊಫೆಸರುಗಳೂ ಇಡೀ ಜಗತ್ತನ್ನೇ ತಲೆಯ ಮೇಲೆ ಹೊತ್ತವರ ಹಾಗೆ ಹೆಂಡತಿ ಸತ್ತ ಮುಖದಲ್ಲಿರುವುದನ್ನು ಕಂಡರೇ ಕಿರಿಕಿರಿಯಾಗುತ್ತಿತ್ತು. ಎಲ್ಲರೂ ತಾನೇ ಮುಂದಿನ ಪಿಕಾಸೋನೋ, ಫ್ರಿಡಾ ಕಾಹ್ಲೋನೋ, ಟ್ಯಾಗೋರೋ ಎಂಬಂತೆ ಗಂಭೀರ ಚಿಂತನೆಯಲ್ಲಿದ್ದಂತೆ ನಟಿಸುವುದು ನೋಡಿದರೆ ಉರಿದು ಬರುತ್ತಿತ್ತು. ಈ ಕೆಟ್ಟ ಮುಸುಡಿಯವರಲ್ಲಿ ಮುಂದಿನ ಟ್ಯಾಗೋರ್ ಅಥವಾ ಪಿಕಾಸೋ ಆಗಿ ಹೊರ ಹೊಮ್ಮುವ ಸಾಧ್ಯತೆ ಕೋಟಿಯಲ್ಲಿ ಒಬ್ಬರಿಗಿಂತ ಕಡಿಮೆ ಎಂದು ನಾವು ಸಮಾನ ಮನಸ್ಕ ಸ್ನೇಹಿತೆಯರು ಮಾತಾಡಿಕೊಂಡು ಮುಸಿ ಮುಸಿ ನಗುತ್ತಿದ್ದೆವು.

ನಾವು ಮೂವರು ಅಂದರೆ ಫೈನ್ ಆರ್ಟ್ಸಿನ ನಾನು, ಶಿಲ್ಪಕಲೆಯ ರಶ್ಮಿ, ಸಿರಮಿಕ್ಸಿನ ಶಾಂಭವಿ ಆ ದಿನಗಳಲ್ಲಿ ಆಡಿದ ಆಟಗಳು ಒಂದೆರಡಲ್ಲ. ಆಗಿನ್ನೂ ಫ್ಯಾಷನ್ನಿನಲ್ಲಿಲ್ಲದ ಫ್ಲಾನಲ್ ಶರ್ಟುಗಳನ್ನು ತೊಟ್ಟು ಬೀಡಿ ಎಳೆಯುತ್ತ ನವರೋಜಿ ರಸ್ತೆಯಲ್ಲಿ ತಿರುಗಾಡುವುದು, ಗೋವರ್ಧನ್ ಬಾರಿನಿಂದ ವಿಸ್ಕಿಯ ಬಾಟಲಿಗಳನ್ನು ತಂದು ಗರ್ಲ್ಸ್ ಹಾಸ್ಟೆಲ್ಲಿನ ಟೆರೇಸಿನ ಮೇಲೆ ಆಹೋರಾತ್ರಿ ಹರಟೆ ಆಯೋಜಿಸುವುದು, ಲೈಫ್ ಸ್ಟಡಿಗೆಂದು ಮಾಡೆಲ್‌ಗಳಾಗಲು ಒಪ್ಪಿಕೊಂಡು ಕಲಾವಿದರು ಅರ್ಧ ಚಿತ್ರ ಮುಗಿಸಿದಾಗ ಉದ್ದಂಡ ಮಲಗಿಬಿಡುವುದು, ನಂತರ ಎದ್ದು ಹೊರಟುಬಿಡುವುದು, ಆಬ್ಜೆಕ್ಟ್ ಡ್ರಾಯಿಂಗ್ ಮಾಡುತ್ತಿದ್ದ ವಿದ್ಯಾರ್ಥಿಗಳು ಊಟಕ್ಕೆದ್ದು ಹೋಗಿದ್ದಾಗ ವಸ್ತುಗಳನ್ನೆಲ್ಲ ಏರು ಪೇರಾಗಿಟ್ಟು ಅವರ ದಿಕ್ಕು ತಪ್ಪಿಸುವುದು, ಕಲಾ ವಿದ್ಯಾರ್ಥಿಗಳು ತತ್ವಶಾಸ್ತ್ರವನ್ನೇಕೆ ಓದಬೇಕು, ತಕ್ಷಣವೇ ಎಲ್ಲರಿಗೂ ತಲೆನೋವು ಬರಿಸುವ ಆರ್ಟ್ ಫಿಲಾಸಫಿ ವಿಷಯವನ್ನು ಸಿಲಬಸ್‌ನಿಂದ ತೆಗೆದುಹಾಕಬೇಕು ಎಂದು ಡೀನ್ ಆಫೀಸಿನ ಮುಂದೆ ಧರಣಿ ಹಮ್ಮಿಕೊಳ್ಳುವುದು... ಒಂದೇ ಎರಡೇ. ಹೇಳ ಹೊರಟರೆ ಅದೇ ಒಂದು ಅಧ್ಯಾಯವಾದೀತು.

ಹೀಗಿರುವಾಗ ಶೀತಲ್ ಎಂಬ ಮೆಟಲ್ ವರ್ಕಿನ ಹುಡುಗಿ ಹಾಸ್ಟೆಲ್ಲಿನ ಮುಂದೆ ನಿಂತು ರಾವ್ ಎಂಬ ಎಂ.ಎ ಫೈನಲ್ ವರ್ಷದ ವಿದ್ಯಾರ್ಥಿಯ ಬಗ್ಗೆ ವರಾತ ಒಪ್ಪಿಸುತ್ತಿದ್ದಳು. "ಅವನು ಜೀನಿಯಸ್ ಆಗಿದ್ದರೆ ಅವರಪ್ಪನ ಮನೆಯಲ್ಲಿ ಇಟ್ಟುಕೊಳ್ಳಲಿ. ಆರು ತಾಸು ಮಾಡೆಲ್ ಆಗಿ ಕೂರಿಸಿಕೊಂಡು, ಒಂಚೂರೂ ಅಲುಗಾಡಬಾರದು, ಕಣ್ರೆಪ್ಪೆಯನ್ನೂ ಬಡಿಯಬಾರದು, ಬಾತ್‌ರೂಮಿಗೂ ಎದ್ದು ಹೋಗಬಾರದೆಂದು ನೂರಾರು ಶರತ್ತು ವಿಧಿಸಿ ಕಡೆಯಲ್ಲಿ ಕ್ಯಾನ್ವಾಸಿನ ಮೇಲೆ ನೋಡಿದಾಗ ಏನು ಬರೆದಿದ್ದ ಗೊತ್ತೇನು? ಒಂದಿಷ್ಟು ತಲೆ ಬುಡವಿಲ್ಲದ ಬಣ್ಣಗಳು, ಒಂದಿಷ್ಟು ವಕ್ರ ಗೆರೆಗಳು. ಇದು ನೀನೇ, ಥೇಟು ನೀನೇ ಎಂದು ಪ್ರಶಂಸೆ ಬೇರೆ ಮಾಡಿಕೊಂಡ. ಅಲ್ಲ, ರೇಖೆ ಎಳೆಯಲು ಬರದಿದ್ದರೆ ಕಡೆಯ ಪಕ್ಷ ಪ್ರಯತ್ನವನ್ನಾದರೂ

ಪಡಬೇಕು. ಎಲ್ಲೋ ಒಂದು ಕೋನದಲ್ಲಿ ನನ್ನ ಹಾಗೆ ಕಂಡಿದ್ದರೂ ಸಾಕಿತ್ತು. ಈ ತಲೆಕೆಟ್ಟ ಪ್ರೊಫೆಸರುಗಳು, ಒಂದೆರಡು ಲಡಕಾಸಿ ಪತ್ರಿಕೆಗಳು ಇವನನ್ನು ಹೊಗಳಿ ಅಟ್ಟಕ್ಕೇರಿಸಿಬಿಟ್ಟಿವೆ. ಇವತ್ತು ಕಂಡೆನಲ್ಲ ಇವನ ಯೋಗ್ಯತೆಯನ್ನು..." ಎಂದು ಬಾಯಿಗೆ ಬಂದಂತೆ ತರಾಟೆಗೆ ತೆಗೆದುಕೊಳ್ಳುತ್ತಿದ್ದಳು.

ಎಂ.ಎ ಕೊನೆಯ ವರ್ಷದಲ್ಲಿ ರಾವ್ ಎಂಬ ವಿದ್ಯಾರ್ಥಿಯಿರುವುದು ಗೊತ್ತಿತ್ತು. ಅವನನ್ನು ಜೀನಿಯಸ್ ಎಂದು ಎಲ್ಲರೂ ಬಾಯಿ ತುಂಬ ಹೊಗಳುವುದೂ ಗೊತ್ತಿತ್ತು. ಇವರಿಗೇನು ತಲೆ ಕೆಳಗಾಗಿ ಎರಡು ಸಲ ನಡೆದುಬಿಟ್ಟರೂ ಅತ್ಯದ್ಭುತ ಎಂದು ಚಪ್ಪಾಳೆ ತಟ್ಟಿ ಬಿಡುತ್ತಾರೆ ಅಂತ ನಾನೇ ಉದಾಸೀನ ಮಾಡಿದ್ದೆ. ಆದರೆ ಶೀತಲ್‌ಳಿಂದ ಹೀಗೆ ವಾಚಾಮಗೋಚರವಾಗಿ ಬೈಸಿಕೊಳ್ಳುತ್ತಿರುವ ಆ ಪೇಂಟಿಂಗನ್ನು ಒಮ್ಮೆ ನೋಡಬೇಕಲ್ಲ ಅಂತ ಇಚ್ಛೆಯಾಯಿತು. ರಶ್ಮಿ ಮತ್ತು ಶಾಂಭವಿ, "ಆ ಲೂಸ್‌ನ ಕೋಣೆಗೆ ನಾವಂತೂ ಬರುವುದಿಲ್ಲ" ಅಂತ ಜಾರಿಕೊಂಡುಬಿಟ್ಟರು.

ರಾವ್‌ನನ್ನು ನಾನು ಒಮ್ಮೆಯೂ ನೋಡಿರಲಿಲ್ಲ. ಹಾಗೆಲ್ಲ ಅವನು ಹೊರಗೆ ಬಂದರಲ್ಲವೇ? ಯಾವ ಫೆಸ್ಟ್, ಕಲಾಮೇಳಗಳಲ್ಲೂ ಮುಂಚೂಣಿಯಲ್ಲಿ ನಿಂತ ನೆನಪಿರಲಿಲ್ಲ ಅವನದು. ಬಿ.ಎ ಓದುತ್ತಿದ್ದಾಗಿನಿಂದಲೇ ನಾಲ್ಕಾರು ಫೆಲೋಶಿಪ್‌ಗಳು ಅವನನ್ನು ಅರಿಸಿಕೊಂಡು ಬಂದಿದ್ದವಂತೆ. ಎಂ.ಎ ಮುಗಿದಿದ್ದೇ ಅವನನ್ನು ತಮ್ಮ ಕ್ಯಾಂಪಸ್ಸಿಗೆ ಕರೆಸಿಕೊಳ್ಳಲು ಅಮೆರಿಕಾ, ಇಂಗ್ಲಾಂಡು, ಫ್ರಾನ್ಸಿನ ಪ್ರತಿಷ್ಠಿತ ವಿಶ್ವವಿದ್ಯಾಲಯಗಳು ತುದಿಗಾಲಲ್ಲಿ ನಿಂತಿವೆಯಂತೆ. ಸ್ವಲ್ಪ ವಿಚಾರಿಸಿದಾಗ ಹಾಸ್ಟೆಲ್ಲಿನಲ್ಲಿ ಏಕಾಂತ ಸಿಗದ ಕಾರಣ ಚಿಕ್ಕ ಸ್ಟೂಡಿಯೋ ಒಂದರಲ್ಲಿ ಬಾಡಿಗೆಗಿದ್ದಾನೆ ಎಂದು ತಿಳಿದು ಬಂತು. ಶೀತಲ್ ಹತ್ತಿರ ಪಾರೆಲ್‌ನಲ್ಲಿರುವ ಅವನ ಸ್ಟೂಡಿಯೋದ ವಿಳಾಸ ತೆಗೆದುಕೊಂಡು ಹೊರಟೆ.

ಬಾಗಿಲು ಬಡಿಯಲು ಶುರು ಮಾಡಿ ಎಂಟು ನಿಮಿಷಗಳ ನಂತರ ಕೊಕ್ಕರೆಯಂಥ ಹುಡುಗನೊಬ್ಬ ಕದ ತೆರೆದ. ಹುಬ್ಬಿನ ಚಲನೆಯಲ್ಲೇ ಏನು ಎಂಬಂತೆ ಕೇಳಿದ. "ನಾನು ಶೀತಲ್‌ಳ ಸ್ನೇಹಿತೆ. ನಿಮಗೆ ಅಭ್ಯಂತರವಿಲ್ಲದಿದ್ದರೆ ಆ ಪೇಂಟಿಂಗನ್ನು ಒಮ್ಮೆ ನೋಡಬೇಕಲ್ಲ" ಎಂದೆ. ಹುಬ್ಬಿನಲ್ಲೇ ಬೇಕಿದ್ದರೆ ಒಳಬರಬಹುದು ಎಂಬ ಸಂದೇಶ ರವಾನಿಸಿ ಮರಳಿ ತನ್ನ ಕುರ್ಚಿಯ ಮೇಲೆ ಎರಡೂ ಕೈಗಳನ್ನು ತಲೆಯ ಹಿಂದೆ ಕಟ್ಟಿಕೊಂಡು ಕಣ್ಮುಚ್ಚಿ ಕುಳಿತುಕೊಂಡ. ಸಿಗರೇಟಿನ ಹೊಗೆಯ ದಟ್ಟ ಮೋಡ ತುಂಬಿದ್ದರೂ ಕೋಣೆ ಹೊಚ್ಚಗಿತ್ತು.

ಒಳಗಡಿಯಿಡುತ್ತಲೇ ಬೆರಗಾಗಿ ಹೋದೆ. ಮುಂಬೈನ ಯಾವ ಮ್ಯೂಸಿಯಂನಲ್ಲೂ ಕಾಣದಷ್ಟು ತರಹೇವಾರಿ ಪೇಂಟಿಂಗುಗಳು ಒತ್ತೊತ್ತಾಗಿ ಜೋಡಿಸಲ್ಪಟ್ಟಿದ್ದವು. ಆಗಿನ್ನೂ ಅಬ್ಸ್ಟ್ರಾಕ್ಟ್, ಮಾಡರ್ನ್ ಆರ್ಟ್ ಕಾಲ ಮುಗಿದು ಕಂಟೆಂಪೊರರಿ ಆರ್ಟ್ ಮಾಧ್ಯಮವನ್ನು ಕಲಾವಿದರೆಲ್ಲ ಅಪ್ಪಿಕೊಳ್ಳಲು ಶುರುಮಾಡಿದ್ದ ಕಾಲ. ಐವತ್ತರ ದಶಕದಲ್ಲಿ ಹುಸೇನ್, ಸೌಜಾ, ಆರಾ ಮುಂತಾದವರು ಶುರುಮಾಡಿದ್ದ ಪ್ರೊಗ್ರೆಸ್ಸಿವ್ ಆರ್ಟಿಸ್ಟ್ಸ್ ಗ್ರೂಪ್‌ನ ಪ್ರಭಾವದಿಂದ ಹೊರಬಂದು ಭಾರತೀಯ ಕಲೆಯ ಹೊಸ ಅಸ್ಮಿತೆಯನ್ನು ಕಲಾವಿದರೆಲ್ಲ ಹುರಿಗೊಳಿಸುತ್ತಿದ್ದ ಯುಗವದು. "ದೇಶಕ್ಕೆ ಸ್ವಾತಂತ್ರ್ಯ ಸಿಕ್ಕು ನಲವತ್ತೈದು ವರ್ಷಗಳೇ ಕಳೆದಿವೆ. ಇನ್ನೂ

ಸ್ವಾತಂತ್ರ್ಯಪೂರ್ವದ ಇಂಪೀರಿಯಲ್ ಕಲ್ಪನೆಯನ್ನೇ ರುಬ್ಬುತ್ತ ಕುಳಿತಿದ್ದೀರಲ್ಲ" ಎನ್ನುತ್ತ ಕ್ಯಾಂಪಸ್ಸಿನ ಕ್ರಾಂತಿಕಾರಿಗಳೆಲ್ಲ ಮೇಜು ಕುಟ್ಟಲು ಶುರುವಿಟ್ಟ ಸಮಯ.

ಆದರೆ ಮಾತನಾಡಿದಷ್ಟು ಸುಲಭವೇ ಕಲೆಯಲ್ಲಿ ಹೊಸ ಅಲೆಗಳನ್ನು ಹುಟ್ಟುಹಾಕುವುದು? ಮೊದಲ ಅಲೆಯಲ್ಲಿ ಹುಸೇನ್, ಗಾಡೆ; ನಂತರ ಮನಿಶಿ ಡೇ, ಅಕ್ಬರ್ ಪದ್ಮಸಿ; ಆ ನಂತರ ಗಾಯ್‌ತೊಂಡೆ, ಖನ್ನಾ, ಭಾನು ಹೆಸರುಗಳ ಮುಂದಿನ ಯಾದಿಯನ್ನು ಪೂರ್ಣಗೊಳಿಸಲು ಸ್ವತಃ ಕಲಾಶಾಲೆಯ ಅಧ್ಯಾಪಕರೇ ಬೆಬ್ಬೆಬ್ಬೆ ಎನ್ನುತ್ತಿದ್ದರು. ಹಾಡಿದ್ದನ್ನೇ ಹಾಡು ಕಿಸುಬಾಯಿ ದಾಸ ಎನ್ನುವ ಹಾಗೆ ಹುಸೇನ್ ಕುದುರೆಗಳಲ್ಲಿ ಮೂಡಿಸಿದ್ದನ್ನೇ ನಾವು ಆನೆಗಳಲ್ಲಿ ಮೂಡಿಸುತ್ತೇವೆ ಎಂದು ಹೊರಟವರೇ ಹೆಚ್ಚು. ತಮ್ಮ ಪ್ರತಿಭೆಯನ್ನೆಲ್ಲ ಧಾರೆಯೆರೆದು ಫೋಟೋಗ್ರಾಫ್‌ಗಳನ್ನೇ ಕ್ಯಾನ್‌ವಾಸಿನ ಮೇಲೆ ಯಥಾವತ್ತಾಗಿ ನಕಲಿ ಮಾಡಿದಂಥ ತಕ್ಷಣದ ಚಮತ್ಕಾರಗಳಿಗೇ ಉತ್ಸಾಹಿ ಕಲಾವಿದರೆಲ್ಲ ಮಾರುಹೋಗುತ್ತಿದ್ದುದನ್ನು ನೋಡಲೇ ಹಿಂಸೆಯಾಗುತ್ತಿತ್ತು.

ಆದರೆ ಅಂದು ರಾವ್‌ನ ಕೋಣೆಯಲ್ಲಿ ಬೇರೆಯದೇ ಲೋಕವನ್ನು ಕಂಡೆ. ನಾಲ್ಕು ಬೈ ಆರರ ಸಣ್ಣ ಶೀಟುಗಳಿಂದ ಶುರುವಾಗಿ ಅರ್ಧಗೋಡೆಯನ್ನೇ ಮುಚ್ಚುತ್ತಿದ್ದ ಆಬ್‌ಲಾಂಗ್ ಕ್ಯಾನ್ವಾಸುಗಳ ತನಕ ವಿವಿಧ ಗಾತ್ರಗಳ ಕಲಾಕೃತಿಗಳು ಈ 14*14 ಚದರಡಿಯ ರೂಮಿನಲ್ಲಿ ಕಿಕ್ಕಿರಿದಿದ್ದವು. ಪೆನ್ಸಿಲ್, ಚಾರ್‌ಕೋಲ್, ಅಕ್ರಿಲಿಕ್, ಆಯಿಲ್‌ಗಳಲ್ಲಿ ಪೋರ್ಟ್ರೈಟ್, ಲ್ಯಾಂಡ್‌ಸ್ಕೇಪ್, ಸ್ಟಿಲ್ ಲೈಫ್, ಸ್ಕೆಚ್ಚುಗಳು ಅರಳಿ ನಿಂತಿದ್ದವು. ಅಲ್ಲಲ್ಲಿ ಬಸ್ ಟಿಕೆಟ್ಟುಗಳ ಹಿಂಬದಿಯ ಖಾಲಿ ಜಾಗದಲ್ಲಿ, ರಸೀದಿಗಳ ಮೇಲೆ, ಹೊಟೇಲಿನ ಕಾಗದದ ನ್ಯಾಪ್‌ಕಿನ್ನುಗಳ ಮೇಲೂ ಗೆರೆಗಳು ಮೂಡಿದ್ದವು. ಎಲ್ಲ ಚಿತ್ರಗಳ ಒಳಗೂ ಯಾರಿಗೂ ಪ್ರದರ್ಶನ ಮಾಡಬೇಕಿಲ್ಲದ ನಿರಾಡಂಬರವಿತ್ತು. ಕೆಲವು ಪೇಂಟಿಂಗುಗಳು ಮುಗಿಸಲೇಬೇಕೆಂಬ ಧಾವಂತವಿಲ್ಲದ ಅಪೂರ್ಣತೆಯಲ್ಲಿಯೇ ಚೆಲುವಾಗಿದ್ದವು. ಅಸ್ತವ್ಯಸ್ತವಾಗಿ, ಒತ್ತೊತ್ತಾಗಿ ಇರಿಸಿದ್ದರೂ ಒಟ್ಟಂದದಲ್ಲಿ ಅಪೂರ್ವ ಪ್ರತಿಭೆಯೊಂದರ ಒಳಗನ್ನು ಅತಿ ಹತ್ತಿರದಿಂದ ಕಂಡಂತಾಗುತ್ತಿತ್ತು.

ಮತ್ತಲ್ಲಿ ಮೂಡಿದ್ದ ಪೇಂಟಿಂಗುಗಳು! ಈಗ ಕಂಟೆಂಪರರಿ ನೂವೋ ಎಂಬ ಕಲಾ ಪ್ರಕಾರವನ್ನು ಜಗತ್ತಿಗೆ ಪರಿಚಯಿಸಿದವರ ಸಾಲಿನಲ್ಲಿ ರಾವ್‌ನ ಹೆಸರನ್ನೂ ಕಲಾ ವಿಮರ್ಶಕರು ಸೇರಿಸುತ್ತಾರೆ. ಆದರೆ ಆಗಿನ್ನೂ ಈ ಕಲಾಭಿವ್ಯಕ್ತಿಗೆ ಒಂದು ಹೆಸರಿರಲಿಲ್ಲ. ನನಗಂತೂ ಆ ಕ್ಷಣ ಜಗತ್ತಿನ ಎಂಟನೆಯ ಅದ್ಭುತವನ್ನು ಕಂಡಂತಾಯಿತು. ಬ್ರಶ್ಶಿನ ಸ್ಟ್ರೋಕುಗಳಲ್ಲಿ, ಬಣ್ಣಗಳ ಆಯ್ಕೆಯಲ್ಲಿ ಹತ್ತೊಂಬತ್ತನೆಯ ಶತಮಾನದ ಆರ್ಟ್ ನೂವೋ ಪ್ರಕಾರವನ್ನು ನೆನಪಿಗೆ ತಂದರೂ ಅದಕ್ಕೆ ವಿರುದ್ಧ ದಿಕ್ಕಿನಲ್ಲಿದ್ದ ಬರೋಕ್, ರೊಕೊಕೊಗಳ ಧಾತುಗಳನ್ನೂ ಕಂಟೆಂಪರರಿ ಶೈಲಿಯಲ್ಲಿ ರಾವ್ ಘನವಾಗಿ ನಿರ್ವಹಿಸಿದ್ದ. ಅವನ ಸ್ವಂತ ಪೇಂಟಿಂಗುಗಳಲ್ಲದೇ ಜಗತ್ತಿನ ಪ್ರಸಿದ್ಧ ಪೇಂಟಿಂಗುಗಳ ಸ್ಟಡಿಗಳೂ ಅಲ್ಲಿದ್ದವು. ಗುಸ್ತಾವೋ ಕ್ಲಿಮ್ಟನ ದ ಕಿಸ್ ಪ್ರತಿಯನ್ನೊಮ್ಮೆ ಸಿರುಕಿಸಿದೆ. ಅಲ್ಲಿ ಕ್ಲಿಮ್ಟನ ಹಳದಿ ನಿಲುವಂಗಿ ತೊಟ್ಟ ಆ ಗಂಡಸಿರಲಿಲ್ಲ, ಮಂಡಿಯೂರಿ ಕೆನ್ನೆ ಅರ್ಪಿಸಿರುವ ಆ ಹೆಣ್ಣೂ ಇರಲಿಲ್ಲ. ಕಪ್ಪು ಚೌಕಗಳು, ಬಣ್ಣದ ಚಕ್ರಗಳು ಯಾವುವೂ ಅಲ್ಲಿರಲಿಲ್ಲ. ಆದರೂ ಆ ಪೇಂಟಿಂಗನ್ನು ನೋಡಿದಾಗ

ಇದು ದ ಕಿಸ್‌ನದ್ದೇ ಸ್ಟಡಿ ಎಂಬುದು ಹೊಳೆದು ಬಿಡುತ್ತಿತ್ತು. ರಾಜಾ ರವಿವರ್ಮನಿಂದ ಹಿಡಿದು ಹಂಡರ್‌ವಾಟ್ಸರ್, ಮೀರೋ, ವಿಂಚಿ, ಡಾಲಿ, ಕಾರವಾಜಿಯೊ ಮುಂತಾದ ಹತ್ತಾರು ಕಲಾವಿದರ ಸ್ಟಡಿಗಳು ಇದೇ ಮಾದರಿಯಲ್ಲಿದ್ದವು.

ಮತ್ತು ಕೊನೆಯಲ್ಲಿ ಅವನ ಈಜಲ್ ಮೇಲೆ ಅಂದೇ ಬಿಡಿಸಿದ ಶೀತಲ್‌ಳ ಚಿತ್ರವಿತ್ತು. ಶೀತಲ್ ಅಂದರೆ ಅವಳ ಬಾಹ್ಯಕ್ಕೆ ಸೇರಿದ ಒಂದು ಗೆರೆಯೂ ಕ್ಯಾನ್ವಾಸಿನ ಮೇಲಿರಲಿಲ್ಲ. ಆದರೆ ಅದು ಅವಳೇ ಎಂದು ಆಕೆಯನ್ನು ಒಂದು ಬಾರಿ ಕಂಡವರಿಗೂ ಗೊತ್ತಾಗುವಂತಿತ್ತು. ಅಲ್ಲಿ ಹಾಸ್ಟೆಲ್ಲಿನ ಗೇಟಿನಲ್ಲಿ ನಿಂತು ದೊಡ್ಡ ಬಾಯಲ್ಲಿ ರಾವ್‌ನನ್ನು ಬೈಯ್ಯುತ್ತ ನಿಂತ ಶೀತಲ್ ಇದ್ದಳು, ರಾತ್ರಿ ನಿದ್ದೆಯಲ್ಲಿ ಎಡಗಾಲನ್ನು ಮಾತ್ರ ಆಗಾಗ ಅದುರಿಸುತ್ತಿದ್ದ ಶೀತಲ್ ಇದ್ದಳು, ಆಕಳಿಕೆಯನ್ನು ಬಾಯೊಳಗೇ ನುಂಗಿಕೊಂಡು ತನಗರಿವಿಲ್ಲದೇ ಬಲಗಿವಿಯನ್ನು ಎಳೆದುಕೊಳ್ಳುತ್ತಿದ್ದ ಶೀತಲ್ ಇದ್ದಳು. ಅವಳ ಕಿರುಬೆರಳಿನ ಡೊಂಕು, ಹುಬ್ಬಿನ ಚೂಪು, ಬಲಬದಿಯ ಕಣ್ಣಿ ಪಾಪೆಯೊಳಗೆ ಇರುವ ಎಳ್ಳಿನಂಥ ಪುಟ್ಟ ಕಂದು ಮಚ್ಚೆ, ನಕ್ಕಾಗ ಚೂರೇ ಮುಂದಕ್ಕೆ ಬಾಗುವ ಅವಳ ಗದ್ದ... ಎಲ್ಲವೂ ಇತ್ತು ಅಲ್ಲಿ. ಕುಂಚದ ಎಳೆಗಳಲ್ಲೇ, ಬಣ್ಣಗಳ ವಿನ್ಯಾಸದಲ್ಲೇ ಈ ಚಿತ್ರ ತನ್ನ ಅಂತರಂಗದಲ್ಲಿ ಶೀತಲ್‌ಳ ಆತ್ಮವನ್ನು ಹಿಡಿದಿಟ್ಟುಕೊಂಡಿತ್ತು.

ಒಳ್ಳೆಯ ಸಾಹಿತ್ಯ, ಒಳ್ಳೆಯ ಸಂಗೀತ, ಒಳ್ಳೆಯ ಚಿತ್ರಕಲೆಗಳು ಒಳ್ಳೆಯ ಸೆಕ್ಸ್‌ಗಿಂತ ಬೇರೆಯ ಅನುಭವವನ್ನು ನೀಡುವುದಿಲ್ಲ ಎಂಬ ಒಂದು ಮಾತಿದೆಯಲ್ಲ. ಅದರ ಪ್ರತ್ಯಕ್ಷದರ್ಶನವಾದದ್ದು ಅಂದೇ ನನಗೆ. ನಾನು ಹಾಗೆಲ್ಲ ಸಾಮಾನ್ಯವಾಗಿ ಅಳುವುದಿಲ್ಲ. ಆದರೆ ಅಂದು ಕಣ್ಣು ಕೆಂಪಗಾಗಿತ್ತು, ಪರವಶತೆಯಲ್ಲಿ ಮೈ- ಮನಸ್ಸು ನಖಶಿಖಾಂತ ಕಂಪಿಸುತ್ತಿತ್ತು. ರಾವ್‌ನತ್ತ ತಿರುಗಿದೆ. ಮೊದಲಿನದೇ ಭಂಗಿಯಲ್ಲಿ ಕುಳಿತು ಅವನು ನನ್ನನ್ನೇ ನೋಡುತ್ತಿದ್ದ. ಆ ಕ್ಷಣ ಗಹನವಾದುದ್ದೇನನ್ನೋ ಅದೊಂದೇ ದೃಷ್ಟಿಯಲ್ಲಿ ಹಂಚಿಕೊಂಡೆವು. ತೇಲಿದಂತೆ ನಡೆದುಹೋಗಿ ಅವನ ತುಟಿಗಳಿಗೆ ಮುತ್ತಿಟ್ಟೆ. ಅಪರಿಚಿತಳೊಬ್ಬಳ ಹಠಾತ್ ಮುತ್ತಿನ ದಾಳಿಗೆ ಬೇರೆಯವರಾಗಿದ್ದರೆ ಹಿಂದೆಗೆಯುತ್ತಿದ್ದರೇನೋ, ಕಡೆಯ ಪಕ್ಷ ಆಘಾತ ಮುಚ್ಚಿಡಲು ಹೋಗಿ ಪೆದ್ದು ಪೆದ್ದಾಗಿ ನಟಿಸುತ್ತಿದ್ದರೇನೋ. ಆದರೆ ರಾವ್ ಹಾಗೇನೂ ಮಾಡಲಿಲ್ಲ. ಇದೊಂದು ವಿರೋಧಾಭಾಸವೇ ಅಲ್ಲ ಎನ್ನುವ ಹಾಗೆ ತಾನೂ ಮೃದುವಾಗಿ ಮುತ್ತಿಟ್ಟ, ಮೆಲುವಾಗಿ ನನ್ನನ್ನೆತ್ತಿ ತನ್ನ ತೊಡೆಯ ಮೇಲೆ ಕೂರಿಸಿಕೊಂಡ. ಅಂದು ನಾವು ಬಾಗಿಲನ್ನೂ ಹಾಕಿರಲಿಲ್ಲ. ಸಾವಿರಾರು ಕ್ಯಾನ್ವಾಸುಗಳ ಸಮ್ಮುಖದಲ್ಲಿ, ಧೂಪ ತುಂಬಿದ ಆ ಕೋಣೆಯಲ್ಲಿ, ಮುಂಬೈನ ಬಿರುಬಿಸಿಲಿನ ಆ ಮಧ್ಯಾಹ್ನ ನಾವಿಬ್ಬರೂ ಏರಿಳಿಯುತ್ತ ಒಂದಾದೆವು. ಹೆಸರು ಹೇಳಬೇಕಾದ ಜರೂರೇ ಕಾಣದೇ ದೇಹ ತೆರೆಯಬೇಕು ಎಂಬಂಥ ಉತ್ಕಟ ಅನುಭವವಾದದ್ದು ನನಗೆ ಅದೇ ಮೊದಲು.

ಅದೇ ಕೊನೆ. ಇನ್ನೆಂದೂ ನಾನು ಬ್ರಶ್ ಹಿಡಿದಿಲ್ಲ. "ನೀವೂ ಪೇಂಟರ್ ತಾನೇ? ನಿಮ್ಮ ಗಂಡನ ಸಾಧನೆಗಾಗಿ ನಿಮ್ಮ ಕನಸುಗಳನ್ನೇ ಬಲಿಕೊಟ್ಟಿರಲ್ಲ" ಅಂತ ಯಾರಾದರೂ ಅಂದರೆ ನನಗೆ ಕಡುಕೋಪ ಬರುತ್ತದೆ. ಇವರು ಇದ್ದಿಲಿಗೂ, ವಜ್ರಕ್ಕೂ ವ್ಯತ್ಯಾಸ ತಿಳಿಯದವರು. ವಜ್ರ ಶ್ರೇಷ್ಠ, ಇದ್ದಿಲು ಕನಿಷ್ಟ ಅಂತ ವ್ಯಾಖ್ಯಾನಿಸುವವರನ್ನು ಕಂಡರೂ ನನಗೆ ಉರಿದು ಬರುತ್ತದೆ.

ಯಾವುದರ ಬೆಲೆ ಏನೆಂದು ನಿಗದಿ ಮಾಡಿದ್ದು ಯಾರು? ವಜ್ರವನ್ನು ಒಲೆಯಲ್ಲಿ ತುಂಬಿ ಬೆಂಕಿ ಹೊತ್ತಿಸಲಾದೀತೇ? ಅಲಂಕಾರಕ್ಕಲ್ಲದೇ ವಜ್ರದಿಂದ ಇನ್ನೊಂದು ಲಾಭವಿದೆಯೇ?

ಈಗ ನನ್ನ ಗಂಡನನ್ನೇ ತೆಗೆದುಕೊಳ್ಳಿ. ಏಳಕ್ಕೆ ಎಂಟು ಸೇರಿಸಿದರೆ ಎಷ್ಟಾಗುತ್ತದೆ ಎಂದು ತಟ್ಟನೆ ಕೇಳಿದರೆ ತಲೆ ಕೊಡವಿಕೊಳ್ಳುತ್ತ, ಕಣ್ಣು ಪಿಳಿಗುಡಿಸುತ್ತ ಉತ್ತರಿಸಲು ಅವನು ಕನಿಷ್ಠ ಮೂವತ್ತು ಸೆಕೆಂಡು ತೆಗೆದುಕೊಳ್ಳುತ್ತಾನೆ. ಹತ್ತು ಮಿಲಿಯನ್‌ನಲ್ಲಿ ಎಷ್ಟು ಸೊನ್ನೆಗಳಿವೆ ಎಂದು ಕೇಳಿದರೆ ಅದನ್ನು ಬರೆದು ನೋಡದೇ ಇಂದಿಗೂ ಅವನಿಗೆ ಹೇಳಲು ಬರುವುದಿಲ್ಲ. ಆದರೆ ಅವನ ನಾಲ್ಕಾರು ಪೇಂಟಿಂಗುಗಳು ಅಷ್ಟೇ ಬೆಲೆಗೆ ಮಾರಾಟವಾಗಿವೆ.

ಟೆಲಿಫೋನ್ ಎಕ್ಸ್‌ಚೇಂಜಿಗೆ ಕರೆ ಮಾಡಿ ಐನ್‌ಸ್ಟೈನ್ ತಮ್ಮ ಮನೆಯ ವಿಳಾಸವನ್ನೇ ಕೇಳಿದ್ದರಂತಲ್ಲ, ನಡು ರಸ್ತೆಯಲ್ಲಿ ನಿಲ್ಲಿಸಿ ಬಂದರೆ ಈ ಆಸಾಮಿಯೂ ಹಾಗೆಯೇ ಮಾಡುವವನು. ನಿಂತರೆ ನಿಂತೇ ಬಿಡುವ, ಕುಳಿತರೆ ಶಿಲೆಯಂತೆ ಕುಳಿತೇ ಬಿಡುವ ಈತನಿಗೆ ಕೈಯಲ್ಲಿ ಕಾಫಿಯ ಕಪ್ಪನ್ನು ಹಿಡಿಸಬೇಕು, ಬಿಸಿಯಿದೆ ಹುಶಾರು ಎಂದು ಒಂದಲ್ಲ ಎರಡು ಸಲ ನೆನಪಿಸಬೇಕು. ಮೂರು ಹಗಲು, ಮೂರು ರಾತ್ರಿ ಸ್ಟೂಡಿಯೋದಲ್ಲೇ ಬಾಗಿಲು ಹಾಕಿಕೊಂಡು ಪೇಂಟಿಂಗಿನಲ್ಲಿ ಮುಳುಗಿದರೂ ಅದೊಂದು ವಿಷಯವೇ ಅಲ್ಲ ಎಂಬಂತೆ ಹೆಂಡತಿಯಾದ ನಾನು ಸುಮ್ಮನಿರಬೇಕು. ಯಾವುದಾದರೂ ಇವೆಂಟು ಬುಕ್ ಆದಾಗ ಹಿಂದಿನ ವಾರದಿಂದಲೇ ನಾಲ್ಕಾರು ಬಾರಿ ನೆನಪಿಸಿ ಇಂತಿಷ್ಟು ಹೊತ್ತಿಗೆ, ಇಂಥ ಜಾಗದಲ್ಲಿರುವಂತೆ ನೋಡಿಕೊಳ್ಳಬೇಕು. ಯಾವ ಸೂಟಿಗೆ ಯಾವ ಟೈ ಹೊಂದುತ್ತದೆ, ಯಾವ ಶೂ ತಾಳೆಯಾಗುತ್ತದೆ, ಅದಕ್ಕೆ ಸಾಕ್ಸ್ ಯಾವುದು ಅಂತೆಲ್ಲ ಮೊದಲೇ ತೆಗೆದಿಡಬೇಕು.

ಕಲೆಗೆ ಸಂಬಂಧಿಸಿದ ಕೆಲಸಗಳಿಗೆಲ್ಲ ಮ್ಯಾನೇಜರ್ ಇದ್ದರೂ ಕಾಲಕಾಲಕ್ಕೆ ಅವರನ್ನು ಚಾಟಿ ಹಿಡಿದು ಸಂಭಾಳಿಸಲು ಒಬ್ಬರು ಬೇಕೇ ಬೇಕಾಗುತ್ತದೆ. ಇನ್ನು ನೀರಿನ ಬಿಲ್, ಫೋನಿನ ಬಿಲ್, ಟ್ಯಾಕ್ಸ್ ರಿಟರ್ನ್, ಲಾಂಡ್ರಿ, ಸೋಫಿಯ ಸಂಬಳ, ಲಾನು ನೋಡಿಕೊಳ್ಳುವ ರೋಜರ್‌ನ ಸಂಬಳ, ಮನೆಯ ಪ್ಲಂಬಿಂಗ್ ಅವಾಂತರಗಳು, ಆರ್ಟ್ ಡೀಲರುಗಳ ಜೊತೆಗೆ ಮೀಟಿಂಗು ನಡೆಸಿ ಪೇಂಟಿಂಗ್ ಒಂದಕ್ಕೆ ಸರಿಯಾದ ಬೆಲೆ ನಿಗದಿಪಡಿಸುವುದು, ಅವರು ಬುಲ್‌ಶಿಟ್ ಮಾತನಾಡುತ್ತಿದ್ದರೆ ತಕ್ಷಣ ಅದನ್ನು ಗುರುತಿಸುವುದು, ಆಕ್ಷನ್ ಏರ್ಪಡಿಸುವುದು, ಫ್ಲೈಟ್ ಬುಕ್ ಮಾಡುವುದು, ಫ್ರಾನ್ಸಿನಿಂದ ಆಸಿಡ್-ಫ್ರೀ ಆಯಿಲ್ ಪೇಂಟುಗಳನ್ನು ಆರ್ಡರ್ ಮಾಡುವುದು, ಕ್ಯಾನ್ವಾಸುಗಳಿಗೆ ಪ್ರೈಮರ್ ಹಚ್ಚಿ ಸಿದ್ಧವಾಗಿಡುವುದು, ಲಿವಿಂಗ್‌ರೂಮಿನ ಶಾಂಡಲಿಯರಿನಲ್ಲಿ ಯಾವತ್ತೂ ಪಕಗುಡುವ ಆ ಒಂದು ಬಲ್ಬಿನ ವೈರನ್ನು ಸರಿಪಡಿಸಲು ಇಲೆಕ್ಟ್ರಿಶಿಯನ್‌ನನ್ನು ಕರೆಸುವುದರಿಂದ ಮೊದಲಾಗಿ ಬೇಸ್‌ಮೆಂಟಿನ ಕಾರ್ಪೆಟ್ಟನ್ನು ಕಾಲಕಾಲಕ್ಕೆ ಬದಲಾಯಿಸುವ ಮೇಲ್ವಿಚಾರಣೆಯ ತನಕ, ಈ ವಜ್ರದ ಕಾರ್ಖಾನೆಯನ್ನು ಸಮರ್ಥವಾಗಿ ನಿರ್ವಹಿಸುವುದಕ್ಕೆ ಇದ್ದಿಲಿನ ನಿಗಿನಿಗಿ ಚುರುಕುತನ ಬೇಕೇ ಬೇಕಾಗುತ್ತದೆ.

ಬ್ಲೇಡನ್ನು ಬದಲಾಯಿಸಲು ಮರೆತೆ ಎಂದು ಆರು ತಿಂಗಳು ಮೊಂಡು ರೇಜರಿನಲ್ಲೇ ಗಡ್ಡ ಹೆರೆದುಕೊಳ್ಳುವ ಲೋಕಶೂನ್ಯರ ಹತ್ತಿರ ಇವನ್ನೆಲ್ಲ ವಿವರಿಸುತ್ತ ಕೂರಲಾಗುತ್ತದೆಯೇ?

■

ಅಂದು ಪಾರ್ಟಿಗೆ ಆಮಂತ್ರಿತರೆಲ್ಲರೂ ಬಂದಿದ್ದರೂ ಒಂದು ಬಗೆಯ ಸಪ್ಪೆತನವನ್ನು ಅತಿಥಿಗಳ ವರ್ತನೆಯಲ್ಲಿ ಮೊದಲ ನೋಟದಲ್ಲೇ ಗುರುತಿಸಿದೆ. ವರ್ಷಕ್ಕೆ ನಾಲ್ಕು ತಿಂಗಳು ಊರನ್ನೇ ಮಂಜುಗಟ್ಟಿಸುವ ಈ ನ್ಯೂಜರ್ಸಿಯ ಚಳಿ ಎಂಥವರ ಚೈತನ್ಯವನ್ನೂ ಆವಿಯಾಗಿಸುತ್ತದೆ. ಸಾಲದ್ದಕ್ಕೆ ನಾಲ್ಕೂವರೆಯಾದರೂ ರಾವ್ ಸ್ಟೂಡಿಯೋದಿಂದ ಹೊರಗೇ ಬಂದಿರಲಿಲ್ಲ. ಸೋಫಿಗೆ ವೈನ್ ಸೆಲ್ಲರಿನಿಂದ ಯಾವ ಯಾವ ಬಾಟಲಿಗಳನ್ನು ತೆರೆಯಬೇಕೆಂಬ ಸೂಚನೆ ಕೊಟ್ಟು ರಾವ್‌ನ ಸ್ಟೂಡಿಯೋದತ್ತ ತೆರಳಿದೆ.

ರಾವ್ ಯಾರದ್ದೋ ಹತ್ತಿರ ಫೋನಿನಲ್ಲಿ ಕೂಗಾಡುತ್ತಿದ್ದ. ನಾನು ಬಾಗಿಲು ತಟ್ಟಿದ್ದೇ ಹೊರ ಬಂದ. "ಯಾರದು?" ಕೇಳಿದ್ದಕ್ಕೆ "ನೋ ಒನ್ ಇಂಪಾರ್ಟೆಂಟ್" ಎಂದು ಅಲಕ್ಷ್ಯ ಮಾಡಿದ. ಈ ಚಳಿಗಾಲದಲ್ಲೂ ವಿಚಿತ್ರವಾಗಿ ಬೆವರುತ್ತಿದ್ದ ಅವನ ಹಣೆಯ ಮಣಿಗಳನ್ನು ನನ್ನ ಕೈಲಿದ್ದ ಟಿಶ್ಯೂ ಪೇಪರಿನಲ್ಲಿ ಒರೆಸಿದೆ. ಇವನು ಹೀಗೇ. ಜನರನ್ನು ಕಾಣಬೇಕು, ಅವರೊಡನೆ ಮುಖ ಕೊಟ್ಟು ಮಾತನಾಡಬೇಕು ಎಂದರೆ ಇವನಿಗೆ ಬೆವರೊಡೆಯುತ್ತದೆ. "ಡೋಂಟ್ ವರಿ, ದೇ ವಿಲ್ ಬಿ ಗಾನ್ ಇನ್ ನೋ ಟೈಮ್" ಎಂದು ಕಿವಿಯಲ್ಲಿ ಉಸುರಿ ತೋಳಿನಲ್ಲಿ ತೋಳು ಸೇರಿಸಿ ಅವನನ್ನು ಹೊರ ಕರೆತಂದೆ.

ಶಾಟ್-ಸುಜ್-ವುಲ್ ವೈನ್‌ಗ್ಲಾಸಿನ ಕಿಂಕಿಣಿಯ ಜೊತೆ ವಿವಿಧ ಅತ್ತರುಗಳ ಗಂಧ ಗಾಳಿಯಲ್ಲಿ ಪಸರಿಸಿದ ಹಾಗೆ ಪಾರ್ಟಿ ನಿಧಾನಕ್ಕೆ ಕಳೆಗಟ್ಟತೊಡಗಿತು.

ನ್ಯೂಯಾರ್ಕಿನ ಕಲಾ ವಲಯಗಳಲ್ಲಿ ಯಾವತ್ತೂ ಕೇಳಿ ಬರುವ ಹೆಸರುಗಳಾದ ಫ್ರೇಜರ್ ದಂಪತಿಗಳು, ಗುಪ್ತಾ ದಂಪತಿಗಳು, ಸಹಾಯ್, ರ್‍ಯಾಂಡಿ ಮತ್ತವನ ಸಂಗಾತಿ ಅಶೋಕ್, ಡಾ. ಸರಿತಾ ವೈಸ್‌ಮನ್, ಟ್ರೇಸಿ ರಾಸ್ಟಿನ್‌ಕಾವ್ಸ್ಕಿ ಮುಂತಾದವರಿಂದ ಕೂಡಿದ ಎಂದಿನ ಗುಂಪೇ ಅಂದು ನಮ್ಮ ಫ್ಯಾಮಿಲಿ ರೂಮಿನಲ್ಲಿ ನೆರೆದಿತ್ತು. "ಇಂದಿನ ಆಕರ್ಷಣೆ: ಇನ್-ಡೋರ್ ಕ್ಯಾಂಪ್-ಫೈರ್" ಎಂದು ಗುಪ್ತಾ ಹೇಳಿದೊಡನೆಯೇ ನೆರೆದವರೆಲ್ಲರೂ ಫ್ಯಾಮಿಲಿ ರೂಮಿಗೇ ಅಂಟಿಕೊಂಡಿರುವ ಸನ್-ರೂಮಿಗೆ ವರ್ಗಾವಣೆಯಾದರು. ಈ ಗುಪ್ತಾ ರಾವ್‌ನ ನ್ಯೂಯಾರ್ಕ್ ಫೌಂಡೇಶನ್ ಫಾರ್ ಆರ್ಟ್ಸ್‌ನ ರೆಸಿಡೆನ್ಸಿ ದಿನಗಳ ಸ್ನೇಹಿತ. ರಾವ್ ಮತ್ತು ಗುಪ್ತಾ ಇಬ್ಬರನ್ನೂ ಈ ಸಂಸ್ಥೆ ಭಾರತದಿಂದ ಒಂದೇ ಸಮಯಕ್ಕೆ ಕರೆಸಿಕೊಂಡಿತ್ತು.

ಹೊರಗಡೆ ಹಿಂದಿನ ದಿನವೇ ಬಿದ್ದ ಡಿಸೆಂಬರ್ ತಿಂಗಳ ಒಂದೂವರೆ ಫೂಟೆತ್ತರದ ಸ್ನೋ ಇದ್ದರೂ ಒಂದು ಸ್ವಿಚ್ ಒತ್ತಿದೊಡನೆಯೇ ಹೊತ್ತಿಕೊಳ್ಳುವ ನಲವತ್ತೈದಿಂಚಿನ ವ್ಯಾಸ, ಮೂವತ್ತಿಂಚಿನ ಆಳವಿರುವ ಈ ಕ್ಯಾಂಪ್-ಫೈರ್ ಅಗ್ನಿಕುಂಡದ ಸುತ್ತ ಕುಳಿತು ಎಲ್ಲರೂ ಹರಟೆ ಮುಂದುವರೆಸಿದರು. ತುಸು ದುಬಾರಿಯಾದರೂ ಹೋದ ವಾರವೇ ಕಾಲರಾಡೋದಿಂದ ಈ ಇನ್‌ಡೋರ್ ಅಗ್ನಿಕುಂಡವನ್ನು ತರಿಸಿದ್ದು ಸಾರ್ಥಕವಾಯಿತು ಅಂದುಕೊಂಡೆ. ಅದಕ್ಕೆಂದೇ ಅಲ್ಲಲ್ಲಿ ಪೇರಿಸಿಟ್ಟಿದ್ದ ಪುಟ್ಟ ಪುಟ್ಟ ಮರದ ದಿಮ್ಮಿಗಳನ್ನು ಬೆಂಕಿಗೆ ಹಾಕುತ್ತ ಬಂದವರೆಲ್ಲ ವಿರಾಜಮಾನರಾಗಿದ್ದರು. ಮೆಲ್ಲಗೆ ಕೋಣೆಯಲ್ಲಿ ಹೊಗೆ

ತುಂಬಲು ತೊಡಗಿದಂತೆ ಮೇಲ್ಛಾವಣಿಗೆ ಹೊಂದಿಸಿದ್ದ ಆ ಅಗ್ನಿಕುಂಡದ್ದೇ ವ್ಯಾಸದ ಎಕ್ಸಾಸ್ಟ್ ಫ್ಯಾನು ಸುರುಳಿ ಸುರುಳಿಯಾಗಿ ಹೊಗೆಯನ್ನು ಹೊರಹಾಕುತ್ತಿತ್ತು.

ಒಂದು ಹಂತ ದಾಟಿದ ಮೇಲೆ ಈ ಪಾರ್ಟಿಗಳು ಎಷ್ಟು ಏಕತಾನವಾಗಿ ಬಿಡುತ್ತವೆ ಅಂದರೆ ಯಾರು ಯಾವ ಪ್ರಶ್ನೆ ಕೇಳಿದರೂ ನಾನು ಅವವೇ ಉತ್ತರಗಳನ್ನು ಕೊಡಬೇಕಾಗಿ ಬರುತ್ತದೆ.

"ಯಸ್, ವೀ ಮೆಟ್ ಇನ್ ಕಾಲೇಜ್. ಎಷ್ಟು, ಮೂವತ್ತು ವರ್ಷಗಳೇ ಆಗಿ ಹೋದವು ನೋಡ ನೋಡುತ್ತಲೇ."

"ಓಹ್ ಯೂ ಮಿಸ್ಡ್ ಇಟ್! ಕಳೆದ ತಿಂಗಳೇ ಪೇಸ್ ಮ್ಯೂಸಿಯಂನಲ್ಲಿ ಪ್ರದರ್ಶನವಿತ್ತು. ಇನ್ನೆರಡು ತಿಂಗಳಲ್ಲಿ ಮೆಟ್ರೋಪಾಲಿಟನ್‌ನಲ್ಲಿದೆ. ಐ ವಿಲ್ ಮೇಕ್ ಶ್ಯೂರ್ ಯೂ ಗೆಟ್ ದಿ ಇನ್‌ವೈಟ್."

"ವೆಲ್, ವೀ ಆರ್ ನಾಟ್ ಚೈಲ್ಡ್ ಲೆಸ್, ವೀ ಆರ್ ಚೈಲ್ಡ್ ಫ್ರೀ."

"ಓಹ್ ನೋ, ರಾವ್ ಈಗ ಕಮಿಷನ್‌ಗಳನ್ನ ಮಾಡ್ತಾ ಇಲ್ಲ. ಐ ಮೀನ್ ಕಮ್ ಆನ್. ಇಂತಿಷ್ಟು ಅಂತ ಅಳತೆ ಕೊಟ್ಟು, ಇಂತಿಂಥ ಬಣ್ಣಗಳನ್ನಿಟ್ಟು, ಒಂದು ಚಿತ್ರದ ಪ್ರತಿಯನ್ನೂ ಮುಂದಿಟ್ಟುಕೊಂಡು ಚಿತ್ರ ಬರೆಯಲು ರಾವ್‌ನೇ ಆಗಬೇಕೇನು? ಡೋಂಟ್ ಬೀ ರಿಡಿಕ್ಯೂಲಸ್. ಸಿಲ್ವಿಯಾ ಅಂತ ರಾವ್‌ನ ವಿದ್ಯಾರ್ಥಿನಿಯೊಬ್ಬಳಿದ್ದಾಳೆ. ಐ ವಿಲ್ ಗಿವ್ ಯೂ ಹರ್ ನಂಬರ್. ನಿಮ್ಮ ಪ್ರಾಜೆಕ್ಟ್ ಮಾಡಲು ಅವಳೇ ಸರಿಯಾದ ವ್ಯಕ್ತಿ. ಅವಳನ್ನು ಸಂಪರ್ಕಿಸಿ."

"ಥ್ಯಾಂಕ್ಯೂ. ಇದೆಲ್ಲ ನಮ್ಮ ಸೋಫಿಯದ್ದೇ ರೆಸಿಪಿ. ಈ ದಿನಗಳಲ್ಲಿ ಒಳ್ಳೆಯ ಮೇಡ್ ಸಿಗೋದಕ್ಕೂ ಪುಣ್ಯ ಮಾಡಿರಬೇಕು ಅಂತಾರಲ್ಲ..."

"ಮತ್ತೇನು? ಅಮೆರಿಕದಲ್ಲಿ ಗನ್ ಇಲ್ಲದ ಮನೆಯನ್ನ ಹುಡುಕೋದೇ ಕಷ್ಟವಾಗಿದೆ. ನಾವು ಬಂದಾಗ ಖಂಡಿತ ಹೀಗಿರಲಿಲ್ಲ. ಈಗ ನೋಡಿದರೆ ಅಲ್ಲಿ ಶೂಟಿಂಗು, ಇಲ್ಲಿ ಶೂಟಿಂಗು. ಮಾಲು, ಶಾಲೆ, ಹೋಟೇಲು, ದೇವಸ್ಥಾನ... ಯಾವುದನ್ನು ಬಿಟ್ಟಿದ್ದಾರೆ ಇವರು? ಅದಕ್ಕೇ ಆತ್ಮರಕ್ಷಣೆಗೆಂದು ನಾವೂ ಒಂದನ್ನ ಕೊಂಡಿದ್ದೇವೆ. ಓಹ್ ಶೀ ಈಸ್ ಸೋ ಬ್ಯೂಟಿಫುಲ್! ಸ್ಪ್ರಿಂಗ್‌ಫೀಲ್ಡ್ ಎಕ್ಸ್ ಡಿ ನೈನ್ ಎಂಎಂ. ಅದನ್ನು ಮೊದಲ ಬಾರಿ ಕೈಯಲ್ಲಿ ಹಿಡಿದಾಗ ಎಂಥ ಅಮಲು ನೆತ್ತಿಗೇರಿತು ಅಂತೀರಿ! ನೋ ವಂಡರ್ ಎವರಿವನ್ ಈಸ್ ಶೂಟಿಂಗ್ ಎವರಿವನ್. ಹೌದು ಈಗ ಸೇಫ್ ಲಾಕರಿನಲ್ಲಿ ಸೇಫಾಗಿದೆ."

"ಈ ಮನೆಗೆ ನೂರು ವರ್ಷಗಳ ಇತಿಹಾಸವಿದೆ. ಕಾಲಾನುಕ್ರಮದಲ್ಲಿ ಮನೆಯ ಎಲ್ಲ ಭಾಗಗಳೂ ಒಂದಲ್ಲ ಒಂದು ಕಾಲಕ್ಕೆ ರಿನೊವೇಟ್ ಆಗಿದ್ದರೂ ಇಟ್ ಹ್ಯಾಸಂಟ್ ಲಾಸ್ಟ್ ಇಟ್ಸ್ ಚಾರ್ಮ್. ವೀ ಆರ್ ಸೋ ಲಕ್ಕಿ."

ಇನ್ನು ಸೇರಿದವರಲ್ಲಿ ಒಬ್ಬಿಬ್ಬರಂತೂ ಮನೆಯ ಟೂರ್ ಕೊಡಲು ಕೇಳಿಯೇ ಕೇಳುತ್ತಾರೆ. ಅವರ ಟೋಳಿಯನ್ನು ಕಟ್ಟಿಕೊಂಡು ಲಿವಿಂಗ್‌ರೂಮು, ಅದಕ್ಕಂಟಿಕೊಂಡ ಡೈನಿಂಗ್‌ರೂಮು,

ಕಿಚನ್ನು, ಫ್ಯಾಮಿಲಿ ರೂಮು, ಆರ್ಟ್ ಸ್ಟೋರೇಜ್ ರೂಮು (ಇದನ್ನು ಹೊರಗಿನಿಂದ ಮಾತ್ರ ತೋರಿಸುವುದು,) ಸನ್ ರೂಮು, ಹೊರಗಿನ ಕಟ್ಟೆಗೆಯ ಡೆಕ್, ಕೆಳಗಿನ ಫ್ಲೋರಿನ ಎರಡು ಬೆಡ್‌ರೂಮುಗಳು, ಮೇಲಿನ ಅಂತಸ್ತಿನ ಐದು ಕೋಣೆಗಳು, ರಾವ್‌ನ ಸ್ಟೂಡಿಯೋ (ಇದೂ ಹೊರಗಿನಿಂದ ಮಾತ್ರ,) ಬಾಲ್ಕನಿಗಳು... ಎಲ್ಲವನ್ನೂ ತೋರಿಸಿ ಬರುವಷ್ಟರಲ್ಲಿ ಮಾತನಾಡಿ ನನಗೂ, ಕೇಳಿ ಅವರಿಗೂ ದಣಿವಾಗಿರುತ್ತದೆ. ಆದರೂ ಇರುವ ಇಬ್ಬರಿಗೆ ಏಳು ಸಾವಿರ ಚದರಡಿಗಳ ಈ ಬಂಗಲೆ ಯಾಕೆ ಬೇಕು ಎಂಬುದನ್ನು ವಿವರಿಸಲು ಗೊತ್ತಿರುವ ಶಬ್ದಗಳ್ಯಾವುವೂ ನನಗೆ ನಿಲುಕುವುದಿಲ್ಲ. ಪುಣ್ಯಕ್ಕೆ ಅವರೂ ಅದೊಂದು ಪ್ರಶ್ನೆಯನ್ನು ಕೇಳುವುದಿಲ್ಲ, ಬಾಯಿಬಿಟ್ಟು.

ಆದರೂ ಇವತ್ತು ಪಾರ್ಟಿಗೆ ಸೇರಿದವರಲ್ಲಿ ಒಂದು ಸರಾಗ ಇಲ್ಲವಲ್ಲ ಅಂತ ಅನ್ನಿಸುತ್ತಲೇ ಇದೆ. ರಾವ್‌ನಿಗೆ ಯಾವುದಾದರೂ ಅವಾರ್ಡು ಸಿಗುವುದಿದೆಯೇ? ಕಳೆದ ಬಾರಿ ದ ಗ್ಯೂಟನ್‌ಹೈಮ್ ಸಿಗುವ ಮೊದಲೂ ಇವರೆಲ್ಲ ಹೀಗೆಯೇ ವರ್ತಿಸುತ್ತಿದ್ದರಲ್ಲವೇ? ಏನಿರಬಹುದು? ಅಲ್ಲಲ್ಲಿ ಸಣ್ಣ ಸಣ್ಣ ಗುಂಪಿನಲ್ಲಿ ಗುಸು ಗುಸು ನಡೆದಿದ್ದರೂ ಪಾರ್ಟಿಯಲ್ಲಿ ಮೌನವೇ ಹೆಚ್ಚಿತ್ತು. ರಾವ್‌ನಂತೂ ಬೂದು ಬಣ್ಣದ ಸೂಟಿನಲ್ಲಿ ಸೋಫಾದ ಅಂಚಿಗೆ ಕೂತು ವಾಚಾಳಿ ಗುಪ್ತಾನ ಮಾತಿಗೆ ಕಿವಿಯಾಗುತ್ತಿದ್ದ. ಅವನ ಮುಖದಲ್ಲಿ ಎಂದಿನಂತೆ ಅಸಮಾಧಾನವಿತ್ತು.

ಮಿಸೆಸ್ ಗುಪ್ತಾ, ಸರಿತಾ, ಟ್ರೇಸಿಯರ ಗುಂಪನ್ನು ನಾನು ಸಮೀಪಿಸುತ್ತಿದ್ದಂತೆಯೇ ಅವರ ಪಿಸುಮಾತು ನಿಂತು ಹೋಯಿತು. ತೀರ ಹತ್ತಿರವಿದ್ದ ಕಾರಣ ಅವರ ಮಾತುಕತೆಯಲ್ಲಿ ನೋರಾ ಮತ್ತು ಗಾಯತ್ರಿಯರ ಹೆಸರುಗಳನ್ನು ನಾನು ಅಷ್ಟರಲ್ಲಾಗಲೇ ಗುರುತಿಸಿದ್ದೆ. ಅವರ ಗುಂಪಿನಲ್ಲಿ ಸೇರಿಕೊಳ್ಳುತ್ತ ನಾನೇ ಮಾತು ಶುರು ಮಾಡಿದೆ.

"ಓಹ್ ಯಸ್, ನೋರಾ ಮತ್ತು ಗಾಯತ್ರಿಯರು ನಮ್ಮ ಮಾಡೆಲ್‌ಗಳು. ದೇ ಆರ್ ಸೋ ಪ್ರೊಫೆಷನಲ್! ಗಾಯತ್ರಿಯಂತೂ ಎಂಟು ತಾಸು ಕಣ್ರೆಪ್ಪೆಯನ್ನೂ ಬಡಿಯದೇ ಕೂರಬಲ್ಲಳು ಅಂದರೆ ನೀವು ನಂಬುತ್ತೀರಾ? ರಾವ್ ಇವರಿಬ್ಬರ ನಾಲ್ಕಾರು ಚಿತ್ರಗಳನ್ನು ಈ ವರ್ಷವೇ ಬರೆದಾಗಿದೆ. ಇನ್ನೆರಡು ವರ್ಷ ಕಾಂಟ್ರಾಕ್ಟನ್ನು ಮುಂದುವರೆಸಬೇಕು ಅಂದುಕೊಂಡಿದ್ದೇವೆ."

ನನಗೆ ನೋರಾ, ಗಾಯತ್ರಿಯರ ಬಗ್ಗೆ ಕಾಳಜಿಯಾಯಿತು. ಒತ್ತಡದಲ್ಲಿ ಅವರು ಏನಾದರೂ ಮಾಡಿಕೊಂಡಿಲ್ಲ ತಾನೇ. ಹತ್ತಿರದ ವಿಶ್ವವಿದ್ಯಾಲಯದಲ್ಲಿ ಕಲಾಶಾಲೆಯ ವಿದ್ಯಾರ್ಥಿನಿಯರವರು. ತಮ್ಮ ಕೋರ್ಸಿನ ಟ್ಯೂಷನ್ ಭರಿಸಲು ಹೀಗೆ ಕಲಾ ಮಾಡೆಲ್‌ಗಳಾಗಿ ಕೆಲಸ ಮಾಡುತ್ತಿದ್ದರು. ಒಂದೆರಡು ಪೇಂಟಿಂಗುಗಳಿಗಾಗಿ ನ್ಯೂಡ್ ಭಂಗಿಯನ್ನೂ ನೀಡಿದ್ದರು. ಶೀ ಈಸ್ ಹ್ಯೂಮನ್, ವಾಟ್ ದ ಗ್ರಾಸ್ ಸೇಯ್ಸ್ ತರಹದ ಮೇರು ಕೃತಿಗಳನ್ನು ರಾವ್ ಇವರಿಬ್ಬರ ಸಹಾಯವಿಲ್ಲದೇ ಚಿತ್ರಿಸಲು ಸಾಧ್ಯವಿತ್ತೇ? ಪಾಪ, ಏನು ತೊಂದರೆಯೋ, ವಾರದಿಂದ ಇತ್ತ ಕಡೆ ಸುಳಿದಿಲ್ಲ. ಅವರ ಸ್ಟೈಫಂಡನ್ನು ಈ ಟರ್ಮಿನಿಂದ ತುಸು ಹೆಚ್ಚಿಸಬೇಕು. ನಾಳೆ ಇಬ್ಬರಿಗೂ ಒಂದೊಂದು ಕರೆ ಮಾಡಬೇಕು ಅಂತ ತಲೆಯಲ್ಲಿ ನೋಟ್ ಮಾಡಿಕೊಂಡೆ.

ಎಂಟು ಘಂಟೆಗೆಲ್ಲ ಮನೆ ಬರಿದಾಗತೊಡಗಿತ್ತು. ಘಂಟೆ ಹನ್ನೆರಡಾದರೂ ವೈನಿನ ಮೇಲೆ ವೈನು ಬಗ್ಗಿಸಿಕೊಳ್ಳುತ್ತಾ ಸೋಫಾಕ್ಕೆ ಹಚ್ಚಿದ ಕುಂಡೆಯನ್ನು ಎತ್ತದಿದ್ದವರು ಇವತ್ತು ಮಾತ್ರ ಏನೇನೋ ಕಾರಣ ಹೇಳಿ ಕಳಚಿಕೊಂಡರು. ರುಚಿಯಿಲ್ಲದವರ ಹಾಗೆ ಫಿಂಗರ್ ಫುಡ್‌ನ ಟ್ರೇಯಲ್ಲಿದ್ದ ಕುರುಕು ತಿಂಡಿ ಅರ್ಧಕ್ಕರ್ಧ ಹಾಗೆಯೇ ಉಳಿದಿತ್ತು. ಒಳ್ಳೆಯದೇ ಆಯಿತು, ಇನ್ನೂ ನಾಲ್ಕು ತಾಸು ಅವರನ್ನು ಸಹಿಸಿಕೊಳ್ಳುವುದು ತಪ್ಪಿತಲ್ಲ ಅನ್ನುತ್ತಾನೆ ರಾವ್ ಅಂದುಕೊಳ್ಳುತ್ತಲೇ ನಗುತ್ತ ಕೊನೆಯ ಗುಂಪನ್ನು ಬೀಳ್ಕೊಟ್ಟೆ.

ಸೋಫಿ ತನ್ನ ಸಹಚರರ ಚೆಕ್‌ಗಳನ್ನು ತೆಗೆದುಕೊಂಡು ತಾನು ಹಕ್ಕಿನಿಂದ ಪಡೆದ ವಾರದ ರಜೆಯನ್ನು ಮೆಲ್ಲುತ್ತ ಗುಡ್ ನೈಟ್ ಹೇಳಿ ಹೊರಟಾಯ್ತು.

■

ಬಾಗಿಲಿಕ್ಕಿ ಬಂದವಳು "ಸೋ?" ಎಂದು ರಾವ್‌ನತ್ತ ಕಣ್ಣರಳಿಸಿ ಕೈ ಚಾಚಿದೆ. ಅವನು ಎದ್ದು ಬಂದು ಈಗ ನನ್ನನ್ನು ಅಪ್ಪಿಕೊಳ್ಳಬೇಕು. "ದ್ಯಾಟ್ ವಾಸ್ ಅ ಸಕ್ಸೆಸ್. ಎಲ್ಲವನ್ನೂ ಎಷ್ಟು ಸೊಗಸಾಗಿ ನಿರ್ವಹಿಸುತ್ತೀಯಲ್ಲ. ಐ ಲವ್ ಯೂ" ಎಂದು ಮುತ್ತಿಡಬೇಕು. ಮುಂಜಾನೆ ಉಳಿಸಿದ ಆ ಒಂಟಿ ಸಿಗರೇಟನ್ನು ಇಬ್ಬರೂ ಒಂದೊಂದು ಪಫ್ ಎಳೆಯುತ್ತ ಬಂದವರೆಲ್ಲರ ಕುರಿತು ಒಂದೊಂದು ಮಾತಾದರೂ ಹಾಸ್ಯ ಮಾಡಬೇಕು.

ಆದರೆ ಇವತ್ತು ಹಾಗೇನೂ ಆಗುತ್ತಿಲ್ಲ. ರಾವ್ ಸೋಫಾದ ಅಂಚಿಗೆ ಕುಳಿತಲ್ಲೇ ಕುಳಿತು ಬಿಟ್ಟಿದ್ದಾನೆ. ವಿಷಾದದಲ್ಲೇ ಅವನ ಬಕ್ಕ ತಲೆ, ದಪ್ಪ ಹೊಟ್ಟೆ ದಯನೀಯವಾಗಿ ಕಾಣುತ್ತಿವೆ.

"ಏನಾಯ್ತು ರಾವ್, ಹುಶಾರಾಗಿದ್ದೀ ತಾನೇ? ಏನಾದರೂ ತಂದು ಕೊಡಲೇನು?"

ಅವನೇನೂ ಮಾತನಾಡಲಿಲ್ಲ. ನಿನ್ನೆ ರಾತ್ರಿ ನಿದ್ದೆಗೆಟ್ಟಿದ್ದನೇನೋ. ಈ ದ ಬೆಡ್ ಆಫ್ ಲಿಲ್ಲೀಸ್ ಇವನನ್ನು ತುಂಬಾ ಹೈರಾಣಾಗಿಸುತ್ತಿದೆ ಅನ್ನಿಸಿತು. ಇಷ್ಟೊಂದು ದಣಿವನ್ನು ಎಲ್ಲಿಂದ ತುಂಬಿಕೊಂಡ ಇವನು? ಈ ಪೇಂಟಿಂಗುಗಳಿಂದ ಒಂಚೂರಾದರೂ ವಿಶ್ರಾಂತಿ ತೆಗೆದುಕೊಳ್ಳಬಾರದೇ?

ಇನ್ನೇನು ಅವನ ಬೆನ್ನು ಬಳಸಬೇಕು ಎನ್ನುವಾಗಲೇ ಬೆಚ್ಚಿದಂಥ ತೀಕ್ಷ್ಣ ದನಿಯಲ್ಲಿ ನುಡಿದ.

"ಸೂಳೆ... ಸೂಳೆಯರು..."

ನಾವು ತಪ್ಪಿಯೂ ಅಂಥ ಪದಗಳನ್ನು ಮನೆಯಲ್ಲಿ ಬಳಸುವುದಿಲ್ಲ.

"ಆರ್ ಯೂ ಓಕೆ ರಾವ್? ವಾಟ್ಸ್ ರಾಂಗ್?" ಎಂದು ಅವನ ಬೆನ್ನಹುರಿಯ ಗುಂಟ ಕೈಯ್ಯಾಡಿಸಿದೆ.

ರಾವ್‌ನಿಗೆ ಅಷ್ಟೇ ಸಾಕಾಯ್ತು. ಏನೇನನ್ನೋ ಬಡಬಡಿಸುತ್ತ, ಭೋರೆಂದು ಅಳುತ್ತ, ಗೊಗ್ಗರ ದನಿಯಲ್ಲಿ ಉಸುರುತ್ತ ಒಂದಕ್ಕೊಂದು ಅರ್ಥವೇ ಇಲ್ಲದ ಶಬ್ದಗಳನ್ನು ಆಡಿದ.

"ಆ ನೋರಾ ಗಾಯ... ಸೂಳೆಯರು... ದಿ ಸ್ಟೇಟ್ಸ್ ಪತ್ರಿಕೆ... ನನ್ನ ಮೇಲೆ... ಇಷ್ಟು ವರ್ಷದ ಸಾಧನೆ, ನನ್ನ ಮೇಲೆ... ನನ್ನ ಮೇಲೆ... ನಾಳೆಯ ಪತ್ರಿಕೆ... ಆ ಬೋಳಿಮಗ ಗುಪ್ತಾ..." ಎಂದು ಏನೇನೋ ಹೇಳಿದ. ಓಡಿ ಹೋಗಿ ಕುಡಿಯಲು ನೀರು ತಂದು ಕೊಟ್ಟೆ.

"ರಾವ್, ಏನಾಯ್ತು ರಾವ್, ಯಾಕಿಷ್ಟು ತ್ರಾಸು ಮಾಡಿಕೊಳ್ತಿದ್ದೀ? ಸಾಲ್ವ್ ಮಾಡೋಣ. ಏನಿದ್ದರೂ ಬಗೆಹರಿಸೋಣ. ನೋಡಿಲ್ಲಿ. ನನ್ನ ಮೇಲೆ ನಂಬಿಕೆಯಿಲ್ಲವೇನು? ನೀನ್ಯಾಕೆ ಇಷ್ಟು ಹಿಂಸೆ ಮಾಡಿಕೊಳ್ಳುತ್ತೀ?" ಎಂದು ಅಪ್ಪಿಕೊಳ್ಳಲು ಪ್ರಯತ್ನಿಸಿದೆ.

ಕೊಸರಿಕೊಂಡ. ಒಂದೆರಡು ನಿಮಿಷದ ಬಳಿಕ ಹೇಳಿದ.

"ಆ ಬೋಳಿಮಗ ಗುಪ್ತಾ, ಯೂ ಗಾಟ್ ಮೀಟೂಡ್ ಎಂದು ನಗುತ್ತಾನೆ. ಇದರ ಹಿಂದೆ ಅವನ ಪಿತೂರಿಯೂ ಇರುತ್ತದೆ."

ಮೀಟೂಡ್! ಈ ಶಬ್ದ ಕೇಳುತ್ತಲೇ ನನ್ನ ಎದೆ ಧಸಕ್ಕೆಂದಿತು. ಕಳೆದೈದು ವರ್ಷಗಳಲ್ಲಿ ಮೀ ಟೂ ಅಭಿಯಾನ ಶುರುವಾಗಿ ಪ್ರಪಂಚದ ಹಲವಾರು ಪ್ರತಿಷ್ಠಿತ ತಲೆಗಳು ಉರುಳಿದ್ದವು. ಹಾಲಿವುಡ್, ರಾಜಕೀಯ, ಹೊಟೇಲ್ ಉದ್ಯಮ, ಬಿಸ್‌ನೆಸ್, ಇಂಡಸ್ಟ್ರಿ ಅಂತಿಲ್ಲದೇ ಎಲ್ಲ ಕ್ಷೇತ್ರಗಳಲ್ಲೂ ಹೆಣ್ಣುಮಕ್ಕಳು ತಮ್ಮ ಮೇಲಾದ ಲೈಂಗಿಕ ಕಿರುಕುಳವನ್ನು ವಿವರ ವಿವರವಾಗಿ ಜಗತ್ತಿನ ಮುಂದೆ ತೆರೆದಿಡುತ್ತಿದ್ದರು. ಈ ಹೆಣ್ಣುಮಕ್ಕಳ ಧೈರ್ಯವನ್ನು ನಾನೂ ಎಷ್ಟೋ ಪಾರ್ಟಿಗಳಲ್ಲಿ ಶ್ಲಾಘಿಸಿದ್ದೆ.

ಆದರೆ ಈಗ ರಾವ್ ಮೇಲೆ, ನನ್ನ ರಾವ್ ಮೇಲೆ ಹೀಗೆ ಈ ಹುಡುಗಿಯರು ತಪ್ಪು ಆರೋಪ ಹೊರಿಸುತ್ತಾರೆಂದರೆ! ಅದೂ ನಮ್ಮ ಮನೆಯ ಮಕ್ಕಳಂತೆ ಇದ್ದವರು! ಕಳೆದುಕೊಳ್ಳುವುದಕ್ಕೆ ನಮ್ಮ ಬಳಿ ಎಲ್ಲವೂ ಇದೆ, ಅವರ ಬಳಿಯೇನಿದೆ? ಮೀಡಿಯಾದ ಮುಂದೆ ಹೋಗಿ ಗೂಢ ಧ್ವನಿಯಲ್ಲಿ ವಟಗುಟ್ಟಿದರೆ ಕೇಳಲು ಜನ ಸಿಗದೇ ಇರುತ್ತಾರೆಯೇ? ಅದ್ಯಾಕೋ ನೋರಾ ಗಾಯತ್ರಿಯರ ಕುರಿತು ರಾವ್ ಉಪಯೋಗಿಸಿದ ಅದೇ ಶಬ್ದ ನನ್ನ ಮನಸ್ಸಿನಲ್ಲೂ ಸುಳಿದುಹೋಯಿತು.

"ಸ್ಟೇಟ್ಸ್ ಪತ್ರಿಕೆಯ ಬೋರ್ಡಿನಲ್ಲಿ ಅರ್ಧಕ್ಕರ್ಧ ಜನ ನಿನ್ನ ಸ್ನೇಹಿತರು ರಾವ್, ಅವರು ಹಾಗೆಲ್ಲ ಸುಳ್ಳು ಸುದ್ದಿಯನ್ನು ತಳ್ಳಿ ಹಾಕದೇ ಇರುತ್ತಾರೆಯೇ? ಏನೂ ಆಗುವುದಿಲ್ಲ, ಸುಮ್ಮನಿರು" ಅಂತ ಸಮಾಧಾನ ಪಡಿಸಿದೆ.

"ಅವರಷ್ಟೇ ಅಲ್ಲ, ಈ ರಂಡೆಯರು ಹಳೆಯ ಮಾಡೆಲ್‌ಗಳನ್ನೆಲ್ಲ ಎತ್ತಿಕಟ್ಟಿದ್ದಾರೆ. ನಾವಿಲ್ಲಿ ಬಂದ ಹೊಸತರಲ್ಲಿ ಮಾಡೆಲ್‌ಗಳಾಗಿ ಬರುತ್ತಿದ್ದರಲ್ಲ ಸೂಸನ್, ಎಮಿಲಿ, ಉರೂಜ್, ಸುಮಲತಾ... ಅವರೆಲ್ಲರೂ ಇಂಟರ್‌ವ್ಯೂ ಕೊಟ್ಟಿದ್ದಾರಂತೆ. ನಾಳೆ ಮುಂಜಾನೆಯ ಪೇಪರಿನಲ್ಲಿ ಮುಖಪುಟದಲ್ಲಿ ಬರುತ್ತದಂತೆ. ಅವರಲ್ಲಿ ಅರ್ಧಕ್ಕರ್ಧ ಹೆಸರುಗಳನ್ನು ನಾನು ಮರೆತೇ ಬಿಟ್ಟಿದ್ದೆ... ಹೀಗಿರುವಾಗ..."

"ದೆನ್ ಕಾಲ್ ದಿ ಎಡಿಟರ್. ಕೇಳದಿದ್ದರೆ ಕೇಸು ಹಾಕೋಣ. ಸತ್ಯಕ್ಕೆ ಜಯವಿಲ್ಲದೇ

ಇರುತ್ತದೆಯೇ? ಹೆಸರಿದೆ, ಹಣವಿದೆ ಅಂದ ಮಾತ್ರಕ್ಕೆ ನಾವೆಲ್ಲ ತಪ್ಪಿತಸ್ಥರೇ? ನೀನೇನೂ ಚಿಂತೆ ಮಾಡಬೇಡ. ನಾನಿದ್ದೇನೆ. ನಾನೇ ಕಾಲ್ ಮಾಡುತ್ತೇನೆ ಅವನಿಗೆ. ಜಾರ್ಡನ್ ಲೂಯಿಸ್ ಅಲ್ಲವೇ ಅವನ ಹೆಸರು. ಎಷ್ಟು ಸಲ ಮಾತನಾಡಲು ಪ್ರಯತ್ನಿಸಿಲ್ಲ ಅವನು ಪಾರ್ಟಿಗಳಲ್ಲಿ ನನ್ನ ಬಳಿ..." ಎನ್ನುತ್ತ ಫೋನು ತೆಗೆದೆ.

"ಸ್ಟಾಪ್... ಸುನೀ..." ಎಂದು ತಕ್ಷಣ ನನ್ನ ಫೋನನ್ನು ಕಸಿದಿಟ್ಟ.

"ವಾಟ್ಸ್ ರಾಂಗ್?" ಈಗ ನನಗೂ ಸಿಟ್ಟೇರತೊಡಗಿತ್ತು.

"ರಾವ್, ಏನು ನಡೀತಿದೆ ರಾವ್?"

ರಾವ್ ತನ್ನ ಫೋನಿನಲ್ಲಿ ಇ–ಮೇಲನ್ನು ತೆರೆದು ನನ್ನ ಮುಂದೆ ಹಿಡಿದ. ದ ಸ್ಟೇಟ್ಸ್ ಪತ್ರಿಕೆಯ ರಿಪೋರ್ಟರ್ ಒಬ್ಬಳು ಕಳಿಸಿದ್ದ ಮೇಲ್ ಅದು. ನಾಳಿನ ಪೇಪರಿನಲ್ಲಿ ಈ ಇಂಟರ್‌ವ್ಯೂ ಪ್ರಕಟವಾಗುತ್ತಿದೆ. ಇದಕ್ಕೆ ನಿಮ್ಮ ಪ್ರತಿಕ್ರಿಯೆಯೇನು ಎಂದು ಕೇಳಿದ್ದಳು. ಲೇಖನದ ಪ್ರತಿಯನ್ನು ತೆರೆದು ನೋಡಿದರೆ ರಾವ್‌ನೊಂದಿಗೆ ಕಳೆದ ಮೂವತ್ತು ವರ್ಷ ಕೆಲಸ ಮಾಡಿದ ಮಾಡೆಲ್‌ಗಳೆಲ್ಲರ ಫೋಟೋಗಳನ್ನು ಸಾಲಾಗಿ ಛಾಪಿಸಿದ್ದರು. ಇಲ್ಲಿರುವ ಎಷ್ಟೋ ಮುಖಗಳನ್ನು ನಾನೂ ಮರೆತೇ ಬಿಟ್ಟಿದ್ದೆ. ಕಲಾ ವಲಯದಲ್ಲೂ ಸತ್ಯದ ಬಾಂಬ್ ಎಸೆದ ದಿಟ್ಟ ಮಹಿಳೆಯರು ಎಂದು ಪತ್ರಿಕೆಯವರು ಹೆಡ್‌ಲೈನ್ ಕೊಟ್ಟಿದ್ದರು.

ರಾವ್ ಒಬ್ಬಳಿಗೆ ಯಾವ ಭಂಗಿಯಲ್ಲಿ ಕುಳಿತುಕೊಳ್ಳಬೇಕು ಅಂತ ಹೇಳುತ್ತಲೇ ಮೊಲೆ ಹಿಸುಕಿದನಂತೆ, ಇನ್ನೊಬ್ಬಳು ನ್ಯೂಡ್ ಭಂಗಿಯಲ್ಲಿ ಕುಳಿತಿರುವಾಗ ಬ್ರಶ್ಶನ್ನು ಪಕ್ಕದಲ್ಲಿಟ್ಟು ತೊಡೆಸಂದಿಯನ್ನು ಉಜ್ಜಿಕೊಂಡನಂತೆ. ಇನ್ನೊಬ್ಬಳಿಗೆ ಹೇಗೆಯೋ ಮಲಗಿಸಿದನಂತೆ, ಎಲ್ಲಿಯೋ ನೆಕ್ಕಿದನಂತೆ, ಒಂದು ಬಾರಿ, ಒಂದೇ ಬಾರಿ ಅಂತ ಗೋಗರೆದನಂತೆ... ಛೇ, ಏನಿದು? ಇಂಥ ಸ್ಥಿತಿಗೆ ಇಳಿದುಬಿಟ್ಟಿದ್ದಾವೆಯೇ ಪತ್ರಿಕೆಗಳು? ಅವರು ಒದರಿ ಬಿಟ್ಟಿದ್ದೆಲ್ಲ ಸತ್ಯವಾಗಿಬಿಡುತ್ತದೆಯೇ? ಪ್ರೂಫ್ ಎಲ್ಲಿ? ಸಾಕ್ಷ್ಯವೇನು?

ಆಗಲೇ ಕಂಡಿದ್ದು ಆ ವೀಡಿಯೋ. ಯಾಂತ್ರಿಕವಾಗಿ ಪ್ಲೇ ಬಟನ್ ಒತ್ತಿದೊಡನೆಯೇ ರಾವ್‌ನ ಸ್ಟೂಡಿಯೋದ ಒಳಾಂಗಣ ಕಂಡು ಹೇಗೆ ಹೇಗೋ ಆಯಿತು. ಅಲ್ಲಿ ನೋರಾ ಕುಳಿತಿದ್ದಾಳೆ. ರಾವ್ ಪೇಂಟ್ ಮಾಡುತ್ತಿದ್ದಾನೆ. ನಡುವಲ್ಲೊಮ್ಮೆ ನಿಲ್ಲಿಸಿ ಮುಂಭಾಗದಲ್ಲೆಲ್ಲೋ ಕೈಯ್ಯಾಡಿಸುತ್ತಾನೆ. ಕ್ಯಾಮರಾ ಅವನ ಬೆನ್ನಿಗಿದ್ದರೂ ಅವನ ಕೈಯೆಲ್ಲಿದೆ ಅಂತ ಸುಲಭವಾಗಿ ಕಲ್ಪಿಸಿಕೊಳ್ಳಬಹುದಾಗಿದೆ.

ನೋರಾಳ ಮುಖದಲ್ಲಿ ಭಯವಿದೆ. ಅವಳು ಕುಳಿತ ಭಂಗಿಯನ್ನು ಸಡಿಲಿಸಿದ್ದಾಳೆ. ರಾವ್ ಅವಳ ಹತ್ತಿರ ಹೋಗಿ ಅವಳ ಕೈಯಲ್ಲಿ ಏನನ್ನೋ ಹಿಡಿಸುತ್ತಾನೆ. ಅವಳು ಕೊಸರಿಕೊಳ್ಳುತ್ತಾಳೆ. ಅವನದ್ದೇ ದನಿಯಲ್ಲಿ, ನನಗೆ ಮಾತ್ರ ಗೊತ್ತಿದೆ ಅಂದುಕೊಂಡಿದ್ದ ಪ್ರಣಯಮತ್ತ ದನಿಯಲ್ಲಿ ರಾವ್ "ಯೂ ಆರ್ ಎಕ್ಸ್‌ಟ್ರೀಮ್ಲೀ ಫಕ್ಕೇಬಲ್ ಯೂ ನೋ" ಎನ್ನುತ್ತಾನೆ. ಪತ್ರಿಕೆಯವರು ಈ ಮಾತನ್ನು ಸಬ್‌ಟೈಟಲ್ಸ್‌ನಲ್ಲಿ ಹಾಕಿದ್ದಾರೆ. ನೋರಾ ಅಸಹ್ಯಗೊಂಡು, ಬಾಗಿಲು ನೂಕಿ ಹೊರಗೆ ಓಡಿ ಹೋಗುತ್ತಾಳೆ. ವೀಡಿಯೋ ಆಫ್ ಆಗುತ್ತದೆ.

ಕೊಳಚೆ. ಕಿವಿಯ ತನಕ ಕೊಳಚೆಯಲ್ಲಿ ನಿಂತಂಥ ಅನುಭವವಾಯಿತು. ಹೇಸಿಗೆಯಿಂದ ಉಸಿರು ಕಟ್ಟುತ್ತಿತ್ತು. ಯಾರೋ ಪಾಯಖಾನೆಗೆ ಕುಳಿತು ಎದ್ದಲ್ಲಿ ಕೆನ್ನೆಯಿಟ್ಟು ಮಲಗಿದಂತೆ ಉಮ್ಮಳಿಸಿ ಬರುತ್ತಿತ್ತು. ಮೈಕೈಗೆಲ್ಲ ಯಾರದೋ ಹೊಲಸು ಮೆತ್ತಿಕೊಂಡಂತೆ ಕೊಡವಿಕೊಳ್ಳಬೇಕು ಅನ್ನಿಸುತ್ತಿತ್ತು. ಯಾವ ಯೋಚನೆಗಳೂ ಹುಟ್ಟದ, ಯಾವ ಮಾತೂ ಏಳದ ನಿರ್ವಾತದಲ್ಲಿ ಎಷ್ಟು ಹೊತ್ತು ಕುಳಿತೆನೋ, ಎಷ್ಟು ಘಂಟೆ ಕಳೆದೆನೋ ಯಾರಿಗೆ ಗೊತ್ತು. ಎಷ್ಟಿರಬಹುದು ಸಮಯ ಈಗ? ಹತ್ತು? ಹನ್ನೆರಡು? ಬೆಳಗಿನ ಜಾವ ಎರಡು? ಯಾರಿಗೆ ಬೇಕಾಗಿದೆ. ಮನೆಯೇ ಹೊತ್ತಿ ಉರಿವಾಗ ಯಾರಿಗೆ ಏನು, ಯಾಕೆ ಬೇಕಾಗಿದೆ?

ಒಮ್ಮೆಲೇ ಮನಸ್ಸನ್ನು ಸ್ತಿಮಿತಕ್ಕೆ ತಂದುಕೊಂಡೆ. ಡ್ಯಾಮೇಜ್ ಕಂಟ್ರೋಲ್, ಡ್ಯಾಮೇಜ್ ಕಂಟ್ರೋಲ್! ಸಮಯ ಎಲ್ಲವನ್ನೂ ಮಾಯಿಸುತ್ತದಂತೆ. ಹೌದು ಏನೋ ತಪ್ಪು ಮಾಡಿದ್ದಾನೆ, ಪಶ್ಚಾತ್ತಾಪ ಪಟ್ಟಿದ್ದಾನೆ. ಇಷ್ಟೆಲ್ಲ ಪ್ರೀತಿಸುವ ಜನ ಇವನನ್ನು ಕ್ಷಮಿಸಲಾರರೇನು?

"...ರಾವ್, ಜಸ್ಟ್ ಅಪಾಲಜೈಸ್. ನನ್ನದು ತಪ್ಪಾಯ್ತು ಅಂತ ಕ್ಷಮಾಪಣೆ ಕೇಳಿಬಿಡು. ಅವರಿಗೆಷ್ಟು ಬೇಕೋ ಅಷ್ಟು ಕಾಂಪನ್ಸೇಷನ್ ಕೊಡೋಣ. ಕೇಸಾದರೆ ಅವರಿಗೆಲ್ಲ ಅಷ್ಟಷ್ಟು ಹಣ ಹಂಚಿ ಸೆಟಲ್ ಮಾಡಿಕೊಳ್ಳೋಣ. ದಿಸ್ ಟೂ ಶಾಲ್ ಪಾಸ್. ಲೆಟ್ಸ್ ಫೇಸ್ ಇಟ್ ಟುಗೆದರ್."

"ಕ್ಷಮಾಪಣೆ? ನೋ, ನೋ... ಲಾಯರ್ ಪ್ಯಾಟ್ರಿಕ್ ಇನ್ನೊಂದು ಆಯ್ಕೆಯನ್ನು ಮುಂದಿಟ್ಟಿದ್ದಾನೆ."

"ಪ್ಯಾಟ್ರಿಕ್‌ನ ಹತ್ತಿರ ಮಾತನಾಡಿದೆಯಾ? ಯಾವಾಗ?"

ಒಂದು ಉಚ್ಚೆ ಹುಯ್ಯುವಾಗಲೂ ಎಲ್ಲಿ ಹುಯ್ಯಲಿ ಅಂತ ನನ್ನನ್ನು ಕೇಳಿಯೇ ಹೋಗುತ್ತಿದ್ದವನು ಈಗ ನನಗೆ ಗೊತ್ತಿಲ್ಲದೇ ಲಾಯರ್ ಬಳಿಯೂ ಮಾತನಾಡಿ ಮುಗಿದಿದೆಯೇ? ಎಲ್ಲ ಯಾವಾಗ ನನ್ನ ಕೈ ತಪ್ಪಿ ಹೋಯಿತು? ಯಾವಾಗ? ಜಾಸ್ಮಿನ್ ಫ್ಲೋರಿಸ್ಟ್ಸ್‌ನಲ್ಲಿ ಟೂಲಿಪ್‌ಗಳನ್ನು ಆಯುವಾಗಲೇ ಅಥವಾ ಆ ಸೂತ್ರ ಎಂದಿಗೂ ಇರಲೇ ಇಲ್ಲವೇ ನನ್ನ ಬಳಿ?

"ಪ್ಯಾಟ್ರಿಕ್ ಈಗಾಗಲೇ ಇಂಟರಿಮ್ ಬೇಲ್‌ಗೆ ಅರ್ಜಿ ಹಾಕಿದ್ದಾನೆ. ನಾಳೆ ಒಂದು ಸುದ್ದಿ ಗೋಷ್ಠಿ ಕರೆದು ನಮ್ಮಿಬ್ಬರಿಂದ ಯಾವುದೇ ತಪ್ಪಾಗಿಲ್ಲ. ಅದನ್ನು ಕಾನೂನು ರೀತಿಯಲ್ಲೇ ಫೈಟ್ ಮಾಡುತ್ತೇವೆ ಎಂದು ಹೇಳಿಕೆ ಕೊಡೋಣ."

"ನಮ್ಮಿಬ್ಬರಿಂದ? ವಾಟ್ ದ ಹೆಲ್ ಆರ್ ಯೂ ಸೇಯಿಂಗ್? ಈ ವೀಡಿಯೋದಲ್ಲಿ ಹೋದ ಮಾನ ಸಾಕಾಗಿಲ್ಲವೇನು?"

"ಹೌದು, ಈ ಎಲ್ಲದರ ಕುರಿತು ನಿನಗೂ ಗೊತ್ತಿತ್ತು ಅಂತ ಪ್ರೂವ್ ಮಾಡಿದಷ್ಟೂ ನನ್ನ ಇಮೇಜಿಗೆ ಧಕ್ಕೆಯಾಗುವುದು ತಪ್ಪುತ್ತದೆ ಎನ್ನುತ್ತಾನೆ ಪ್ಯಾಟ್ರಿಕ್."

ಕೆನ್ನೆಗೆ ಯಾರೋ ಛಳೀರನೆ ಬೀಸಿದಂತಾಯಿತು. ಒಂದು ಕ್ಷಣ ಮಾತೇ ಹುಟ್ಟಲಿಲ್ಲ.

"ಒಹ್ ಯೂ... ಯೂ ಗಾಟ್ ಸಮ್ ಗಟ್ಸ್ ಯೂ... ಯೂ... ಬಾಸ್ಟರ್ಡ್. ನನಗೆ ಗೊತ್ತಿತ್ತಾ? ನೀನವಳ ಮುಂದೆ ಬೆತ್ತಲೆ ನಿಂತಿದ್ದೆ ಅಂತ ನನಗೆ ಗೊತ್ತಿತ್ತಾ?"

"ಹೆಂಡತಿ ಎಂಬ entity ಸೀನಿನಲ್ಲಿದ್ದರೆ ನನ್ನ ಮೇಲಿನ ಆಪಾದನೆಗಳ ಕಾವು ಕಡಿಮೆಯಾಗುತ್ತದೆ ಎನ್ನುತ್ತಾನೆ ಅವನು. ನಿನಗೆ ಗೊತ್ತಿತ್ತು, ನೀನೇ ಆ ಹುಡುಗಿಯರನ್ನು ಒಪ್ಪಿಸಿ ಕೋಣೆಗೆ ಕಳಿಸುತ್ತಿದ್ದೆ ಎನ್ನುವ ಸ್ಟೋರಿ ಮುಂಚೂಣಿಗೆ ಬಂದುಬಿಟ್ಟರೆ ಎಲ್ಲವೂ ಸಾಲ್ವ್ ಆದ ಹಾಗೆಯೇ. ಮತ್ತು ಅದೇ ಸತ್ಯವಲ್ಲವೇ? ನೀನೇ ತಾನೇ ಅವರನ್ನೆಲ್ಲ ಇಂಟರ್‌ವ್ಯೂ ಮಾಡಿ ಸ್ಟೈಫಂಡ್ ನಿಗದಿ ಮಾಡಿದವಳು? ನಮ್ಮ ಲಾಯರ್‌ಗಳು ಕ್ರಾಸ್ ಎಕ್ಸಾಮಿನೇಷನ್ ಮೂಲಕ ನಿನ್ನ ಜೊತೆ ಆ ಹುಡುಗಿಯರಿಗಿದ್ದ ಸಲಿಗೆಯನ್ನು ಹೊರಗೆಳೆಯಲಿದ್ದಾರೆ. ಕೇಸು ದಡ ಮುಟ್ಟುವುದಿಲ್ಲ, ಮಧ್ಯದಲ್ಲೇ ಸೆಟಲ್ ಆಗುತ್ತದೆ. ಜನ ನಾಲ್ಕು ದಿನ ಮಾತನಾಡಿ ಮರೆತು ಬಿಡುತ್ತಾರೆ..."

"...ಸುನೀ... ನಿನ್ನಿಂದ ಮಾತ್ರ ಸಾಧ್ಯವಿದು ಸುನೀ..."

"ಥೂ, ನಿನ್ನ ಆ ದರಿದ್ರ ಬಾಯಲ್ಲಿ ನನ್ನ ಹೆಸರನ್ನು ಉಚ್ಚರಿಸಬೇಡ. ನನಗೆ ಗೊತ್ತಿತ್ತೇ? ಆಮ್ ಐ ಅ ಪಿಂಪ್? ಎಲ್ಲಿಗೆ ತಂದು ಮುಟ್ಟಿಸಿದ್ದೀ ನನ್ನ? ಹೆಂಡತಿಯೆಂಬ entity ಸೀನಿನಲ್ಲಿರಬೇಕೇ? ನೀನು ಏನು ಹೇಳ್ತಿದ್ದೀ ನಿನಗಾದರೂ ಅರ್ಥವಾಗುತ್ತಿದೆಯಾ ರಾವ್?"

ಒಂದು ಬಾರಿ, ಒಂದೇ ಬಾರಿ, ಒಮ್ಮೆ ಗಾಯತ್ರಿಯು ರಾವ್‌ನ ಸ್ಟೂಡಿಯೋದಿಂದ ಹೊರ ಬಂದಾಗ ಅವಳ ಮುಖದಲ್ಲಿ ದುಗುಡವನ್ನು ಗಮನಿಸಿದ್ದೆ. ನನ್ನ ಮುಖವನ್ನೂ ನೋಡದೇ ಹಾಗೆಯೇ ದಡದಡ ಹೊರಟೇ ಬಿಟ್ಟಿದ್ದಳು. ಹೇಳಿದ ಭಂಗಿಯಲ್ಲಿ ಕುಳಿತುಕೊಳ್ಳದಿದ್ದುದಕ್ಕೆ ರಾವ್‌ನಿಂದ ಬೈಸಿಕೊಂಡಿರಬಹುದು ಅಂತಲೇ ಮನಸ್ಸು ಹೇಳುತ್ತಿದ್ದರೂ ಒಳಗೆ, ಬಹಳ ಒಳಗೆ ಅರಿವಿನಾಳದಲ್ಲಿ ಇನ್ನೇನಾದರೂ ಕಾರಣ ಇರಬಹುದೇ ಎಂಬ ಸಂಶಯ ಮಿಂಚಿ ಮರೆಯಾಗಿತ್ತು. ಆದರೆ ಈ ಸಂದರ್ಭದಲ್ಲಿ ಅದನ್ನು ಹೇಳಿಬಿಟ್ಟರೆ ಇವರೆಲ್ಲ ನನ್ನನ್ನು ಹುರಿದು ಮುಕ್ಕಿಬಿಡುತ್ತಾರೆ.

"ನೋಡಿಲ್ಲಿ, ನೀನು ಏನು ಬೇಕಾದರೂ ಮಾಡಿಕೋ. ನಾನು ಮಾತ್ರ ಯಾವ ಸುದ್ದಿಗೋಷ್ಠಿಗೂ ಬರುವುದಿಲ್ಲ. ನನ್ನ ಹೆಣ ಬಿದ್ದರೂ ಬರುವುದಿಲ್ಲ. ನೀನೇ ಸೃಷ್ಟಿಸಿಕೊಂಡ ಕೊಚ್ಚೆಯಿದು. ನೀನೇ ಬಳಿ, ಇಲ್ಲಾ ನೀನೇ ಕೂತು ಉಣ್ಣು. ಐಮ್ ನಾಟ್ ದ ಪಾರ್ಟ್ ಆಫ್ ಎನೀ ಆಫ್ ದಿಸ್."

"ಇಟ್ ಈಸ್ ಅ ಡನ್ ಡೀಲ್ ಸುನೀ. ಮುಂಜಾನೆ ಹನ್ನೊಂದಕ್ಕೆ ರೆಡಿ ಇರು, ಕಾರು ಬರುತ್ತದೆ" ಎಂದು ರಾವ್ ಸೋಫಾದಿಂದ ಎದ್ದು ಫ್ಯಾಮಿಲಿ ರೂಮಿನಿಂದ ಹೊರ ನಡೆದಿದ್ದ. ಅಬ್ಬಾ ಇವನ ದಾರ್ಷ್ಟ್ಯವೇ ಅನ್ನಿಸಿತು.

"ನಿನಗೇನು ಕಿವಿ ಬಿದ್ದು ಹೋಗಿದೆಯೇ? ಅವಳ್ಯಾವಳೋ ಹೆಂಗಸಿಗೆ ಎಕ್ಸ್‌ಟ್ರೀಮ್ಲೀ ಫಕ್ಕೇಬಲ್ ಅಂತಿದ್ದಿಯಲ್ಲ, ಅವಳನ್ನೇ ಕರೆದು ನಿಲ್ಲಿಸಿಕೋ ಪಕ್ಕ. ನಾನು ಬರುವುದಿಲ್ಲ ಅಂದರೆ ಬರುವುದಿಲ್ಲ..."

"...ಇಲ್ಲಿ ನೋಡು ರಾವ್, ನಾನು ಬೇಡ ಅಂದ ದಿನ ಒಮ್ಮೆಯೂ ಬಲವಂತವಾಗಿ ಮುಟ್ಟಿದ್ದಿಲ್ಲ ನೀನು ನನ್ನನ್ನು. ಈಗೇನಾಯಿತು? ಯಾವ್ಯಾವುದೋ ಹೆಂಗಸರನ್ನ ಮುಟ್ಟಬೇಕು ಅಂತ ನಿನಗೆ ಯಾಕೆ ಅನ್ನಿಸಿತು? ಅಷ್ಟಿದ್ದರೆ ನನ್ನನ್ನೇ ಮುಟ್ಟಬಹುದಿತ್ತು. ಆಗ ಈ ವಾಸ್ತವವನ್ನು ನಂಬಲಾದರೂ ಸಾಧ್ಯವಾಗುತ್ತಿತ್ತು ನನಗೆ."

ರಾವ್ ಮುಂದಿನ ಆ ಒಂದು ಮಾತನ್ನು ಆಡಬಾರದಿತ್ತು. ಆದರೆ ಆಡಿಯೇ ಬಿಟ್ಟ. ಆ ಒಂದು ಮಾತಿನ ಜೊತೆಗೆ ಎಲ್ಲ, ಎಲ್ಲ ಅಂದರೆ ಎಲ್ಲ ಕೊಂಡಿಗಳೂ ನನ್ನೊಳಗೆ ಕಳಚಿ ಬಿದ್ದುಬಿಟ್ಟವು.

"ಮುಟ್ಟಲು ನಿನ್ನ ಬಳಿ ಏನಾದರೂ ಉಳಿದಿದ್ದರಲ್ಲವೇ?"

ಆ ಒಂದೇ ಮಾತು ನನ್ನಿಡೀ ಬದುಕನ್ನು ಅಮುಕಿ ಮುದ್ದೆ ಮಾಡಿ ಒತ್ತಿ ನುರಿದು ನಾದಿ ಹಿಂಡಿ ಹೊಸಕಿ ಹಾಕಿಬಿಟ್ಟಿತು. ತಕ್ಷಣ ಅಳು ನಿಲ್ಲಿಸಿದೆ. ಹೊಸ್ತಿಲಲ್ಲಿದ್ದ ರಾವ್‌ನನ್ನು ಹೊರಕ್ಕೆ ತಳ್ಳಿ ಫ್ಯಾಮಿಲಿ ರೂಮಿನ ಗಾಜಿನ ಬಾಗಿಲನ್ನು ಭದ್ರಪಡಿಸಿದೆ. ಎಂದೂ ಉಪಯೋಗಕ್ಕೆ ಬಾರದ ಬಾಗಿಲಿನ ಐದೂ ಚಿಲಕಗಳನ್ನು ಒತ್ತಿ ಒತ್ತಿ ಹಾಕಿದೆ.

ಸನ್‌ರೂಮಿಗೆ ನಡೆದು ಕ್ಯಾಂಪ್ ಫೈರನ್ನು ಹೊತ್ತಿಸಿದೆ. ರಾವ್ ಗಾಜಿನ ಬಾಗಿಲಾಚೆ ನಿಂತು ತದೇಕಚಿತ್ತದಿಂದ ನೋಡುತ್ತಿದ್ದ. ಸೀತೆಯಂತೆ ಅಗ್ನಿಕುಂಡಕ್ಕೆ ಹಾರುತ್ತೇನೆ ಅಂದುಕೊಂಡಿದ್ದನೇನೋ.

ಧಡಧಡ ಹೆಜ್ಜೆ ಎತ್ತಿ ಹಾಕುತ್ತ ಆರ್ಟ್ ಸ್ಟೋರೇಜ್ ಕೋಣೆಗೆ ತೆರಳಿದಾಗಲೇ ಮುಂದೆ ಜರುಗಬಹುದಾದ ಕೃತ್ಯದ ಅಂದಾಜು ಹತ್ತಿರಬಹುದು ಅವನಿಗೆ. "ಸುನಿ, ಬಾಗಿಲು ತೆಗಿ ಸುನಿ" ಎಂದು ಬೊಬ್ಬೆ ಹಾಕತೊಡಗಿದ.

ಸ್ಟೋರೇಜ್ ರೂಮಿನಲ್ಲಿ ಐವತ್ತಕ್ಕೂ ಹೆಚ್ಚು ಪೇಂಟಿಂಗುಗಳಿದ್ದವು. ಒಂದಿಷ್ಟು ಮ್ಯೂಸಿಯಂಗಳಿಗೆ ಚಾರಿಟಿ ಅಂತ ಕೊಟ್ಟ ನಾಲ್ಕಾರು ಪೇಂಟಿಂಗುಗಳ ಹೊರತಾಗಿ ರಾವ್‌ನ ಪೂರ್ತಿ ಬದುಕೇ ಅಲ್ಲಿತ್ತು. ಗ್ರಾಹಕರು ಕೊಂಡ ಹತ್ತಾರು ಪೇಂಟಿಂಗುಗಳಿಂದ ಬಂದ ಹಣವೇ ನಮ್ಮ ಇಡೀ ಬದುಕಿಗೆ ಸಾಕಾಗುವ ಹಾಗಿತ್ತು. ಉಳಿದ ಕೃತಿಗಳನ್ನು ಇನ್ವೆಸ್ಟ್‌ಮೆಂಟುಗಳ ಹಾಗೆ ಜೋಪಾನ ಮಾಡುತ್ತಿದ್ದೆ. ತಡೆದಷ್ಟೂ ಕೃತಿಯೊಂದರ ಬೆಲೆ ಹೆಚ್ಚುತ್ತದೆ ಎಂಬುದನ್ನು ಅನುಭವದಿಂದ ಕಲಿತಿದ್ದೆ.

ಅತಿ ಸಣ್ಣ ಫ್ರೇಮಿನ ಲೋಲಾ ಮತ್ತು ದ ಲೇಕ್ ಎತ್ತಿಕೊಂಡು ಹೊರ ನಡೆದೆ. ಬಾಗಿಲ ಹೊರಗೆ ನಿಂತ ರಾವ್‌ನನ್ನೇ ದಿಟ್ಟಿಸುತ್ತ ಕ್ಯಾಂಪ್‌ಫೈರ್‌ಗೆ ಎಸೆದೆ. ಭಗ್ಗನೆ ಹೊತ್ತಿಕೊಂಡು ವಿಲಕ್ಷಣ ಪರಿಮಳ ಎಬ್ಬಿಸುತ್ತ ಆ ಎರಡೂ ಪೇಂಟಿಂಗುಗಳು ಭಸ್ಮವಾದವು.

ಮತ್ತೆ ಸ್ಟೋರೇಜ್ ಕೋಣೆಗೆ ಹೋದೆ. ರಾವ್‌ನ ಗದ್ದಲ ಕೇಳುವ ಹಾಗೆಯೇ ಇರಲಿಲ್ಲ. ಗಾಜಿನ ಬಾಗಿಲನ್ನು ಒಡೆಯಲು ನಾನಾ ತರಹದ ಉಪಾಯಗಳನ್ನು ಮಾಡುತ್ತಿದ್ದ. ಕುರ್ಚಿಯನ್ನೆತ್ತಿ ಬಡಿದ, ಡ್ರಿಲ್ಲರ್ ತಂದು ಗಾಜನ್ನು ಕೊರೆಯಲು ಪ್ರಯತ್ನಿಸಿದ. ಹ್ಞ! ನಾವು

ಪ್ರವಾಸದಲ್ಲಿರುವಾಗಲೂ ಕಳ್ಳರು ನುಗ್ಗಿ ಬರಬಾರದೆಂದು ನಾನೇ ಮುತುವರ್ಜಿಯಿಂದ ಜರ್ಮನಿಯಿಂದ ಅಳತೆ ಕೊಟ್ಟು ತರಿಸಿದ್ದ ಪಾಲಿಕಾರ್ಬೊನೇಟ್ ಪ್ಯಾನಲ್ಲಿನ ಗಾಜಿನ ಬಾಗಿಲುಗಳವು. ನಮ್ಮ ಎಲ್ಲ ಕಿಟಕಿಗಳೂ ಇದೇ ವಸ್ತುವಿನಿಂದ ಮಾಡಲ್ಪಟ್ಟಿವೆ. ಅವು ಅಷ್ಟು ಸುಲಭವಾಗಿ ಒಡೆದು ಹೋಗುತ್ತವೆಯೇ?

ಮುಂದಿನ ಸರತಿಯಲ್ಲಿ ದ ಸೀ ಆಫ್ ರೇನ್ ಮತ್ತು ಕ್ಯಾರೊಲೀನಾ ಅಗ್ನಿ ಪಾಲಾದವು. ಡಾರ್ಕ್‌ನೆಸ್, ಆಬೋಲಿ, ಸನ್ ಟು ದ ಸನ್... ಎಲ್ಲವೂ ಹೋದವು. ಫ್ರೇಮ್ ಮಾಡಿದ ಕ್ಯಾನ್‌ವಾಸು, ದುಬಾರಿ ಆಯಿಲ್ ಪೇಂಟು, ಮೇಲೆ ಹಚ್ಚಿದ ವಾರ್ನಿಶ್ಶು ಎಲ್ಲವೂ ಸೇರಿ ವಿಚಿತ್ರ ವಾಸನೆಯೊಂದು ಅಲ್ಲೆಲ್ಲ ಅಡರಿತ್ತು. ಮೂಗಿನ ಹೊರಳೆಗಳ ಮೂಲಕ ಯಾವುದೋ ನೆನಪನ್ನು ಹೊತ್ತು ತರುತ್ತಿದ್ದ ಈ ವಾಸನೆಯಿಂದ ನನಗೆ ಇನ್ನೂ ಇನ್ನೂ ಮತ್ತೇರುತ್ತಿತ್ತು. ಒಂದು ಹಂತದ ನಂತರ ನಾನು ನಾನಾಗಿಯೇ ಉಳಿದಿರಲಿಲ್ಲ.

ಅದ್ಯಾರೋ ಋಷಿಮುನಿ ಇಂದ್ರನಿಗಾಗಿ ತಪಸ್ಸು ಮಾಡುತ್ತ ತನ್ನ ಒಂದೊಂದೇ ಅಂಗಗಳನ್ನು ಅಗ್ನಿಗೆ ಅರ್ಪಿಸಿದ್ದನಂತಲ್ಲ... ಮೊದಲು ಕೈ ಕಾಲುಗಳು, ನಂತರ ಕಣ್ಣು, ಕಿವಿ, ಬಾಯಿ, ಕೊನೆಗೆ ಹೃದಯ... ಹಾಗೆಯೇ ರಾವ್‌ನ ಒಂದೊಂದೇ ಅಂಗಗಳು ಈ ಬೆಂಕಿಯ ಪಾಲಾಗುತ್ತಿದ್ದವು. ನನ್ನದೂ ಸಹ.

"ನೀನು ಬರುವುದೇ ಬೇಡ ಮಹರಾಯತಿ. ಎಲ್ಲವನ್ನೂ ನಾನೇ ನೋಡಿಕೊಳ್ಳುತ್ತೇನೆ" ಎಂದು ರಾವ್ ಅಂದಿದ್ದರೂ ನಾನು ನಿಲ್ಲಿಸುತ್ತಿರಲಿಲ್ಲವೇನೋ. ಆದರೆ ರಾವ್ ಹಾಗೇನೂ ಹೇಳಲಿಲ್ಲ. ವಿವಿಧ ಬಗೆಗಳಲ್ಲಿ ಗಾಜನ್ನು ಒಡೆಯುವ ಮಾರ್ಗಗಳನ್ನೇ ಅವನು ಪ್ರಯತ್ನಿಸುತ್ತಿದ್ದ. ಒಂದು ಬಾರಿ ಮನೆಯನ್ನು ಸುತ್ತಿ ಹಾಕಿ ಹಿಮದಲ್ಲಿಯೇ ನಡೆದು ಬಂದು ಸನ್‌ರೂಮಿನ ಕಿಟಕಿಗಳನ್ನು ಒಡೆಯಲು ಹರಸಾಹಸ ಪಟ್ಟು ವಾಪಸ್ ತೆರಳಿದ.

ಮತ್ತೆ ಸ್ಟೋರೇಜ್ ರೂಮಿಗೆ ಹೋಗಿ ನಿಂತೆ. ನನ್ನ ಇಡೀ ಬದುಕನ್ನು ಮುಡಿಪಾಗಿಟ್ಟು ಜೀವಕ್ಕಿಂತ ಹೆಚ್ಚಾಗಿ ಜೋಪಾನ ಮಾಡಿದ ಪೇಂಟಿಂಗುಗಳಿವು. ಮಗುವೊಂದು ಬೇಕು ಎಂದು ನಿರ್ಧರಿಸಿದ್ದರೆ ಅದರ ಪಾಲನೆಯನ್ನು ನೋಡಿಕೊಂಡಷ್ಟೇ ಶ್ರದ್ಧೆಯಿಂದ ಈ ಕೆಲಸವನ್ನೂ ಇಷ್ಟು ವರ್ಷ ನಿರ್ವಹಿಸಿದ್ದೆ. ಆದರೆ ಮೈಯಲ್ಲಿ ಭೂತ ಸಂಚಾರವಾದಾಗ ಅದನ್ನು ನಿಯಂತ್ರಿಸುವುದು ಹೇಗೆ? ಅದು ಯಾವ ಯಾವ ಕಾಲದ ಸೇಡನ್ನು ಆಹುತಿಯಾಗಿ ಬೇಡುತ್ತದೆ ಯಾರಿಗೆ ಗೊತ್ತು?

ನಿನ್ನೆಯಷ್ಟೇ ಸ್ಟೂಡಿಯೋದಿಂದ ಹೊರಗೆ ಬಂದ ಸೀಬರ್ಡ್ ಮತ್ತು ಗರ್ಲ್ ಇನ್ ಅ ಟ್ರೇನ್ ಎತ್ತಿ ಹೊರನಡೆಯುತ್ತಿದ್ದಂತೆ ಕಾಲುಗಳು ನಿತ್ರಾಣಗೊಂಡವು. ಸಾವಿರ ವರ್ಷಗಳ ದಣಿವು ಒಮ್ಮೆಲೇ ಮೈಮೇಲೆ ನುಗ್ಗಿ ಬಂತು. ಎಲ್ಲ ಕಿಟಕಿ ಬಾಗಿಲುಗಳನ್ನೂ ಮುಚ್ಚಿದ್ದರಿಂದ ಎಕ್ಸಾಸ್ಟ್ ಹಚ್ಚಿದ್ದರೂ ಹೊಗೆಯ ತೆಳುಮೋಡವೊಂದು ನಾನು ನಿಂತೆಡೆ ಆವರಿಸಿತ್ತು. ಒಂದು ಹೆಜ್ಜೆಯೂ ಎತ್ತಿಡಲಾಗದೇ ಸೋಫಾದ ಮೇಲೆ ಕುಸಿದು ಕುಳಿತೆ. ಸುತ್ತ ಕಣ್ಣಾಡಿಸಿದೆ. ರಾವ್ ಎಲ್ಲಿಯೂ ಕಾಣಲಿಲ್ಲ. ದೂರದಲ್ಲಿ ಅವನ ಹೆಜ್ಜೆ ಸಪ್ಪಳ ಮಾತ್ರ ಕೇಳಿಸುತ್ತಿತ್ತು. ಕಣ್ಮುಚ್ಚಿ ಕುಳಿತು ಅವನ ಹೆಜ್ಜೆಗಳ ಜಾಡನ್ನೇ ಅನುಸರಿಸಿದೆ.

ಈಗ ಮೆಟ್ಟಿಲು ಹತ್ತಿದ, ಈಗ ಎಡಕ್ಕೆ ಹೊರಳಿದ, ಮಾಸ್ಟರ್ ಬೆಡ್‌ರೂಮಿಗೆ ಏಕೆ ಹೋಗುತ್ತಿದ್ದಾನೆ? ಈಗ ಕ್ಲಾಸೆಟ್ಟಿನ ಬಾಗಿಲು ತೆಗೆದ. ಇದೇನಿದು? ಒಹ್, ಲಾಕರ್! ಲಾಕರ್ ತೆರೆದ. ಒಳಗಿಟ್ಟಿರುವ ಗನ್ನು ಎತ್ತಿಕೊಂಡನೇ? ಇಬ್ಬರೂ ಮೆಚ್ಚಿ ಕೊಂಡು ತಂದಿದ್ದ ಸ್ಪ್ರಿಂಗ್‌ಫೀಲ್ಡ್ ಎಕ್ಸ್ ಡಿ... ರಾತ್ರಿಯ ನೀರವದಲ್ಲಿ ಕೇಳಿಸಿದ ಕ್ಲಿಕ್ ಎಲ್ಲಿಯದು? ಗನ್ನಿನೊಳಗೆ ಮ್ಯಾಗಜಿನ್ ತುಂಬಿದನೇ? ಹೌದು. ಈಗ ಮರಳಿ ಬರುತ್ತಿದ್ದಾನೆ. ಕ್ಲಾಸೆಟ್ಟು ದಾಟಿದ. ಬೆಡ್‌ರೂಮು ದಾಟಿದ.

ಎಷ್ಟೇ ಸುರಕ್ಷಿತವಾಗಿದ್ದರೂ ಪಾಲಿಕಾರ್ಬೊನೇಟ್ ಪ್ಯಾನಲ್ಲಿನ ಈ ಗಾಜು ಹತ್ತಿರದ ಗುಂಡಿನ ದಾಳಿಯನ್ನು ತಡೆದುಕೊಳ್ಳುವುದಿಲ್ಲ ಅಂತ ಗೊತ್ತು ನನಗೆ. ಅಂತೂ ಇಲ್ಲಿಗೆ ಬಂದು ಮುಟ್ಟಿತಿದು ಅಂದುಕೊಂಡೆ. ಹೀಗೆ ಅನಾಥಳಂತೆ, ಒಂದು ಯಃಕಶ್ಚಿತ್ ಹುಳದಂತೆ ಗಂಡನ ರಿವಾಲ್ವರಿನಿಂದ ಸಾಯುವುದಿತ್ತು ನನ್ನ ಹಣೆಯಲ್ಲಿ ಅಂದುಕೊಂಡೆ.

ಕೊನೆಯ ಕ್ಷಣದಲ್ಲಿ ನೆನಪಿಸಿಕೊಳ್ಳಲು ನನ್ನವರು ಎಂದು ಯಾರೂ ಇರಲಿಲ್ಲ. ಮೂವತ್ತು ವರ್ಷಗಳೆಂದರೆ ಸುದೀರ್ಘ ಸಮಯ. ಹಳೆಯ ಸೇತುವೆಗಳೆಲ್ಲ ಆಗಲೇ ತುಕ್ಕು ಹಿಡಿದಿರುತ್ತವೆ. ಕೈಯಲ್ಲಿದ್ದ ಸೀಬರ್ಡ್ ಮತ್ತು ಗರ್ಲ್ ಇನ್ ಅ ಟ್ರೇನ್‌ಗಳನ್ನೇ ಇನ್ನಷ್ಟು ಅಪ್ಪಿ ಕುಳಿತೆ.

ಬೆಡ್‌ರೂಮು ದಾಟಿದ ರಾವ್ ಮೆಟ್ಟಿಲು ಇಳಿಯದೇ ಬಲಕ್ಕೆ ತಿರುಗಿದ. ಪಡಸಾಲೆಯಲ್ಲಿ ಉದ್ದಕ್ಕೆ ನಡೆದ. ನಿಧಾನಕ್ಕೆ ಒಂದೊಂದೇ ಕೋಣೆಗಳನ್ನು ದಾಟುತ್ತ, ಕೊನೆಗೆ ತನ್ನ ಸ್ಟೂಡಿಯೋ ಒಳಗೆ ಹೋಗಿ ಸದ್ದು ಮಾಡದ ಹಾಗೆ ಬಾಗಿಲಿಕ್ಕಿಕೊಂಡ.

ಏಳಬೇಕೆಂದರೂ ನನ್ನ ಕಾಲು ಏಳಲಿಲ್ಲ. ತಲೆ ಎತ್ತಲೂ ಶಕ್ತಿಯಿಲ್ಲದಂತಾಗಿತ್ತು. ಇವೆಲ್ಲದಕ್ಕೂ ಅಸಂಗತವೆನ್ನುವ ಹಾಗೆ ಹೊರಗೆ ಗಾಜಿನ ಹರಿವಾಣದಲ್ಲಿ ಉಳಿದ ಆ ಒಂಟಿ ಸಿಗರೇಟಿನ ನೆನಪಾಗಿ ಬಾಯಲ್ಲಿ ನೀರೂರಿತು.

ಬಳಸಿ ಎಸೆದ ಕಾಂಡಮನ್ನು ಕಸದ ಬುಟ್ಟಿಗೆ ಎಸೆದು, ಅದನ್ನು ಸ್ವಚ್ಛಗೊಳಿಸದೇ ಎರಡು ದಿನ ಬಿಟ್ಟರೆ ಕೋಣೆಯಲ್ಲೆಲ್ಲ ವೀರ್ಯ ಕೊಳೆತ ನಾತ ಅಡರುತ್ತದೆ. ಅಗ್ನಿಕುಂಡದಲ್ಲಿ ಉರಿಯುತ್ತಿರುವ ಈ ದುಬಾರಿ ಆಯಿಲ್ ಪೇಂಟಿನ ವಾಸನೆ ಅದೇ ನಾತವನ್ನು ಹೋಲುತ್ತದಲ್ಲವೇ ಎಂಬ ಸಂಗತಿ ಆ ಕ್ಷಣ ಮೊದಲ ಬಾರಿಯೆಂಬಂತೆ ನನ್ನ ಗಮನಕ್ಕೆ ಬಂತು.

□□□

ಮುಟ್ಟಬಾರದ ಹುಡುಗ

ಸ್ಪರ್ಶವೆನ್ನುವುದು ದೊಡ್ಡವರ ಭಾಷೆ. ಎಂಟು- ಒಂಬತ್ತರ ಆ ಚಿಕ್ಕ ವಯಸ್ಸಿನಲ್ಲಿ ನನಗೆ ಸದಾನನ್ನು ಒಮ್ಮೆಯೂ ಮುಟ್ಟಬೇಕು ಅನ್ನಿಸಿದ್ದಿಲ್ಲ. ನಾವಿಬ್ಬರೂ ಬಾಗಾಯತದ ಅಂಚಿಗೆ ಎಲ್ಲಿಯೂ ಸಲ್ಲದಂತೆ ನಿಂತ ಕಲ್ಲು ಪಾಗಾರದ ಮೇಲೆ ಕಾಲಾಡಿಸುತ್ತ, ಒಂದಕ್ಕೊಂದು ಸಂಬಂಧವೇ ಇರದ ಮಾತುಗಳನ್ನು ಆಡುತ್ತ ಕುಳಿತೆವೆಂದರೆ ಘಂಟೆಗಳು ಸರಿದಿದ್ದೇ ತಿಳಿಯುತ್ತಿರಲಿಲ್ಲ. ಸುಗಂಧಿ ಮಾಮಿ ಹಿತ್ತಿಲ ಬಾಗಿಲ ಬಳಿ ನಿಂತು "ವಿಶೂ ಮರೀ..." ಎಂದು ಊಟಕ್ಕೆ ಕೂಗು ಹಾಕಿದಾಗಲೇ ನನಗೆ ಮತ್ತೆ ಈ ಲೋಕದ ಧ್ಯಾನ.

ಪುನಃ ಮನೆಯೆಡೆಗೆ ಹೆಜ್ಜೆ ಹಾಕುವಾಗ ಸದಾ ನನಗಿಂತ ಒಂದು ಮಾರು ಹಿಂದೆಯೇ ನಡೆದು ಬರುತ್ತಿದ್ದ. ನಾನು ಮಾಮಿಯೊಟ್ಟಿಗೆ ಹಿತ್ತಿಲ ಬಾಗಿಲಿಂದ ಮನೆಯೊಳಗೆ ಹೋದರೆ, ಸದಾ ಮಾಮಿ ಕೊಟ್ಟ ಜಿಲೇಬಿಯನ್ನೋ, ಅತ್ರಾಸವನ್ನೋ ಚಡ್ಡಿಯ ಜೇಬಿಗೆ ಸೇರಿಸುತ್ತ ತೋರುಬೆರಳು ಮತ್ತು ಹೆಬ್ಬೆರಳುಗಳನ್ನಷ್ಟೇ ಒಮ್ಮೆ ನೆಕ್ಕಿದಂತೆ ಮಾಡಿ ಅರ್ಧಚಂದ್ರಾಕೃತಿಯಲ್ಲಿ ಮನೆಗೊಮ್ಮೆ ಸುತ್ತು ಹಾಕಿ ಮುಂಬಾಗಿಲ ಹಜಾರದ ಎಡಕ್ಕಿದ್ದ ಕೋಣೆಯ ಕತ್ತಲಲ್ಲಿ ಅಂತರ್ಧಾನವಾಗುತ್ತಿದ್ದ. ಅವನು ಹಾಗೆಲ್ಲ ಒಮ್ಮೆಯೂ, ತಪ್ಪಿಯೂ ಮನೆಯೊಳಗೆ ಸುಳಿದಿದ್ದೇ ಇಲ್ಲ.

ಪ್ರತಿ ವರ್ಷ ಬೇಸಿಗೆಯಲ್ಲಿ ಎರಡು ತಿಂಗಳು, ಅಕ್ಟೋಬರಿನಲ್ಲಿ ಎರಡು ವಾರ ನಾನು ಯಲ್ಲಾಪುರದ ಅರ್ತಿಬೈಲ್‌ನಲ್ಲಿರುವ ಈ ಅಜ್ಜಿಯ ಮನೆಯಲ್ಲಿ ಕಳೆಯುತ್ತಿದ್ದೆ. ಊರ ಹೆಂಚು ಹೊದಿಸಿದ ನಾಲ್ಕು ಕೋಣೆಗಳ ವಿಶಾಲ ಮನೆಯದು. ಒಳಹೊಕ್ಕ ತಕ್ಷಣ ಅಟ್ಟದ ಮೇಲೊಂದು ಕೋಣೆ. ಅದು ಚಂದು ಮಾಮನದು. ಕೆಳಗಿರುವ ಎರಡು ಕೋಣೆಗಳಲ್ಲಿ ಬಾಗಿಲಿದ್ದಿದ್ದು ಅಶೋಕ ಮಾಮಾ- ಸುಗಂಧಿ ಮಾಮಿಯದು, ಇನ್ನೊಂದು ಅಜ್ಜಿಯದು. ನಾನು ಮತ್ತು ಅಮ್ಮ ಅಲ್ಲಿ ಉಳಿದಾಗ ಅಜ್ಜಿಯ ರೂಮಿನಲ್ಲೇ ಸೆಕೆಯೆಂಗು ಗೋದಡಿ

ಹಾಸಿಕೊಂಡು ಮಲಗುತ್ತಿದ್ದೆವು. ಅಲ್ಲೇ ಪಕ್ಕದಲ್ಲಿ ಅಡುಗೆಮನೆ, ದೇವರ ಕೋಣೆ, ಸಣ್ಣ ಬಚ್ಚಲು. ಪಾಯಖಾನೆಯನ್ನು ಬಾಗಾಯತದ ಅಂಚಿಗೆ ಒಂದು ಮೂಲೆಯಲ್ಲಿ ಕಟ್ಟಿಸಲಾಗಿತ್ತು. ಇಡೀ ಮನೆಯ ನೆಲಕ್ಕೆ ಕೆಂಪು ಬಣ್ಣದ ರೆಡ್ ಆಕ್ಸೈಡಿನ ತಂಪಿತ್ತು. ಮನೆಯ ಸುತ್ತ ಮಾವು, ಹಲಸು, ತೆಂಗಿನ ಮರಗಳು. ತುಸು ದೂರದಲ್ಲಿ ತಟ್ಟಿ ಕಟ್ಟಿ ನಿರ್ಮಿಸಿದ್ದ ಹಂಡೆ ಸ್ನಾನದ ಬಚ್ಚಲು. ಮನೆಗೆ ಸಂಬಂಧವೇ ಇರದ ಹಾಗೆ ಹಜಾರದ ಎಡಕ್ಕೆ ಇನ್ನೊಂದು ಕೋಣೆಯಿತ್ತು. ಮೊದಲೆಲ್ಲ ಈ ಕೋಣೆಯಲ್ಲಿ ಅಜ್ಜನ ಊರಾದ ಬಂಕಿಕೊಡ್ಲದಿಂದ ಬರುತ್ತಿದ್ದ ತೆಂಗಿನಕಾಯಿಗಳನ್ನು ಶೇಖರಿಸುತ್ತಿದ್ದರೆಂಬ ನೆನಪು.

ಶಾಲೆಗೆ ರಜೆ ಬೀಳುವ ಪುರುಸೊತ್ತಿಲ್ಲದೇ ಅಮ್ಮ ತನ್ನ ಬ್ಯಾಂಕಿನ ಕೆಲಸಕ್ಕೆ ಒಂದು ವಾರದ ಲೀವ್ ಹಾಕಿ ನನ್ನನ್ನು ಎಳೆದುಕೊಂಡು ಕೆಂಪು ಬಣ್ಣದ, ಕಪ್ಪು ಚುಕ್ಕಿಗಳ ಬ್ಯಾಗನ್ನು ಹೆಗಲಿಗೆ ಏರಿಸಿಕೊಂಡು ಹುಬ್ಬಳ್ಳಿಯಿಂದ ಅಂಕೋಲೆಯ ಕಡೆಗೆ ಹೊರಡುವ ಬಸ್ಸು ಹತ್ತುತ್ತಿದ್ದಳು. ಕೆಲವೊಮ್ಮೆ ಮಧ್ಯಾಹ್ನವೇ ಕಡೆಯ ಪರೀಕ್ಷೆ ಬರೆದು ಸಂಜೆಯೇ ಈ ಪ್ರಯಾಣ ಕೈಗೊಂಡಿದ್ದೂ ಇದೆ. ಅಂಕೋಲೆಯ ಕಡೆಗೆ ಹೋಗುವ ಎಲ್ಲ ಬಸ್ಸುಗಳೂ ಯಲ್ಲಾಪುರದ ಮೇಲೆ ಹಾಯ್ದು ಹೋಗುವುದು ಪಕ್ಕಾ ಆದ ಕಾರಣ ಬಸ್ಸು ಸಿಗುವುದು, ಅದರಲ್ಲಿ ಕಿಟಕಿಯ ಬದಿಗಿನ ಸೀಟು ದಕ್ಕುವುದು ನಮಗೆಂದೂ ಕಷ್ಟವಾದದ್ದೇ ಇಲ್ಲ.

ಯಲ್ಲಾಪುರಕ್ಕೆ ತೆರಳಲು ಎರಡೇ ದಿನ ತಡವಾದರೂ ಅಪ್ಪ ಎಲ್ಲಿ ನನ್ನನ್ನು ಕರೆದುಕೊಂಡು ತಮ್ಮ ಊರಾದ ಭಟ್ಕಳದ ಬಸ್ಸು ಹತ್ತಿಬಿಡುತ್ತಾರೋ ಎಂಬ ಆತಂಕವೂ ಅಮ್ಮನ ಈ ಗಡಿಬಿಡಿಗೆ ಕಾರಣವಾಗಿದ್ದಿರಬಹುದು. ಅದನ್ನು ಯಾರೂ ನನ್ನ ಬಳಿ ಎಂದಿಗೂ ಹೇಳಿಲ್ಲ. ಆದರೆ ಯಲ್ಲಾಪುರದ ಮನೆ ತಲುಪಿದ ಸಂಜೆ, ತಂಪಿನ ಹೊತ್ತು ಅಮ್ಮ ಅಜ್ಜಿಯ ಹತ್ತಿರ ತೋಡಿಕೊಳ್ಳುತ್ತಿದ್ದ ಬಿಡಿ ಮಾತುಗಳಿಂದ ನಾನದನ್ನು ಊಹಿಸಿಕೊಂಡಿದ್ದೇನೆ.

"ಚೌತಿ ದೀಪಾವಳಿ ಅನ್ನದೇ ಆ ಹಾಳೂರಿಗ್ ಹೋಗಿ ಬೀಳೂದ್ ಇರೂದೇ. ಇನ್ ರಜೇನೂ ಅಲ್ಲಿ ಕಳಿಯೂದೆಂಥಕೆ? ಕಾಕದೀರ ಕೂಡೆ ಹಲ್ಕಟ್ ಭಾಷೆ ಕಲಿಯೂಕೆ?" ಎಂದು ಅಮ್ಮ ಮುಸುಮುಸು ಅಂದರೆ ಅಜ್ಜಿ, "ಮಕ್ಕಳಿಗೆ ಅಂದರೇನ್ ಪ್ರಯೋಜ್ನ, ತಾಯಿ ಆದೋಳು ಸರೀ ಮಾತಾಡಬೇಕ್ ಮುಂಚೆ" ಎಂದು ತನ್ನ ಪ್ರತಿಸ್ಪರ್ಧಿಯಾದ ಭಟ್ಕಳದ ದೊಡ್ಡಾಯಿಯನ್ನೇ ಜರಿಯುತ್ತಿದ್ದಳು. ಅಮ್ಮ ಮತ್ತು ಅಜ್ಜಿ ದಣಪೆಯ ಮೇಲೆ ಘಂಟೆಗಟ್ಟಲೇ ಗುಸುಗುಸು ಮಾಡುತ್ತ ಕುಳಿತಿರುವಾಗ ನಾನು ನೆಲಕ್ಕೆ ಬಿದ್ದ ಕೋಲು ಸಂಪಿಗೆಗಳ ಆಯುತ್ತಲೋ, ತೆಂಗಿನ ಮರದ ಬೇರಿನ ಗುಂಟ ನೆಲ ಅಗೆದು ನೋಡುವ ವ್ಯರ್ಥ ಪ್ರಯತ್ನ ಮಾಡುತ್ತಲೋ, ಮನೆಯಿಂದ ಹೊತ್ತು ತಂದ ಕತೆ ಪುಸ್ತಕಗಳನ್ನು ಓದುತ್ತಲೋ ಅಲ್ಲೇ ಸುಳಿಯುತ್ತ ಇರುತ್ತಿದ್ದೆ. ನನಗೇ ಅರಿವಿಲ್ಲದಂತೆ ನನ್ನ ಒಂದು ಕಿವಿ ಅಮ್ಮ ಅಜ್ಜಿಯರ ಮಾತುಗಳ ಕಡೆಗೇ ನೆಟ್ಟಿರುತ್ತಿತ್ತು. ಕೆಲವು ಮಾತುಗಳು ಎಷ್ಟು ಒಳದನಿಯಲ್ಲಿ ಆಡಲಾಗುತ್ತಿದ್ದವೆಂದರೆ ತೀರ ಹತ್ತಿರಕ್ಕೆ ಸರಿಯದೇ ಆ ಗುಟ್ಟುಗಳನ್ನು ಕೇಳಲು ಶಕ್ಯವೇ ಇರಲಿಲ್ಲ.

ನಾನು ಮನಸ್ಸಿನಲ್ಲಿಯೇ ಈ ಸಂಭಾಷಣೆಗಳನ್ನು ಕುಕ್ಕರು ಸೀಟಿಯ ಮಾತುಗಳು ಎಂದು ವರ್ಣಿಸಿಕೊಳ್ಳುತ್ತಿದ್ದೆ. ಕುಕ್ಕರಿಗೆ ಸೀಟಿ ಹಾಕಿ ಗ್ಯಾಸಿನ ಮೇಲಿಟ್ಟಾಗ ಅದು ಒಳಗಿನ

ಶಾಖಕ್ಕನುಗುಣವಾಗಿ ವಿವಿಧ ಬಗೆಯ ಸದ್ದು ಹೊರಡಿಸುತ್ತದೆ. ಮೊದಲು ಶಶ್... ಎಂದು ಶುರುವಾಗಿ, ಸಸ್... ಎನ್ನುತ್ತ ಮುಂದುವರೆದು, ಜುಸ್... ಅಂದು ಕೊನೆಗೊಮ್ಮೆ ದೊಡ್ಡಕೆ ಸೀಟಿ ಕೂಗಿಕೊಳ್ಳುತ್ತದೆ. ಅಮ್ಮ ಮತ್ತು ಅಜ್ಜಿಯರ ಪಿಸುದನಿಗಳೂ ಇದೇ ಮಾದರಿಯಲ್ಲಿ ಏರಿಳಿಯುತ್ತಿದ್ದವು. ಮುಖ್ಯವಾಗಿ ಈ ಕುಕ್ಕರು ಸೀಟಿಯ ಮಾತುಗಳು ಅಡುಗೆ ಮನೆಯಲ್ಲಿ ಸದ್ದೇ ಇಲ್ಲದೇ ಕೆಲಸ ಮಾಡುತ್ತಿದ್ದ ಸುಗಂಧಿ ಮಾಮಿಯ ಕುರಿತಾಗಿಯೇ ಇರುತ್ತಿದ್ದವು.

"ಇಲ್ಲಿಂದ್ ಹೋಗಬೇಕಾರೆ ಚೀಲ ತುಂಬ್ ತುಂಬ್ಕಂಡ್ ಹೋಗೂದೇಯ, ಬರ್ವಾಗ್ ಖಾಲಿ ಜೋಲಾಡಸ್ಕಂಡ್ ಬರೂಕೆ..."

"ಎಲ್ಲಾ ಕೈ-ಬಾಯ್-ಮುಟ್-ಕಿಟ್ಟೇ. ಒಂದೂ ಬಾಯಲ್ ಹಾಕೂಕ್ ಬ್ಯಾಡಾ ಮತ್ತೇ. ಶಟ್ಲೀ ಬೆರಕೆಗೆ ಬ್ಯಾಳೆ ಹಾಕೋರೇ ಯಾರರೂವಾ?"

"ಏನೇನಿತ್ತಬಲಾ, ಕಣ್ ಮ್ಯಾನೇ ಆಗ್ ಬೀಳ್ತೀ ಒಂದು ಸಲಾ ಪ್ಯಾಟೇ ಸುತ್ತಾಡಕಂಡ್ ಬಂದ್ರೆ. ಇಂವಾ ಮಳ್ಳಾ. ತಲೆ ಮ್ಯಾನೆ ಒಂದ್ ಸಲಾ ಕೈ ಅಳಗದ್ರೆ ಹೆಣ್ತಿ ಕಪ್ಪಡ್ ಶಳಯೂಕೂ ತಯಾರಿ."

ಹಿರಿಯರಿಗೆ ಒಂದು ವಯಸ್ಸಿನ ಕೆಳಗಿನ ಮಕ್ಕಳ ಕುರಿತು ಅದೇನು ಅಸಡ್ಡೆಯೋ ಗೊತ್ತಿಲ್ಲ. ಭಾಷೆ ಬರುವ ಇನ್ನೊಂದು ಜೀವ ಅಷ್ಟು ಸಮೀಪದಲ್ಲೇ ಇರುವ ಪರಿವೆಯೇ ಇಲ್ಲದೇ ದೊಡ್ಡವರ ಲೋಕದ ಎಷ್ಟೊಂದು ಸತ್ಯಗಳು ("ಹೆಂಗೇ, ಕೊಡ ತಕಂಡು ಸುರದಂಗೆ ನೀರು ಹೋಯ್ತಂತೆ," "ಇವರಿಗ್ ದಿನ್ನಾ ಬೇಕಾತೀದೇವಾ ಆಯಿ. ದಿನ್ನಾ. ದಿನಾ ಬೇಕಾಗೂದೇ ಯಾರಿಗರೂವಾ") ಆ ಮಾತುಗಳಲ್ಲಿ ಅನಾವರಣಗೊಳ್ಳುತ್ತಲೇ ಇರುತ್ತಿದ್ದವು.

ಹೀಗಾಗಿ ನನಗೆ ಅಮ್ಮ- ಅಜ್ಜಿಯ ನಡುವೆ (ನಿನ್ನಂಗೇ ಬಾಯಿ ಸತ್ತವಳು ನಾನು ಆಯಿ,) ಅಮ್ಮ- ಅಪ್ಪನ ನಡುವೆ (ಚಹ ಕುಡ್ದ ಲೋಟ ಬಿದ್ದಲ್ಲೇ ಬಿದ್ದಿರೂದೇ,) ಅಮ್ಮ- ಸುಗಂಧಿ ಮಾಮಿಯ ನಡುವೆ (ನಗ್ನಗ್ತೇ ಮಾತಾಡ್‌ಬಿಟ್ರೆ ಬಣ್ ಗುತ್ತಾಗೂಲಾ ಅಂದ್ ಮಾಡೀದಬಲಾ,) ಅಶೋಕ ಮಾಮ ಮತ್ತು ಅಪ್ಪನ ನಡುವೆ (ಅಣ್ಣ ಮನಶಾ, ಅಟ್ ದೊಡ್ ಆಫಿಸರ ಬಂದ್ರೂ ಇವ್ರು ಮುಖ ಉಪ್ ಮಾಡೇ ಕುಂತಕಂಡಿದ್ರು,) ಅಮ್ಮ ಮತ್ತು ಭಟ್ಕಳದ ದೊಡ್ಡಾಯಿಯ ನಡುವೆ (ನನ್ ಹೆಸ್ರು ಬಾಯಲ್ ಬಂದ್ರೆ ಕೇಳು ಅದಕೆ ಒಂದೇ ಒಂದ್ ಸಲಾ. ಅದು ಅದು ಅಂದೇ ಮಾತಾಡೂದು. ಇವ್ರೂ ಅವ್ವಿ ಮುಂದೆ ಹಂಗೇ ಕುಣಿಯೂದು,) ಅಮ್ಮ ಮತ್ತು ಭಟ್ಕಳದ ಸಮಸ್ತ ಸಂಬಂಧಿಕರ ನಡುವೆ (ಮೈಯಲ್ಲಿ ರಕ್ತ ಹರದ್ರೆ ಗುತ್ತಾಗತಿತ್ತೇ ಆಯಿ, ಚರಂಡಿ ನೀರೇ ಹರದ್ರೆ ಏನ್ ಮಾಡೂಕಾಗೂದು) ಇಂಥ ನೂರಾರು ಸಂಬಂಧ ಸೂಕ್ಷ್ಮಗಳು ಯಾರಿಂದಲೂ ಪ್ರತ್ಯೇಕವಾಗಿ ತಿಳಿಸಿಕೊಳ್ಳದೇ ನನಗೆ ಮನನವಾಗಿಬಿಟ್ಟಿದ್ದವು.

■

ಆದರೆ ಈ ಬಾರಿ ಪ್ರತೀ ಸರ್ತಿಯ ಹಾಗಲ್ಲ. ಹುಬ್ಬಳ್ಳಿಯಿಂದ ಬಸ್ಸು ಹತ್ತಿದ ಕ್ಷಣಿಶವೇ ಅಮ್ಮ ಬಿಕ್ಕತೊಡಗಿದ್ದಳು. ನಡುನೊಮ್ಮೆ ನನ್ನನ್ನಪ್ಪಿ, "ಮಗಾ, ಈ ಸಲ ಚಂದು ಮಾಮ ಇಗೂದಿಲ್ಲ ಗುತ್ತೀದಲೇ?" ಎಂದು ಇನ್ನಷ್ಟು ಹನಿಗಣ್ಣಾದಳು. ಮೂರು ತಿಂಗಳ ಹಿಂದಷ್ಟೇ

ಅಮ್ಮನ ಎರಡನೆಯ ಅಣ್ಣ ಚಂದುವಿನ ಅಂತ್ಯಸಂಸ್ಕಾರಕ್ಕಾಗಿ ಒಂದು ವಾರ ಶಾಲೆ ತಪ್ಪಿಸಿ ಯಲ್ಲಾಪುರದಲ್ಲಿ ಉಳಿದಿದ್ದೆವು. ಅಪ್ಪ- ಅಮ್ಮ ಶಾಲೆಗೇ ಬಂದು ನನ್ನನ್ನು ಕರೆದೊಯ್ದಿದ್ದರಿಂದ ಯೂನಿಫಾರಂನಲ್ಲೇ ಬಸ್ಸಲ್ಲಿ ಹೋಗಿದ್ದು ವಿಚಿತ್ರ ನೆನಪನ್ನು ಉಳಿಸಿತ್ತು.

ಹತ್ತಿರದವರ ಸಾವು ಉಳಿಸಿ ಹೋಗುವ ರಿಂಗಣಗಳು ಅನುಭವಕ್ಕೆ ಬಂದಿದ್ದು ಅದೇ ಮೊದಲ ಬಾರಿ ನನಗೆ. "ಅಂದ್ರ, ಇನ್ನ ಯಾವತ್ತೂ ಬರಾಂಗಿಲ್ಲಾ? ಯಾವತ್ತೂ ಚಂದೂಮಾಮನ್ನ ನೋಡಾಕ ಆಗಂಗಿಲ್ಲ?" ಎಂದು ಆಗಷ್ಟೇ ಉದಯಿಸಿದ ಅಜ್ಞಾತ ಉದ್ವೇಗವನ್ನು ತಡೆ ಹಿಡಿಯಲು ಪ್ರಯತ್ನಿಸಿ ವಿಫಲಳಾದೆ. "ಇಲ್ಲ ಮಗಾ, ಘನೋರಿಗೆ ಸಾವು ಭಾಳ ಬ್ಯಾಗೆ ಬರತದಂತೆ. ಅಟ್ಟೆಲ್ಲಾ ಘನೋರಾಗೂ ಇರೂಕಿಲ್ಲ" ಎಂದು ಅಮ್ಮ ಇನ್ನಷ್ಟು ದುಃಖಿಸಿದಳು.

ಚಂದೂ ಮಾಮ ಯಲ್ಲಾಪುರದ ಸರಕಾರಿ ಫಸ್ಟ್ ಗ್ರೇಡ್ ಕಾಲೇಜಿನಲ್ಲಿ ಕ್ಯಾಂಟೀನು ನಡೆಸುತ್ತಿದ್ದ. ಹಿರಿಯನಾದ ಅಶೋಕ ಮಾಮನಂತೆ ಮತ್ತು ಇವರಿಬ್ಬರಿಗೂ ತಂಗಿಯಾದ ನನ್ನ ಅಮ್ಮನಂತೆ ಚಂದುವಿಗೆ ವಿದ್ಯೆ ತಲೆಗೆ ಹತ್ತಿಲ್ಲದ ಕಾರಣ ಅಜ್ಜನಿಗೆ ಕೊನೆಯುಸಿರೆಳೆಯುವ ತನಕ ಅಸಮಾಧಾನವಿತ್ತಂತೆ. ಅದೇ ಕಾಲೇಜಿನಲ್ಲಿ ಪ್ರಾಂಶುಪಾಲರಾಗಿ ನಿವೃತ್ತರಾದ ಅಜ್ಜ, "ನನ್ನ ಹೆಸರು ತೊಳೆಯೂಕೆ ಇವನೊಬ್ಬ ಸಾಕು ದರವೇಶಿ" ಎಂದು ಸಾಯುವ ಎರಡೇ ದಿನಗಳ ಮೊದಲೂ ಉಸುರಿದ್ದರಂತೆ ಎಂಬುದನ್ನು ಅಮ್ಮ ಮತ್ತು ಅಜ್ಜಿಯರ ಕುಕ್ಕರು ಸೀಟಿಯ ಸಂಭಾಷಣೆಯಲ್ಲಿ ಕೇಳಿ ನನಗೆ ತಿಳಿದಿತ್ತು.

ಅದಕ್ಕಿಂತ ಮುಖ್ಯವಾಗಿ ಚಂದು ಮಾಮನ ಕುರಿತಾದ ಇನ್ನೊಂದು ರೋಚಕ ಮಾಹಿತಿ ಆಗಾಗ ಇವೇ ಮಾತುಗಳಲ್ಲಿ ಬಂದು ನನ್ನ ಆಸಕ್ತಿಯನ್ನು ಹಿಡಿದು ನಿಲ್ಲಿಸುತ್ತಿತ್ತು.

"ಭಟ್ಕಳಕ್ಕೆ ಹೋದಾಗೆಲ್ಲ ಚುಚ್ಚಿಚುಚ್ಚಿ ಮಾತಾಡ್ತೇರು ಆಯಿ. ನಿಮ್ಮ ಎರಡನೆಯ ಅಣ್ಣ, ಏನವನ ಹೆಸರು, ಚಂದು ಕಾಣ್ತೆ. ನಲವತ್ತು ದಾಟೀದಲೇ, ಮೊದೇ-ಗಿದೇ ಮಾಡೋ ಮನಸ್ಸೀದೇ ನಿಮ್ಮ ಆಯೀಗೆ?..."

"ಅದ್ಯಾವ್ದೋ ಮುಸಲರೋಳ ದೋಸ್ತೀ ಈದು ಅಂದ್ ಸುದ್ದಿ ಇತ್ತಪ್ಪ. ಖರೇ ಅದು? ಶೀ ಹೇಶಗೀನಪ್ಪ ನಮಗೆಲ್ಲ... ಹಿಂಗೆ ಹೇಳೂಕೇ ಕಾಯ್ತೇ ಇರ್ತೇರು ಎಲ್ಲಾ. ನಂಗ್ ಆ ಮನೇಗ್ ಕಾಲಿಟ್ ಗಳೀಗೆ ಉಸರ್ ಹಿಡಕಂಡೇ ಬಾಳಬೇಕ್ ನೋಡು ಹಂಗಾಗ್ತೀ. ಇವರಿಗೂ ಹಬ್ಬಹಬ್ಬಕ್ಕೆ ಟೋಳಿ ಎಳಿಸಿಕೊಂಡ್ ಹೋಗದಿದ್ರೆ ಸಮಾಧಾನ ಇಲ್ಲ. ಅದ್ಕೇ ಈ ಸಲ ಮುಟ್ಟಾಗೇ ಅಂದ್ ಸುಳ್ ಹೇಳಿ ಹುಬ್ಳಿಲೇ ಉಳ್ಕಂಡಿದ್ದೆ. ಅಪ್ಪಾ ಮಗಳಿಬ್ರೇ ಹೋಗಿ ಬಂದ್ರು."

"ನಮ್ ಚಿನ್ನಾನೇ ಸರೀ ಇಲ್ದೇ ಏನು ಮಾಡೂಕಾಗ್ತೀ ತಂಗೀ. ನೂರು ಸಲ ಹೇಳಾಯ್ತು. ಕಾಣೂಕರೂ ಜಾತೀದೊಂದು ಆಗಿ ಮನೇಲಿಡು ಅಂದಿ. ಇಲ್ಲ ಆಯಿ ಈಗೆಂಥ ಮೊದೆ, ಇನ್ನಟ್ಟ್ ವರ್ಷ ಕಳದ್ರೆ ಮಗಾ ಮೊದೇಗ್ ಬರ್ತ್ಯಾ ಅಂತ್ಯಾ ಇಂವ. ನನ್ನ ಉಸಿರಿರೋ ತನಕ ಅದಕ್ಕೆ ಈ ಮನೆ ಹೊಸಲೊಂದು ತುಳಸೂಕಾಗಾ ಅಂದ್ ಭಾಷೆ ತಕಂಡೆ..."

ಸುಗಂಧಿ ಮಾಮಿಯಿದ್ದ ಒಳಕೋಣೆಯ ಕಡೆಗೆ ಹುಬ್ಬು ಹಾರಿಸಿ ಅಜ್ಜಿ, "...ಇದರ ಕೂಡೆ ದೋಸ್ತೀ ಈದಂದ್ ಕಾಣ್ತೇ. ಅದೆಂಥದೋ ಮೆಹು ಮೆಹು ಅಂತೇ ಬೀಳ್ತಿದಪ್ಪಾ. ಗಂಡನ ಮುಂದಲ್ಲ, ಅತ್ತಿ– ಮೈದ್ನ ಇಬ್ರೇ ಇದ್ದಾಗ. ಅಶೋಕಂಗೆ ಇವೆಲ್ಲ ಸೇರೂಲಾ. ನನ್ನ ಮಗಾ ಅಂವಾ. ಚಮಡಾ ಸುಲದ್ ಬಿಡ್ವಾ ಶಿಟ್ ಬಂದ್ರೆ" ಎಂದೂ ಸೇರಿಸುತ್ತಿದ್ದಳು.

ಮೆಹರುನ್ನೀಸಾ ಎಂಬ ಚಂದದ ಹೆಸರನ್ನು ಮೆಹು ಅಂತ ಮೊಟಕುಗೊಳಿಸಿದ್ದು ಚಂದು ಮಾಮನೇ ಎಂದು ಕಾಣುತ್ತದೆ. "ನಿಂಗೆ ಇನ್ನೊಂದು ಮಾಮಿ ಈದು ಗುತ್ತೀದಲೇ?" ಎಂದು ಚಂದು ಮಾಮ ಮೆ–ಹ–ರು–ನಿ–ಸಾ ಎಂಬ ಹೆಸರನ್ನು ಮತ್ತೆ ಮತ್ತೆ ಬಿಡಿಸಿ ಬಿಡಿಸಿ ಹೇಳಿಸುತ್ತಿದ್ದ. "ಮೆಹು ಮಾಮಿ ಅನ್ಬೇಕು ನೀನು. ಕರಕಂಡ್ ಹೋತಿದೆ ನಿಮ್ಮಮ್ಮ ಒಪ್ಪಿದ್ದಿದ್ರೆ" ಎಂದು ಪೇಟೆ ಸುತ್ತುವಾಗ, ಗ್ರಾಮದೇವಿ ಗುಡಿಯ ಮುಂದಿನ ಮುಮ್ತಾಜ್ ಹೊಟೇಲಿನಲ್ಲಿ ಗಡಬಡ್ ಐಸ್‌ಕ್ರೀಮ್ ತಿನಿಸುವಾಗ ಹೇಳಿ ಹಹ್ಹಹ್ಹಾ ಎಂದು ನಗುತ್ತ ಬೆರಳುಗಳಿಂದ ಟೇಬಲ್ಲಿನ ಮೇಲೆ ತಬಲಾ ಬಾರಿಸುತ್ತಿದ್ದ. ಒಮ್ಮೆಲೇ ಎರಡು ಬೆರಳುಗಳನ್ನು ಗನ್ನಿನಂತೆ ನನ್ನೆಡೆ ನೆಟ್ಟು "ಸ್ಟ್ಯಾಚೂ" ಎನ್ನುತ್ತಿದ್ದ. ಹಾಗೆಂದರೆ ಅವನು ಕೈ ಕೊಡವುವ ತನಕ ನಾನು ಒಂಚೂರೂ ಅಲುಗಾಡದೇ ಇರಬೇಕು, ಕಣ್ರೆಪ್ಪೆಯನ್ನು ಮಾತ್ರ ಬೇಕಿದ್ದರೆ ಬಡಿಯಬಹುದು. ಅವನೂ ಕೂಡ ಎಂಥದೇ ಗಂಭೀರ ಕ್ಷಣದಲ್ಲೂ ನಾನು ಹೋಗಿ ಸ್ಟ್ಯಾಚೂ ಅಂದಾಗ ಆಟಕ್ಕೆ ಪ್ರತಿಸ್ಪಂದಿಸದೇ ಇರುತ್ತಿರಲಿಲ್ಲ. ಈ ಅಗಾಧ ವಿಶ್ವದಲ್ಲಿ ನಮ್ಮಿಬ್ಬರನ್ನೂ ಬೆಸೆಯುವ ಕೊಂಡಿಯೊಂದು ಆ ಆಟದಲ್ಲಿ ಅಡಕವಾಗಿತ್ತು.

ಆ ಕಾಲಕ್ಕೂ ಹಳೆಯ ಫ್ಯಾಷನ್ನೇ ಆಗಿದ್ದ ಬಿಳೀ ಪಜಾಮ, ಚೌಕಳಿ ಅಂಗಿ ಧರಿಸುತ್ತಿದ್ದ, ತುಸು ಕುಳ್ಳಗಿನ ಆಕೃತಿಯ, ಹೊಳೆಯುವ ಕಣ್ಣುಗಳ, ನಗುಮೊಗದ ಅಂಥ ಚಂದುಮಾಮ ಈ ಬಾರಿ ಮನೆಯಲ್ಲಿ ಇರುವುದಿಲ್ಲ. ಈಗೇನು ಇನ್ನೆಂದೂ ಅವನ ದನಿ ಕೇಳಲು ಸಾಧ್ಯವಿಲ್ಲ ಎಂಬುದನ್ನು ನನಗೆ ಅರಗಿಸಿಕೊಳ್ಳಲಾಗಲಿಲ್ಲ.

ಹೊಸ್ತಿಲಲ್ಲೇ ಅಜ್ಜಿಯನ್ನೂ, ಸುಗಂಧಿ ಮಾಮಿಯನ್ನೂ ಅಪ್ಪಿ ಅಮ್ಮ ಇನ್ನೊಮ್ಮೆ ಭೋರೆಂದು ಅತ್ತಳು. ಆಗಷ್ಟೇ ಆಫೀಸಿನಿಂದ ಮರಳಿ ಆರಾಮ ಕುರ್ಚಿಯ ಮೇಲೆ ಅರ್ಧ ತೋಳಿನ ಬನಿಯನ್ನಿನಲ್ಲಿ ಪೇಪರು ಹಿಡಿದು ಕೂತಿದ್ದ ಅಶೋಕ ಮಾಮನೂ ಕಣ್ಣು ಕೆಂಪಗೆ ಮಾಡಿಕೊಂಡು "ಏನು ಮಾಡೋದು. ಇಲ್ಲ. ಅಷ್ಟೇ" ಎಂದ.

ಕಾಲೇಜು ಕ್ಯಾಂಟೀನಿನ ಗಲ್ಲಾದಲ್ಲಿ ಕುಳಿತಿದ್ದವನು ಲೆಕ್ಚರರ್ ಒಬ್ಬರಿಗೆ ಅತೀ ಮೇಲಕ್ಕಿಟ್ಟಿದ್ದ ಕೋಡುಬಳೆಯ ಪ್ಯಾಕೇಟು ತೆಗೆಯಲು ಕೈ ಎತ್ತಿದವನು ಹಠಾತ್ತನೆ ಎದೆ ಹಿಡಿದುಕೊಂಡು ನೆಲದ ಮೇಲೆ ಒದ್ದಾಡುತ್ತ ಬಿದ್ದು ಕ್ಷಣಗಳ ಅಂತರದಲ್ಲೇ ತಟಸ್ಥನಾದ ಚಂದು ಮಾಮನ ಅನಿರೀಕ್ಷಿತ ಹೃದಯ ಸ್ತಂಭನದ ಕುರುಹಾಗಿ ಈ ಮನೆಯಲ್ಲಿ ಸಾಕಷ್ಟು ಕಣ್ಣಿಗೆ ಕಾಣುವ ಮತ್ತು ಮೇಲ್ನೋಟಕ್ಕೆ ತರ್ಕಕ್ಕೆ ಕಾಣಿಸದ ಬದಲಾವಣೆಗಳಾಗಿದ್ದವು.

ಇಷ್ಟು ವರ್ಷ ಚಂದು ಮಾಮ ಯಾರಿಂದಲೂ ಹೇಳಿಸಿಕೊಳ್ಳದೇ, ಯಾರಿಗೂ ತಿಳಿಸದೇ ಮಾಡುತ್ತಿದ್ದ ಮನೆಯ ಕೆಲಸಗಳು ಅವನ ಇರುವಿಲ್ಲದೇ ಹಾಗೆಯೇ ಬಿದ್ದಿರುವುದನ್ನು ಚೂರೇ ಲಕ್ಷ್ಯ ಕೊಟ್ಟರೂ ಗಮನಿಸಬಹುದಿತ್ತು. ಮೆಟ್ಟಿಲಿನ ಒಳ ಕೊರಕಲಿನಲ್ಲಿ, ಅಶೋಕ ಮಾಮನ

ನೀಲಿ ಸ್ಕೂಟರಿನ ಮಡ್‌ಗಾರ್ಡಿನ ಒಳಗೆ, ಅಡುಗೆ ಮನೆಯ ಗೋಡೆಗೆ ನೇತುಹಾಕಿದ್ದ ಸ್ಟೀಲಿನ ಪಾತ್ರೆ ಸ್ಟಾಂಡಿನ ಹಿಂಬದಿಯಲ್ಲಿ, ಪಡಸಾಲೆಯಲ್ಲಿ ತೂಗುತ್ತಿದ್ದ ಅಜ್ಜನ ಮಾಲೆ ಹಾಕಿದ ಫೋಟೋದ ಮೇಲೆ ಧೂಳಿನ ತೆಳು ಪದರು ಚಂದು ಮಾಮನಿಲ್ಲದ ಈ ಮೂರು ತಿಂಗಳಲ್ಲಿ ಸದ್ದಿಲ್ಲದೇ ಶೇಖರಣೆಯಾಗುತ್ತಿತ್ತು. ಅಜ್ಜನ ಫೋಟೋದ ಪಕ್ಕದ ಫ್ರೇಮಿನಲ್ಲಿ ನಗುತ್ತ ಸ್ಟಾಚೂ ಆಗಿದ್ದ ಚಂದೂ ಮಾಮನ ಕವಳ ತಿಂದು ಕಪ್ಪಾದ ಹಲ್ಲುಗಳಿಗೆ ಬಿಳಿ ಬಣ್ಣದ ಟಚ್ ಅಪ್ ಕೊಟ್ಟಿದ್ದರಿಂದ ಇಷ್ಟವಿಲ್ಲದೇ ನಕ್ಕವರಂತೆ ಕಾಣುತ್ತಿದ್ದ.

ನೀರು ಕಾಯಿಸುವ ಹಂಡೆಗೆ ಒಂದು ಮಣ ಮಸಿ ಹಿಡಿದು ಬಿದ್ದಿರುವುದು, ದಿನಬಳಕೆಯ ವಸ್ತುಗಳಾದ ಸೋಪು, ಟೂತುಪೇಸ್ಟು, ಮನೆಯಲ್ಲಿ ಎಲ್ಲರೂ ಬಳಸುವ ಗುಲಾಬಿ ಬಣ್ಣದ ಕವಚವಿರುವ ಪಾಂಡ್ಸ್ ಪೌಡರು, ಊದಿನಕಡ್ಡಿ, ಕರ್ಪೂರ, ಕಸಬರಿಕೆ, ಯಾವಾಗಲೂ ಡಬ್ಬಿಯಲ್ಲಿ ಇದ್ದೇ ಇರುತ್ತಿದ್ದ ಅವಲಕ್ಕಿ ಚೂಡಾ ಎಲ್ಲವೂ ತರುವವರಿಲ್ಲದೇ ಖಾಲಿಯಾಗಿರುವುದು, ಅಂಗಳದ ತುಂಬೆಲ್ಲ ಗುಡಿಸದೇ ತರಗೆಲೆ ಹರಡಿಬಿದ್ದಿರುವುದು... ಚಂದೂ ಮಾಮನ ಅನುಪಸ್ಥಿತಿಯಲ್ಲಿಯೇ ಅವನ ಇರುವನ್ನು ನೆನಪಿಸುವಂತೆ ಮತ್ತೆ ಮತ್ತೆ ಕಾಡುತ್ತವೆ ಎಂಬುದನ್ನು ಅಜ್ಜಿ ಸೊರಸೊರ ಮಾಡುತ್ತಲೇ ಅಮ್ಮನ ಬಳಿ ಹೇಳಿ ಹೇಳಿ ಅಳುತ್ತಿದ್ದಳು.

ಸೆರಗಿಗೆ ಕೈ ಒರೆಸುತ್ತ ಹೊರಬಂದ ಸುಗಂಧಿ ಮಾಮಿಯೂ ನನ್ನನ್ನು ಕಾಲಿಗೊರಗಿಸಿಕೊಂಡು ಅಜ್ಜಿಯ ಮಾತನ್ನು ಅನುಮೋದಿಸುವಂತೆ ಕೂತಿದ್ದಳು. ಮಾಮಿ ಏಕೆ ಬೇರೆಯದೇ ರೀತಿ ಕಾಣುತ್ತಿದ್ದಾಳೆ ಎಂದು ನಾನು ಮತ್ತೆ ಮತ್ತೆ ತಿರುಗಿ ಮುಖ ನೋಡುವಂತೆ, ಆಕೆಯ ಸ್ಪರ್ಶದಲ್ಲಿ, ಅವಳ ಮುಖದ ಮೇಲಿನ ಯಾವುದೋ ಗೆರೆಯಲ್ಲಿ ಈ ಮನೆಯ ಯಾರ ಮೊಗದ ಮೇಲೂ ಕಾಣದ ದುಃಖದ ಎಳೆಯೊಂದು ಖಾಯಂ ಆಗಿ ಆವಾಹನೆಗೊಂಡಂತಿತ್ತು.

ಎಷ್ಟೋ ಹೊತ್ತಿನ ಮಾತಿನ ನಂತರ ಅಜ್ಜಿ ಹಜಾರದ ಎಡಕ್ಕಿದ್ದ ಬಾಗಿಲ ದಿಕ್ಕಿನಲ್ಲಿ ಹುಬ್ಬು ಹಾರಿಸಿ ಅಮ್ಮನ ಬಳಿ "ನಂಬೊಂಗಿಲ್ಲ ನೀನು" ಅಂದಳು. ಅಮ್ಮನ ಕಣ್ಣುಗಳೂ ಬಹಳ ಹೊತ್ತಿನಿಂದ ಆ ದಿಕ್ಕಿನೆಡೆ ನೆಟ್ಟಂತಿತ್ತು.

"ಅದೇ ನೋಡ್ದೆ ನಾನೂವಾ. ಕೀಲಿ ಹಾಕೇದಲಾ. ಬಾಡಗೀ ಕೊಟ್ಟೇರಿ?"

"ಎಲ್ಲೀ ಬಾಡಗೀನೇ. ಅದು... ಅದ್ ಬಂದ್ ಉಳಕಂಡಿ."

"ಯಾರೇ?"

"ಅದೇ."

ಸ್ಪಷ್ಟವಾಗಿ ಹೇಳುವ ಮನಸ್ಸಿಲ್ಲದವಳಂತೆ ಅಜ್ಜಿ ಒಮ್ಮೆ ಕಾಲು ಬಿಟ್ಟು ಮಂಡಿ ನೀವಿಕೊಂಡಳು.

"ಗತಿ ಇಲ್ಲದೋರು ಅಂದ್ ಕಾಲಿಗ್ ಬಂತು ಬಿತ್ತು. ಮಗಾನೂ ಈಂವ ನಮ್ಮ

ವಿಶೂದೇ ವಯಸ್ಸಿನವ."

"ಅಂದ್ರೆ ಚಂದು ಹೆಣ್ತಿ?"

"..."

ಅಮ್ಮ ಎದ್ದೇ ನಿಂತುಬಿಟ್ಟಳು. "ವಿಶೂ ಮರಿ, ಬಾ ಹೋಗೋಣ. ಇದೊಂದ್ ರಜೆ ಹುಬ್ಳಿಲೇ ಕಳೀನಾಕು" ಎಂದು ಮಾಮಿಗೆ ಒರಗಿ ಕೂತಿದ್ದ ನನ್ನ ಹೆಗಲನ್ನು ಬಳಸಿ ಎಬ್ಬಿಸಲು ನೋಡಿದಳು. ದಿಢೀರನೆ ಬದಲಾದ ಅಮ್ಮನ ಮುಖಚರ್ಯೆಯಿಂದ ಸುಗಂಧಿ ಮಾಮಿಯೂ ಅಜ್ಜಿಯೂ ಕಂಗಾಲಾದವರಂತೆ ಕಂಡರು.

"ಏಯ್ ತಂಗೀ, ಅದ್ಯಾಕ್ಹಂಗ್ ಮಾಡ್ತ್ಯೇ? ದ್ಯಾವರ್ ಬಂತೇನೇ ಮೈ ಮ್ಯಾಲೆ?" ಅಜ್ಜಿ ನನ್ನ ಕೈ ಹಿಡಿದು ತನ್ನೆಡೆ ಸೆಳೆದುಕೊಂಡಳು.

"ಮತ್ತೇನೇ ಆಯಿ? ಅದಕ್ಯಾಕ್ ಮನೇಲ್ ಹೊಕ್ಕಸ್ಕಂಡೇರಿ? ಈಗ್ ಹೋದ್ ಮರ್ಯಾದಿ ಸಾಕಾಗ್ಲಾ? ಅಲ್ಲೆಲ್ಲಾ ಕೇಳ್ತೇ ಇವ್ರು, ಅದ್ಹೆಂಗ್ ಹಾರ್ಟ್ ಅಟ್ಯಾಕ್ ಆಗೂದೇ ಇಟ್ ಸಣ್ಣ ವಯಸ್ಸಿಗೆ? ಫಶಗಿ ಹಾಕಂಡ್ಯಾ ಅಂದ್ ಸುದ್ದಿ ಇತ್ತಪ್ಪಾ ಅಂದೆಲ್ಲಾ.."

"ಜನಾ ನೂರು ಹೇಳ್ತೇರೇ ತಂಗೀ. ಫಶಗಿ ಹಾಕ್ಕೊಳ್ಳೋ ಅಂತೋನೇನು ನಿಮ್ಮಣ್ಣ? ಹಂಗ್ ಹೇಳದೊವ್ರೇ ಹಾಕ್ಕೊಳ್ಳೋರು ನೋಡು ಬೇಕಾದ್ರೆ. ಮಕ್ಕಳ ಮುಂದೆ ಹಂಗೆಲ್ಲಾ ಮಾತಾಡೂಕಾಗಾ ತಂಗೀ."

"ನಂದು ಬಿಡು. ನಾಳೆ ಮೊದೆ ಆಗೋ ಹುಡಗಿ ಇದು. ಊರ ತುಂಬಾ ಏನೇನು ಸುದ್ದಿ ಆಗ್ತಿ ಯಾರಿಗ್ ಗುತ್ತು. ನಾ ಹೋತೇ ಕರಕಂಡಿ ಸಂಜೆ ಗಾಡಿಗೆ."

ನನಗೆ ಅಳುವೇ ಬಂದುಬಿಟ್ಟಿತು. ಒಂದು ವಾರದ ಬ್ಯಾಂಕಿನ ರಜಾ ಮುಗಿದರೂ ದೂರವಾಣಿಯ ಮುಖಾಂತರವೇ ಕನಿಷ್ಟ ಎರಡು ಬಾರಿಯಾದರೂ ಎರಡೆರಡು ದಿನ ರಜಾ ವಡಾಯಿಸುತ್ತ ಊರಿನಲ್ಲೇ ಹಪ್ಪಳ ಒಣಗಿಸುತ್ತಲೋ, ಹಚ್ಚಿದವಲಕ್ಕಿ ಕಲಿಸುತ್ತಲೋ ಮನೆಯೆಲ್ಲ ಕಲಕಲ ಎನ್ನುವಂತೆ ಉಳಿಯುತ್ತಿದ್ದ ಅಮ್ಮ ಬಂದ ದಿನವೇ ಹೊರಡೋಣ ಅನ್ನುತ್ತಾಳೆಂದರೆ. ಹತ್ತು ಅಥವಾ ಹನ್ನೆರಡನೆಯ ದಿನಕ್ಕೆ ಅಮ್ಮ ಅತ್ತ ತೆರಳಿದ ಮೇಲೆ ನನಗೆ ಅಜ್ಜಿಯ ಮನೆಯಲ್ಲಿ ಸಿಗುತ್ತಿದ್ದ ಸ್ವಾತಂತ್ರ್ಯವನ್ನು ಪ್ರತಿ ಬಾರಿಯೂ ಎದುರು ನೋಡುತ್ತಿದ್ದೆ.

ಇನ್ನೂ ಬ್ಯಾಗಿನಿಂದ ಒಂದು ಕತೆ ಪುಸ್ತಕವನ್ನೂ ತೆಗೆದಿಲ್ಲ, ಒಮ್ಮೆಯೂ ಜೇನ್ಕಲ್ಲು ಗುಡ್ಡಕ್ಕೆ ತಿರುಗಾಡಲು ಹೋಗಿಲ್ಲ, ಗಡಬಡ್ ತಿಂದಿಲ್ಲ, ಮುಂದಿನ ಮನೆಯ ಮಂಜಪ್ಪಾಚಾರಿ ಮನೆಯ ಬೆಕ್ಕನ್ನು ಮೈದಡವಿ ಮುದ್ದಿಸಿಲ್ಲ, ಅಟ್ಟದ ಮೇಲೆ ಹತ್ತಿ ಕೂತು ಯಾವುದೋ ಕಾಲದ ಪಿಸ್ಡಮ್ ಪತ್ರಿಕೆಯ ಬಣ್ಣದ ಪುಟಗಳನ್ನು ತಿರುವಿ ಹಾಕಿಲ್ಲ, ಕೋಟೆ ಕರಿಯಮ್ಮನ ದೇವಸ್ಥಾನದ ಹಜಾರದಲ್ಲಿ ಯಕ್ಷಗಾನ ನೋಡಿಲ್ಲ, ಮಾಮಿಯ ಬಳಿ ಚಿಪ್ಪಿಕಲ್ಲಿನ ಆಶೆ ಮಾಡಿಸಿಕೊಂಡು ತಿಂದಿಲ್ಲ, ಅಜ್ಜಿಯ ಹತ್ತಿರ ಬುಶ್ ಬುಶ್ ಎಂದು ಹಂಡೆಯ ನೀರನ್ನು ಧಾರಧಾರಯಾಗಿ ತಲೆಯ ಮೇಲೆ ಹಾಕಿಸಿಕೊಂಡಿಲ್ಲ, ಮರದಿಂದ ತಾನಾಗಿಯೇ

ಉದುರಿದ ಈಶಾಡ್ ಹಣ್ಣು ತಿಂದಿಲ್ಲ, ಆಚೆ ಮನೆಗೆ ಪ್ರತಿ ಬಾರಿಯೂ ನನ್ನಂತೆಯೇ ರಜೆಗೆ ಮೈಸೂರಿನಿಂದ ಬಂದಿಳಿಯುತ್ತಿದ್ದ ನಯನಾ ಈ ಸರ್ತಿ ಬರುತ್ತಾಳೋ ಇಲ್ಲವೋ? ಇಷ್ಟು ಬೇಗ ಮರಳಿ ಒಂದು ಮೀನು ಫ್ರೈಯನ್ನೂ ಕದ್ದು ಮುಚ್ಚಿಯೇ ತಿನ್ನಬೇಕಾದ ಹುಬ್ಬಳ್ಳಿಯ ಆ ಜೈಲಿನಂಥ ಮನೆಗೆ ಮರಳೋಣ ಅನ್ನುತ್ತಾಳೆಂದರೆ ಈ ಅಮ್ಮ? ಚಂದೂ ಮಾಮನ ನೆನಪನ್ನೂ ಮೀರಿಸುವಂಥ ದುಃಖವಾಗಿ ಗಂಟಲು ಕಟ್ಟಿತು.

"ಹೆರಗಿಂದ್ ಹೆರಗೇ ಇರ್ತೇರು ಅವ್ರು. ಅಡಗಿ- ಊಟಾನೂ ಬ್ಯಾರೆ. ಖರ್ಚಿಗೂ ಕೊಡಬೇಕಾಗ್ಲಾ. ಚಂದೂದೇ ಅದೆಂಥದೋ ಪೆನ್ನನ್ನು ಬರುವಂಗೆ ಮಾಡಿಕ್ಕೇರಂತೆ ಕಾಲೇಜಿನವ್ರು. ಕ್ವಾಣೇಲೇ ಹೊಲಿಗೆ ಮಶಿನ್ ಇಟ್ಕಂಡಿ ಪೊಲ್ಕೆ ಹೊಲೀತಿ ಕಾಣ್ತೇ..."

"...ಏನ್ ಮಾಡೋದು ತಂಗೀ, ಆ ಹುಡುಗನ ಮುಖ ನೋಡಿ ಆಯ್ತ್ ಅನ್ನಲೇ ಬೇಕಾಯ್ತು" ಎಂದಳು ಅಜ್ಜಿ.

"ಆ ಹುಡುಗ ಸದಾನ ಮುಖ ನೋಡದ್ರೆ ಚಂದೂನೇ ಕಂಡಂಗಾಗ್ತಿ."

ಇಲ್ಲಿನ ತನಕ ಒಂದೂ ಮಾತನಾಡದ ಸುಗಂಧಿ ಮಾಮಿ ಕೇಳಿಯೂ ಕೇಳದಷ್ಟು ಸಣ್ಣ ದನಿಯಲ್ಲಿ ಉಸುರಿದಳು. ಅವಳ ಮಾತಿಗೆ ಉತ್ತರವೆಂಬಂತೆ ನೀಲಿ ಹೂಹೂವಿನ ಸೀರೆಯುಟ್ಟ ಒಬ್ಬ ಹೆಂಗಸು ಕೇಸರಿ ಬಣ್ಣದ ವೈರ್ ಬ್ಯಾಗ್ ಹಿಡಿದು ದಣಪೆ ದಾಟಿದಳು. ಬ್ಯಾಗಿನೊಳಗಿಂದ ತರಕಾರಿಯ ಹಸಿರು ಇಣುಕುತ್ತಿತ್ತು. ನಮ್ಮನ್ನು ಕಂಡಿದ್ದೇ ನಗಬೇಕೋ ಬಾರದೋ, ಮಾತನಾಡಬೇಕೋ ಬಾರದೋ ಎಂದು ವಿಮರ್ಶಿಸಿಕೊಳ್ಳುತ್ತ ಆಕೆ ಅಲ್ಲಲ್ಲಿಯೇ ನಿಂತಂತೆ ಅನ್ನಿಸಿತು. ಮಾತು ನಿಲ್ಲಿಸಿ ಅಮ್ಮ ಮತ್ತು ಅಜ್ಜಿ ಎಲ್ಲೆಲ್ಲಿಯೋ ನೋಡುತ್ತ ಕುಳಿತುಬಿಟ್ಟಿದ್ದರು. ಸುಗಂಧಿ ಮಾಮಿಯೇ ಆಕೆಗೆ "ಎಲ್ಲಿ, ಪೇಟೆ?" ಎಂದು ಕೇಳಿದಳು. ಆಕೆ "ಹಾಂ" ಎಂದಷ್ಟೇ ಉತ್ತರಿಸಿ ಕೀಲಿ ತೆಗೆದು ಒಳಗಡಿಯಿಟ್ಟಳು. ಮರಳಿ ಒಳಗಿನಿಂದ ಬಾಗಿಲು ಹಾಕಬೇಕೋ ಬಾರದೋ ಎಂದು ಅವಳು ಅಲ್ಲಲ್ಲೇ ಅತ್ತಿತ್ತ ಸರಿದಾಡಿದಂತೆ ಅನ್ನಿಸಿತು.

ಅಮ್ಮ ಅದೇ ಸಂಜೆಯ ಬಸ್ಸಿಗೆ ಹೊರಡಲು ತಯಾರಾದಳು. ಅಶೋಕ ಮಾಮನ ಸ್ಕೂಟರು ಹತ್ತುವ ಮೊದಲು "ಹುಶಾರು ಮಗಾ, ಕರೆಯೂಕೆ ನಾನೇ ಬರ್ವೆ, ಮಾತ್ರ ಬ್ಯಾಗೆ ಬರ್ವೆ ಈ ಸರ್ತಿ" ಎನ್ನುತ್ತ ಸ್ಕೂಟರಿನ ಡಟ್ಟರ್...ರ್...ರ್... ಸದ್ದಿನಲ್ಲಿ ರಸ್ತೆಯಂಚಿನಲ್ಲಿ ಮಾಯವಾದಳು.

ಪ್ರತಿ ಬಾರಿಯ ಹಾಗೆ ತೆರಳುವ ಮುನ್ನ ಅಮ್ಮನಿಂದ, "ನಿನ್ ಚಡ್ಡಿ ಒಂದು ನೀನೇ ಶಳಕೋ ಮಗಾ," "ನಗ್‌ನಗ್ತೇ ಮಾತಾಡ್ತೀ ಅಂದ್ ಹೇಳಿ ಮಾಮಿ ಕೂಡೆ ಶಾಲೆ ಹುಡುಗರ ಸುದ್ದಿ ಎಲ್ಲ ಹೇಳ್ಬ್ಯಾಡ ಮತ್ತೆ. ಅಪ್ಪನ್ ಮನೆಗ್ ಹೋಗಿ ಹೇಳ್ಕೊಡೂದು," "ಬಿಸಿಲಲ್ ಅಡ್ಡಾಡಬ್ಯಾಡ ತಿರಗ್‌ತಿಪ್ಪಿ ಹಂಗೆ," "ಕುತಗಿ ತಿಕ್ಕಂಡ್ ಸ್ನಾನಾ ಮಾಡು" ಮುಂತಾದ ಬುದ್ಧಿವಾದಗಳನ್ನೆಲ್ಲ ಕೇಳಬೇಕಿಲ್ಲವಲ್ಲ ಎಂದು ನನಗೆ ಖುಷಿಯೇ ಆಯಿತು.

■

ಬಾಲ್ಯವೆಂಬ ಕಾಯಿಲೆಯಿಂದ ವಾಸಿಯಾಗಿ ಬರುವುದು ಅಷ್ಟು ಸುಲಭವಲ್ಲ. ತೋರಲಾಗದ ಗಾಯಗಳನ್ನೂ, ಸವರಲಾರದ ನೆನಪುಗಳನ್ನೂ ಅದು ಉಳಿಸಿ ಹೋಗಿರುತ್ತದೆ. ಮೆಹು ಮಾಮಿ ಮತ್ತು ಸದಾರ ಬದುಕಿನಲ್ಲಿ ನನ್ನ ಬಾಲ್ಯತ್ವದ ಅಚಾತುರ್ಯದಿಂದ ನಡೆದ ಪ್ರಮಾದ ಮತ್ತು ಒಂದಿಡೀ ಜೀವವನ್ನು ಒಂದೇ ಏಟಿಗಿಳಿಸಿದ ಆ ಘಟನೆ ನಡೆದದ್ದು ಮುಂದಿನ ನಾಲ್ಕೇ ದಿನಗಳಲ್ಲಿ ಎಂಬುದು ನೆನಪಾದರೆ ನಾನು ಆ ದಿನವೇ ಅಮ್ಮನ ಜೊತೆಗೆ ಹುಬ್ಬಳ್ಳಿಯ ಬಸ್ಸನ್ನು ಏಕೆ ಹತ್ತಲಿಲ್ಲ ಅಂತ ಪಶ್ಚಾತ್ತಾಪವಾಗುತ್ತದೆ.

ಅಶೋಕ ಮಾಮ ಮತ್ತು ಸುಗಂಧಿ ಮಾಮಿಯ ಒಬ್ಬನೇ ಮಗ ಶಶಿಕಾಂತ, ಮಾಮಿಯ ತವರುಮನೆಯಾದ ಕಾರವಾರದಲ್ಲೇ ಇದ್ದು ಓದುತ್ತಿದ್ದ. ಅವನಲ್ಲಿ ಸೀಬರ್ಡಿನ ಸಿಬಿಎಸ್ಸಿ ಶಾಲೆಯಲ್ಲಿ ಕಲಿಯುತ್ತಿದ್ದರಿಂದ ಅವನ ವಾರ್ಷಿಕ ರಜೆ ಬೇರೆ ತಿಂಗಳುಗಳಲ್ಲಿ ಬಂದು, ನಾವೆಂದೂ ಒಟ್ಟಿಗೆ ಆಡಿದ್ದೇ ನನಗೆ ನೆನಪಿಲ್ಲ. ಹೀಗಾಗಿ ಈ ಬಾರಿ ನನ್ನದೇ ವಯಸ್ಸಿನ ಸದಾನನ್ನು ಅಂಗಳದಲ್ಲಿ ಕಂಡು ನನ್ನಲ್ಲಿ ಕಂಡೂ ಕಾಣದಂತೆ ಹರ್ಷ ಮೂಡಿತ್ತು. ಆದರೆ ನಾನಾಗಿಯೇ ಮಾತನಾಡಿಸುವಷ್ಟು ಸದರವೂ ಆ ಮೊದಲ ನೋಟದಲ್ಲಿ ಬರಲಿಲ್ಲ.

ನನ್ನ ಬಳಿ ಅನುಪಮಾ ನಿರಂಜನ ಬರೆದ ದಿನಕ್ಕೊಂದು ಕತೆ ಎಂಬ ಮಕ್ಕಳ ಕತೆಗಳ ಹನ್ನೆರಡು ಪುಸ್ತಕಗಳ ಸೆಟ್ ಇತ್ತು. ಕಳೆದ ಹುಟ್ಟುಹಬ್ಬಕ್ಕೆ ಧಾರವಾಡದ ಕಲಾಭವನದ ಎದುರಿನ ನವಕರ್ನಾಟಕ ಪುಸ್ತಕ ಮಳಿಗೆಯಲ್ಲಿ ಅಪ್ಪ-ಅಮ್ಮ ಈ ಪುಸ್ತಕಗಳನ್ನು ಕೊಡಿಸಿದ್ದರು. ಪ್ರತೀ ಪುಸ್ತಕದ ಮೇಲೂ ಚೈತ್ರ, ಮುಂತಾಗಿ ಹನ್ನೆರಡು ತಿಂಗಳುಗಳ ಹೆಸರನ್ನು ಛಾಪಿಸಲಾಗಿತ್ತು. ಪ್ರತಿ ಪುಸ್ತಕದಲ್ಲಿ ಸುಮಾರು ಮೂವತ್ತು ಕತೆಗಳಿದ್ದವು. ಪಂಚತಂತ್ರ, ರಾಮಾಯಣ, ಮಹಾಭಾರತದಿಂದ ಶುರುವಾಗಿ ಅಲ್ಲಾದ್ದೀನ್, ಅಕ್ಬರ್-ಬೀರಬಲ್ಲ, ತೆನಾಲಿ ರಾಮ, ಕಾಗೆ-ಬೆಕ್ಕು-ನಾಯಿ-ಸಿಂಹ-ಇಲಿಗಳ ನೀತಿಕತೆಗಳು... ಹೀಗೆ ನೂರಾರು ಬಗೆಯಲ್ಲಿ ಕಥನ ಲೋಕ ಈ ಪುಸ್ತಕಗಳಲ್ಲಿ ಅನಾವರಣಗೊಂಡಿತ್ತು. ಗುಲಾಬಿ-ಬಿಳಿ ಮುಖಪುಟದ, ಒಂದೇ ಬಗೆಯಲ್ಲಿ ಕಾಣುವ ಈ ಸಂಗ್ರಹವನ್ನು ನಾನು ಬಹಳ ಆಸ್ಥೆಯಿಂದ ಜೋಪಾನ ಮಾಡುತ್ತಿದ್ದೆ. ಈಗಾಗಲೇ ಹತ್ತಾರು ಬಾರಿ ಓದಿ ಮುಗಿಸಿದ್ದರೂ ಈ ಕತೆಗಳ ಆಕರ್ಷಣೆಯಿಂದ ನನಗೆ ತಪ್ಪಿಸಿಕೊಳ್ಳಲಾಗಿರಲಿಲ್ಲ.

ಅಂದು ಮಧ್ಯಾಹ್ನ ಊಟದ ನಂತರ ಎಲ್ಲರೂ ಮಲಗಿರುವಾಗ ನಾನು ಭಾದ್ರಪದ ಸಂಚಿಕೆಯನ್ನು ಹಿಡಿದು ದಣಪೆಯ ಮೇಲೆ ಕುಳಿತಿದ್ದೆ. ರಸ್ತೆಯಲ್ಲಿ ಒಬ್ಬನೇ ಬೆತ್ತ ಮತ್ತು ಕಲ್ಲುಗಳ ಜೊತೆಗೆ ಆಟವಾಡಿಕೊಳ್ಳುತ್ತಿದ್ದ ಸದಾ ನನ್ನನ್ನು ಗಮನಿಸಿ "ಹೇಯ್, ಇದು ದಿನಕ್ಕೊಂದು ಕತೆ ಪುಸ್ತಕ ಅಲ್ಲಾ?" ಅಂದ.

"ಹೂಂ"

"ನಾನು ಜೇಷ್ಠ ಸಂಚಿಕೆಯನ್ನ ಮಾತ್ರ ಓದಿದೇನೆ."

"ಓಹ್"

"ಎಷ್ಟು ಪುಸ್ತಕ ಉಂಟು ಇಂಥದು?"

"ಟ್ವೆಲ್ವ್"

"ನನಗೂ ಒಂದು ಕೊಡ್ತೀ? ಓದಿ ಬೇಗ ಕೊಟ್ಟುಬಿಡ್ತೇನೆ."

"ಇಲ್ಲಾ, ನಮ್ಮಪ್ಪಾ ಬೈತಾರ."

ಕತೆ ಪುಸ್ತಕಗಳ ವಿಷಯವಾಗಿ ನನಗ್ಯಾರೂ ಬೈಯುವವರು ಇಲ್ಲವಾದರೂ ನನ್ನ ಸಂಗ್ರಹವನ್ನು ಹಂಚಿಕೊಳ್ಳಲು ನನಗೆ ಸುತರಾಂ ಇಷ್ಟವಿರಲಿಲ್ಲ.

"ಇಲ್ಲೇ ನಿನ್ನ ಮುಂದೇ ಓದಿ ಕೊಡ್ತೇನೆ ಬೇಕಾದ್ರೆ. ಪ್ಲೀಜ್?"

ಅವನು ಅಷ್ಟು ಸುಲಭಕ್ಕೆ ಅಲ್ಲಿಂದ ಸರಿಯುವವನಂತೆ ಕಾಣಲಿಲ್ಲ. ಹಸಿದವರ ಮುಂದೆ ಕೂತು ಪುಷ್ಕಳ ಭೋಜನ ಸೇವಿಸುವವರಂತೆ ನನಗೆ ಕಸಿವಿಸಿಯಾಯಿತು.

"ಸಂಜೆ ಒಳಗ ಕೊಟ್ಟು ಬಿಡಬೇಕ್ ನೋಡ. ನಮ್ಮಪ್ಪಾ ದಿನಾ ಚೆಕ್ ಮಾಡ್ತಾರ. ಒಂದ್ ಬುಕ್ ಇಲ್ಲದಿದ್ರೂ ಬೈಸಿಕೋ ಬೇಕಾಗತದ."

ಒಳಗೆ ಹೋಗಿ ವೈಶಾಖ ಸಂಚಿಕೆಯನ್ನು ತಂದು ದಣಪೆಯ ಇನ್ನೊಂದು ಬದಿಗಿಟ್ಟೆ. ಓಡಿ ಬಂದು, ಕೈಗೆತ್ತಿಕೊಂಡು ಅವನು ತನ್ನ ಕೋಣೆಯ ಹೊಸ್ತಿಲ ಮೇಲೆ ಕುಳಿತು ಓದತೊಡಗಿದ.

ಒಂದು ವಯಸ್ಸಿನಲ್ಲಿ ಸಮಯದ ವೇಗವೂ, ನಿಧಾನವೂ ವಿಚಿತ್ರ ಗತಿಯಲ್ಲಿ ಸಾಗುತ್ತದೆ. ಸದಾನ ಜೊತೆಗೆ ನನ್ನ ಒಡನಾಟವಿದ್ದದ್ದು ಮುಂದಿನ ನಾಲ್ಕೇ ದಿನಗಳು. ಏಕೆಂದರೆ ಅಮ್ಮ ಒಂದೇ ವಾರಕ್ಕೆ ಮರಳಿ ನನ್ನನ್ನು ಹುಬ್ಬಳ್ಳಿಗೆ ಕರೆದುಕೊಂಡು ಹೋಗಿದ್ದಳು. ಆದರೆ ಆ ನಾಲ್ಕು ದಿನಗಳೇ ಸುಮಾರು ಮೂರು ತಿಂಗಳಿನಷ್ಟು ವಿಸ್ತಾರದ ನೆನಪುಗಳನ್ನು ಉಳಿಸಿ ಹೋಗಿವೆ. ಆ ನಾಲ್ಕು ದಿನಗಳು ಇಡೀ ಹಗಲು ಸದಾನ ಜೊತೆಗೆ ಬೇಣ ಸುತ್ತುವುದರಲ್ಲೇ ಕಳೆದದ್ದೂ ಅದಕ್ಕೆ ಕಾರಣವಿರಬಹುದು.

"ವಿಶೂ ಅಂದರೆ ಹುಡುಗರ ಹೆಸರಲ್ಲೇನು?"

"ವಿಶಾಲಾಕ್ಷಿ. ಅದಕ್ಕ ವಿಶೂ ಅಂತಾರ. ಸದಾ ಅಂದ್ರೇನು? ಸದಾನಂದ?"

"ಸದಾಮ."

ನಾನು ಮುಂಜಾನೆ ಮಾಮಿ ತಯಾರಿಸಿದ್ದ ಕಲಿಸಿದ ಅವಲಕ್ಕಿಯನ್ನು ನೆನಪಿಸಿಕೊಂಡು, "ಓಹ್, ಸುಧಾಮ ಏನ?"

"ಅಲ್ಲ, ಸದಾಂ."

ದಿನಕ್ಕೊಂದು ಕತೆ ಸಂಪುಟದ ಎಲ್ಲ ಪುಸ್ತಕಗಳನ್ನೂ ಸದಾ ಮುಂದಿನ ಎರಡೇ ದಿವಸದಲ್ಲಿ ಓದಿ ಮುಗಿಸಿಬಿಟ್ಟಿದ್ದ. ನಾನು ವಿರಾಮವಾಗಿ ಓದುವ ಪುಸ್ತಕಗಳನ್ನು ಇವನು ಅವಸರವಸರವಾಗಿ ಓದುವುದು ನನಗೆ ವಿಚಿತ್ರವೆನ್ನಿಸುತ್ತಿತ್ತು.

"ಅಷ್ಟು ಸ್ಪೀಡಾಗಿ ಹೆಂಗ ಓದಿದಿ? ಚಿತ್ರಾ ಅಷ್ಟ ನೋಡಿ ಕೊಟ್ಟು ಓದೇನಿ ಅಂತ ಸುಳ್ಳಾ ಪಳ್ಳಾ ಹೇಳಬರ್ದು."

"ಪ್ರಶ್ನೆ ಕೇಳು ಬೇಕಾದ್ರೆ."

ನಾನು ಹುಡುಕಿ ಹುಡುಕಿ ಕೇಳಲು ಶುರುಮಾಡಿದೆ.

"ಮಾರಪ್ಪನ ಗುಡಿಸಲು ಕತಿಯಾಗ ಅವನ ಕೊನೀ ಮಗಳ ಹೆಸರೇನು?"

"ಸುಲೋಚನಾ."

"ವಿರಾಟನ ಅರಮನಿಯಾಗ ದ್ರೌಪದಿಯ ಹೆಸರೇನಾಗಿತ್ತು?"

"ಮಾಲಿನಿ."

"ರಾಮ ಶಬರೀನ ಎಲ್ಲೆ ಭೇಟಿಯಾಗ್ತಾನ?"

"ದಂಡಕಾರಣ್ಯದಲ್ಲಿ."

"ಅಕ್ಬರನ ಎದೀಗೆ ಒದ್ದವರನ್ನ ಏನು ಮಾಡಬೇಕಂತ ಬೀರಬಲ್ಲ ಹೇಳಿದ?"

"ಅವರಿಗೆ ಬೆಲ್ಲ ಕೊಡಬೇಕೆಂದು."

"ಯಾಕ?"

"ಒದ್ದವನು ಅಕ್ಬರನ ಮೊಮ್ಮಗನಾಗಿದ್ದ."

"ಓಹ್."

ಈ ಸರಳ ಪ್ರಶ್ನೋತ್ತರಗಳನ್ನು ಮೀರಿದ ಎಳೆಯೊಂದು ಮಾತುಗಳಲ್ಲಿ ಬಂದು ನಮ್ಮಿಬ್ಬರನ್ನೂ ಬೆರಗುಗೊಳಿಸುತ್ತಿತ್ತು. ನಾನು ಶುರು ಮಾಡಿದ ವಾಕ್ಯವನ್ನು ಅವನು ಮುಗಿಸುವಷ್ಟು, ಅವನು ಹೇಳಲಿರುವ ವಿಚಾರ ನನಗೆ ಮೊದಲೇ ತಿಳಿಯುವಷ್ಟು ಕಾಕತಾಳೀಯವೋ ಎಂಬಂತೆ ಒದಗಿ ಬರುತ್ತಿತ್ತು.

"ಹೂವು ಕಿತ್ತಿದ್ರೆ..."

"...ಗಿಡಕ್ಕ ನೋವಾಗಂಗಿಲ್ಲೇನ?"

"ಮಲ್ಲಿಗೆ, ನಿತ್ಯಪುಷ್ಪ ಕೀಳಬಹುದು. ಯಾಕೆಂದರೆ ಆ ಹೂವುಗಳು ಗಿಡಕ್ಕೆ ಅಂಟಿಕೊಂಡಂತೆ ಇರುತ್ತವೆ ಅಷ್ಟೇ."

"ಆದ್ರ ಗುಲಾಬಿ ಹಂಗಲ್ಲ. ಟೊಂಗೆ ಮುರೀದೇ ಅದನ್ನ ಕಿತ್ತಾಕಾಗಂಗಿಲ್ಲ."

"ಹಣ್ಣೂ ಅಷ್ಟೇ. ತಾನಾಗಿ ಮರದಿಂದ ಉದುರೋದು ಬೇರೆ.."

"..ನಾವೇ ಕಾಯಿ ಕಿತ್ತೋದು ಬ್ಯಾರೆ. ಕಾಯಿ ಕಿತ್ತಿದಲ್ಲೆ ಬಿಳಿ ಬಣ್ಣದ ಹಾಲು ಜಿನಗತೇತಲ್ಲ.."

"ಮರ ತನ್ನ ಗಾಯಕ್ಕೆ ಮುಲಾಮು ಹಚ್ಚಿಕೊಳ್ಳೋದು ಇರಬೇಕು ಅದು."

"ಆ ಕತಿಯಾಗ ರಾಜಕುಮಾರಿಯ ಉದ್ದ ಕೂದಲು ಹಿಡಕೊಂಡು ಕೋಟೆ ಏರತಾನಲ್ಲ ರಾಜಕುಮಾರ..."

"...ಛೇ, ಎಷ್ಟು ನೋವಾಯ್ತೋ ಆ ರಾಜಕುಮಾರಿಗೆ."

"ಆದ್ರೂ ಆ ಹುಲಿ ಬೆಟ್ಟದ ಮ್ಯಾಗಿಂದ ಜಿಗಿದು ಸಾಯಬಾರ್ದಿತ್ತು."

"ಮತ್ತೇನು, ಪುಣ್ಯಕೋಟೀನ ಕರುಗಳ ಹತ್ತಿರ ಕಳಿಸಿ ಆಗಿತ್ತಲ್ಲ. ಹುಲೀನೂ ಮನೆಗೆ ಹೋಗಿ ಆರಾಮಾಗಿ ಇರಬಹುದಿತ್ತು."

ಇಂಥ ಬಹಳಷ್ಟು ದೃಷ್ಟಾಂತಗಳು ನಡೆದ ಮೇಲೆ ಸದಾ ಅದನ್ನು "ಒಳಗಿಂದು" ಅನ್ನುವುದಕ್ಕೆ ಶುರು ಮಾಡಿದ.

"ಒಳಗಿಂದು? ಹ್ಹಹ್ಹ, ಏನ್ ಹಂಗಂದ್ರ?"

"ಒಳಗಿಂದು ಅಂದ್ರೆ ಮನಸ್ಸಿನ ಒಳಗಿನದು."

"ಮತ್ತ ಹೊರಗಿಂದು ಅಂದ್ರ?"

"ಅಂದರೆ ಮಾತನಾಡೋದು, ಆಡಲಿಕ್ಕೆ ಸಾಧ್ಯ ಆಗೋದು ಹೊರಗಿಂದು. ಶಬ್ದಗಳಲ್ಲಿ ಹೇಳದೇ ಅರ್ಥವಾಗೋದು ಒಳಗಿಂದು."

"ಏನ್ ಹೊರಗಿಂದು ಒಳಗಿಂದೋ ನಿನ್ನ ತೆಲಿ" ಅಂದಾಗ ಸುಮ್ಮನೇ ನಕ್ಕ.

ಅಜ್ಜಿ ಕೆಲವು ದಿನಗಳು ವಿಪರೀತ ಮಡಿ ಆಚರಿಸುತ್ತಿದ್ದಳು. ಅಂಥದೇ ಒಂದು ದಿನ ದೇವರ ಪಟಗಳಿಗೂ, ಅಜ್ಜ- ಚಂದೂಮಾಮನ ಫೋಟೋಗಳಿಗೂ ಹೊಸ ಹೂವಿನ ಹಾರಗಳಿಂದ ಅಶೋಕ ಮಾಮ ಅಲಂಕರಿಸಿದ್ದ. "ಪ್ರದೋಷ, ಪ್ರದೋಷ" ಎಂದು ಗಡಿಬಿಡಿ ಮಾಡುತ್ತ ನಾನು ಮೈಮರೆವಿನಿಂದ ಅವಳ ಸೀರೆಯ ಅಂಚು ಮುಟ್ಟಿದ್ದಕ್ಕೆ ಕಿಡಿಕಿಡಿಯಾಗಿ ಅಜ್ಜಿ ಇನ್ನೊಮ್ಮೆ ಮಿಂದು ಬಂದಳು. ಸುಗಂಧಿ ಮಾಮಿಯನ್ನು "ಮುಟ್ಟಾಗೋ ಹೆಂಗಸ್ರು ಇಲ್ ಬರೂಕಾಗಾ" ಎನ್ನುತ್ತ ಹಚಾಹಚಾ ಮಾಡಿದಳು.

"ಕಿಟ್ಟದ್ಯೇ? ಕಿಟ್ಟದ್ಯೇ?" ಎಂದು ನನ್ನನ್ನು ದೊಡ್ಡ ದನಿಯಲ್ಲಿ ಗದರಿದಳು.

ನಾನು "ಇಲ್ಲಾ" ಅಂದು ಮುಖ ಸಿಂಡರಿಸಿದೆ.

"ಅವರಿಗ್ ಕಿಟ್ಟದ್ಯೇ? ಕಿಟ್‌ಕಂಡ್ ಬಂದ್ಯೆ?"

"ಯಾರಿಗ?"

"ಯಾರಿಗ ಅಂತ್ಯಾ? ಅದೇ ಆ ಕ್ವಾಣೇಲಿರರ್‍ಗೆ ಕಿಟ್ಟದ್ಯೇ? ಕಿಟ್ಟದೇ ಅಲಾ?"

ಅಜ್ಜಿ ಮೆಹು ಮಾಮಿ ಮತ್ತು ಸದಾನ ಕುರಿತು ಕೇಳುತ್ತಿದ್ದಾಳೆಂದು ಆಗ ಹೊಳೆಯಿತು.

"ಇಲ್ಲವಾ, ನಾ ಯಾಕ ಮುಟ್ವಾಕ ಹೋಗ್ಲಿ?"

ಆದರೂ ಸಮಾಧಾನವಾಗದೇ ನನ್ನನ್ನು ಎರಡನೆಯ ಬಾರಿಗೆ ಸ್ನಾನಕ್ಕೆ ಕಳಿಸಿದಳು. ಅಷ್ಟೆಲ್ಲ ಆಸ್ಥೆಯಿಂದ ಪೂಜೆಯ ತಯಾರಿ ಮಾಡಿದ್ದರೂ ಅಜ್ಜಿ ಪೂಜೆಯ ಸಮಯಕ್ಕೆ ಹಿಂದೆ ಹಿಂದೆಯೇ ಇದ್ದಳು. ಆರತಿ ಮುಗಿದ ಮೇಲೆ ಅಶೋಕ ಮಾಮ ನನ್ನನ್ನು ಚಾಪೆಯ ಮೇಲೆ ಕೂರಿಸಿ ಪಾದವನ್ನು ನೀರಿನಲ್ಲಿ ಒರೆಸಿ ಪುಟ್ಟ ಲೋಟವೊಂದರಲ್ಲಿ ಬಾಳೆಹಣ್ಣು ಹಾಲು ಸಕ್ಕರೆಯ ಮಿಶ್ರಣ ಕೊಟ್ಟು ಕೈಮುಗಿದ. ಪಾದದ ಹಸೀ ಪಸೆಯ ಕಚಗುಳಿ ಅನುಭವಿಸುತ್ತಲೇ ನಾನು ಲೋಟವನ್ನೆತ್ತಿ ಪೂರ್ತಿ ಕುಡಿದು ಮುಗಿಸಿದೆ.

ಮೀನು ತಿಂದ ದಿನಗಳನ್ನು ಹೊರತು ಪಡಿಸಿ ಅಜ್ಜಿ ನಿತ್ಯ ಸಂಜೆ ಚಹ ಕುಡಿದಾದ ಮೇಲೆ ಮಾರುತಿ ದೇವಸ್ಥಾನಕ್ಕೆ ಭಜನೆ ಕೇಳಲು ಹೋಗುತ್ತಿದ್ದಳು. ಆಗ ಸುಗಂಧಿ ಮಾಮಿಯೂ, ಮೆಹು ಮಾಮಿಯೂ ಬಹಳ ಹೊತ್ತು ಹಿತ್ತಿಲಲ್ಲೋ, ಜಗಲಿಯ ಮೇಲೋ, ಮೆಹು ಮಾಮಿಯ ಕೋಣೆಯಲ್ಲೋ ಕುಳಿತು ಮಾತನಾಡುತ್ತಿದ್ದರು. ಆಗಾಗ ಸಣ್ಣ ದಬರಿಗಳಲ್ಲಿ ಅಡುಗೆಗಳೂ ಸರಬರಾಜಾಗುತ್ತಿದ್ದವು. ನಾನು ಅಲ್ಲೇ ಇದ್ದರೆ ಮೆಹು ಮಾಮಿ "ಏನೇ ಪುಟ್ಟೀ" ಎಂದು ತಲೆಯ ಮೇಲೆ ಕೈ ಆಳಗುತ್ತಿದ್ದಳು. ಅಜ್ಜಿ ಬರುವ ಹತ್ತು ನಿಮಿಷದ ಮೊದಲಿನ ತನಕ ಈ ಹರಟೆ ನಡೆಯುತ್ತಿತ್ತು.

ಆಶ್ಚರ್ಯವೆಂಬಂತೆ ಅಜ್ಜಿ-ಅಮ್ಮನ ನಡುವೆ ನಡೆಯುತ್ತಿದ್ದ ಕುಕ್ಕರ್ ಸೀಟಿಯ ಮಾತುಗಳ ಧಾಟಿಯೇ ಸುಗಂಧಿ ಮಾಮಿ ಮತ್ತು ಮೆಹು ಮಾಮಿಯ ನಡುವೆಯೂ ಕೇಳಿಬರುತ್ತಿದ್ದುದು. ಆಗಾಗ ಕ್ಕಿಕ್ಕಿಕ್ಕೀ ಎಂಬ ದೊಡ್ಡ ನಗು ಕೋಣೆಯಲ್ಲಿ ಎದ್ದು ಕ್ಷಣಮಾತ್ರದಲ್ಲಿ ಶಾಂತವಾಗುತ್ತಿತ್ತು. ಚಂದು ಮಾಮನ ಅಗಲಿಕೆಯ ನಂತರ ನಗುವನ್ನೇ ಬಾಹಿರ ಮಾಡಿದಂತಿದ್ದ ಮನೆಯಲ್ಲಿ ಈ ಸದ್ದು ಆಪ್ಯಾಯಮಾನವಾಗಿತ್ತು.

ಅವರಲ್ಲಿ ಮಾತನಾಡುತ್ತಿದ್ದಾಗ ಸದಾ ಬಾಗಾಯತದಲ್ಲಿ ಅವನು ಹೂವಿನ ಬೀಜಗಳನ್ನೂ, ಕೊತ್ತಂಬರಿ ಬೀಜಗಳನ್ನೂ ಗುಟ್ಟಾಗಿ ನೆಟ್ಟ ಜಾಗವನ್ನು ತೋರಿಸಲು ಕರೆದೊಯ್ದ. ಇನ್ನೂ ಸಸಿ ಬರಲು ಒಂದು ವಾರವಾದರೂ ತಡವಾಗಬಹುದು ಅಂದ. ಕಲ್ಲು ಪಾಗಾರದ ಮೇಲೆ ಹತ್ತಿ ಗೇರು ಹಣ್ಣನ್ನು ಉದುರಿಸಿ ಕಚ್ಚಲು ಹೇಳಿದ. ಸಿಹಿ ಒಗರಾದ ಹಳದೀ ಬಣ್ಣದ ಹಣ್ಣು ರುಚಿಯಾಗಿತ್ತು. ಅಂಚಿನ ಗೇರು ಬೀಜವನ್ನು ಕಿತ್ತು ಕಿಸೆಯಲ್ಲಿಟ್ಟ. "ಒಣಗಿಸಿ ಸಿಪ್ಪೆ ತೆಗೆದು ತಿನ್ನಬೇಕದು. ಇಲ್ಲದಿದ್ರೆ ಬಾಯೆಲ್ಲ ಬೆಂಕಿ" ಅಂದ.

ಅಜ್ಜಿ ಇಲ್ಲದ ಆ ಸಮಯದಲ್ಲಿ ಮಾತ್ರ ಅವನನ್ನು ಒಳಕೋಣೆಗೆ ಕರೆದು ನನ್ನ ಉಳಿದ ಪುಸ್ತಕಗಳನ್ನೂ, ಚನ್ನೆಮಣೆ ಆಟದ ಮಣೆಯನ್ನೂ, ಹಾವು-ಏಣಿ, ಲೂಡೋ ಪಟವನ್ನೂ ತೋರಿಸಲು ಸಾಧ್ಯವಾಗುತ್ತಿತ್ತು. ಅವನೂ ತನ್ನ ಕೋಣೆಗೆ ಕರೆದು ಚಂದೂಮಾಮ ತೀರಕೊಳ್ಳುವ ಒಂದೇ ವಾರದ ಮೊದಲು ಪೇಟೆಯಲ್ಲಿ ಕೊಡಿಸಿದ್ದ ಬ್ಯಾಟು ತೋರಿಸಿದ.

ಒಂದು ಬಗೆಯ ಕಮ್ಮನೆಯ ಪರಿಮಳ ಬೀರಿದಂತಿದ್ದ ಅವರ ಕೋಣೆ ಹೊಚ್ಚಗಿತ್ತು. ಗೋಡೆಯ ಮೇಲೆ ಹತ್ತಾರು ಚಿತ್ರಪಟಗಳ ಗಜಿಬಿಜಿ ಇಲ್ಲದೇ ಪ್ರಶಾಂತವಾಗಿ ಕಾಣುತ್ತಿತ್ತು.

ಇದ್ದ ಒಂದೇ ಕಿಟಕಿಗೆ ಉದ್ದನೆಯ ಗುಲಾಬಿ ಪರದೆಯನ್ನು ಕಟ್ಟಲಾಗಿತ್ತು. ಹಾಸಿಗೆ, ಅಡುಗೆಯ ಆವಾರ ಎಲ್ಲವೂ ಚೌಕಚೌಕವಾಗಿ ಮಡಿಸಿಟ್ಟಂತೆ ಆಕರ್ಷಕವಾಗಿತ್ತು. ಹೊಲಿಗೆ ಮಷಿನ್ನಿನ ಪೆಡಲ್ಲನ್ನು ನಾನು ಆಸಕ್ತಿಯಿಂದ ಗಮನಿಸುವಾಗಲೇ ಸದಾ ನನ್ನ ಬಳಿ ಆ ಗುಟ್ಟನ್ನು ಅರುಹಿದ.

ಹೊಲಿಗೆ ಯಂತ್ರದ ಬಲಕ್ಕಿದ್ದ ಡ್ರಾಯರನ್ನು ಪೂರ್ತಿ ತೆಗೆದು ಅಂಚಿನಲ್ಲಿಟ್ಟಿದ್ದ ನೋಟಿನ ಕಟ್ಟನ್ನು ಮೆಲ್ಲಗೆ ತೆಗೆದ.

"ಅಯ್ ಇದೇನಿದು, ಇಷ್ಟೊಂದು ರೊಕ್ಕ" ಎಂಬ ಉದ್ಗಾರ ನನ್ನ ಬಾಯಿಂದ ಹೊರಟಿತು.

"ಹೌದು, ನಾನೂ ನಿನ್ನೆಯಷ್ಟೇ ನೋಡಿದೆ ಈ ಡ್ರಾಯರಿನಲ್ಲಿ."

ನೂರರ ಹಲವು ನೋಟುಗಳು, ಐವತ್ತರ, ಇಪ್ಪತ್ತರ, ಹತ್ತರ ಹಾಗೇ ಐದರ ಕೆಲವು ನೋಟುಗಳೂ ಆ ಕಟ್ಟಿನಲ್ಲಿದ್ದವು. ಬಹಳ ಕಾಲದಿಂದ ಕೂಡಿಟ್ಟ ಹಾಗೆ ನೋಟುಗಳೆಲ್ಲ ಮಸುಕು ಮಸುಕಾಗಿದ್ದವು. ಅಂಗೈಗಳ ಮೇಲೆ ಮೂಡಿದಂತೆಯೇ ಈ ನೋಟುಗಳ ಮೇಲೂ ರೇಖೆಗಳು ಮೂಡಿದ್ದವು, ಅಂಚು ಚೂಪಾಗಿರದೇ ಚೂರೇ ಚೂರು ಸವೆದಿತ್ತು.

"ಇಷ್ಟೊಂದು ದುಡ್ಡು ನಾನ್ಯಾವತ್ತೂ ನೋಡಿಲ್ಲ. ಪಿಚ್ಚರಿನ್ಯಾಗ ತೋರಸ್ತಾರಲ್ಲ, ಹಂಗದ."

"ನನಗೂ ಹಾಗೆಯೇ ಅನ್ನಿಸಿತು. ಎಷ್ಟು ಉಂಟು ಗೊತ್ತೇನು? ನಿನ್ನೆ ಅಮ್ಮಿ ಸ್ನಾನಕ್ಕೆ ಹೋದಾಗ ಎಣಿಸಿದ್ದೆ. ಸರಿಯಾಗಿ ಹತ್ತು ಸಾವಿರ!"

ಹತ್ತು ಸಾವಿರದ ಹೆಸರು ಹೇಳಿ ನನಗಂತೂ ಎದೆ ಡವಗುಟ್ಟಿತು. ಹತ್ತು ಸಾವಿರ ಅಂದರೆ ಎಷ್ಟೊಂದು ದುಡ್ಡು! ಹಾಗೆಲ್ಲ ಎಂದೂ ಅಷ್ಟನ್ನು ನೋಡಿಯೂ ಗೊತ್ತಿರಲಿಲ್ಲ. ಕೈಯಲ್ಲಿದ್ದ ಕಟ್ಟು ಮೊತ್ತ ಕೇಳಿದೊಡನೆ ಭಾರವಾಗಿ ಸದಾನ ಕೈಯಲ್ಲಿ ಕೊಟ್ಟುಬಿಟ್ಟೆ. ಅವನದನ್ನು ಮರಳಿ ಎಲ್ಲಿತ್ತೋ ಅಲ್ಲಿಟ್ಟು ಬಿಟ್ಟ. ಹಿತ್ತಿಲಲ್ಲಿ ಮಂಗ ಬಂದ ಸದ್ದು ಕೇಳಿ ನಾವು ತಕ್ಷಣ ಹೊರಗೋಡಿದೆವು.

ಅದೇ ಸಂಜೆ ಅಜ್ಜಿಯ ಹತ್ತಿರ ತಲೆ ಬಾಚಿಸಿಕೊಳ್ಳುತ್ತಿದ್ದಾಗ ಲಹರಿಯಲ್ಲೆಂಬಂತೆ ಆ ವಿಷಯ ನನ್ನ ಬಾಯಲ್ಲಿ ಬಂತು.

"ಅಜ್ಜಿ ನೀನು ಎಷ್ಟು ರೊಕ್ಕ ನೋಡಿ?"

"ಎಂಥದೇ ಹಂಗಂದ್ರೆ ಮಗಾ?"

"ಅಂದ್ರ ಅಶೋಕ ಮಾಮನ ಪಗಾರ ಎಷ್ಟು?"

"ಊಂ, ಹಂಗ್ ಕೇಳೂಕಿಲ್ಲ ಸಣ್ಣವರೆಲ್ಲ... ಎಷ್ಟಿರೂದು?... ಇರೂದು ಮೂರು, ಮೂರೂವರೆ ಸಾವ್ರ."

"ನಾನು ಹತ್ತು ಸಾವಿರ ನೋಡೇನಿ" ಎಂದೆ ಪುಳಕದಿಂದ.

"ಹಾಂ, ನೋಡ್ವೇ. ಚಲೋ ಕಲ್ತು ದೊಡ್ಡ ನೌಕರಿ ಹಿಡದ್ರೆ ಸಿಗೂದು ನಿಂಗೆ ಅಷ್ಟು."

"ಅಲ್ಲಾ, ಇಲ್ಲೇ ನೋಡೇನಿ."

ಅಡುಗೆ ಮನೆಯಿಂದ ಸುಗಂಧಿ ಮಾಮಿ ಪಡಸಾಲೆಗೆ ಧಡಧಡ ನಡೆದು ಬಂದಂತೆ ಸದ್ದಾಯಿತು.

"ಹ್ಯಾಂ, ಇಲ್ಲ್ಯೇ ನೋಡ್ಯೇನಿ" ಎಂದು ನನ್ನ ಹುಬ್ಬಳ್ಳಿಯ ಭಾಷೆಯೊತ್ತನ್ನು ಅಣಕಿಸಿದಳು ಅಜ್ಜಿ.

"ಹೆಂಗೆ ನೋಡ್ದ್ಯೇ? ನಿಮ್ಮಪ್ಪ ಅಮ್ಮ ಇಬ್ಬರದೂ ಸೇರೀನೇ ಐದು ಸಾವ್ರ ಇದ್ರೆ ಹೆಚ್ಚು..."

ನಾನು ಒಂದೇ ಉಸಿರಿನಲ್ಲಿ ಮೆಹು ಮಾಮಿಯ ಹೊಲಿಗೆ ಮಷಿನ್ನಿನ ಡ್ರಾಯರಿನಲ್ಲಿ ನೋಟಿನ ಕಟ್ಟು ಕಂಡಿದ್ದನ್ನು ಉಸುರಿಬಿಟ್ಟೆ. ಅಜ್ಜಿ ಒಂದು ಗಳಿಗೆ ಸುಮ್ಮನಾಗಿ, "ನೀನೆಂತಕ್ಕೆ ಹೋಗಿದ್ಯೆ ಆ ಕ್ವಾಣೆಗೆ? ಅಲ್ಲಿ ಹೋಗಿ ಬಂದು ಇಲ್ಲೆಲ್ಲಾ ಮುಟ್-ಕಿಟ್ ಮಾಡಬ್ಯಾಡಾ ಅಂದ್ ಹೇಳ್ಳಾಗಿದೆ ನಿಂಗೆ?" ಎಂದು ತುಸು ದೂರ ಸರಿದು ಕೂತಳು.

ನಂತರ ಅಂಗಳದಲ್ಲಿ ಬಂದ ಮೈನಾ ಹಕ್ಕಿಯ ದೆಸೆಯಿಂದ ಆ ಸಂಗತಿ ನನಗೆ ಮರೆತೇ ಹೋಯಿತು.

ಮುಂಜಾನೆ ನಾನು ಏಳುವ ಮೊದಲೇ ಹೊರಕೋಣೆಯಲ್ಲಿ ರಾಣಾರಂಪವೇರ್ಪಟ್ಟಿತ್ತು. ಒಳಗಿನಿಂದ ನಾನು ಮುಖವನ್ನೂ ತೊಳೆಯದೇ ಗೋಡೆಯ ಮರೆಯಿಂದ ಒಂದೇ ಕಣ್ಣನ್ನು ಹೊರಗೆ ನೆಟ್ಟು ನಿರುಕಿಸಿದೆ. ಎಂದೂ ಒಳಗೆ ಬರದ ಮೆಹು ಮಾಮಿ ಆರಾಮಕುರ್ಚಿಯ ಪಕ್ಕದಲ್ಲಿ ನೆಲಕ್ಕೆ ಮಂಡಿಯೂರಿ ಕುಳಿತಿದ್ದಳು. ಕುಳಿತರೆ ಅವಳ ಉದ್ದ ಜಡೆ ನೆಲ ತಾಕುತ್ತಿದ್ದದು ನನ್ನ ಗಮನಕ್ಕೆ ಬಂತು. ಸೆರಗು ಹೊದ್ದು ತಲೆ ತಗ್ಗಿಸಿ ಕುಳಿತಿದ್ದ ಅವಳ ಅನತಿ ದೂರದಲ್ಲಿ ಅಜ್ಜಿ ಬಾಡಿನ ಮುಂದೆ ನಿಲ್ಲುವ ಹಸಿದ ಪ್ರಾಣಿಯಂತೆ ಕಣ್ಣು ಬಾಯಿಗಳನ್ನು ದೊಡ್ಡದಾಗಿ ಬಿಟ್ಟುಕೊಂಡು ನಿಂತಿದ್ದಳು. ಇವರಿಬ್ಬರನ್ನೂ ತ್ರಿಕೋಣಾಕೃತಿಯಲ್ಲಿ ಸೇರಿಸುವಂತೆ ಅಶೋಕ ಮಾಮ ಒಂದು ಹೆಜ್ಜೆ ಮುಂದಿಟ್ಟು ಮೆಹು ಮಾಮಿಯೆಡೆಗೆ ಚೂರೇ ಬೆನ್ನು ಬಾಗಿಸಿ ನಿಂತಿದ್ದ. ಮನೆಯ ಉಡುಪಾದ ನೀಲಿ ಚೌಕಳಿಯ ಲುಂಗಿ ಮತ್ತು ಬಿಳಿ ಬನಿಯನ್ನಿನ ಮೇಲಿದ್ದ. ಅಚ್ಚರಿಯಾಗುವಂತೆ ಅವನ ಕೈಯಲ್ಲಿ ನಿನ್ನೆ ನಾನು ಡ್ರಾಯರಿನಲ್ಲಿ ಕಂಡ ಆ ನೋಟಿನ ಕಂತೆಯಿತ್ತು. ಈ ತ್ರಿಕೋಣಕ್ಕೆ ಸೇರದ ಇನ್ನೊಂದು ಬಿಂದುವಿನಂತೆ ಸುಗಂಧಿ ಮಾಮಿ ಒಂದು ಮೂಲೆಯಲ್ಲಿ ಕೆಂಪು ಕಣ್ಣುಗಳಲ್ಲಿ ನಿಂತಿದ್ದಳು.

ಆ ದೃಶ್ಯವನ್ನು ನೋಡಿದರೆ ಈ ವಿಚಾರಣೆ ಬಹಳ ಸಮಯದಿಂದ ನಡೆಯುತ್ತಿರುವಂತೆ ಕಾಣುತ್ತಿತ್ತು. ಎಲ್ಲವನ್ನೂ ಹೇಳಿ ಮುಗಿದರೂ ಇನ್ನೊಮ್ಮೆ ಮೊದಲಿನಿಂದ ಶುರುವಾಗುವಂತೆ ನನ್ನ ಮುಂದೆ ಆ ದೃಶ್ಯ ಬಿಚ್ಚಿಕೊಳ್ಳತೊಡಗಿತು.

"ನೀನು ಹೇಳೋತಂಕಾ ನಾನು ಬಿಡೋಸಲ್ಲ. ಆಫೀಸಿಗೆ ರಜೆ ಹಾಕ್ಬೆ ಬೇಕಾದ್ರೆ" ಎನ್ನುತ್ತ ಅಶೋಕ ಮಾಮ ಹಣದ ಕಟ್ಟನ್ನು ಮುಂದೆ ಮುಂದೆ ಮಾಡುತ್ತಿದ್ದ.

"ಗತಿಯಿಲ್ಲದೋವ್ರು ಅಂದ್ ಮನೇಗ್ ಹೊಕ್ಕಸಕಂಡಿದ್ ಅಟ್ಟೇ ನಾವು. ಸಮ್ ಚಂದೂ

ಮುಖಾ ಕಣ್ಮುಂದೇ ಬಂದು ಸುಮ್ಮನಿದ್ದದ್ದಾಗಿತ್ತು. ಆದ್ರೆ ಹಿಂಗ್ ಮಾಡ್ತಿದಂದ್ ಗುತ್ತಿರಲಿಲ್ಲಪ್ಪಾ ಶೀ" ಎಂದು ಅಜ್ಜಿ ಇನ್ನಷ್ಟು ರೊಳರೊಳ ಅಂದಳು.

"ಒಂದೆರಡ್ ಸಾವ್ರ ಆಗಿದ್ರೆ ಸುಮ್ಮನಿರ್ತಿದೆ. ಏನೋ ಆಪತ್ಕಾಲಕ್ಕಿಟ್ಟಿದಬಲಾ ಅಂದಿ. ನಾನೇ ಇಟ್ ದೊಡ್ಡ್ ಆಫಿಸರನೇ ಕಾಣ್ಲಾ ಇಟ್ಟು ದುಡ್ಡು ಎಂದೂ. ಏನೂ ಅಡ್ಡ ದಂಧೆ ಮಾಡದೇ ಹೆಂಗ್ ಬರೂದೇ ನಿನ್ನ ಕೂಡೆ?"

ದಂಧೆ ಎಂಬ ಶಬ್ದ ಮೆಹು ಮಾಮಿಯನ್ನು ನಖಶಿಖಾಂತ ನಡುಗಿಸಿದ್ದು ಸ್ಪಷ್ಟವಿತ್ತು.

"ಅಯ್ಯೋ, ಭಾವನೋರೇ ಅಂಥ ಮಾತಾಡಬ್ಯಾಡ್ರೀ ಭಾವನೋರೇ. ಅದೂ... ಅದೂ..."

"ಮತ್ತೆಂಥದೇ? ನನ್ ಮಗಾ ಬದುಕಿದ್ದಿದ್ರೆ ಸುಮ್ಮನುಳಿಯೂಲಾಗೀದಾ. ಹೆಂಗಸರ ಕೂಡೆ ಹೆಂಗೆ ಬರೂದೇ ಅಟ್ ದುಡ್ಡು?"

ಮೆಹು ಮಾಮಿ ಕಣ್ಣೊರೆಸಿಕೊಳ್ಳುತ್ತ ಕುಳಿತಿದ್ದಳು. ಅನಾಮತ್ತಾಗಿ ಅವಳ ಕಿವಿಯಿಂದ ಪುಟ್ಟ ಬುಗುಡಿ ಕಳಚಿ ಎಡ ಪಕ್ಕಕ್ಕೆ ಬಿತ್ತು. ಅದು ತೀರಾ ಸಣ್ಣ ಗಾತ್ರದ್ದಾದುದರಿಂದ ಅಲ್ಲಿರುವ ಯಾರ ಗಮನಕ್ಕೂ ಆ ಬುಗುಡಿ ಬಿದ್ದಂತೆ ಕಾಣಲಿಲ್ಲ. ನಾನು ಮೆಹು ಮಾಮಿಯನ್ನು ಸಮಾಧಾನಿಸಲೋ ಎಂಬಂತೆ ಸರಿದು ಹೋಗಿ, ಆಕೆಯನ್ನು ಹೇಗೆ ನೇವರಿಸಬೇಕೆಂದು ತಿಳಿಯದೇ ಆ ಬುಗುಡಿಯನ್ನೆತ್ತಿ ಮಾಮಿಯ ಮುಂದೆ ಹಿಡಿದೆ. ಅವಳದನ್ನು ಕಂಡು ಒಮ್ಮೆ ಕಿವಿ ಮುಟ್ಟಿಕೊಂಡು ಬುಗುಡಿಯನ್ನು ವಾಪಸ್ ಪಡೆದಳು. ಅಷ್ಟಕ್ಕೇ ಅಜ್ಜಿಯ ಹಾರಾಟ ಶುರುವಾಯಿತು.

"ಕಿಟ್ಟಬ್ಯಾಡ್ವೇ. ಸಾವಿರ ಸರ್ತಿ ಹೇಳಾಯ್ತು. ಕಿಟ್ಟಬ್ಯಾಡ ಅದಕೆ ಅಂದ್ ಹೇಳಿ. ಅದಂತೂ ಸಣ್ಣ ಹುಡಗಿ, ನಿಂಗೂ ಗುತ್ತಾಗೂಲಾ ಅಲಾ ದರವೇಶಿ?"

ಅಲ್ಲೇ ನಿಂತಿದ್ದ ಮಾಮ ನನ್ನ ರೆಟ್ಟೆ ಹಿಡಿದು ಹಿಂದಕ್ಕೆಳೆದ. ಅವನ ಬಿಗಿ ಹಿಡಿತವನ್ನು ನೋವಿನಿಂದ ಬಿಡಿಸಿಕೊಂಡೆ.

"ಆಯ್ತು ಅಂಗಾರೆ. ಇದು ನಿನಗೆ ಬ್ಯಾಡ ಅಲ್ವೇ? ಎಲ್ಲಿಂದ ಬಂತು ಅಂದ್ ನೀ ಹೇಳಲಾರೆ ಅಲಾ? ಅಂಗಾರ್ ಈ ದುಡ್ಡನ್ನ ನಾನೇ ಇಟ್‌ಕಂತೆ ಆಗೂದು? ನೋಡು ಕಿಶೀಗೆ ಸೇರದ್ರೆ ಬರೂಲಾ ಮತ್ತೆ ಹೊರಗೆ ಹೇಳೇ ನೋಡು."

"ಅಯ್ಯೋ ಭಾವನೋರೇ, ಅದು... ಅದು ನಂದಲ್ಲ."

"ಇನ್ನ್ಯಾರದೇ? ಯಾರರೂ ಯಾಕೆ ಕೊಡೋರೇ ಇದನ್ನ ಮೂರು ಕಾಸಿನ ಹೆಣ್ಣಿನ ಕೂಡೆ?"

ಈ ಸರ್ತಿ ಸುಗಂಧಿ ಮಾಮಿ ಧಡಧಡನೆ ಎರಡು ಹೆಜ್ಜೆ ಮುಂದೆ ಸರಿದಳು.

"ಏನ್ರೇ, ಹೋಗ್ಲಿ ಬಿಟ್ಟಬಿಡ್ರೆ. ಅದರ ದುಡ್ಡು ಅದಕ್ ಕೊಟ್ಟಾಕ್ರೇ..."

"ನಿಂದೇನೇ ವಕಾಲತ್ತು?" ಈ ಬಾರಿ ಮಾಮನ ಧ್ವನಿ ತಾರಕಕ್ಕೇರಿತ್ತು.

"ನಿಂದೇನೇ ಈ ದುಡ್ಡು? ಏನು ನಡಸೇರಿ ಇಬ್ರೂ ಸೇರಿ? ನಿಮ್ ಗುಸುಗುಸು ನಂಗ್ ಗುತ್ತಾಗೂಲಾ ಅಂದ್ ತಿಳ್ದೇ?"

ಮಾಮನ ಹಾರಾಟಕ್ಕೆ ಸುಗಂಧಿ ಮಾಮಿ ಒಂದು ಹೆಜ್ಜೆ ಹಿಂದೆ ಸರಿದಳು. ಆದರೆ ಏರಿದ್ದ ಮಾಮನ ಸಿಟ್ಟನ್ನು ಇಳಿಸಲು ಅದು ಫಲಕಾರಿಯಾಗಲಿಲ್ಲ.

"ನಿಮ... ನಿಮನಿಮನಿಮನಿಮ..." ಎನ್ನುತ್ತ ಲುಂಗಿ ಏರಿಸಿ ಕಟ್ಟಿಕೊಂಡ. ಅತ್ತ ಇತ್ತ ಕಣ್ಣು ಹಾಯಿಸಿದ. ಅವನು ಹಾಗೆ ನಡುಗುವುದು ಕಂಡು ಅಜ್ಜಿಯೂ ಕರಗಿದಳು.

"ಏಯ್, ಏಯ್ ಅಶೋಕಾ, ಅಟ್ ತ್ರಾಸು ಮಾಡ್ಕಂಬ್ಯಾಡ ಮಗಾ. ಕೊಟ್ಹಾಕು... ಕೊಟ್ಹಾಕು ಅದಕೆ. ಏನರೂ ಮಾಡ್ಕಂಡು ಸಾಯಲಿ. ನೀನು ಸಮಾಧಾನ ಮಾಡ್ಕೊ" ಎಂದು ಮಾಮನ ಮೈದಡವಲು ಬಂದಳು.

ನಡುಗುತ್ತಿದ್ದ ಮಾಮ ಒಂದು ಕ್ಷಣ ತಡೆದು ಪಕ್ಕದಲ್ಲೇ ನಿಂತಿದ್ದ ನನ್ನ ಕಪಾಳಕ್ಕೆ ಫಳೀರನೆ ಬಿಗಿದುಬಿಟ್ಟ.

"ಇನ್ನೈದು ವರ್ಷ ಬಿಟ್ಟರೆ ಈ ಹಡಬೇನೂ ತಯಾರಾಗೂದು" ಅಂದ.

ನನಗೆ ಅವನು ಬೀಸಿದ ಏಟು ಮತ್ತು ಅವನಾಡಿದ ಮಾತು ಒಳಗಿಳಿಯಲು ನಿಮಿಷಗಳೇ ಬೇಕಾದವು. ಆ ಕೋಣೆಯ ಯಾವ ಹೆಂಗಸಿಗೆ ಬೀಳಬೇಕಾದ ಏಟೋ ಅದು, ವಯಸ್ಸಿನ ಕಾರಣದಿಂದಷ್ಟೇ ನನಗೆ ಬಿದ್ದಿತ್ತು.

ನನ್ನ ಜೀವನದ ಮೊದಲ ಏಟಾಗಿತ್ತದು. ಕ್ಲಾಸಿನಲ್ಲಿ ತಕ್ಕಮಟ್ಟಿಗೆ ಚೆನ್ನಾಗಿದ್ದ ಕಾರಣ ಯಾವ ಟೀಚರುಗಳೂ ನನ್ನ ಮೇಲೆ ಕೈಯೆತ್ತಿದ್ದೇ ಇರಲಿಲ್ಲ. ಮನೆಯಲ್ಲಿ ಅಪ್ಪ ಅಮ್ಮನೂ ಗದರುತ್ತಿದ್ದರೇ ವಿನಹ ಹೊಡೆಯುತ್ತಿರಲಿಲ್ಲ. ನಾನೇನಾದರೂ ತಪ್ಪು ಮಾಡಿದರೆ, ಆ ವಾರ ಸುತ್ತಾಡಲು ಕರೆದೊಯ್ಯದೇ ಇರುವುದು, ಪ್ರತಿ ಶನಿವಾರ ಕೊಡಿಸುವ ಐಸ್‌ಕ್ರೀಮ್ ಕೊಡಿಸದೇ ಇರುವುದು ಮುಂತಾದವುಗಳೇ ನನಗೆ ಆ ತನಕ ಸಿಕ್ಕ ಶಿಕ್ಷೆಗಳಾಗಿದ್ದವು. ಸಿನಿಮಾದಲ್ಲಿ ಮಾತ್ರ ಈ ರೀತಿ ಕಪಾಳಕ್ಕೆ ಹೊಡೆಯುವುದು ಕಂಡಿದ್ದೆ. ಅಶೋಕ ಮಾಮ ನನ್ನ ಇಡೀ ದೇಹವನ್ನು ಒಂದು ಹೊಡೆತಕ್ಕಿಳಿಸಿಬಿಟ್ಟು ನಿಂತಿದ್ದ. ತಲೆಯ ಮೇಲೆ ಇದೆ ಅಂತ ನಾನು ನಂಬಿಕೊಂಡಿದ್ದ ಅದೃಶ್ಯ ಛಾವಣಿ ಧಡಾರನೆ ಕುಸಿದು ಬಿದ್ದ ಹಾಗಿತ್ತು.

ಆ ನಂತರ ಕೋಣೆಯಲ್ಲಾದ ಯಾವುದೂ ನನ್ನ ತಲೆಯಲ್ಲಿ ದಾಖಲಾಗಲಿಲ್ಲ. ಮಾಮ ಹೊಡೆದಲ್ಲಿ ಚರ್ಮ ಭಗಭಗ ಉರಿಯುತ್ತಿತ್ತು. ಆ ಹೊಡೆತದ ವಿಸ್ತರಣೆಯಾಗಿ ತಲೆ ನೋಯುತ್ತಿತ್ತು. ಆ ಕ್ಷಣವನ್ನು ಮತ್ತೆ ಮತ್ತೆ ನನ್ನೊಳಗೆ ಮರುಕಳಿಸಿಕೊಳ್ಳುತ್ತ ಬಹಳ ಹೊತ್ತು ಅಲ್ಲೇ ನಿಂತುಳಿದೆ. ಆ ಬಿಗಿತದಿಂದ ಹೊರಟ ಸದ್ದು ಮತ್ತು ಅವನಾಡಿದ ಮಾತಿನ ಚಾಟಿ ಹನಿಹನಿಯಾಗಿ ಇಳಿದು ನನ್ನೊಳಗಿನ ಏನೋ ಒಂದನ್ನು ಖಾಯಮ್ಮಾಗಿ ಛಿದ್ರಗೊಳಿಸಿಬಿಟ್ಟಿತು.

ಸಂಜೆಯ ಒಳಗೆ ಮೆಹು ಮಾಮಿ ಮತ್ತು ಸದಾ ಕೋಣೆಯನ್ನು ಖಾಲಿ ಮಾಡಿದ್ದರು. ಮುಂದಿನ ಎರಡೇ ದಿನಗಳಲ್ಲಿ ಅಮ್ಮ ಬಂದು ನನ್ನನ್ನು ಹುಬ್ಬಳ್ಳಿಗೆ ಕರೆದೊಯ್ದಳು. ಆ ದಿನದ ನಂತರ ನಾನೂ, ಅಮ್ಮನೂ ಅಶೋಕ ಮಾಮನ ಮುಖಕ್ಕೆ ಮುಖ ಕೊಟ್ಟು ಮಾತನಾಡುವುದನ್ನೇ ಬಿಟ್ಟುಬಿಟ್ಟೆವು. ಮುಂದೆ ರಜೆಯಲ್ಲೂ ಟ್ಯೂಷನ್ ಕ್ಲಾಸು, ವಿವಿಧ ಪರೀಕ್ಷೆಗಳ ತಯಾರಿ, ಸಮ್ಮರ್ ಕ್ಯಾಂಪು ಎಂದು ಯಲ್ಲಾಪುರಕ್ಕೆ ಹೋಗಿ ಉಳಿಯುವುದು ಕ್ರಮೇಣ ತಪ್ಪಿಹೋಯಿತು.

ಇದೆಲ್ಲ ನಡೆದು ಹದಿನೈದು ವರ್ಷಗಳೇ ಕಳೆದಿವೆ. ನಾನು ಪತ್ರಿಕೆಯ ಕೆಲಸದ ಮೇಲೆ ಯಲ್ಲಾಪುರ ಮಾರ್ಗವಾಗಿ ಹೋಗುವಾಗ ಅಜ್ಜಿಯ ಮನೆಯಲ್ಲಿ ಒಂದೇ ಗಳಿಗೆ ಚಹಕ್ಕೆ ನಿಂತು ಹೋಗುವುದಿದೆ. ಮೆಹು ಮಾಮಿ ಮತ್ತು ಸದಾರ ವಿಷಯ ತೆಗೆದರೆ ಪ್ರತಿ ಬಾರಿಯೂ ಸುಗಂಧಿ ಮಾಮಿ ಮಾತು ಮರೆಸುತ್ತಾಳೆ. ಅಜ್ಜಿ ಈಗ ಯಾವ ನೆನಪೂ ತಾಕದಂತೆ ದಣಪೆಯಲ್ಲಿ "ಹುಶ್ಶಪ್ಪಾ" ಎಂದು ಸೆರಗಿನಲ್ಲಿ ಗಾಳಿ ಹಾಕಿಕೊಳ್ಳುತ್ತ ಕುಳಿತಿರುತ್ತಾಳೆ. ಚಂದು ಮಾಮನ ನೆನಪು ತೆಗೆಯಲು ಪ್ರಯತ್ನಿಸಿದರೆ, "ಹಾಂ ಹಾಂ, ಇಲ್ಲೇ ಇರ್‍ವಾ... ಏ ಚಂದೂ ಮಾತ್ರ ಬಾರೋ ಇಲ್ಲಿ ಅಮೃತಾಂಜನ ತಂದು ಕೊಡೋ" ಎಂದು ಒಳಮನೆಯತ್ತ ಕಣ್ಣು ಹಾಯಿಸುತ್ತಾಳೆ.

ಅತ್ತ ಅಮ್ಮನಂತೂ, "ಯಾವ ಸದಾನೇ? ಮಗ ಅಲ್ಲ. ಸಬೀನಾ ಅನ್ನೋ ಮಗಳಲ್ಲ ಅದಕ್ ಇದ್ದದ್ದು?" ಎಂದು ಬೇರೆಯದೇ ವರಸೆ ತೆಗೆಯುತ್ತಾಳೆ. ಹೀಗಾಗಿ ಆ ದಿನಗಳ ಎಷ್ಟೊಂದು ಎಳೆಗಳು ನನ್ನಲ್ಲಿ ಅಪೂರ್ಣವಾಗಿಯೇ ಉಳಿದುಬಿಟ್ಟಿವೆ.

ಒಮ್ಮೊಮ್ಮೆ ಅನ್ನಿಸುತ್ತದಲ್ಲ, ಬಹಳ ಕಾಲವಾದ ನಂತರ ಒಂದು ಘಟನೆಯನ್ನು ನೆನಪಿಸಿಕೊಂಡರೆ ಅದು ಆ ಕಾಲದಲ್ಲಿ ಬಿದ್ದ ಕನಸೋ, ಅಥವಾ ನಿಜದಲ್ಲಿ ನಡೆದದ್ದೋ ಎಂಬ ಗೆರೆಯೇ ಅಳಿಸಿಹೋಗಿರುತ್ತದಲ್ಲ, ಅಂಥದೇ ಒಂದು ನೆನಪು ಸದಾನ ಬಗ್ಗೆಯೂ ನನಗೆ ಇದೆ. ಅವನನ್ನು ಒಮ್ಮೆಯೂ ಸ್ಪರ್ಶಿಸಿದ ನೆನಪಿಲ್ಲದ ಕಾರಣ ಇದನ್ನು ಕನಸು ಎಂದು ಸಾರಾಸಗಟಾಗಿ ತೆಗೆದು ಹಾಕಲೂ ನನಗೆ ಸಾಧ್ಯವಿಲ್ಲ.

ಒಂದು ಸಂಜೆ ಅದೇ ಕಲ್ಲು ಪಾಗಾರದ ಮೇಲೆ ನಾನು ಮತ್ತು ಸದಾ ಕಾಲಾಡಿಸುತ್ತ ಕುಳಿತಿದ್ದೆವು. ನಾನು ತೊಟ್ಟ ನೀಲಿ ಫ್ರಾಕಿಗೆ ತಾಕಿದ್ದ ಮುಳ್ಳೊಂದನ್ನು ತೆಗೆಯಲು ನಾನು ಬಗ್ಗಿ ಪಾಗಾರದಿಂದ ಆಯ ತಪ್ಪಿದೆ. ಕೆಳಗೆ ಬೀಳದೇ ಇದ್ದಲ್ಲೇ ಸಾವರಿಸಿಕೊಂಡು ಮತ್ತೆ ನೆಟ್ಟಗೆ ಕುಳಿತೆ. ಎಲ್ಲಿ ಬಿದ್ದೇ ಬಿಡುತ್ತೇನೋ ಎಂದು ಸದಾ ನನ್ನ ಹೆಗಲು ಮುಟ್ಟಿ ತಕ್ಷಣ ಕೈ ಹಿಂದಕ್ಕೆಳೆದುಕೊಂಡ.

ಅವನ ಸ್ಪರ್ಶ ನಮ್ಮಿಬ್ಬರಿಗೂ ಆಶ್ಚರ್ಯವನ್ನುಂಟು ಮಾಡಿತ್ತು. ಅವನು ಮುಟ್ಟಿದಲ್ಲಿ ಗಾಳಿ ಮಾತ್ರ ತಾಕಿದಂತಿತ್ತು.

"ಏನಿದು ಸದಾ?" ಎನ್ನುತ್ತ ನಾನೂ ಅವನ ಹೆಗಲು ಮುಟ್ಟಿದೆ. ಗಾಳಿಯನ್ನು ಮಾತ್ರ ಸೋಕಿದಂತೆ, ಅಂಗಿಯ– ಚರ್ಮದ ಸೋಂಕೇ ಇಲ್ಲದಂತೆ ವಿಲಕ್ಷಣ ಅನುಭವವಾಯಿತು.

"ನನಗೂ ಗೊತ್ತಾಗ್ತಿಲ್ಲ, ನೋಡು..." ಎನ್ನುತ್ತ ಅವನೂ ನನ್ನ ಕೈ ಸ್ಪರ್ಶಿಸಿದ. ಊಂ ಹೂಂ, ಅಲ್ಲೂ ಅಷ್ಟೇ, ಚರ್ಮದ ಅನುಭವವೇ ಇಲ್ಲ. ಬರೀ ಗಾಳಿ ಸೋಕಿದಂತೆ ಖಾಲಿಖಾಲಿಯಾಗಿತ್ತು. ಎರಡು ಟಾರ್ಚ್‌ಗಳನ್ನು ಒಂದೇ ದಿಕ್ಕಿಗೆ ಬಿಟ್ಟ ಬೆಳಕಿನಂತೆ, ಹಾಲೋಗ್ರಾಮಿನ ಇಮೇಜುಗಳಂತೆ ನನ್ನ ಇಡೀ ದೇಹವನ್ನು ಅವನು, ಅವನ ಇಡೀ ದೇಹವನ್ನು ನಾನು ಸೋಕಿದರೂ ಅದು ಗಾಳಿಯನ್ನು ಮಾತ್ರ ಮುಟ್ಟಿದ ಅನುಭವವನ್ನು ಕೊಡುತ್ತಿತ್ತು. ಮೊದಮೊದಲು ನಮಗಿದು ಆಟವಾದರೂ ಕ್ಷಣಗಳು ಕಳೆದ ಹಾಗೆ ಈ ವ್ಯರ್ಥ ಪ್ರಯತ್ನದಿಂದ ಬೇಸತ್ತು ಕಡೆಯಲ್ಲಿ ಇಬ್ಬರೂ ದುಃಖಿತರಾಗಿ, ಮೌನದಲ್ಲಿ ಕುಳಿತುಬಿಟ್ಟೆವು.

ಬಹಳ ಹೊತ್ತಿನ ನಂತರ ಸದಾನೇ ಮಾತನಾಡಿದ.

"ವಿಶೂ..."

"ಏನಿದ ಸದಾ, ಮುಟ್ಟಾಕ ಆಗಂಗಿಲ್ಲಾಂದ್ರ, ಏನ ಅರ್ಥ ಇದು?"

"ವಿಶೂ, ಹೊರಗಿಂದ ಮುಟ್ಟೋಕೆ ಸಾಧ್ಯವಾಗಿ, ಒಳಗಿಂದು ಏನೂ ಅರ್ಥವಾಗದಿದ್ದರೆ ಇದನ್ನ ನೀನು ಬದಲಿ ಮಾಡಿಕೊಳ್ತಿದ್ದೆಯೇನು?"

ಆ ಪ್ರಶ್ನೆಗೆ ಉತ್ತರ ನಮ್ಮಿಬ್ಬರಿಗೂ ಗೊತ್ತಿತ್ತು. ಅಂದು ಆ ಕಲ್ಲು ಪಾಗಾರದ ಮೇಲೆ ಸ್ಟಾಚೂ ಆಗಿ ನಾವು ಬಹಳ ಹೊತ್ತಿನ ತನಕ ಕುಳಿತೇ ಉಳಿದೆವು.

□□□

ರಾಷ್ಟ್ರಗೀತೆ

"ಅಮ್ಮಾ, ನಾನೊಂದು ಧರ್ಮ ಸಂಕಷ್ಟದಲ್ಲಿ ಸಿಲುಕಿಕೊಂಡು ಬಿಟ್ಟಿದ್ದೇನೆ."

ಯಶವಂತ ಹೀಗೆ ಹೇಳಿದಾಗ ಮಾತಾ ಮಮತಾನಂದಮಯಿ ಅಮ್ಮನವರು "ಅದು ಧರ್ಮ ಸಂಕಟವಲ್ಲವೇ?" ಅಂತ ಮನಸ್ಸಿನಲ್ಲಿಯೇ ತಿದ್ದಿಕೊಂಡರು. ಮರುಕ್ಷಣವೇ ಈತ ಸಂಕಟದ ತುರೀಯಾವಸ್ಥೆಯನ್ನು ನಿರೂಪಿಸುತ್ತಿರಬಹುದೇ ಅಂತಲೂ ಅವರಿಗೆ ಸಂಶಯವಾಯಿತು.

ಇಪ್ಪತ್ತರ ವಯಸ್ಸಿಗೇ ಸಂನ್ಯಾಸ ಸ್ವೀಕರಿಸಿ, ಮೂವತ್ತಕ್ಕೆ ದೀಕ್ಷೆ ಪಡೆದು ಇದೀಗ ನಂದಿಗ್ರಾಮದಲ್ಲಿರುವ ಆದಿಶಕ್ತಿ ಆಶ್ರಮದಲ್ಲಿ ವಿಹಿತ ಗುರುಗಳಾಗಿ ಸೇವೆ ಸಲ್ಲಿಸುತ್ತಿರುವ ಮಮತಾನಂದಮಯಿಯವರು ಕಳೆದ ಮಾಸವಷ್ಟೇ ತಮ್ಮ ಐವತ್ತೆಂಟನೆಯ ವಸಂತಕ್ಕೆ ಕಾಲಿರಿಸಿದ್ದಾರೆ. ಮಾತೆಯವರಿಗೆ ದೀಕ್ಷೆ ಕೊಟ್ಟು "ಈಕೆ ನನ್ನ ಮಗಳಷ್ಟೇ ಅಲ್ಲ, ತಾಯಿಯೂ ಹೌದು" ಎಂದು ಅಭಿಮಾನದಿಂದ ನುಡಿಯುತ್ತಿದ್ದ ಈ ಆಶ್ರಮದ ಪರಮಗುರುಗಳಾದ ಶ್ರೀ ಸದ್ಬೋಧಾನಂದರು ತಮ್ಮ ಎಂಬತ್ತೆರಡನೆಯ ವಯಸ್ಸಿನಲ್ಲಿ ದೇಹತ್ಯಾಗ ಮಾಡಿ ಇದೀಗ ಎರಡು ವರ್ಷಗಳೇ ಕಳೆದಿವೆ.

ಆದರೂ ಮಮತಾನಂದಮಯಿಯವರನ್ನು ಪರಮಗುರು ಎಂಬ ಶಿರೋನಾಮೆಯಲ್ಲಿ ಕರೆಯಲು ಆಶ್ರಮದ ಧರ್ಮದರ್ಶಿಗಳ ಸಮಿತಿಯಲ್ಲಿ ಒಮ್ಮತದ ಒಪ್ಪಂದವಿಲ್ಲ. ಹೀಗಾಗಿ ಮಾತೆಯವರು ವಿಹಿತ ಗುರುಗಳಾಗಿಯೇ ಮುಂದುವರೆದಿದ್ದಾರೆ. "ನಿರ್ದ್ವಂದ್ವೋ ನಿತ್ಯಸತ್ತ್ವಸ್ಥೋ ನಿರ್ಯೋಗಕ್ಷೇಮ ಆತ್ಮವಾನ್" ಎನ್ನುವ ಹಾಗೆ ಆತ್ಮನಲ್ಲಿ ಲೀನವಾಗಿರುವವರಿಗೆ ಇಂಥ ಲೌಕಿಕ ಜಗತ್ತಿನ ಪದವಿಗಳು ನಗಣ್ಯ ಎಂದು ಅವರು ಧರ್ಮದರ್ಶಿಗಳ ಈ ರಾಜಕೀಯವನ್ನು ಅಲಕ್ಷ್ಯ ಮಾಡಿದ್ದಾರೆ. ಖಾಲಿಯಿರುವ ಪರಮಗುರುಗಳ ಆಸನದ ಮೇಲೆ ಪಾದುಕೆಯನ್ನಿರಿಸಿ ಆಶ್ರಮದ ಚಟುವಟಿಕೆಗಳನ್ನು ಎಂದಿನಂತೆ ಸಾಂಗವಾಗಿ ಮುಂದುವರೆಸಿಕೊಂಡು ಹೋಗುತ್ತಿದ್ದಾರೆ.

ಎಂಟು ಎಕರೆಗಳಷ್ಟು ವಿಶಾಲ ಮೈದಾನದ ನಡುವೆ ಇಮಾರತಿನಂತೆ ನಿಂತ ಈ ಆದಿಶಕ್ತಿ ಆಶ್ರಮ ಕಾಣಲು ಇಷ್ಟು ವೈಭವೋಪೇತವಾಗುವುದು ಪರಮಗುರುಗಳಿಗೂ ಬೇಕಿರಲಿಲ್ಲವಂತೆ. "ತಲೆಯ ಮೇಲೊಂದು ಛಾವಣಿ, ಧ್ಯಾನಕ್ಕೊಂದು ಕೊಠಡಿ" ಎಂಬುದಷ್ಟೇ ಅವರ ಬೇಡಿಕೆಯಾಗಿತ್ತಂತೆ. "ಆದರೆ ನೋಡಿ, ಸಣ್ಣದಾಗಿ ಶುರುವಾದದ್ದು ಧರ್ಮದರ್ಶಿಗಳ ಒತ್ತಾಸೆಯಿಂದ, ಕೊಡುಗೈ ದಾನಿಗಳ ಕೃಪೆಯಿಂದ ಹನುಮನ ಬಾಲದ ಹಾಗೆ ಬೆಳೆಯುತ್ತಲೇ ಹೋಯಿತು" ಎಂದು ಆಗಾಗ ಸದ್ಬೋಧಾನಂದರು ಹೇಳುತ್ತಿದ್ದುದನ್ನು ಮಮತಾನಂದಮಯಿಯವರು ಕೇಳಿಸಿಕೊಂಡಿದ್ದರು.

ಸನ್ಯಾಸಿಗಳ ಕೈಯಲ್ಲಿ ಆಶ್ರಮದ ಉಸ್ತುವಾರಿ ಕೊಟ್ಟರೆ ಲೋಕೋದ್ಧಾರದ ಕುರಿತು ಚಿಂತಿಸುವವರು ಯಾರು? ಅದೇ ಕಾರಣಕ್ಕಾಗಿ ಅಲೌಕಿಕವಾದುದನ್ನು ಲೌಕಿಕವು ಹೆಡಮುರಿಗಟ್ಟಿ ತನ್ನ ಸುಪರ್ದಿಯಲ್ಲಿ ಇರಿಸಿಕೊಂಡಂತೆ ಆಶ್ರಮದ ಆಡಳಿತ ಮಂಡಳಿ ಈ ಆವರಣದ ಎಲ್ಲವನ್ನೂ ತನ್ನ ನಿಯಂತ್ರಣದಲ್ಲಿ ಇರಿಸಿಕೊಂಡಿದೆ. "ನೋಡಿ, ಗೇಟಿನಲ್ಲಿ ಶಸ್ತ್ರಾಸ್ತ್ರ ಸನ್ನದ್ಧನಾಗಿ ನಿಂತು ಪ್ರತಿ ಗಾಡಿಯನ್ನೂ ಪರೀಕ್ಷಿಸಿಯೇ ಒಳಬಿಡುವ ಆ ಸೆಕ್ಯುರಿಟಿ ಗಾರ್ಡ್‌ನಿಂದ ಹಿಡಿದು ಒದ್ದೆ ಬಟ್ಟೆಯಲ್ಲಿಯೇ ಕೋಸಂಬರಿ ಬಡಿಸುವ ಈ ಈತನ ತನಕ ಪ್ರತಿಯೊಬ್ಬರೂ ಈ ಸರಪಳಿಯಲ್ಲಿ ಆತ್ಮವನ್ನು ಹಿಡಿದಿಟ್ಟುಕೊಂಡ ದೇಹದ ವಿವಿಧ ಅಂಗಗಳ ಹಾಗೆ ಕಾಣಿಸುವುದಿಲ್ಲವೇ?" ಅಂತ ಮಮತಾನಂದಮಯಿಯವರು ಆಗಾಗ ತಮ್ಮ ಶಿಷ್ಯಂದಿರಿಗೆ ವರ್ಣಿಸುವುದಿದೆ.

ಆಶ್ರಮದ ಮುಖ್ಯದ್ವಾರವನ್ನು ಪ್ರವೇಶಿಸಿದೊಡನೆ ಸುಮಾರು ಇಪ್ಪತ್ತು ಸಾವಿರ ಚದರಡಿಗಳಷ್ಟು ದೊಡ್ಡ ಪ್ರಾರ್ಥನಾ ಸಭಾಂಗಣವಿದೆ. ಇಲ್ಲಿನ ಬಹುತೇಕ ಸಾರ್ವಜನಿಕ ಕಾರ್ಯಕ್ರಮಗಳು ಈ ಹಜಾರದಲ್ಲಿಯೇ ನಡೆಯುತ್ತವೆ. ಗೋಡೆಯನ್ನೆಲ್ಲ ವಿಸ್ತರಿಸಿದ ವಿಶಾಲ ಕಿಟಕಿ ಬಾಗಿಲುಗಳು, ತಡೆಯಿಲ್ಲದೇ ಸೂರ್ಯರಶ್ಮಿಯನ್ನು ಒಳತರುವ ಎತ್ತರದ ಮೇಲ್ಛಾವಣಿಗಳು, ಆ ಬೆಳಕನ್ನೇ ಮರುಪ್ರತಿಫಲಿಸುವ ಅಮೃತಶಿಲೆಯ ನೆಲಹಾಸು, ಅಲ್ಲಲ್ಲಿ ಕಟೆದಿಟ್ಟ ಶಿಲ್ಪದಂತೆ ನಿಂತ ಬೃಹತ್ ಕಂಬಗಳು, ಅವನ್ನಪ್ಪಿ ನಿಂತು ಮನಸ್ಸನ್ನು ಪ್ರಫುಲ್ಲಗೊಳಿಸುವ ಹಸಿರು ಬಳ್ಳಿಗಳು... "ಇಲ್ಲಿ ನೆಲೆ ನಿಂತು ಸರಿಸುಮಾರು ನಲವತ್ತು ವರ್ಷಗಳೇ ಕಳೆದರೂ ಒಂದು ದಿನವೂ ಇವೆಲ್ಲ ಏಕತಾನವೆನಿಸಿಲ್ಲ" ಎನ್ನುತ್ತಾರೆ ಮಾತಿಗೆ ಸಿಕ್ಕವರ ಬಳಿ ಶ್ವೇತವಸ್ತ್ರವನ್ನೇ ಮೈತುಂಬ ಹೊದ್ದ ಮಮತಾನಂದಮಯಿ ಅಮ್ಮನವರು ಮಧ್ಯಾಹ್ನ ಬಿಡುವಿನ ವೇಳೆಯಲ್ಲಿ ಇಲ್ಲೆಲ್ಲ ನಡೆದಾಡುತ್ತ.

ಈ ಸಭಾಂಗಣದ ನಟ್ಟನಡುವೆ ಆದಿಶಕ್ತಿಯ ಒಂದು ಮೂರ್ತಿಯಿದೆ. ಈ ಸ್ಥಳಕ್ಕೆ ಆದಿಶಕ್ತಿ ಆಶ್ರಮ ಎಂದು ಏಕೆ ಹೆಸರು ಬಂತು ಎಂದು ಸದ್ಬೋಧಾನಂದರು ದೇಹ ತ್ಯಾಗ ಮಾಡುವ ಮೊದಲು ನೂರಾರು ಬಾರಿ ಹೇಳಿದ್ದಾರೆ. "ಪೂರ್ವಾಶ್ರಮದಲ್ಲಿ ನಾವು ಹುಟ್ಟಿ ಬೆಳೆದ ಊರಿನಲ್ಲಿ ಸೀಲಗಾರರು ತಂಬೂರಿ ಮೀಟುತ್ತ ಧರೆಗೆ ದೊಡ್ಡವರ ಚರಿತ್ರೆ ಎಂಬ ಕಥನ ಕಾವ್ಯ ಹಾಡುತ್ತಾರೆ. ಅಲ್ಲಿ ಆದಿಶಕ್ತಿಯ ಪ್ರಸ್ತಾಪ ಬರುತ್ತದೆ. ಸೃಷ್ಟಿಯಲ್ಲಿ ಮೊದಲು ಉದಯಿಸಿದವಳೇ ಈ ಆದಿಶಕ್ತಿ. ಬ್ರಹ್ಮ- ವಿಷ್ಣು- ಮಹೇಶ್ವರರಿಗೆ ಜನ್ಮ ನೀಡಿದವಳು. ವಿಷ್ಣುವಿನ

ಕುತಂತ್ರದಿಂದ ತನ್ನ ಮೂರನೆಯ ಕಣ್ಣನ್ನು ಶಿವನಿಗೆ ಧಾರೆಯೆರೆದವಳು. ಲೋಕಮಾತೆ ಆಕೆ. ಎಲ್ಲ ದೈವಗಳ ತಾಯಿ. ಆಕೆಯೇ ಈ ಜಗತ್ತನ್ನು ತನ್ನ ತೊಟ್ಟಿಲಲ್ಲಿಟ್ಟು ತೂಗುವವಳು" ಎಂದು ಅವರು ಈ ತಾಯಿಗೆ ಸಾಷ್ಟಾಂಗವೆರಗುತ್ತಿದ್ದರು.

ಮಾತೆಯವರು ಒಮ್ಮೊಮ್ಮೆ ಆದಿಶಕ್ತಿಯ ಈ ಮೂರ್ತಿಯನ್ನು ಕಣ್ತುಂಬಿಕೊಳ್ಳುತ್ತ ನಿಲ್ಲುವುದಿದೆ. ತದೇಕಚಿತ್ತದಿಂದ ಕಣ್ಣಲ್ಲಿ ಕಣ್ಣಿಟ್ಟು ನೋಡಿದರೆ ಚೂರೇ ಚೂರು ತುಟಿಯರಳಿಸಿ ನಕ್ಕು ಆಕೆ ಒಂದಿಂಚು ಮಿಸುಕಾಡಿದ ಹಾಗೆ ಅಮ್ಮನವರಿಗೆ ಭ್ರಾಂತಿಯಾಗುವುದು.

ಇನ್ನು ಒಳ ಹಜಾರ ಹೊಕ್ಕರೆ ಎಡದಲ್ಲಿ ಸಾಲುಸಾಲು ಆಫೀಸು ಕೋಣೆಗಳನ್ನು ಕಾಣಬಹುದು. ಮುಖ್ಯ ಕಛೇರಿ, ಹಣಕಾಸು ನಿರ್ವಹಣೆ, ಸ್ವಯಂಸೇವಕರ ಕೊಠಡಿ, ಖಾತೆ ಹೊಣೆಗಾರಿಕೆ, ದಾಸ್ತಾನು ಸಂಗ್ರಹ, ಧರ್ಮದರ್ಶಿಗಳ ಸಭಾಕೂಟ ಮುಂತಾದ ಅಡಿಬರಹಗಳನ್ನು ನೀಲಿ ಬಾಗಿಲ ಮೇಲೆ ಚಿನ್ನದ ಬಣ್ಣದಲ್ಲಿ ಬರೆಸಿಕೊಂಡು ಈ ಕೋಣೆಗಳು ನಿಂತಿವೆ. ಈ ಎಲ್ಲ ಕೋಣೆಗಳಲ್ಲೂ ಸಿಸಿಟೀವಿ ಕ್ಯಾಮರಾಗಳನ್ನು ಇತ್ತೀಚಿಗಷ್ಟೇ ಅಳವಡಿಸಲಾಗಿದೆ. ಇನ್ನು ಬಲಕ್ಕೆ ಹೊರಳಿದರೆ ಒಂದರಿಂದ ಎಂಟರ ತನಕ ಸಂಖ್ಯೆಗಳ ಜೊತೆಗೆ ನಮೂದಿಸಿಕೊಂಡ ಅತಿಥಿಗೃಹಗಳಿವೆ. ಅವುಗಳಲ್ಲೇ ಒಂದರಲ್ಲಿ ಮಾತಾ ಮಮತಾನಂದಮಯಿಯವರು ವಾಸಿಸಲು ಶುರು ಮಾಡಿ ಇದೀಗ ಎಂಟೇ ವರ್ಷಗಳು ಕಳೆದಿವೆ. ಮೊದಲವರು ಆಶ್ರಮದ ಹಿಂದೆ ಮುಖ್ಯ ಕಟ್ಟಡಕ್ಕಿಂತ ಕೊಂಚ ದೂರವಿರುವ ಮಹಿಳಾ ವಸತಿ ನಿಲಯದಲ್ಲಿ ವಾಸಿಸಬೇಕಾಗಿತ್ತು.

ಇನ್ನುಳಿದ ಅತಿಥಿಗೃಹಗಳಲ್ಲಿ ಆಗಾಗ ಉಪನ್ಯಾಸ ನೀಡಲು ಬರುವ ಪರವೂರಿನ ವಿದ್ವಾಂಸರು ಉಳಿದುಕೊಳ್ಳುತ್ತಾರೆ. ಇಂತಿಷ್ಟು ಎಂದು ಆಶ್ರಮಕ್ಕೆ ದೇಣಿಗೆ ನೀಡಿದ ದಾನಿಗಳು ಕುಟುಂಬ ಸಮೇತರಾಗಿ ಒಂದಿಷ್ಟು ದಿನ ಈ ಅತಿಥಿ ಗೃಹಗಳಲ್ಲಿ ಉಳಿದುಕೊಳ್ಳಬಹುದು ಎಂಬ ಯೋಜನೆಯನ್ನು ಆಡಳಿತ ಮಂಡಳಿ ಪ್ರಾರಂಭಿಸಿರುವ ಕಾರಣ ಅಷ್ಟಷ್ಟು ದಿನಕ್ಕೆ ಮೊಬೈಲು ಫೋನುಗಳ "ಹಾಯ್ ಮೇರಿ ಪರಮ ಪರಮ ಪರಮ ಪರಮ ಪರಮಸುಂದರಿ" ತರಹದ ರಿಂಗ್ ಟೋನುಗಳು ಹೊತ್ತಲ್ಲದ ಹೊತ್ತಿನಲ್ಲಿ ಆಶ್ರಮದ ಆವಾರದಲ್ಲಿ ಈಗೀಗ ಕೇಳಲು ಸಿಗುತ್ತಿದೆ.

ಇನ್ನೇನು ಬೆಳಕೇರಿ ಆರು ಘಂಟೆಯ ಹೊತ್ತಿಗೆ ಆಶ್ರಮದ ಚಟುವಟಿಕೆಗಳು ಭರದಿಂದ ನಡೆಯತೊಡಗುತ್ತವೆ. ಸಭಾಂಗಣದ ಒಂದು ಬದಿಯಲ್ಲಿ ನಡೆವ ಯೋಗ ಶಿಬಿರಕ್ಕೆ ವಿದ್ಯಾರ್ಥಿಗಳು ದೂರದೂರದಿಂದಲೂ ಬರುವುದಿದೆ. ಇನ್ನೊಂದು ಬದಿಯಲ್ಲಿ ಮಮತಾನಂದಮಯಿಯವರು ಪದ್ಮಾಸನದಲ್ಲಿ ಕುಳಿತು ವೇದಸಾರವನ್ನೋ, ಗೀತೆ-ಉಪನಿಷತ್ತುಗಳ ವಿಚಾರವನ್ನೋ ವಿಸ್ತರಿಸುತ್ತ ಬಂದವರ ಮುಂದೆ ಮಾತನಾಡುವುದಿದೆ. ಇವರ ಮಾತುಗಳನ್ನು ಸಂಪೂರ್ಣ ಶರಣಾಗತಿಯಲ್ಲಿ ಸಭಿಕರು ಕೇಳಿಸಿಕೊಳ್ಳುತ್ತಾರೆ. ಮುಂದೆ ಕುಳಿತುಕೊಳ್ಳುವ ಜನ ಸಮೂಹ ಪ್ರತಿದಿನ ಬದಲಾದರೂ ಒಂದೆರಡು ಮುಖಗಳು ಅಮ್ಮನವರಿಗೆ ನಿತ್ಯವೂ ಕಾಣ ಸಿಗುತ್ತವೆ. ಅವರನ್ನು ಕಂಡಾಗಲೆಲ್ಲ, "ಇವರಲ್ಲಿ ಉರಿಯುತ್ತಿರುವ ಕಿಡಿಯಾದರೂ ಎಂಥದಿರಬಹುದು!" ಎಂದು ಮಾತೆಯವರು ಒಂದು ಕ್ಷಣ ಚಿಂತಿಸುವರು.

ಆದಿಶಕ್ತಿಗೆ ಎಂಟು ಘಂಟೆಯ ಆರತಿಯೊಂದಿಗೆ ಆಶ್ರಮದ ಮುಂಜಾನೆಯ ಈ ಅಧ್ಯಾಯ ಮುಕ್ತಾಯಗೊಳ್ಳುವುದು. "ಧ್ಯಾನಕ್ಕಂತ ಬಂದವರು ಹೊಟ್ಟೆಯ ಪೂಜೆಯನ್ನೂ ಮುಗಿಸಿಕೊಂಡೇ ಹೋಗಲಿ ಬಿಡಿ" ಎನ್ನುತ್ತ ವ್ಯವಸ್ಥಾಪಕರು ಅಲ್ಲಿಯೇ ಒಂದು ಕ್ಯಾಂಟೀನನ್ನು ಇತ್ತೀಚೆಗಷ್ಟೇ ತೆರೆದಿದ್ದಾರೆ. ಹೀಗಾಗಿ ಆರತಿಯ ಹೊತ್ತಿಗೆ ಉದ್ದಿನ ದೋಸೆಯ ಘಮಲು ಅಲ್ಲೆಲ್ಲ ಬಾರೀಕಾಗಿ ಪಸರಿಸಿರುವುದು.

ಅಷ್ಟಾದರೆ ಆಯಿತು. ಅದು ವಾರದ ದಿನವಾಗಿದ್ದರಂತೂ ಮುಂಜಾನೆ ಒಂಬತ್ತರ ನಂತರ ಮನಸ್ಸಿನ ಒಳಾಂಗಣದಂತೆಯೇ ಆಶ್ರಮದ ಹೊರಾಂಗಣವೂ ನಿಶ್ಶಬ್ದವಾಗಿರುತ್ತದೆ. ಮಮತಾನಂದಮಯಿಯವರು ಮಧ್ಯಾಹ್ನ ಹನ್ನೆರಡರ ತನಕವೂ ಅಲ್ಲೆಲ್ಲ ಓಡಾಡುತ್ತ, ಆಫೀಸು ಕೋಣೆಗಳಿಗೆ ಪ್ರತ್ಯೇಕವಾಗಿ ಭೇಟಿಕೊಡುತ್ತ ಅಲ್ಲಿರುವ ಎಲ್ಲರ ಯೋಗಕ್ಷೇಮ ವಿಚಾರಿಸುವರು. "ನಿಮ್ಮ ಹರೀಶನಿಗೆ ಆ ಮಂಡ್ಯದ ಹುಡುಗಿ ಗೊತ್ತಾದಳೇ ಆಮೇಲೆ?" "ನಿಮ್ಮ ಮಗಳು ಶಾಲಿನಿ ಹೇಗಿದ್ದಾಳೆ? ಪಾಪ ಅಷ್ಟು ದೂರ, ಹಾಸ್ಟೆಲ್ಲಿನ ಊಟ ರೂಢಿಯಾಯಿತೇ ಅವಳಿಗೆ?" "ಗೀತಾ, ನಿಮ್ಮ ತಾಯಿಯ ಮಂಡಿನೋವಿನ ಆಪರೇಷನ್ ಯಾವಾಗಮ್ಮ?" "ದಿವಾಕರ್, ನಿಮ್ಮ ಮನೆಗೆ ನಿಮ್ಮ ನಾದಿನಿಯ ಸಂಸಾರ ಬರುವವರಿದ್ದರಲ್ಲ, ಬಂದು ಹೋದರೇ ಅವರು?" ಮುಂತಾದ ಪ್ರಶ್ನೆಗಳನ್ನು ನೆನಪಿಟ್ಟುಕೊಂಡು ಕೇಳಿ ಅವರ ಉತ್ತರಗಳನ್ನು ಕೌತುಕದಿಂದ ಕೇಳಿಸಿಕೊಳ್ಳುತ್ತಾರೆ. ಎಲ್ಲಾದರೂ ಶಾಲೆ- ಕಾಲೇಜುಗಳಲ್ಲಿ, ಸತ್ಸಂಗಗಳಲ್ಲಿ, ಕಾರ್ಪೊರೇಟ್ ಸಂಸ್ಥೆಗಳಲ್ಲಿ ಪ್ರವಚನ ಗೊತ್ತಾಗಿದ್ದರೆ ಆಶ್ರಮದ ಕಾರಿನಲ್ಲಿಯೇ ಈ ಸಮಯದಲ್ಲಿ ಅವರಲ್ಲಿಗೆ ಹೋಗಿ ಬರುವುದಿದೆ.

ಸೂರ್ಯ ನಡುನೆತ್ತಿಯ ಮೇಲೆ ಬರುವ ಹೊತ್ತಿಗೆ ಅಮ್ಮನವರು ತಾವೇ ಬೇಯಿಸಿಕೊಂಡ ಏಕಧಾನ್ಯದ ಆಹಾರವನ್ನು ಸ್ವೀಕರಿಸುತ್ತಾರೆ. ಅದು ಅವರ ದಿನದ ಏಕೈಕ ಭೋಜನ. ಶಿಷ್ಯೆಯರಾದ ವಿಮಲಾ ಮತ್ತು ಸೇವಂತಿಯರು, "ಅಮ್ಮಾ, ನೀವು ಕುಳಿತುಕೊಳ್ಳಿ. ಎಲೆಯ ಮೇಲೆ ಬಡಿಸಲಾದರೂ ನಮಗೆ ಬಿಡಿ" ಎಂದು ಮಾಡಲು ಬಂದ ಸಣ್ಣ ಪುಟ್ಟ ಸಹಾಯವನ್ನೂ ನಿರಾಕರಿಸುತ್ತಾರೆ. ಈಗಿನ್ನೂ ಹರೆಯದಲ್ಲಿರುವ ವಿಮಲಾ ಮತ್ತು ಸೇವಂತಿಯರಿಗೆ ಮಾತೆಯವರ ಈ ವಾಡಿಕೆ ತಮ್ಮ ಭವಿಷ್ಯತ್ತನ್ನು ಮನವರಿಕೆ ಮಾಡಿಸಿಕೊಡುತ್ತವೆ.

"ಅಮ್ಮಾ, ನೀವು ಹುಶಾರಾಗಿರಬೇಕಮ್ಮ" ಎನ್ನುತ್ತಾರೆ ಅವರ ಶಿಷ್ಯೆಯರಾದ ವಿಮಲಾ-ಸೇವಂತಿಯರು ಬಿಡುವು ಸಿಕ್ಕಾಗಲೆಲ್ಲ ಮಮತಾನಂದಮಯಿಯವರಿಗೆ. ಅವರು ಯಾವ ಸಂಗತಿಯ ಬಗ್ಗೆ ಎಚ್ಚರಿಸಲಿದ್ದಾರೆ ಎಂಬುದು ಮಾತೆಯವರಿಗೆ ಆ ಹುಡುಗಿಯರ ಕಣ್ಣು ನೋಡಿಯೇ ಅರ್ಥವಾಗುವುದು.

"ಏನಮ್ಮ ವಿಮಲಾ ಇದು. ನನ್ನ ಬಳಿ ಕಸಿದುಕೊಳ್ಳಲಾದರೂ ಏನಿದೆ? ವೃಥಾ ಭಯಪಡುತ್ತೀರಿ ನೀವಿಬ್ಬರೂ."

"ಅಮ್ಮಾ, ಕಾಲ ಬಹಳ ಬದಲಾಗಿಬಿಟ್ಟಿದೆಯಮ್ಮಾ. ಪರಮಗುರುಗಳಿದ್ದಾಗ ಸೊಲ್ಲೆತ್ತದಿದ್ದವರೆಲ್ಲ ಈಗ ತಂಟೆ ತೆಗೆಯಲು ಪ್ರಾರಂಭಿಸಿದ್ದಾರಂತೆ. ನೀವು ಆಶ್ರಮದ ಮುಖ್ಯ ಸ್ಥಾನದಲ್ಲಿರುವುದು ಅವರಿಗೆ ಕಸಿವಿಸಿ ಉಂಟು ಮಾಡಿದೆಯಂತೆ. ನಿಮ್ಮನ್ನು ಕೆಳಗಿಳಿಸಿ

ಪರಮಗುರುಗಳ ಪೀಠದ ಮೇಲೆ ಪ್ರತಿಷ್ಠಾಪಿಸಲು ಅವರ ಕಡೆಯ ಸ್ವಾಮಿಗಳೊಬ್ಬರನ್ನು ತಯಾರು ಮಾಡಿಟ್ಟುಕೊಂಡಿದ್ದಾರಂತೆ."

"ಹಾಗೊಂದು ಆಗಿಬಿಟ್ಟರೆ ಒಳ್ಳೆಯದೇ ಆಯಿತು. ಎಷ್ಟು ವರ್ಷವೆಂದು ಈ ಜವಾಬ್ದಾರಿಗಳನ್ನೆಲ್ಲ ನಿರ್ವಹಿಸುವುದು?"

"ಹಾಗಲ್ಲಮ್ಮ, ಇದು ಅಧಿಕಾರದ ಪ್ರಶ್ನೆಯಲ್ಲ. ನೀವು ಜಾಗರೂಕರಾಗಿರಬೇಕು ಅಮ್ಮಾ."

ಮಮತಾನಂದಮಯಿ ಅಮ್ಮನವರ ದಿನಚರಿ ಮುಂಜಾನೆ ಮೂರೂ ನಲವತ್ತಕ್ಕೆ ಟುವ್ವಿ ಹಕ್ಕಿಗಳ ಚಿಲಿಪಿಲಿಯ ಹಿನ್ನೆಲೆಯಲ್ಲಿ ಆರಂಭವಾಗುತ್ತದೆ. ಪ್ರಾತಃವಿಧಿಗಳನ್ನು ಪೂರೈಸಿ, ತಣ್ಣೀರು ಸ್ನಾನ ಮುಗಿಸಿ ಬ್ರಾಹ್ಮಿ ಮುಹೂರ್ತದಲ್ಲಿ ಅವರು ಧ್ಯಾನಕ್ಕೆ ಕುಳಿತುಕೊಂಡರೂ ಸುತ್ತಣ ನಿಶ್ಶಬ್ದ ಅವರಿಗೆ "ಅರೇ ಇದಿನ್ನೂ ಕಲ್ಲು ನೀರು ಕರಗೋವಂಥ ಹೊತ್ತಿನ ಹಾಗೆ ಇದೆಯಲ್ಲ" ಎಂದು ಭಾಸವಾಗುವುದು.

ಇಷ್ಟು ವರ್ಷದ ಪಠಣದಲ್ಲಿ ಅವರಿಗೆ ಗೀತೆಯ ಉಕ್ತಿಗಳೆಲ್ಲ ಮನನವಾಗಿಬಿಟ್ಟಿವೆ. "ಸರ್ವಧರ್ಮಾನ್ ಪರಿತ್ಯಜ್ಯ ಮಾಮೇಕಂ ಶರಣಂ ವ್ರಜ" ಎಂದು ಹೇಳಿಕೊಳ್ಳುತ್ತ ಕ್ಷಣ ಅಲ್ಲಿಯೇ ನಿಲ್ಲುತ್ತಾರೆ. "ದಿವಿ ಸೂರ್ಯಸಹಸ್ರಸ್ಯ ಭವೇದ್ಯುಗಪದುತ್ಥಿತಾ" ಎಂದು ಧೇನಿಸುತ್ತ ಸಾವಿರಾರು ಸೂರ್ಯರು ಉದಯಿಸಿದಂಥ ಸತ್ಯದ ವಿಶ್ವರೂಪವನ್ನು ಕಣ್ಣಾರೆ ಕಂಡಂತೆ ಅವರ ಒಳಗು ಒಮ್ಮೆ ದಿಗ್ಭ್ರಮೆಯಲ್ಲಿ ಕಂಪಿಸುವುದು. ಒಂದು ಉಕ್ತಿಯನ್ನು ಶಬ್ದ ಶಬ್ದವಾಗಿ ಒಡೆದು, ಅಕ್ಷರ ಅಕ್ಷರವಾಗಿ ದಂಡಿಸಿ ಅಲ್ಲಿಂದ ಸ್ಫುರಿಸುವ ನೂರಾರು ಅರ್ಥಗಳನ್ನು ಕಾಣುತ್ತಲೇ ಒತ್ತಿ ಒತ್ತಿ ಮಾಡಿದ ಶಾವಿಗೆಯ ಹಾಗೆ ಅವರು ಇನ್ನಷ್ಟು ಮೃದುವಾಗುವರು.

ಅಪರಾಹ್ನದ ಊಟದ ನಂತರ ಅಮ್ಮನವರು ವಿಶ್ರಾಂತಿ ತೆಗೆದುಕೊಳ್ಳುವುದಿಲ್ಲ. ಹಾಗೊಂದು ವೇಳೆ ಮಲಗಿಕೊಂಡರೆ ಅವರ ನಿತ್ಯಕಟ್ಟಳೆ ಮುರಿದು ರಾತ್ರಿ ನಿದಿರೆಯೇ ಸುಳಿಯುವುದಿಲ್ಲ ಎಂದು ಅವರು ವಿಮಲಾ- ಸೇವಂತಿಯರಿಗೆ ಹೇಳುವುದಿದೆ. ಇಡೀ ಆಶ್ರಮವೇ ಸೂಜಿ ಬಿದ್ದರೂ ಸದ್ದಾಗುವ ಸೊಲ್ಲಮೆಯಲ್ಲಿರುವಾಗ ಅಮ್ಮನವರು ಕದ ತುಸು ಓರೆ ಮಾಡಿಕೊಂಡು ಕುಮಾರವ್ಯಾಸ ಭಾರತವನ್ನು ಓದುತ್ತಾರೆ. "ವೇದಪುರುಷನ ಸುತನ ಸುತನ ಸಹೋದರನ ಹೆಮ್ಮಗನ ಮಗನ ತಳೋದರಿಯ ಮಾತುಳನ ರೂಪನನತುಳ ಭುಜಬಲದಿ..." ಎಂದವರು ಭಾಮಿನಿ ಷಟ್ಪದಿಯ ಸ್ವಾರಸ್ಯವನ್ನು ಮೆಲುದನಿಯಲ್ಲಿಯೇ ವಾಚಿಸಿಕೊಂಡರೂ ಅವರ ರಸಾಸ್ವಾದನೆಯ ಬಿಸುಪಿಗೆ ಪಕ್ಕದ ಕೋಣೆಯಲ್ಲಿ ನಿದ್ರಾವಶರಾದ ಅತಿಥಿಗಳು ಅರೆಗಣ್ಣು ತೆರೆದಂತೆ ಮಾಡಿ ಸುಖವಾಗಿ ತೇಲಿಸುವರು.

ಹಾಗೆಂದು ಒಂದು ಬಾರಿಯೂ ಎಂದೂ ಹೇಳಿಕೊಳ್ಳದಿದ್ದರೂ ಮಮತಾನಂದಮಯಿಯವರು ಸಂಜೆ ನಾಲ್ಕು ಘಂಟೆಯಾಗುವುದನ್ನೇ ಎದುರು ನೋಡುತ್ತಿರುತ್ತಾರೆ ಅಂದರೆ ಸುಳ್ಳಾಗಲಾರದು. ಸಂಜೆ ನಾಲ್ಕರಿಂದ ಆರು ಅವರು ಜಗತ್ತಿಗೆ ಮುಖಾಮುಖಿಯಾಗುವ ಸಮಯ. ಆ ಹೊತ್ತು ಅಮ್ಮನವರನ್ನು ಕಾಣಲೆಂದೇ ದೂರದೂರದಿಂದ ಬರುವ ಜನರಿದ್ದಾರೆ ಈ ಮಹಾನಗರದಲ್ಲಿ.

ಮುಖ್ಯ ಸಭಾಭವನದ ಬಲ ಪಕ್ಕದಲ್ಲಿರುವ ಸಣ್ಣ ಕೋಣೆಯ ಪೀಠದ ಮೇಲೆ ಅರ್ಧಘಂಟೆ ಮೊದಲೇ ಅಮ್ಮನವರು ಹೋಗಿ ಕುಳಿತುಕೊಳ್ಳುತ್ತಾರೆ. ಎಲ್ಲೆಲ್ಲಿಂದಲೋ ಬಂದು ಸಭಾಮಂದಿರದಲ್ಲಿ ತಾಳ್ಮೆಯಿಂದ ಕುಳಿತವರು ಒಬ್ಬೊಬ್ಬರಾಗಿ ಒಳಗೆ ಹೋಗಿ ಮಾತೆಯವರ ಮುಂದೆ ತಮ್ಮ ಮನೋಕ್ಲೇಶವನ್ನು ತೋಡಿಕೊಳ್ಳುತ್ತಾರೆ. "ಇದಕ್ಕೆ ಶಾಸ್ತ್ರಗಳಲ್ಲಿ ಏನಾದರೂ ಪರಿಹಾರವಿದೆಯೇ ಅಮ್ಮನವರೇ?" ಎಂದು ಅಂಗಲಾಚುತ್ತಾರೆ. ಅದನ್ನು ಕೇಳಿದಾಗಲೆಲ್ಲ ಮಾತೆಯವರಿಗೆ ಅವರು ಸಿಹಿನೀರು ಕೊಂಡೊಯ್ಯಲು ಮರಳಿನ ಕೊಡಪಾನ ತಂದವರ ಹಾಗೆ ಕಾಣುವರು.

ಹೀಗೆ ಪರಿಹಾರ ಕೇಳಲು ಬಂದವರಲ್ಲಿ ಕೆಲವು ಏಕಸ್ವಾಮ್ಯಗಳು ಕಂಡಿವೆ ಮಮತಾನಂದಮಯಿಯವರಿಗೆ. ಇಲ್ಲಿಗೆ ಬರುವರ್ಯಾರೂ ಪರಿಹಾರವೇ ಇಲ್ಲದ ಸಮಸ್ಯೆಗಳನ್ನು ಹೊತ್ತು ತರುವುದಿಲ್ಲ. ಮುಚ್ಚಿದ ಹತ್ತಾರು ಕಿಂಡಿಗಳಲ್ಲಿ ಒಂದಾದರೂ ಕಿಂಡಿ ತೆರೆದಿರುವುದು ಸಮಸ್ಯೆಯನ್ನು ತಂದವರಿಗೂ ಗೊತ್ತಿರುತ್ತದೆ. ಆದರೆ ಅದನ್ನು ತಾವೇ ಗುರುತಿಸಲು ಅವರಿಗೆ ಭಯ. ಹೀಗಾಗಿ ಶಾಸ್ತ್ರಸಮ್ಮತವಾಗಿ ಆ ಕಿಂಡಿಯನ್ನು ಅಂಗೀಕರಿಸಲು ಬೇಕಾದ ಮಾತುಗಳನ್ನು ಕೇಳಲು ಅವರಿಲ್ಲಿಗೆ ಬರುವರು. ಇಷ್ಟು ವರ್ಷದ ಅನುಭವದಲ್ಲಿ ಮಾತೆಯವರಿಗೂ ಎರಡು ದವಡೆಗಳ ನಡುವೆ ಸಿಲುಕಿಕೊಂಡ ಮಾವಿನ ತಿರುಳನ್ನು ನಾಲಗೆಯಿಂದಲೇ ಸೂಕ್ಷ್ಮವಾಗಿ ಬಿಡಿಸಿದಂತೆ ಈ ಸಮಸ್ಯೆಗಳನ್ನು ಶಬ್ದಗಳಲ್ಲಿ ಹೇಗೆ ಬಿಡಿಸುವುದು ಎಂಬ ಕಲೆ ಕರಗತವಾಗಿದೆ.

ಕೋಣೆಯ ಒಳಗಡಿಯಿಡುತ್ತಲೇ "ಅಮ್ಮಾ... ಅಮ್ಮಾ... ನೀವೇ ಕಾಪಾಡಬೇಕು" ಎಂಬ ಉದ್ಗಾರ ಹೀಗೆ ಬಂದವರ ಬಾಯಲ್ಲಿ ಬರುವುದು. ಸುಮಾರು ನಲವತ್ತರಿಂದ ಎಂಬತ್ತು ವರ್ಷ ವಯಸ್ಸಿನವರ ಈ ಗುಂಪಿನಲ್ಲಿ ಹೆಂಗಸರೂ, ಗಂಡಸರೂ ಸಮನಾಗಿ ಇರುವರು. ಕೆಲವರು ಕುಮಾರವ್ಯಾಸ ಕೀಚಕ ವಧೆಯನ್ನು ಸಣ್ಣದರಲ್ಲೇ ಮುಗಿಸಿದಂತೆ ವಿಷಯವನ್ನು ಮೊಟಕುಗೊಳಿಸಿ ಹೇಳಿದರೆ ಇನ್ನು ಕೆಲವರು ಸುಭದ್ರಾ ಕಲ್ಯಾಣದಂತೆ ವಿಸ್ತಾರವಾಗಿ ವಿವರಿಸತೊಡಗುವರು.

"ಅಮ್ಮಾ... ಅಮೆರಿಕಕ್ಕೆ ಹೋದ ಒಬ್ಬನೇ ಮಗ ಅಲ್ಲಿಯದೇ ಹುಡುಗಿಯನ್ನು ವಿವಾಹವಾಗಿದ್ದಾನೆ. ನಾವಿಲ್ಲಿ ನಾಗ ಪ್ರತಿಷ್ಠಾಪನೆ ಮಾಡಿ ಕುಳಿತಿದ್ದೇವೆ. ಅದನ್ನು ಮುಂದುವರೆಸಿಕೊಂಡು ಹೋಗುವವರು ಯಾರು ತಾಯಿ? ನಮ್ಮ ನಂತರ ಅವನ ಮಕ್ಕಳನ್ನು ನಾಗದೋಷ ತಟ್ಟದಂತೆ ಮಾಡುವುದು ಹೇಗೆ?"

"ತಾಯೀ, ಆಫೀಸಿನಲ್ಲಿ ಬಹಳ ಕಿರಿಕಿರಿಯಾಗಿಬಿಟ್ಟಿದೆ. ಮೇಲಿನವರು ಜುಟ್ಟು ಹಿಡೀತಾರೆ, ಕೆಳಗಿನವರು ಕಾಲು ಎಳೀತಾರೆ. ಗಂಡ ನೋಡಿದ್ರೆ ತುಮಕೂರಿನಲ್ಲಿ ಹತ್ತೆಕರೆ ಜಮೀನಿದೆಯಲ್ಲ, ಅಲ್ಲೇ ಹೋಗಿ ಬಿಡೋಣ ಅಂತಾನೆ. ಇಪ್ಪತ್ತು ವರ್ಷ ಇದನ್ನೇ ಮಾಡಿ ಆಯಿತು. ಇನ್ನೆರಡು ವರ್ಷ ಕಳೆದರೆ ಕಂಪನಿಯಲ್ಲಿ ಅತಿ ದೊಡ್ಡ ಹುದ್ದೆ ಸಿಗಬಹುದು. ಆದರದು ಸಿಗದೆಯೂ ಇರಬಹುದು. ಮುಂದುವರೆಯುವುದು ಯೋಗ್ಯವೋ, ಬಿಟ್ಟು ಹೋಗುವುದೋ?"

"ಅಪೋಪ್, ಐನೂರು ಕೋಟಿ ವ್ಯವಹಾರ ಕಣಮೋಪ್. ಅವನ್ಯಾವನೋ ತಲೆಕೆಟ್ಟ ಡಿ.ಸಿ. ವಯಸ್ಸದೆ ಅಂತ ಹೆಂಗೆ ಮೆರೀತವನೆ. ಎಲ್ಲನೂ ಜಪ್ತಿ ಮಾಡ್ತವನಂತೆ.

ಇವನ ಹಿಂದಿನವರಿಗೂ, ಮುಂದಿನವರಿಗೂ ತಿನ್ನಿಸಿದ್ದು ಹೋಯ್ತು. ಕೈಯೂ, ಕಾಲೂ ಕಟ್ಟಿಟ್ಟುಬಿಟ್ಟವನೆ ಅಮ್ಮಾ, ಏನು ಮಾಡ್ಲಿ ನಾನು? ಇವನಂಗೆ ತಿರಪೆ ಎತ್ತಬೇಕಾ? ಸಾವಿರ ಸಾವಿರ ಕೋಟಿ ನುಂಗಿದವರು ಮಹಲು ಕಟ್ಟಸ್ತವರೆ, ನಾವಿಲ್ಲಿ ನೂರು ಇನ್ನೂರರವುರ್ನ ಹಾಕ್ಕೊಂಡು ರುಬ್ಬತವರೆ ಈ ಮು... ಮು... ಅಮ್ಮೋ, ನಾವೀಗ ಏನು ಮಾಡೋಣ. ನಿಮ್ಮಂಗೆ ಮಠ ನೋಡ್ಕಳೋದೇ ಭೇಷು ಅನ್ನಿ..."

"ಎಲ್ಲಾರೂ ಹೋದರು ತಾಯಿ. ಆ ಕೊರಾಣಾ ಮಹಾಮಾರಿಗೆ ಮನೆಯೇ ಸ್ಮಶಾನವಾಗಿ ಹೋಯ್ತು. ಮೊದಲು ಅಪ್ಪ ಹೋದ್ರು, ಆಮೇಲೆ ಮಗ, ಕೊನೆಗೆ ಹೆಂಡತಿ. ಇದೇನು ತಾಯಿ? ನನ್ನೊಬ್ಬನನ್ನ ಯಾಕೆ ಉಳಿಸಿದ ಆ ದೇವರು? ಇನ್ನೂ ಏನು ಕಾಣಲಿ ಅಂತ ಬದುಕಿಸಿದ? ಅಮ್ಮಾ, ಕೊನೆಗೆ ಅವಳ ಮುಖಾನೂ ನೋಡೋಕೆ ಸಿಗಲಿಲ್ಲವಮ್ಮಾ. ಅದೋ ಆ ದೂರದಲ್ಲಿ ನಿಂತು ಗುರುತು ಹಿಡಿದಂತೆ ನಟಿಸಬೇಕಾಯ್ತು. ಅವಳು ಇಲ್ಲೇ ತವರಿಗೆ ಹೋಗಿದಾಳೇನೋ, ಇವತ್ತು ನಾಳೆ ಬರತಾಳೇನೋ ಅನಿಸತದೆ ಅಮ್ಮಾ, ಇದನ್ನ ಹೇಗೆ ದಾಟೋದಮ್ಮಾ?"

ಇನ್ನು ಕೆಲವರಂತೂ ಬಂದ ತಕ್ಷಣವೇ ಕೋಣೆಯಿಡೀ ಬೋರಾಡಿ ಬಿದ್ದು ಅಳತೊಡಗುವರು. ಹೀಗಾದಾಗಲೆಲ್ಲ ಕೋಣೆಯೊಳಗಿನ ಬಿಕ್ಕಳಿಕೆ ಹೊರಗೆ ಹಜಾರದಲ್ಲಿ ಯಾದಿ ಹಿಡಿದು ಕುಳಿತವರ ತನಕ ತಲುಪುವುದು. ಅವರೆಲ್ಲ ಒಂದು ಕ್ಷಣ ಹೌದೋ ಅಲ್ಲವೋ ಎಂಬಂತೆ ಪಕ್ಕದಲ್ಲಿ ಕುಳಿತವರ ಮುಖ ನೋಡಿ ತಕ್ಷಣ ಕಣ್ಣು ತಪ್ಪಿಸುವರು.

ಹೀಗೆ ಬಂದವರು ಎಲ್ಲರೂ ಇದ್ದೂ ಅಳಲು ಒಂದು ಹೆಗಲು ದೊರಕದ ಅಂತರಂಗದ ಒಂಟಿಗರು. ಅಳುವಷ್ಟು ಅತ್ತು ಸಮಾಧಾನರಾಗಿ ಒಮ್ಮೊಮ್ಮೆ ಇವರು ಒಂದೂ ಮಾತನಾಡದೇ ಎದ್ದು ಹೋಗಿದ್ದೂ ಇದೆ.

ಹಾಗಂತ ಎಲ್ಲವನ್ನೂ ಬಿಟ್ಟು ಆಶ್ರಮ ಸೇರಿಕೊಳ್ಳಿ ಅಂತ ಇವರಿಗೆ ಮಾತೆಯವರು ಹೇಳಲಾದೀತೇ? "ಜ್ಞಾನಯೋಗೇನ ಸಾಂಖ್ಯಾನಾಂ ಕರ್ಮಯೋಗೇನ ಯೋಗಿನಾಮ್" ಅಲ್ಲವೇ? ಸಾಂಖ್ಯರಿಗೆ ಜ್ಞಾನಮಾರ್ಗ, ಯೋಗಿಗಳಿಗೆ ಕರ್ಮಮಾರ್ಗ. ಹೀಗಾಗಿ ಒಬ್ಬರಿಗೆ "ಸುಖದುಃಖೇ ಸಮೇ ಕೃತ್ವಾ ಲಾಭಾಲಾಭೌ ಜಯಾಜಯೌ" ಎಂದೂ, ಇನ್ನೊಬ್ಬರಿಗೆ "ನಿರ್ಮಮೋ ನಿರಹಂಕಾರಃ ಸ ಶಾಂತಿಮಧಿಗಚ್ಛತಿ" ಎಂದೂ, ಮತ್ತೊಬ್ಬರಿಗೆ "ಅನುದ್ವೇಗಕರಂ ವಾಕ್ಯಂ ಸತ್ಯಂ ಪ್ರಿಯಹಿತಂ ಚಯತ್" ಎಂದೂ ಅಮ್ಮನವರು ವಿವೇಕ ಹೇಳಿ ಕಳಿಸುವುದಿದೆ.

■

ಇಂಥದೇ ಒಂದು ಸಂಜೆ ಬಂದವನು ಅವನು. ಬಾಗಿಲಿಂದ ಒಳಗಡಿಯಿಟ್ಟವನೇ "ನಮಸ್ಕಾರ, ನಾನು ಯಶವಂತ" ಎಂದ. ಇಲ್ಲಿ ಹೆಸರುಗಳು ಅಷ್ಟು ಮುಖ್ಯವಲ್ಲದ ಕಾರಣ ಆಶ್ರಮಕ್ಕೆ ಖಾಯಮ್ಮಾಗಿ ಬರುವವರಾರೂ ಹಾಗೆ ಪರಿಚಯಿಸಿಕೊಳ್ಳುತ್ತಿರಲಿಲ್ಲ. ಸುಮಾರು ಇಪ್ಪತ್ತೆಂಟರಿಂದ ಮೂವತ್ನಾಲ್ಕರ ಒಳಗೆ ಯಾವುದೂ ವಯಸ್ಸಿನವನಿರಬಹುದಾದ ಈ ಯುವಕ ನೀಲಿ ಜೀನ್ಸಿನ ಮೇಲೆ ಹಳದಿ ಟೀಶರ್ಟ್ ಒಂದನ್ನು ಧರಿಸಿದ್ದ. ಹರೆಯದ ಏರುಗತಿ ಅವನ ಚಲನವಲನದಲ್ಲಿ ಅಡಕವಾಗಿತ್ತು. ಈ ಹಂತದಲ್ಲಿನ್ನೂ ಆಧ್ಯಾತ್ಮಿಕ ದ್ವಂದ್ವಗಳು

ಶುರುವಾಗಿರದ ಕಾರಣ ಈ ವಯಸ್ಸಿನವರು ಮಾತೆಯವರ ಬಳಿ ಮಾತನಾಡಲು ಬರುವುದು ಕಡಿಮೆ. ಆ ಕಾರಣಕ್ಕಾಗಿಯೇ ಅಮ್ಮನವರು ಆತನನ್ನೊಮ್ಮೆ ಅಡಿಯಿಂದ ಮುಡಿಯವರೆಗೆ ಕುತೂಹಲದಿಂದ ಈಕ್ಷಿಸಿದರು.

ಬಂದವನು ಸೀದಾ ಹಾಸಿದ ಜಮಖಾನೆಯ ಮೇಲೆ ಕೂರದೇ ಕೋಣೆಯ ಸುತ್ತ ಒಮ್ಮೆ ಕಣ್ಣು ಹಾಯಿಸಿದ. ಅವನು ಕುರ್ಚಿಗಾಗಿ ಹುಡುಕುತ್ತಿರಬಹುದೇ ಎಂಬ ಸಂದೇಹ ಮಾತೆಯವರಲ್ಲಿ ಬಂತು. ಅದು ಆರುವ ಮೊದಲೇ ಅವನು ಚಕ್ಕಳ–ಮಕ್ಕಳ ಹಾಕಿ ಕುಳಿತಾಗಿತ್ತು. ಸಾಮಾನ್ಯವಾಗಿ ಆಗದ ಹಾಗೆ ಆ ಕೋಣೆಯಲ್ಲಿ ಮಾತುಕತೆಗೂ ಮುನ್ನ ಕೆಲಕ್ಷಣಗಳ ಮೌನ ಕವಿಯಿತು. ಮಮತಾನಂದಮಯಿಯವರೇ ಮಂದಸ್ಮಿತರಾಗಿ "ಹೇಳೀಪ್ಪಾ" ಎಂದರು.

"ನನ್ನ ಊರು ದಾವಣಗೆರೆ. ಇಲ್ಲೇ ಪಕ್ಕದ ಐಟಿ ಸಿಟಿಯಲ್ಲಿ ನನ್ನ ಕೆಲಸ. ದಿನವೂ ಆಫೀಸಿಗೆ ಹೋಗುವಾಗ ಬರುವಾಗ ಈ ಆಶ್ರಮದ ಮುಂದೆಯೇ ಹಾದು ಹೋಗುತ್ತಿದ್ದೆ. ನನ್ನ ಕಲೀಗು, ಕೇಶವರಾವ್ ಅಂತ. ನಿಮಗೆ ಗೊತ್ತಿರಬಹುದೇನೋ. ಅವರು ಹೀಗೆ ಸಂಜೆ ನೀವು ಧರ್ಮ ಸಂಬಂಧಿ ಕಷ್ಟಗಳಿಗೆ ಪರಿಹಾರ ಹೇಳುತ್ತೀರಿ ಅಂತ ಸುಮ್ಮನೇ ಮಾತನಾಡುವಾಗ ಹಿಂದೊಮ್ಮೆ ಹೇಳಿದ್ದರು. ಹೀಗಾಗಿ ನಾನಿಲ್ಲಿ ಬರುವಂತಾಯಿತು...

...ಅಮ್ಮಾ, ನೀವೇ ನನಗೊಂದು ಪರಿಹಾರ ಸೂಚಿಸಬೇಕು. ನಾನು ಹೇಳಹೊರಟಿರುವುದು ನನ್ನ ಹೆಂಡತಿಯ ವಿಷಯ..."

ಆತ ಹೆಂಡತಿಯ ವಿಷಯ ಅಂದ ಕೂಡಲೆ ಮಮತಾನಂದಮಯಿಯವರಿಗೆ ಹೊಳೆದದ್ದು ಇದು ಪ್ರೇಮ ಸಂಬಂಧಿ ತಾಕಲಾಟ ಇರಬೇಕು ಎಂಬುದು. ಹೆಂಡತಿ ಇನ್ನ್ಯಾರನೋ ಇಷ್ಟಪಡುತ್ತಿದ್ದಾಳೆಯೇ, ಡಿವೋರ್ಸು ಬೇಕು ಅನ್ನುತ್ತಿದ್ದಾಳೆಯೇ, ಮಗು ಬೇಡ ಅಂತ ನಿರ್ಣಯಿಸಿದ್ದಾಳೆಯೇ, ಊರಿನ ತನ್ನ ಒಂಟಿ ತಾಯಿಯನ್ನು ತಮ್ಮ ಮನೆಯಲ್ಲಿಯೇ ಖಾಯಮ್ಮಾಗಿ ಇರಿಸಿಕೊಳ್ಳೋಣ ಎಂದು ತಗಾದೆ ತೆಗೆದಿದ್ದಾಳೆಯೇ? ಇವುಗಳಲ್ಲೇ ಯಾವುದಾದರೂ ಒಂದು ಇರುತ್ತದೆ ಎಂದು ಮಮತಾನಂದಮಯಿಯವರು ಊಹೆ ಮಾಡಿದರು. ಯಾರಿಗೂ ಇಲ್ಲದ ಕಷ್ಟ ಅಂತ ಹೇಳಿಕೊಂಡು ಬಂದವರ ಸಮಸ್ಯೆ ಬಹುಪಾಲು ಮಂದಿಯದನ್ನೇ ಹೋಲುತ್ತದೆ ಎಂಬ ವಿಷಯ ಮಾತೆಯವರಿಗೇನು ಹೊಸದೇ?

ಅವರ ಯೋಚನೆ ಹತ್ತಾರು ದಿಕ್ಕಿನಲ್ಲಿ ಓಡುತ್ತಿರುವಾಗಲೇ ಅದಕ್ಕೆ ಕಡಿವಾಣ ಹಾಕುವಂತೆ ಯಶವಂತ ಮಾತನಾಡಲು ತೊಡಗಿದ.

"ನನ್ನ ಆಫೀಸು ಶುರುವಾಗುವುದು ಒಂಬತ್ತು ಘಂಟೆಗೆ. ಆದರೂ ಟ್ರಾಫಿಕ್ ತಪ್ಪಿಸಲು ನಾನು ಏಳೂವರೆಗೆ ಮನೆ ಬಿಡಲೇ ಬೇಕಾಗುತ್ತದೆ. ನನ್ನ ಹೆಂಡತಿಯದು ಸೆಂಟ್ರಲ್ ಗವರ್ನಮೆಂಟು ಕೆಲಸ. ಅನುಕೂಲವಾಗಲಿ ಅಂತ ಅವಳು ಸೆಕೆಂಡ್ ಶಿಫ್ಟ್ ತೆಗೆದುಕೊಳ್ಳುತ್ತಾಳೆ. ಆರಾಮಾಗಿ ಮಧ್ಯಾಹ್ನ ಊಟ ಮಾಡಿ ಮನೆ ಬಿಡುತ್ತಾಳೆ. ಬರುವುದು

ರಾತ್ರಿ ಒಂಭತ್ತರ ನಂತರವೇ. ಹೀಗಾಗಿ ಮುಂಜಾನೆಯಿಡೀ ಮನೆಯಲ್ಲಿ ಒಬ್ಬಳೇ ಇರುತ್ತಾಳೆ."

ಇವನ ವಿವರವಾದ ಪ್ರವರ ಕೇಳಿಯೇ ಈತ ಈ ವಿಷಯದ ಬಗ್ಗೆ ಇದೇ ಮೊದಲ ಬಾರಿ ಮಾತನಾಡುತ್ತಿದ್ದಾನೆ ಅಂದುಕೊಂಡರು ಅಮ್ಮನವರು.

"ಒಮ್ಮೆ ಹೆಡ್‌ಫೋನ್ ಬಿಟ್ಟು ಹೋಗಿದ್ದೆ ಅಂತ ಹೊರಟ ಅರ್ಧಘಂಟೆಯಲ್ಲಿಯೇ ಮರಳಿ ಬಂದೆ. ನನ್ನ ಹೆಂಡತಿಗೆ ಸರ್‌ಪ್ರೈಸ್ ಕೊಡೋಣ ಅಂತ ಸದ್ದು ಮಾಡದೇ ಒಳಹೋದೆ. ನಮ್ಮ ಮಲಗುವ ಕೋಣೆಯ ಬಾಗಿಲು ನಾನೇ ಮುಂಜಾನೆ ಮುಂದೆ ಮಾಡಿದ ಹಾಗೆ ತುಸುವೇ ತೆರೆದುಕೊಂಡಿತ್ತು. ವೈಶಾಲಿ ಆಗಷ್ಟೇ ಎದ್ದಿದ್ದಳು. ಬಿಚ್ಚಿದ ಕೂದಲಲ್ಲಿ ಕಿಟಕಿಯಿಂದ ಹೊರಗೆ ಕಣ್ಣು ನೆಟ್ಟು ಕುಳಿತಿದ್ದಳು. ಹಿನ್ನೆಲೆಯಲ್ಲಿ ಅವಳ ಫೋನು ಯಾವುದೋ ಹಾಡನ್ನು ಸಣ್ಣಕೆ ಉಲಿಯುತ್ತಿತ್ತು. ಆ ಹಾಡಿನ ಶಬ್ದಶಬ್ದವನ್ನೂ ಗ್ರಹಿಸುತ್ತಲೇ ವೈಶಾಲಿಯ ಕಣ್ಣಾಲಿಗಳು ತುಂಬಿಕೊಂಡವು. ಇದು ಇವಳ ದಿನಚರಿಯಿರಬೇಕು ಎಂಬಷ್ಟು ಸ್ವಚ್ಛಂದವಾಗಿ ಆ ಗಾನದಲ್ಲಿ ಕಳೆದುಹೋಗಿದ್ದಳು. ನಮ್ಮ ಮದುವೆಯಾಗಿ ನಾಲ್ಕು ವರ್ಷಗಳಾಗಿವೆ. ಪರಿಚಯವಾಗಿ ಹತ್ತು ವರ್ಷಗಳಾಗಿವೆ. ಇಲ್ಲಿನ ತನಕ ಅವಳ ಆ ಮುಖವನ್ನು ನಾನು ಕಂಡವನಲ್ಲ. ನಾನು ಮುಟ್ಟಲಾಗದ ಆಳವನ್ನು ಈ ಒಂದು ಯಃಕಶ್ಚಿತ್ ಹಾಡು ಮುಟ್ಟಿದೆಯಲ್ಲ ಅಂತ ಅಸೂಯೆಯಾಗಿದ್ದಂತೂ ನಿಜ."

ಇವನದು ಅಷ್ಟು ಸುಲಭಕ್ಕೆ ಮುಗಿಯುವ ಪುರಾಣವಲ್ಲ ಎಂದು ಬೆನ್ನು ನೇರವಾಗಿಸಿ ಕುಳಿತಿದ್ದ ಮಾತೆಯವರು ತಮ್ಮ ದಣಿದ ನಿಲುವನ್ನು ಪೀಠಕ್ಕೊರಗಿಸಿ ವಿರಮಿಸಿದರು.

"ಸಹಜವಾಗಿ ಬಾಗಿಲು ತಳ್ಳಿ ಒಳಗಡಿಯಿಟ್ಟರೆ ಎಂಥ ರಾದ್ಧಾಂತ ಮಾಡಬೇಕವಳು! ಯಾವ ಹಾಡದು ಅಂತ ಕುತೂಹಲಕ್ಕೆ ಕೇಳಿದರೆ ಆಡಬಾರದ ಮಾತನ್ನೆಲ್ಲ ಅಂದಳು. ನನ್ನ ಮನೆಯಲ್ಲೇ ನನ್ನನ್ನು ಕಳ್ಳಿಯ ಹಾಗೆ ನೋಡುತ್ತೀಯಲ್ಲ ಅಂದಳು. ಅದೊಂದು ಹಾಡಿನ ದೆಸೆಯಿಂದ ಅಷ್ಟೊಂದು ಭಾವುಕರಾಗುತ್ತಾರೇನು ಹುಚ್ಚಿ ಅಂತ ನಾನೇ ಮಾತು ಮರೆಸಿ ಹಾಕಿದೆ. ಆದರೂ ಆ ಸಂಗೀತದ ಧಾಟಿ ನನ್ನ ಮನಸ್ಸಿನಲ್ಲೇ ಉಳಿದು ಹೋಯಿತು.

ನಾನೊಬ್ಬ ಕ್ರಿಕೆಟ್ ಪ್ರೇಮಿ. ಐಪಿಎಲ್ ಆಗಲಿ, ಒನ್‌ಡೇ ಆಗಲಿ, ಟೆಸ್ಟೇ ಇರಲಿ ಒಂದನ್ನೂ ಬಿಡುವವನಲ್ಲ. ಕೆಲಸದ ನಿಮಿತ್ತ ತಪ್ಪಿ ಹೋದರೂ ನಂತರ ರೀಪ್ಲೇ ಮ್ಯಾಚನ್ನಾದರೂ ನೋಡಿಯೇ ನೋಡುತ್ತೇನೆ. ಆ ಘಟನೆ ನಡೆದ ಕೆಲವೇ ದಿನಗಳಲ್ಲಿ ಒಂದು ಆಸಕ್ತಿಕರ ಮ್ಯಾಚ್ ಇತ್ತು. ಆ ದಿನ ಮನೆಯಲ್ಲಿ ಒಬ್ಬನೇ ಬೇರೆ ಇದ್ದೆ. ಮ್ಯಾಚಿನ ಮೊದಲು ಭಾರತದ ರಾಷ್ಟ್ರಗೀತೆ ಹಾಡಿದರು. ಇನ್ನೇನು ಟಾಸ್ ಮಾಡುತ್ತಾರೆ ಕಿಚನ್ನಿನಿಂದ ಏನಾದರೂ ತಿನ್ನಲು ತರೋಣ ಅಂತ ಎದ್ದವನು ಅವಾಕ್ಕಾಗಿ ಅಲ್ಲೇ ನಿಂತುಬಿಟ್ಟೆ. ಭಾರತದೊಂದಿಗೆ ಅಂದು ಆಡಲಿದ್ದ ಬಾಂಗ್ಲಾದೇಶದ ರಾಷ್ಟ್ರಗೀತೆ ಶುರುವಾಗಿಯೇ ಬಿಟ್ಟಿತು. ಅದನ್ನು ಕೇಳುತ್ತಾ ನನ್ನ ಜಂಘಾಬಲವೇ ಉಡುಗಿಹೋಯಿತು...

ನೋಡಿದರೆ ಅದೇ ಗೀತೆ. ನನ್ನ ಹೆಂಡತಿ ಕಣ್ಣಲ್ಲಿ ನೀರು ತುಂಬಿಕೊಂಡು ಆಲಿಸುತ್ತಿದ್ದ ಗೀತೆಯದು. ಅದೇ ಸಂಗೀತದ ಪಲುಕು. ಅದೇ ಲಯ ಅದೇ ತಾಳ. ಅಮರ್ ಶೊನಾರ್

ಬಾಂಗ್ಲಾ. ಬಾಂಗ್ಲಾದೇಶದ ರಾಷ್ಟ್ರಗೀತೆ. ಅಮ್ಮಾ, ನನ್ನ ಬದುಕಿನಲ್ಲೇ ಇಂಥ ಆಘಾತ ಅನುಭವಿಸಿರಲಿಲ್ಲ.

ವೈಶಾಲಿ ಮೈಸೂರಿನವಳು. ಅಥವಾ ಹಾಗಂತ ಹೇಳುತ್ತಾಳೆ. ಅದೇ ದಿನ ಕಪಾಟಿನಲ್ಲಿರುವ ಅವಳ ಡಾಕ್ಯುಮೆಂಟುಗಳನ್ನೆಲ್ಲ ಜಾಲಾಡಿದೆ. ಯಾವುದೋ ಥ್ರಿಲ್ಲರ್ ಸಿನಿಮಾದ ಒಳಗಿದ್ದಂತೆ ತಲ್ಲಣ ಅನುಭವಿಸಿದೆ. ಅವಳ ಬರ್ಥ್ ಸರ್ಟಿಫಿಕೇಟಿನಲ್ಲಿ, ಪಾಸ್‌ಪೋರ್ಟಿನಲ್ಲಿ ಹುಟ್ಟಿದ ಊರು ಅಂಕೋಲಾ ಅಂತಿದೆ. ರಾಷ್ಟ್ರೀಯತೆ ಎಂಬ ಕಾಲಮ್ಮಿನಲ್ಲಿ ಭಾರತ ಅಂತಲೇ ಇದೆ. ಆದರೂ ನನಗ್ಯಾಕೋ ಅನುಮಾನ. ಕಾಲೇಜಿನಲ್ಲಿ ನಕ್ಕು ಒಲಿದವಳನ್ನು ಮದುವೆಯಾಗಿ ನಾನೆಲ್ಲೋ ದೊಡ್ಡ ಕಲ್ಲನ್ನು ತಲೆಯ ಮೇಲೆ ಎತ್ತಿಹಾಕಿಕೊಂಡೆ ಅನ್ನಿಸುತ್ತಿದೆ."

ಮಮತಾನಂದಮಯಿಯವರ ಹಣೆಯ ಮೇಲೂ ನಿರಿಗೆಗಳು ಮೂಡಿದವು. ಇನ್ನೊಂದು ದೇಶದ ರಾಷ್ಟ್ರಗೀತೆಯನ್ನು ಕೇಳಿ ಶೋಕಿಸುತ್ತಾಳೆಂದರೆ? ಹಾಗೆ ನೋಡಿದರೆ ಬೇರೆ ದೇಶಗಳ ರಾಷ್ಟ್ರಗೀತೆಗಳ ಕುರಿತು ಅವರೆಂದೂ ಯೋಚಿಸಿದವರೇ ಅಲ್ಲ. ಹಾಗಂತ ಅವರಿಗೆ ಆ ಬಗ್ಗೆ ಗೊತ್ತೇ ಇರಲಿಲ್ಲ ಅಂದರೂ ತಪ್ಪಾಗುತ್ತದೆ. ಅವರೂ ಪೂರ್ವಾಶ್ರಮದಲ್ಲಿ ಬಿ.ಎಸ್.ಸ್ಸಿಯ ತನಕ ಓದಿದವರು. ಅದು ಯಾವಾಗಲೂ ಹಾಗೇ, ನಮ್ಮ ದೇಶ ಬಿಟ್ಟು ಬೇರೆ ದೇಶಗಳ ಬಾವುಟ, ರಾಷ್ಟ್ರೀಯ ಲಾಂಛನಗಳೆಲ್ಲ ಮುಂದೆಯೇ ಇಟ್ಟರೂ ಮನಸ್ಸಿನಲ್ಲಿ ದಾಖಲಾಗುವುದಿಲ್ಲ.

ಇದು ಯಶವಂತ ಈ ಮೊದಲು ಹೇಳಿದ ಹಾಗೆ ಧರ್ಮ ಸಂಕಷ್ಟದ ಸಂಗತಿಯೇ ಎಂದು ಅವರಿಗನ್ನಿಸಿತು.

"ತಾಯಿ, ನಾನು ಬಹಳಷ್ಟು ವೆಬ್ ಸಿರೀಸ್ ನೋಡಿದ್ದೇನೆ. ಒಂದು ದೇಶದವರು ಇನ್ನೊಂದು ದೇಶದಲ್ಲಿ ತಮ್ಮ ಗೂಢಚಾರಿಗಳನ್ನು ಬಿಟ್ಟಿರುತ್ತಾರಂತೆ. ಅವರ ಹೆಸರು, ವಿಳಾಸ ಎಲ್ಲಾ ಇಲ್ಲಿನದೇ ಇರುವ ಹಾಗೆ ಮಾಡಿರುತ್ತಾರಂತೆ. ಇವರು ಈ ದೇಶದ ಮಹತ್ವವಾದ ಮಾಹಿತಿಯನ್ನು ತಮ್ಮ ದೇಶಕ್ಕೆ ರಹಸ್ಯವಾಗಿ ರವಾನಿಸುತ್ತಾರಂತೆ. ಇವಳು ಕೆಲಸ ಮಾಡುವುದು ನೋಡಿದರೆ ಸೆಂಟ್ರಲ್ ಆಫೀಸಿನಲ್ಲಿ. ಈ ವಿಷಯವನ್ನ ನನ್ನೊಳಗೇ ಇಟ್ಟುಕೊಂಡು ರಾಷ್ಟ್ರದ್ರೋಹ ಮಾಡುತ್ತಿದ್ದೀನೇನೋ ಅನ್ನಿಸುತ್ತಿದೆ. ಅದೇಕೋ ಅವಳ ಅಪ್ಪ-ಅಮ್ಮ, ಲಲ್ಲೆಗರೆಯುತ್ತ ಮಾತನಾಡುವ ಅವಳ ತಮ್ಮ ಎಲ್ಲರನ್ನೂ ಗುಮಾನಿಯಿಂದಲೇ ನೋಡುವ ಹಾಗಾಗಿಬಿಟ್ಟಿದೆ. ಯಾವ ಸ್ನೇಹಿತರ ಬಳಿಯೂ ಈ ವಿಷಯ ಚರ್ಚಿಸುವ ಹಾಗಿಲ್ಲ. ಎರಡು ವಾರದಿಂದ ನನ್ನನ್ನೇ ನಾನು ಸುಟ್ಟುಕೊಳ್ಳುತ್ತಿದ್ದೇನಮ್ಮಾ."

"ನೀವು ನಿಮ್ಮ ಹೆಂಡತಿಯ ಹತ್ತಿರ ಮಾತನಾಡಿದೀರಾಪ್ಪಾ ಈ ವಿಷಯ?"

"ಇಲ್ಲ ಅಮ್ಮಾ, ಆಮೇಲೆ ಅವರ ಕಡೆಯವರು ಬಂದು ನನ್ನನ್ನ ಮುಗಿಸಿಬಿಟ್ರೆ?"

ಈತ ಸ್ವಲ್ಪ ಹೆಚ್ಚೇ ಟೀವಿ ಸೀರಿಯಲ್ ನೋಡುತ್ತಾನೆ ಅನ್ನಿಸಿತು ಅಮ್ಮನವರಿಗೆ.

"ಹಾಗೇನೂ ಆಗುವುದಿಲ್ಲ ಅಂದುಕೊಳ್ಳೋಣ. ಸಂವಹನವೇ ನಡೆಯದಿದ್ದರೆ

ಉಳಿದದ್ದೆಲ್ಲ ಊಹಾಪೋಹವೇ ಅಲ್ಲವೇ? ನಿಮ್ಮ ಹೆಂಡತಿಯ ಬಳಿಯೂ ಹೇಳುವುದಕ್ಕೆ ಏನಾದರೂ ಇರಬಹುದು."

ಹಿಂದೊಮ್ಮೆ, "ಸತ್ತೇ ಹೋಗಬೇಕು ಅನ್ನಿಸುತ್ತಿದೆಯಮ್ಮಾ" ಅಂತ ಹೇಳಿದ ಉದ್ಯಮಿಯೊಬ್ಬನ ಆತ್ಮಹತ್ಯೆಯ ಸುದ್ದಿ ಎರಡೇ ದಿನಗಳಲ್ಲಿ ಪತ್ರಿಕೆಯಲ್ಲಿ ವರದಿಯಾಗಿತ್ತು. ಆಗ ತಮ್ಮ ಯಾವ ಕೃತಿ ಈ ದುರಂತವನ್ನು ತಪ್ಪಿಸಬಹುದಿತ್ತು ಅಂತ ಮಮತಾನಂದಮಯಿಯವರು ಬಹಳ ದಿನಗಳ ಕಾಲ ಪಶ್ಚಾತ್ತಾಪ ಪಟ್ಟಿದ್ದರು. ಅದೇಕೋ ಈ ಸಮಯದಲ್ಲಿ ಅವರಿಗೆ ನೆನಪಾಯಿತು.

ಮಾತನಾಡಿ ಯಶವಂತನೂ ತುಸು ಹಗುರವಾದಂತೆ ಕಂಡ.

"ಸರಿ ತಾಯಿ, ನೀವು ಹೇಳುತ್ತೀರೆಂದರೆ, ಹಾಗೆಯೇ ಮಾಡುತ್ತೇನೆ. ವೈಶಾಲಿಯ ಬಳಿ ಬಿಡುವಾಗಿ ಕುಳಿತು ಒಮ್ಮೆ ಮಾತನಾಡುತ್ತೇನೆ" ಎನ್ನುತ್ತ ಎದ್ದು ನಿಂತ. ಈ ಸ್ಫುರದ್ರೂಪಿ ತರುಣನ ಚೂಪು ಮೂಗು, ದೊಡ್ಡ ಕಣ್ಣುಗಳು ಮಾತೆಯವರಲ್ಲಿ ಪ್ರಸನ್ನತೆಯನ್ನು ಉಕ್ಕಿಸಿದವು.

ಹೊರಡುವ ಮುನ್ನ, "ನೀವು ಏನೇ ಹೇಳಿಯಮ್ಮ, ಕನಿಷ್ಟಪಕ್ಷ ಅಮೆರಿಕದ್ದೋ, ಇಂಗ್ಲಂಡಿನದೋ ರಾಷ್ಟ್ರಗೀತೆ ಕೇಳುತ್ತಿದ್ದಳೆಂದರೆ ಹೇಳೋಕಾದರೂ ಚೆನ್ನಾಗಿರೋದು" ಎಂದ.

■

ಮತ್ತೆ ಯಶವಂತನಿಗೆ ಅಮ್ಮನವರು ಪರೋಕ್ಷವಾಗಿಯಾದರೂ ಎದುರಾದದ್ದು ಎರಡು ತಿಂಗಳ ನಂತರ. ಅಲ್ಲಿಯ ತನಕ ಕೆಂಡದ ಚೂರೊಂದನ್ನು ಸೆರಗಿನಲ್ಲಿ ಕಟ್ಟಿಕೊಂಡ ಹಾಗೆ ಮಮತಾನಂದಮಯಿಯವರು ಚಡಪಡಿಸುತ್ತಲೇ ಇದ್ದರು. ಆದರೆ ಹಾಗೆಲ್ಲ ಉದ್ವೇಗವನ್ನು ಕಾಣಿಸಿಕೊಳ್ಳುವ ಹಾಗಿಲ್ಲ ಅವರು. ಎಲ್ಲಿಯೋ ಏನನ್ನೋ ಓದುವಾಗ, ಯಾರ ಬಳಿಯೋ ಮಾತನಾಡುವಾಗ ಈ ವಿಷಯ ನೆನಪಾಗುವುದು. ಎಲ್ಲಿಯೇ ಜನ ಗಣ ಮನ ಕೇಳಿದರೂ ಯಶವಂತ ಕುಳಿತ ಭಂಗಿ ಕಣ್ಮುಂದೆ ಬರುವುದು.

ಸಾಲದ್ದಕ್ಕೆ ವಿಮಲಾ– ಸೇವಂತಿಯರೂ ಈ ದಿನ ತುಸು ಹೆಚ್ಚೇ ಪಿರಿಪಿರಿ ಮಾಡಿ ಎಂದೂ ದೊಡ್ಡ ದನಿಯಲ್ಲಿ ಮಾತನಾಡದ ಮಾತೆಯವರ ಬಳಿ ಗದರಿಸಿಕೊಂಡಿದ್ದಾರೆ.

"ಎಷ್ಟು ಸಲ ಹೇಳಬೇಕಮ್ಮ ನಿಮ್ಮಿಬ್ಬರಿಗೂ. ಹೋದರೆ ಹೋಗಲಿ. ಈ ಅಧಿಕಾರ ನನಗಾದರೂ ಬೇಕಾಗಿದೆಯೇ? ಅವರು ಹೊಸ ಸ್ವಾಮಿಗಳನ್ನು ತಂದು ಪೀಠದಲ್ಲಿ ಕೂರಿಸಲಿ. ನಾನು ವಾಸ ಮಾಡ್ತಿರೋ ಅತಿಥಿಗೃಹವನ್ನೂ ಬಿಟ್ಟುಕೊಡುತ್ತೇನೆ ಬೇಕಾದರೆ. ಎಲ್ಲೋ ಒಂದು ಮೂಲೆಯಲ್ಲಿ ಕುಳಿತು ದಿನ ದೂಡುತ್ತೇನೆ. ಅದೆಲ್ಲ ಅಷ್ಟು ದೊಡ್ಡ ವಿಷಯವೇ? ಇಂಥ ಸಂಗತಿಗಳೆಲ್ಲ ಚರ್ಚಿಸಲೂ ಯೋಗ್ಯವಲ್ಲ ತಿಳಿಯಿತೇನು?"

"ಹಾಗಲ್ಲ ಅಮ್ಮ. ನಮಗೆ ನೀವು ಮುಖ್ಯ. ನೀವಿಲ್ಲಿರುವುದು ನಿಮಗಿಂತ ನಮಗೆ ಹೆಚ್ಚು ಮುಖ್ಯ. ಈ ಆಶ್ರಮದ ಸ್ವಾಸ್ಥ್ಯವೇ ನಿಮ್ಮ ನಿಸ್ವಾರ್ಥ ಸೇವೆಯ ಮೇಲೆ ನಿಂತಿದೆ.

ಹೊಸಬರು ಬಂದು ಆಶ್ರಮವನ್ನೂ ಒಂದು ದುಖಾನಿನ ಹಾಗೆ ನಡೆಸಲು ತೊಡಗಿದರೆ ಏನು ಮಾಡುವುದು?"

"ಮುಖ್ಯವಾಗಿ ನೀವು ಎಚ್ಚರಿಕೆಯಲ್ಲಿರಬೇಕು. ಧರ್ಮದರ್ಶಿಗಳಲ್ಲಿ ಅರ್ಧ ಜನರಿಗೆ ಇದೇ ಅಭಿಪ್ರಾಯವಿದೆಯಂತೆ. ಇನ್ನುಳಿದವರಿಗೆ ನೀವು ಭಕ್ತರನ್ನು ವಿವಿಧ ಬಗೆಯ ಹೋಮ- ಪೂಜೆಗಳನ್ನು ಮಾಡಿಸಲು ಹುರಿದುಂಬಿಸುವುದಿಲ್ಲ ಅಂತ ಕಸಿವಿಸಿಯಂತೆ."

"ನಿಮ್ಮ ವಿರುದ್ಧ ಒಂದೇ ಒಂದು ಸಣ್ಣ ಸಾಕ್ಷಿ ಸಿಗಲಿ ಅಂತ ಕಾಯುತ್ತಿದ್ದಾರಂತೆ. ಅಷ್ಟಾದರೆ ನಿಮ್ಮನ್ನು ಈ ಆಶ್ರಮದಿಂದಲೇ..."

"ಏನು? ಓಡಿಸುತ್ತಾರಂತೇನು? ಓಡಿಸಿದರೆ ಓಡಿಸಲಿ."

"ಅಯ್ಯೋ, ಅಮ್ಮಾ ಕ್ಷಮಿಸಿ. ಅವರ ಮಾತುಗಳು ಅವು. ಬೇಡ ಬೇಡ ಅಂದರೂ ಕಿವಿಯ ಮೇಲೆ ಬೀಳುತ್ತವೆ."

"ಇಡೀ ಜೀವನ ಈ ನೆಲದಲ್ಲೇ ಕಳೆದಿದ್ದೇನೆ. ಖಂಡಿತ ಓಡಿಸಲಿ."

ಹೆಚ್ಚು ಹೊತ್ತು ಕೋಣೆಯಲ್ಲಿರಲಾರದೇ ಮಮತಾನಂದಮಯಿಯವರು ಹಿತ್ತಿಲಿನ ಗುಲಾಬಿ ಗಿಡಗಳ ಮಧ್ಯೆ ಶತಪಥ ಹಾಕಲು ತೊಡಗಿದರು.

ಆಗಲೇ ಕಂಡಿದ್ದು ಆಕೆ. ಇವರನ್ನು ಕೇಳಿಕೊಂಡು ಹಿತ್ತಿಲಿಗೇ ಬಂದಿದ್ದಳು. ಪಾತಿ ಮಾಡಿದ ಗಿಡಗಳ ಮಧ್ಯದಿಂದ ಸರಬರ ಸದ್ದು ಮಾಡಿ ಬರುವಾಗ ಅವಳ ನಡಿಗೆಯಲ್ಲಿಯೇ, ಹೆಜ್ಜೆಯ ಓಘದಲ್ಲಿಯೇ ಈಕೆ ಬಹು ಅಪರೂಪಕ್ಕೆ ಸೀರೆ ಉಡುವವಳು ಎನ್ನುವುದು ಗೊತ್ತಾಗುತ್ತಿತ್ತು.

ಬಂದವಳು ನಾನು ವೈಶಾಲಿ ಅಂದಳು. ಬೇರೆ ಸಂದರ್ಭವಾಗಿದ್ದರೆ ಮಾತೆಯವರು ಕೇಳಿದ ಹೆಸರನ್ನು ಆ ಕ್ಷಣವೇ ಮರೆತುಬಿಡುತ್ತಿದ್ದರೇನೋ. ಆದರೆ ಎರಡು ತಿಂಗಳಿಂದ ಅವರ ತಲೆಯಲ್ಲಿ ಗರಗರನೆ ಸುತ್ತುತ್ತಿದ್ದ ಚಕ್ರಗಳು ಈಕೆ ಯಾರು ಎಂಬ ಬಗ್ಗೆ ಖಚಿತ ಊಹೆ ಮಾಡಿದವು.

"ಓಹ್" ಎನ್ನುತ್ತ ಮಾತೆಯವರು ಅರೆಕ್ಷಣ ತಡೆದರು.

"ಯಶವಂತ ನಿಮ್ಮ ಹತ್ತಿರ ಮಾತನಾಡಿದ್ದಕ್ಕೆ ತಲೆ ಸ್ವಲ್ಪ ಹಗುರವಾಯ್ತು ಅಂತ ಹೇಳಿದ್ದ. ಅದಕ್ಕೇ ಹುಡುಕಿಕೊಂಡು ಬಂದೆ" ಅಂದಳು.

"ಮನೆಯ ಕಡೆ ಎಲ್ಲ ಸೌಖ್ಯವಲ್ಲವೇ?"

"ಸೌಖ್ಯವಾಗಿಯೇ ಇರಬೇಕು."

"ಇರಬೇಕು ಅಂದರೆ?"

"ನಾನೂ ಯಶವಂತನೂ ಈಗ ಜೊತೆಯಲ್ಲಿ ಇಲ್ಲಮ್ಮಾ."

ಅವಳಷ್ಟು ಚೂಪು ಚೂಪಾದ ಹುಡುಗಿಯನ್ನು ಮಾತೆಯವರು ಇದುವರೆಗೂ ಕಂಡೇ ಇರಲಿಲ್ಲ ಅಂದರೇ ಸರಿಯಾಗಬಹುದೇನೋ. ಅವಳ ಹುಬ್ಬುಗಳು, ಕಣ್ಣುಗಳು, ರೆಪ್ಪೆ, ಮೂಗು, ತುಟಿ, ಉದ್ದುದ್ದ ಬೆರಳುಗಳು, ಅದಕ್ಕೊಪ್ಪುವ ನೀಳ ಉಗುರುಗಳು, ಮಣಿಕಟ್ಟು, ನೇರ ಕತ್ತು, ನೃತ್ಯಗಾರ್ತಿಯ ಮೈಕಟ್ಟು ಎಲ್ಲದರಲ್ಲೂ ಒಂದು ಬಗೆಯ ಮೊನಚಿತ್ತು. ಸೆರಗಿನ ಮೇಲೆಯೂ ಎರಡು ಗೋಪುರಗಳು ಸ್ಫುಟವಾಗಿ ಗೋಚರಿಸುತ್ತಿದ್ದವು. ಅತ್ತ ಕಡೆ ಬೇಡ ಬೇಡವೆಂದರೂ ಒಂದೆರಡು ಬಾರಿ ಅಮ್ಮನವರ ಕಣ್ಣು ಹಾಯ್ದಿತು.

"ಜೊತೆಯಲ್ಲಿಲ್ಲ ಅಂದರೆ?"

ಯಶವಂತ ಅಂದು ಬಿಟ್ಟು ಹೋದ ಕಥಾ ಸರಪಣಿಯನ್ನು ವೈಶಾಲಿ ಕೈಗೆತ್ತಿಕೊಂಡಳು.

"ಅವತ್ತೊಂದು ವೀಕೆಂಡು ಯಶವಂತ ನನ್ನನ್ನು ನಂದಿ ಹಿಲ್ಸಿಗೆ ಕರೆದುಕೊಂಡು ಹೋದ. ಅಲ್ಲಿ ಇಡೀ ದಿನ ಸುತ್ತಾಡಿಸಿ, ಸಂಜೆ ನನ್ನಿಷ್ಟದ ಸೌಥ್ ಇಂಡಿಯನ್ ಥಾಲಿ ಊಟಕ್ಕೆ ಆರ್ಡರ್ ಕೊಟ್ಟು ವೇಟರ್ ಊಟ ತರೋದನ್ನ ಕಾಯುತ್ತ ಕುಳಿತಾಗ, "ನೀನ್ಯಾರು ಅಂತ ನನಗೆ ಗೊತ್ತಿದೆ" ಅಂದ.

"ನೀನ್ಯಾರು ಅಂತಲೂ ನನಗೆ ಗೊತ್ತಿದೆ" ಅಂತ ನಾನು ಕಣ್ಣು ಮಿಟುಕಿಸಿದೆ.

"ನೀನು ಸ್ಪೈ ಹೌದಿಲ್ಲೋ" ಅಂದ.

"ನಾನು ಸ್ಪೈ ಆದರೆ ನೀನು ಸ್ಪೈ ಮಾಸ್ಟರ್" ಅಂತ ನಕ್ಕೆ.

ಅದ್ಯಾಕೋ ಅವನ ಮುಖದ ಮೇಲೆ ನಗು ಮೂಡಲಿಲ್ಲ.

ತುಸು ಮುಂದೆ ಬಾಗಿದಂತೆ ಮಾಡಿ "ನಿಮ್ಮವರು ಎಷ್ಟು ಜನ ಇದ್ದೀರಿ ಇಲ್ಲಿ?" ಅಂತ ಗುಟ್ಟಾಗಿ ಕೇಳಿದ.

"ಸದ್ಯಕ್ಕೆ ನಾವಿಬ್ಬರೇ ಇರೋದಲ್ವಾ, ಮುಂದೆ ಹೊಸಬರು ಬರಬಹುದೂ..." ಎನ್ನಲು ನೋಡಿದೆ.

ಆದರೆ ಅವನ ತಾಳ್ಮೆ ತಪ್ಪಿದ್ದು ಸ್ಪಷ್ಟವಿತ್ತು.

"ನೋಡು ವೈಶಾಲಿ, ಗೇಮ್ ಈಸ್ ಓವರ್. ಎರಡು ವಾರದಿಂದ ನನ್ನ ತಲೆ ನೂರು ಹೋಳಾಗುವಂತೆ ಸಿಡಿಯುತ್ತಿದೆ ಗೊತ್ತೇನು? ಇದು ದೇಶದ ವಿಷಯ" ಅಂತೇನೋ ಬುಳು ಬುಳು ಮಾಡಿದ. ಮುಂಜಾನೆಯಿಂದ ಟ್ರೆಕ್ಕಿಂಗ್ ಹೋಗಿದ್ದ ಆಯಾಸ ಇವನ ತಲೆಗೇರಿರಬೇಕೆಂದು ಸುಮ್ಮನಾದೆ.

ಅಂದು ಮೌನವಾಗಿಯೇ ಉಂಡೆವು. ಪುನಃ ಡ್ರೈವ್ ಮಾಡಿಕೊಂಡು ಬರುವಾಗ ನೂರೆಂಟು ಅಸಂಬದ್ಧ ಪ್ರಶ್ನೆ ಕೇಳುತ್ತಲೇ ಇದ್ದ. ನಿಮ್ಮ ಅಪ್ಪ ಅಮ್ಮ, ಅಜ್ಜ ಅಜ್ಜಿಯರ ಊರು ಯಾವುವು? ಅಲ್ಲೆಲ್ಲ ಒಮ್ಮೆ ನಾವು ಹೋಗಿ ಬರಬಹುದೇ? ನಿನ್ನ ಪ್ರೈಮರಿ ಶಾಲೆಯ ಸ್ನೇಹಿತರು ಯಾರು? ಅವರ ಬಗ್ಗೆ ಯಾಕೆ ನೀನು ಮಾತನಾಡುವುದೇ ಇಲ್ಲವಲ್ಲ. ನಿನ್ನಿಷ್ಟದ

ಬಣ್ಣ ಯಾವುದು, ಪ್ರಾಣಿ ಯಾವುದು, ಹಕ್ಕಿ ಯಾವುದು? ನೀನ್ಯಾಕೆ ಸೀರೆಯುಟ್ಟಾಗಲೂ ಕುಂಕುಮವಿಡುವುದಿಲ್ಲವಲ್ಲ. ನಿನ್ನ ಹುಟ್ಟಿದ ಸ್ಥಳವೇಕೆ ಅಂಕೋಲಾ ಅಂತಿದೆ? ನಿಮ್ಮ ಮನೆಯವರೆಲ್ಲ ಇರುವುದು ಮೈಸೂರಿನಲ್ಲಲ್ಲವೇ? ಇತ್ಯಾದಿ ಇತ್ಯಾದಿ. ಒಂದಕ್ಕೊಂದು ಸಂಬಂಧ ಪಡದ ವಿಚಿತ್ರ ಪ್ರಶ್ನೆಗಳು.

ಅವುಗಳನ್ನು ಹೇಗೆ ಉತ್ತರಿಸಬೇಕೆಂದೂ ನನಗೆ ತಿಳಿಯಲಿಲ್ಲ. ಯಾವುದೂ ಸಮಾನ ಆಸಕ್ತಿಗಳಿಲ್ಲದೇ ಹಿಂದೊಮ್ಮೆ ಒಂದೇ ಬೆಂಚಿನಲ್ಲಿ ಕುಳಿತಿದ್ದೆವು ಎಂಬ ಒಂದೇ ಕಾರಣಕ್ಕೆ ಪ್ರೈಮರಿ ಶಾಲೆಯ ಸಹಪಾಠಿಗಳ ಜೊತೆ ಸ್ನೇಹ ಉಳಿಸಿಕೊಳ್ಳಬೇಕೇ? ನಮ್ಮಮ್ಮ ಹೆರಿಗೆಗೆ ತವರಿಗೆ ಹೋಗಬೇಕಾದಾಗ ಅವರ ಹಿರಿಯಣ್ಣ ಅಂಕೋಲಾಕ್ಕೆ ಟ್ರಾನ್ಸ್‌ಫರ್ ಆಗಿದ್ದರಂತೆ. ಅದನ್ನೆಲ್ಲ ವಿವರಿಸುತ್ತ ಕೂಡಬೇಕೇ?

ಇಡೀ ಇಪ್ಪತ್ನಾಲ್ಕು ಘಂಟೆಗಳಲ್ಲಿ ನನ್ನ ಪ್ರತಿ ಸೆಕೆಂಡಿನ ಲೆಕ್ಕವನ್ನೂ ಇವನು ಕೇಳುತ್ತಿದ್ದಾನೆ ಅನ್ನಿಸಿತು. ಕೆಲವೊಮ್ಮೆ ಬಾತ್‌ರೂಮಿನಲ್ಲಿ ಘಂಟೆಗಟ್ಟಲೇ ಕೂಡುತ್ತೀಯಲ್ಲ ಯಾಕೆ? ಟೆರೇಸಿಗೆ ಯಾಕೆ ಪದೇ ಪದೇ ಹೋಗಿ ನಿಲ್ಲುತ್ತೀ? ನಿನ್ನ ಫೋನಿನಲ್ಲಿ ನನಗೆ ಗೊತ್ತಿರದ ಎಷ್ಟೊಂದು ವ್ಯಕ್ತಿಗಳ ನಂಬರುಗಳಿವೆಯಲ್ಲ, ಅವರೆಲ್ಲ ಯಾರು? ಮುಚ್ಚಿಡುವಂಥದು ಏನೂ ಇಲ್ಲ ಅಂದರೆ ಅವರಿಗೆಲ್ಲ ಈಗಲೇ ಕರೆ ಮಾಡಿ ತೋರಿಸಬಹುದಲ್ಲ... ಏನನ್ನೋ ಬರೆದರೆ ಯಾಕೆ ಹಾಗೆ ಒಂದಕ್ಷರವೂ ಗುರುತು ಹಿಡಿಯಲಾಗದ ಹಾಗೆ ಚಿತ್ತುಕಾಟು ಹಾಕುತ್ತೀ? ನಾನು ಮಧ್ಯಾಹ್ನದೂಟಕ್ಕೂ, ರಾತ್ರಿಯೂಟಕ್ಕೂ ಎಷ್ಟು ತುತ್ತುಗಳನ್ನು ಹೇಗೆ ಎತ್ತಿ ಹೇಗೆ ಬಾಯಲ್ಲಿಡುತ್ತೇನೆ ಎಂಬುದರಿಂದ ಶುರುವಾಗಿ ಕೂದಲಿಗೆ ನಾನು ಸಿಕ್ಕಿಸುವ ಕ್ಲಿಪ್ಪಿನ ಆಕಾರದ ತನಕ ಎಲ್ಲವನ್ನೂ ಯಾವುದೋ ತರ್ಕಕ್ಕೆ ಸಿಕ್ಕಿಸಲು ಅವನು ಪ್ರಯತ್ನಿಸುತ್ತಿದ್ದಂತೆ ಅನ್ನಿಸಿತು.

ಮನೆ ಮುಟ್ಟುತ್ತಲೇ ನನಗೂ ರೋಸಿ ಹೋಗಿ "ನಿನಗೆ ಬೇಕಿರುವುದಾದರೂ ಏನು? ಅದನ್ನು ಹೇಳು" ಅಂತ ದೊಡ್ಡ ಧ್ವನಿ ತೆಗೆದೆ. ಅಷ್ಟಕ್ಕೇ ಬಿಕ್ಕಿ ಬಿಕ್ಕಿ ಅಳಲು ಶುರುಮಾಡಿಬಿಟ್ಟ.

"ನೀನು... ನಿನಿನಿನಿನೀನು... ಬಾಂಗ್ಲಾದೇಶದವಳು" ಅಂದ.

ನನಗೆ ಅವನ ಮಾತಿನ ತಲೆಬುಡ ಅರ್ಥವಾಗಲಿಲ್ಲ.

"ನೀನು ಆ ದೇಶದ ರಾಷ್ಟ್ರಗೀತೆ ಕೇಳುತ್ತೀ. ಒಂದು ದಿನವಲ್ಲ. ನಿನ್ನ ವೆಬ್ ಹಿಸ್ಟರಿ ನೋಡಿದರೆ ಕಳೆದ ಮೂರು ತಿಂಗಳಲ್ಲಿ ದಿನಕ್ಕೆ ಎರಡಾದರೂ ಬಾರಿ ನೀನು ಆ ಗೀತೆ ಕೇಳಿದ್ದಕ್ಕೆ ಪುರಾವೆ ಇದೆ. ನೀನಿಲ್ಲಿ ಗೂಢಚರ್ಯೆ ನಡೆಸಿ ನಿಮ್ಮ ದೇಶಕ್ಕೆ ಮಾಹಿತಿ ರವಾನಿಸುತ್ತೀ ಹೌದಿಲ್ಲೋ, ನನಗೆ ಎಲ್ಲ ಗೊತ್ತಾಗಿದೆ. ಅಯ್ಯೋ ನನ್ನ ಬದುಕೇ ಮೂರಾಬಟ್ಟೆಯಾಯಿತು" ಅಂತ ಗೋಳೋ ಅಂದ. ಆಗಲೇ ನಿಮ್ಮ ಬಳಿ ಬಂದು ಮಾತನಾಡಿದ್ದನ್ನೂ ನನಗೆ ಹೇಳಿದ್ದು ಅವನು.

ಯಶವಂತನ ಮಾತುಗಳನ್ನು ಕೇಳುತ್ತಿದ್ದರೆ ಸಾಕಷ್ಟು ದಿನಗಳಿಂದ ತಲೆಯಲ್ಲಿಯೇ ಏನೇನೋ ಕತೆಗಳನ್ನು ಕಟ್ಟಿಕೊಳ್ಳುತ್ತ, ಅದನ್ನೇ ಘನವಾಗಿ ನಂಬುತ್ತ, ಮತ್ತೆ ಆ ತಳಪಾಯದ ಮೇಲೆ ಹೊಸ ಕಟ್ಟು ಕತೆಗಳನ್ನು ಕಲ್ಪಿಸಿಕೊಳ್ಳುತ್ತ ಅವನದೇ ಒಂದು ಪರ್ಯಾಯ ವಾಸ್ತವದ

ಕೋಟೆ ಕಟ್ಟಿಕೊಂಡಿದ್ದು ಸ್ಪಷ್ಟವಿತ್ತು. ಅವನನ್ನು ಹೇಗೆ ಸಲುಹಬೇಕೆಂದೇ ನನಗೆ ಗೊತ್ತಾಗಲಿಲ್ಲ. ಆದರೆ ಪ್ರಯತ್ನವನ್ನಂತೂ ಮಾಡಿದೆ.

"ಯಾಕೆ ಏನೇನನ್ನೋ ಭಾವಿಸಿಕೊಂಡು ಹೀಗೆ ಹೈರಾಣಾಗಿದ್ದೀ ಯಶೂ" ಅಂತ ಹತ್ತಿರ ಹೋಗಲು ನೋಡಿದೆ. ಆದರೆ ಯಶವಂತ ಸಿಡಿದೇ ನಿಂತ. "ನಿನ್ನ ಯಾವ ಸಹವಾಸವೂ ನನಗೆ ಬೇಡ. ನನ್ನ ಜೀವವೊಂದನ್ನು ಉಳಿಸಿಕೊಂಡರೇ ನನಗೆ ಸಾಕಾಗಿದೆ" ಅಂತ ಅವನ ಬ್ಯಾಗಿನಲ್ಲಿ ಬಟ್ಟೆ ತುಂಬಲು ಶುರುಮಾಡಿದ.

ಮದುವೆಯಾಗಿ ನಾಲ್ಕು ವರ್ಷಗಳು, ಆ ಹಿಂದೆ ಜೊತೆಗಿದ್ದ ಆರು ವರ್ಷಗಳು ನಾವು ಸಂಸಾರ ಮಾಡಿದ ಮನೆಯದು. ಅಷ್ಟು ಸುಲಭವಾಗಿ ಬೇರ್ಪಡಿಸಲಾಗುತ್ತದೆಯೇ? ಮೂಲೆ ಮೂಲೆಯಿಂದ ಅವನು ವಸ್ತುಗಳನ್ನು ಬಾಚಿಕೊಳ್ಳುವಾಗ ಅವನ ಹಿಂದೆ ಹಿಂದೆಯೇ ಮಕ್ಕಳ ಹಾಗೆ ನಡೆದಾಡುತ್ತ ಅವನನ್ನು ರಮಿಸಲು ನೋಡಿದೆ.

"ಅದೊಂದು ಹಾಡಷ್ಟೇ ಯಶೂ, ನಾನು ಪಿ.ಯೂ ಕಾಲೇಜಿನಲ್ಲಿದ್ದಾಗಲೊಮ್ಮೆ ರಾಷ್ಟ್ರೀಯತೆಯ ಕುರಿತು ಸೆಮಿನಾರಿಗೆ ತಯಾರಿ ಮಾಡಿಕೊಳ್ಳುವಾಗ ಅಕಸ್ಮಾತಾಗಿ ಪರಿಚಯವಾದ ಗೀತೆ ಅದು. ಯಾಕೋ ಮೊದಲ ಬಾರಿ ಕೇಳಿದಾಗಲೇ ಮನಸ್ಸಿನಲ್ಲಿ ನಿಂತು ಬಿಟ್ಟಿತು. ಆ ಸಂಗೀತ ಹನಿಹನಿಯಾಗಿ ಇಳಿದು ನನ್ನ ಭಾವಪ್ರಪಂಚವನ್ನೆಲ್ಲ ಆವರಿಸಿಬಿಟ್ಟಿತು. ನನಗೆ ಬೆಂಗಾಲಿ ಅರ್ಥವೂ ಆಗುವುದಿಲ್ಲ. ಈಗೀಗ ಇಂಟರ್ನೆಟ್ಟಿನಲ್ಲಿ ನೋಡಿಕೊಂಡು ಇದೊಂದು ಗೀತೆಯ ಅರ್ಥ ತಿಳಿದುಕೊಂಡಿದ್ದೇನೆ ಅಷ್ಟೇ. ಆತ್ಮಕ್ಕಷ್ಟೇ ಕೇಳಿಸುವಂತೆ ಹಾಡುವ ಆ ಶಬ್ದಗಳ ಪಲುಕು, ಮನಸ್ಸನ್ನು ಮೃದುವಾಗಿಸುವ ಆ ಹಿನ್ನೆಲೆ ಸಂಗೀತ, ಎದೆಯ ಕದ ತಟ್ಟಿದಷ್ಟು ನಯವಾದ ವಾದ್ಯ ಮೇಳ... ಇಡೀ ಪ್ರಪಂಚದಲ್ಲಿ ಈ ಹಾಡು, ಇದೊಂದೇ ಹಾಡು ನನಗಾಗಿ ಬರೆದದ್ದು ಎಂದೆನಿಸಿಬಿಟ್ಟಿತ್ತು. ಆಗಿನಿಂದ ಕೇಳಬೇಕು ಅನ್ನಿಸಿದಾಗಲೆಲ್ಲ ಆ ಎರಡೂವರೆ ನಿಮಿಷಗಳ ಗೀತೆ ಕೇಳುತ್ತೇನೆಯಷ್ಟೇ. ಇದಕ್ಕೆ ಹೊರತಾಗಿ ಇನ್ನೇನೂ ಇಲ್ಲ" ಎಂದು ಪ್ರಮಾಣಿಸಲು ಬಗೆಬಗೆಯಾಗಿ ಪ್ರಯತ್ನಪಟ್ಟೆ.

ಅವನಿಗೆ ಅರ್ಥಮಾಡಿಕೊಳ್ಳಲು ಸಹಾಯವಾಗುತ್ತದೇನೋ ಎಂದು "ಈ ಗೀತೆಯನ್ನೂ ನಮ್ಮ ಟ್ಯಾಗೋರರೇ ಬರೆದಿದ್ದು ಗೊತ್ತೇನು?" ಎಂದೆ.

ಆದರೆ ಯಶವಂತ ಯಾವುದನ್ನೂ ಕೇಳಿಸಿಕೊಳ್ಳುವ ಇಂಗಿತವನ್ನೇ ತೋರಲಿಲ್ಲ. ಎಲ್ಲವನ್ನೂ ಅವನು ತಲೆಯಲ್ಲಿ ಮೊದಲೇ ನಿರ್ಧರಿಸಿದಂತಿತ್ತು. "ಅಷ್ಟಿದ್ದರೆ ಅವರೇ ಬರೆದ ನಮ್ಮ ಜನ ಗಣ ಮನವನ್ನೇ ಕೇಳಲ್ಲ, ಲತಾ ಮಂಗೇಶ್ಕರ್ ಹಾಡಿರುವ ಯಾವ ಹಾಡನ್ನಾದರೂ ಕೇಳಿಸಿಕೋ, ಅದೂ ಮನಸ್ಸಿಗೇ ಇಳಿಯುತ್ತದೆ. ಎಲ್ಲ ಬಿಟ್ಟು ಆ... ಆ..." ಎಂದು ಮುಂದುವರೆಸಲಾಗದೇ ನಿಂತ.

ಹೊರಟವನು ತನ್ನ ಕೊನೆಯ ದಾಳ ಎನ್ನುವ ಹಾಗೆ, "ಸರಿ ಹಾಗಿದ್ದರೆ, ನೀನು ಹೇಳಿದ್ದೆಲ್ಲ ಸತ್ಯ ಅಂತಿಟ್ಟುಕೊಳ್ಳೋಣ. ನಿನ್ನ ಜೊತೆಗೇ ಉಳಿಯುತ್ತೇನೆ. ಇನ್ಮೇಲೆ ಅದನ್ನು ಕೇಳುವುದಿಲ್ಲ ಅಂತ ಪ್ರಮಾಣ ಮಾಡ್ತೀಯೇನು?" ಅಂತ ಕೇಳಿದ.

ಅಬ್ಬಾ, ಗಂಡ ಅಂತ ಇವನಿಗೆ ಎಷ್ಟೊಂದು ಜಂಭ ಅಂತನ್ನಿಸಿತು. ಮೊದಲೇ ನನ್ನ ವೆಬ್ ಹಿಸ್ಟರಿಯನ್ನು ಶೋಧಿಸುವಷ್ಟು ದಾರ್ಷ್ಟ್ಯ ತೋರಿ ಇವನು ಕ್ಷಮೆಯನ್ನೂ ಕೇಳಿಲ್ಲವಲ್ಲ ಅಂತ ಸಿಟ್ಟಿತ್ತು. ನಾನೆಷ್ಟು ವಿಶಾಲವಾಗಿ ತೆರೆದುಕೊಂಡರೂ ಈತನಿಗೆ ಒಳಬರುವ ಮನಸ್ಸೇ ಇಲ್ಲವಲ್ಲ ಅಂತ ಘಾತವಾಯಿತು. ರೈಲು ಹೊರಟುಹೋದ ನಂತರವೂ ಹಳಿಗಳ ಮೇಲೆ ಉಳಿಯುವ ಕಂಪನವಷ್ಟೇ ಉಳಿದಿದೆ ನಮ್ಮ ಸಂಬಂಧದಲ್ಲಿ ಅನ್ನಿಸಿತು. ಆ ರಾತ್ರಿ ನಾನವನನ್ನು ತಡೆದಿಲ್ಲ. ಅಷ್ಟೇ ನಡೆದದ್ದು. ಈಗ ಡಿವೋರ್ಸ್ ಪೇಪರ್‌ಗಳನ್ನ ಕಳಿಸಿದ್ದಾನೆ, ನಿನ್ನೆಯಷ್ಟೇ ಬಂದವು" ಎಂದು ಮಾತು ಮುಗಿಸಿದಳು.

ಮಾತನಾಡುತ್ತ ಕೊನೆಕೊನೆಯಲ್ಲಿ ಅವಳ ದನಿ ತೇವವಾಗಿತ್ತು. ಅದನ್ನು ಮರೆಸಲೆಂಬಂತೆ ಸೀರೆಯ ನಿರಿಗೆಯನ್ನು ಒತ್ತಿ ಒತ್ತಿ ಸರಿಪಡಿಸುತ್ತ "ಓಹ್, ದಿಸ್ ಸ್ಟಾರಿ ಈಸ್ ಕಿಲ್ಲಿಂಗ್ ಮೀ" ಅಂದಳು.

ಮಮತಾನಂದಮಯಿಯವರೂ ಮುಗುಳ್ನಕ್ಕು, "ಯಾಕೆ ಉಡೋಕೆ ಹೋದೆ ಸುಮ್ಮನೇ?" ಅಂದರು.

"ನೋ ನೋ, ಐ ವಾಂಟೆಡ್ ಟು."

ಇನ್ನೇನು ಕತ್ತಲಾಗುತ್ತ ಆಶ್ರಮದ ಬಾಗಿಲುಗಳನ್ನೆಲ್ಲ ಒಂದೊಂದಾಗಿ ಮುಚ್ಚುತ್ತ ಬಂದ ಸದ್ದು ಕೇಳಿಸುತ್ತಿತ್ತು. ವೈಶಾಲಿಯೂ, "ಅವನು ಹೇಳಿದ್ದೂ ನಿಜ ನೋಡಿ, ನಿಮ್ಮ ಹತ್ತಿರ ಹೇಳಿಕೊಂಡರೆ ಮನಸ್ಸು ಹಗುರಾಗುವುದು ಹೌದು" ಎನ್ನುತ್ತ ಎದ್ದಳು.

"ಏನೇ ಹೇಳಿ ಅಮ್ಮ, ಸಂಸಾರದಲ್ಲಿ ನಂಬಿಕೆ ಮುಖ್ಯ. ಅದೇ ಇಲ್ಲದೇ ಹೋದರೆ..."

ಅವಳು ನಿರ್ಗಮಿಸುವ ಮುನ್ನ ಅಮ್ಮನವರು ಉಸುರಿದರು, "ವೈಶಾಲಿ, ಒಂದು ಗೀತೆಗೆ ಸಂಸಾರವನ್ನೇ ಒಡೆಯುವ ಶಕ್ತಿ ಇರುತ್ತದೆಯೇ?"

"ಅಮ್ಮ, ಕಡೆಯಲ್ಲಿ ಅದು ಒಂದು ರಾಷ್ಟ್ರಗೀತೆಯ ವಿಷಯ ಮಾತ್ರವಾಗಿ ಉಳಿದಿರಲಿಲ್ಲ."

ವೈಶಾಲಿ ಅತ್ತ ತೆರಳಿದ ಮೇಲೆಯೂ ಮಮತಾನಂದಮಯಿಯವರು ಬಹಳ ಹೊತ್ತು ಹೂವಿನ ಗಿಡಗಳ ಮಧ್ಯ ನಿಂತೇ ಉಳಿದರು. ಅವರಿಗೇ ಅರಿವಿಲ್ಲದೇ ಅವರ ಕಾಲುಗಳು ಆಶ್ರಮದ ಆಫೀಸು ಕೋಣೆಯ ಬಳಿ ನಡೆದವು. ರೆಕಾರ್ಡ್ಸಿನ ಹುಡುಗಿ ಗೀತಾ ಹೆಗಲಿಗೆ ವ್ಯಾನಿಟಿ ಬ್ಯಾಗನ್ನು ಏರಿಸಿಕೊಂಡೇ ಬಗ್ಗಿ ನಿಂತು ಕಂಪ್ಯೂಟರಿನಲ್ಲಿ ಏನನ್ನೋ ಟೈಪಿಸುತ್ತಿದ್ದಳು. ಮಮತಾನಂದಮಯಿಯವರನ್ನು ಈ ಹೊತ್ತು ಇಲ್ಲಿ ಕಂಡು ಅವಳಿಗೂ ಅಚ್ಚರಿಯಾಯಿತು.

"ಕೊನೆಯ ಇಮೇಲ್ ಕಳಿಸೋದಿತ್ತಮ್ಮ. ಈಗ ಆಯಿತು" ಅಂತ ಹೊರಡಲನುವಾದಳು.

"ಗೀತಾ, ಕಂಪ್ಯೂಟರಿನಲ್ಲಿ ಏನನ್ನಾದರೂ ಹುಡುಕೋದು ಹೇಗೆ?"

"ಇಷ್ಟೇ ಅಮ್ಮ, ಇಲ್ಲಿ ಟೈಪ್ ಮಾಡಿ ಹೀಗೆ ಎಂಟರ್ ಹೊಡೆದರೆ ಆಯಿತು. ಏನು ಹುಡುಕಬೇಕಿತ್ತು."

"ಏನೋ ಸಣ್ಣ ಮಾಹಿತಿ. ಬೀಗ ನಾನು ಹಾಕುತ್ತೇನೆ ನೀನು ಹೊರಡು" ಅಂತ ಅವಳ ಕುರ್ಚಿಯ ಮೇಲೇ ಕುಳಿತರು.

ಗೀತಾ ಅತ್ತ ತೆರಳಿದ್ದೇ "ಬಾಂಗ್ಲಾದೇಶದ ರಾಷ್ಟ್ರಗೀತೆ" ಅಂತ ಟೈಪಿಸಿದರು.

ಒಮ್ಮೆ ಕೇಳಿದರು, ಮತ್ತೊಮ್ಮೆ ಕೇಳಿದರು, ಮತ್ತೆ ಮತ್ತೆ ಕೇಳಿದರು. ಹಿಂದೆ ಯಾವುದೋ ಕಾಲದಲ್ಲಿ ಅಜ್ಜಿಯ ಮಡಿಲಲ್ಲಿ ಮಲಗಿ ಕೇಳುತ್ತಿದ್ದ ಭಜನೆಗಳು ನೆನಪಿಗೆ ಬಂದವು. ಮನಸ್ಸು ಆರ್ದ್ರಗೊಂಡಿತು, ಕಣ್ಣು ಹನಿಗೂಡಿತು.

ಮರುದಿನ ಮುಂಜಾನೆ ಧ್ಯಾನಕ್ಕೆ ಕುಳಿತಾಗ, "ಸತ್ತ್ವಾನುರೂಪಾ ಸರ್ವಸ್ಯ ಶ್ರದ್ಧಾ ಭವತಿ ಭಾರತ" ಎಂದು ಶುರುವಾಗುವ ಸೂಕ್ತಿಯನ್ನವರು ಪರಿಪರಿಯಾಗಿ ಹೇಳಿಕೊಂಡರು. ಯಾರ ಶ್ರದ್ಧೆಯಾದರೂ ಅವರವರ ಅಂತಃಕರಣಕ್ಕೆ ತಕ್ಕಂತೆ ಇರುವುದು ಎಂಬುದರ ಕುರಿತು ಬಹಳ ಕಾಲ ಯೋಚಿಸಿದರು.

ಅವರ ತಪೋಭಂಗ ಮಾಡುವಂತೆ ಬಾಗಿಲು ಬಡಿದ ಸದ್ದಾಯಿತು.

ಒಳ ಬಂದ ಆಫೀಸಿನ ಹುಡುಗ, "ಧರ್ಮದರ್ಶಿಗಳು ತುರ್ತು ಸಭೆ ಕರೆದಿದ್ದಾರೆ. ನೀವು ಈಗಿಂದೀಗಲೇ ಹೊರಟು ಬರಬೇಕಂತೆ" ಅಂದ.

□□□

(ಪ್ರಜಾವಾಣಿ ದೀಪಾವಳಿ ಕಥಾಸ್ಪರ್ಧೆ– 2022ರಲ್ಲಿ ಮೂರನೆಯ ಬಹುಮಾನ ಪಡೆದ ಕತೆ)

ಪಿಂಕಿ

"ನನಗೆ ಸತ್ತು ಹೋಗಬೇಕು ಅನ್ನಿಸ್ತಿದೆ ಆಂಟಿ."

ಎಂಟು ವರುಷದ ಮಗು ಇಂಥ ಮಾತನ್ನಾಡಬಾರದು. "ಅಯ್ಯೋ, ಹಾಗೆ ಹೇಳಬಾರದು ಪುಟ್ಟಿ" ಎಂಬ ಪ್ರತಿಕ್ರಿಯೆ ತಲೆಗಿಂತ ಮುಂಚೆ ನಾಲಗೆಯಲ್ಲಿ ಮೂಡುತ್ತದೆ. ವೃತ್ತಿಧರ್ಮವನ್ನೂ ಅರೆಕ್ಷಣ ಮರೆತು ನಾನು ಗದ್ಗದಿತಳಾಗುತ್ತೇನೆ.

ಯಾವ ವಯಸ್ಸಿನವರು ಈ ಮಾತನ್ನು ಹೇಳಬಹುದು ಹಾಗಾದರೆ? ಹತ್ತು ವರುಷದ ಮಗು? ಹದಿನೇಳು ತುಂಬಿದ ಕೂಸು? ಇಪ್ಪತ್ತು ದಾಟಿದ ತರಳೆ? ನಲವತ್ತರಂಚಿನ ನಡುವಯಸ್ಕ? ಅರವತ್ತರ ರಿಟಾಯರ್ಡ್ ಜನರಲ್? ಎಂಬತ್ತೈದು ದಾಟಿದ, ಒಂದು ಕಾಲದಲ್ಲಿ ವೈದ್ಯರಾಗಿದ್ದ ಹಿರಿಯ ಮಹಿಳೆ? ಯಾರು ತಟ್ಟುವ ಸಾವಿನ ಮನೆಯ ಬಾಗಿಲು ತೆರೆದುಕೊಳ್ಳಲಿ ಬಿಡು ಅಂತ ನಾವು ಹಾರೈಸಬಹುದು? ನಿಶ್ಚಿಂತೆಯಿಂದ ಅವರ ಕೋರಿಕೆಯ ಮಾನ್ಯ ಮಾಡಬಹುದು?

ದಿನಕ್ಕೆ ಬರೀ ಇಪ್ಪತ್ತೇ ನಿಮಿಷ ಸಿಗುವ ಊಟದ ಬಿಡುವಿನಲ್ಲಿ ಈ ಪ್ರಶ್ನೆಯನ್ನು ಕಲೀಗುಗಳ ನಡುವೆ ನಾನು ಹರಿಯಬಿಟ್ಟಿದ್ದಿದೆ. ಯಾವತ್ತೂ ಎಂ.ಟಿ.ಆರ್ ಪುಳಿಯೋಗರೆ ಪುಡಿಯನ್ನೇ ಅನ್ನಕ್ಕೆ ಗಡಿಬಿಡಿಯಲ್ಲಿ ಕಲಿಸಿ ಡಬ್ಬಿಯಲ್ಲಿ ತರುವ ನನ್ನ ಪಕ್ಕದ ಕ್ಯೂಬಿಕಲ್ಲಿನ ಯಶವಂತ ಇಂಥ ಪ್ರಶ್ನೆಗಳಿಗೆಲ್ಲ ಮೂಗು ಮುರಿಯುತ್ತಾನೆ. ಅವನು ಎಡಗೈಯಲ್ಲಿ ಹಿಡಿದ ಫೋನಿನಲ್ಲಿ "ರಾ ರಾ ರಕ್ಕಮ್ಮ" ಎಂಬ ಐಟಮ್ ಸಾಂಗ್ ಬರುತ್ತಿದೆ. ಜಾಕ್ವಲಿನ್ ಫರ್ನಾಂಡಿಸ್ ಸೊಂಟ ನುಲಿಸುತ್ತಿದ್ದಾಳೆ.

"ತಥ್, ಏನ್ರೀ ಅದು ಸುವರ್ಣಾ, ದಿನಕ್ಕೆ ಅರ್ಧ ಘಂಟೆ ತಣ್ಣಗೆ ಕೂತು ಊಟ ಮಾಡೋಣ ಅಂದ್ರೆ, ಅದಕ್ಕೂ ಕಲ್ಲು ಹಾಕ್ತೀರಲ್ರೀ. ನಾನು ಹೇಳ್ತೀನಿ ನೋಡಿ ಯಾಗು ಸಾಯಬೇಕು ಅಂತ.

ಯಾರು ಯಾರಿಗೆ ಬದುಕೋಕೆ ಇಚ್ಛೆ ಇರೋದಿಲ್ವೋ ಅವರೆಲ್ಲ ಬಿದಿರು ಮೋಟಾರ್ ಹತ್ತಿ ಹೋಯ್ತಾ ಇರ್ಬೇಕು. ನಮ್ ಕೆಲಸ ಆದ್ರೂ ಕಡಿಮೆ ಆಗುತ್ತಲ್ಲ" ಎಂದು ಅಪದ್ಧ ನುಡಿದು ಪುನಃ ಫೋನಿನಲ್ಲಿ ಕಣ್ಣು ನೆಡುತ್ತಾನೆ. ಫೋನಿನಲ್ಲಿ ಬದಲಾಗುತ್ತಿರುವ ಚಿತ್ರಪಟಗಳು ಅವನ ಹುಬ್ಬಿನ ಗಂಟನ್ನು ಕ್ರಮೇಣ ಸಡಿಲಗೊಳಿಸುತ್ತಿವೆ.

ಯಶವಂತ ಈ ಮಾತು ಹೇಳಿದ್ದು ನಾನು ನಮ್ಮ ಸೂಪರ್‌ವೈಸರ್ ಚಾಂದಿನಿ ಮ್ಯಾಡಂರಿಗೆ ಹೇಳಿದರೆ ಇವತ್ತೇ ಈತನ ಕೆಲಸ ಹೋಗುವುದು ಖಚಿತ. ಆದರೆ ಅದು ಅವನ ಹೃದಯದಿಂದ ಬಂದ ಮಾತಲ್ಲ ಎಂದು ನನ್ನನ್ನೇ ನಾನು ಸಂತೈಸಿಕೊಂಡು ಈತನನ್ನು ಕ್ಷಮಿಸಿಬಿಡುತ್ತೇನೆ. ಊಟದ ಬ್ರೇಕು ಮುಗಿದು ಫೋನಿನಲ್ಲಿ ಕರೆ ರಿಂಗಣಿಸತೊಡಗಿದ ತಕ್ಷಣ ಇದೇ ಯಶವಂತ ರಿಸೀವರ್ ಎತ್ತಿ "ಹೇಳಿ ಸರ್, ಹೇಗಿದ್ದೀರಿ ಇವತ್ತು?" ಅಂತ ತನ್ನ ದನಿಯಲ್ಲಿ ಮಾರ್ದವ ತುಂಬಿ ತೇಲಿ ಬಿಡುತ್ತಾನೆ ಎಂಬುದು ನನಗೆ ತಿಳಿದಿದೆ. ಅವನ ಅಂಗಿಯ ತೋಳಿನಿಂದ ಒಳತೊಟ್ಟ ಬನಿಯನ್ನಿನ ದಾರವೊಂದು ಇಳಿದು ಬಂದಿದೆ. ಸಿಂಬೆದ್ದು ಹೋದ, ಬಿಳಿಯ ಬಣ್ಣದ ಆ ದಾರ, ಅವನ ಪೂರ್ತಿ ನಿಲುವಿನ ಕುರಿತು ಏನನ್ನೋ ಹೇಳಲು ಹವಣಿಸುತ್ತಿರುವಂತಿದೆ.

ನಮ್ಮನ್ನೂ ಸೇರಿ ಇಪ್ಪತ್ತು ಜನರಿಗೆ ಅನ್ನ ನೀಡುವ ಈ ಕಛೇರಿ "ಆಸರೆ" ಎಂಬ ಹೆಸರಿನ ಸೂಸೈಡ್ ಹಾಟ್‌ಲೈನು. ನಮ್ಮ ಆಸರೆ ಆಫೀಸಿನ ಬ್ರಾಂಚುಗಳು ರಾಜ್ಯದ ಸುಮಾರು ಹದಿನೈದು ಜಿಲ್ಲೆಗಳಲ್ಲಿವೆ. ಮುಂದಿನ ವರ್ಷ ಮೂವತ್ತೊಂದೂ ಜಿಲ್ಲೆಗಳಲ್ಲಿ ಕಛೇರಿ ತೆರೆಯುವ ಇಚ್ಛೆ ನಮ್ಮ ಸಂಸ್ಥೆಗೆ ಇದೆಯಂತೆ. ಇಡೀ ರಾಜ್ಯದಲ್ಲಿ ಎಲ್ಲಿಯೇ ಯಾರೇ ಅಂತರ್ಜಾಲ ತೆರೆದು, "ಸಾಯುವ ವಿಧಾನಗಳೇನು?" "ಆತ್ಮಹತ್ಯೆಯ ಮಾರ್ಗಗಳೇನು?" "ನೇಣಿನ ಕುಣಿಕೆಯನ್ನು ಹಾಕುವುದು ಹೇಗೆ?" "ನನಗೆ ಸಾಯುವಾ ಅಂತನ್ನಿಸುತ್ತಿದೆ" ಮುಂತಾದ ಸರ್ಚುಗಳನ್ನು ಕೊಟ್ಟರೆ ಮೊದಲ ಮೂರು ಲಿಂಕುಗಳಲ್ಲಿ ನಮ್ಮ ಆಸರೆ ಸಂಸ್ಥೆಯ ಉಚಿತ ಫೋನ್ ನಂಬರ್‌ಗಳನ್ನು ಎಲ್ಲ ಸರ್ಚ್ ಎಂಜಿನ್‌ಗಳೂ ನಮೂದಿಸುತ್ತವೆ.

ವೆಬ್‌ಸೈಟಿನಲ್ಲಿ ನಾವು ಕರೆಗಳನ್ನು ಅನಾಮಿಕವಾಗಿ ಇಡುತ್ತೇವೆಂದೂ, ಸಂತ್ರಸ್ತರು ಮಾತನಾಡಲು ಸುರಕ್ಷಿತ ವಲಯ ಕಲ್ಪಿಸುತ್ತೇವೆಂದೂ ಮಾತು ಕೊಟ್ಟಿರುವ ಕಾರಣ ಇಡೀ ದಿನ ನಮ್ಮ ಆಫೀಸಿನ ಇಪ್ಪತ್ತೂ ರಿಸೀವರ್‌ಗಳು ಒಂದು ಕ್ಷಣವೂ ಬಿಡದ ಹಾಗೆ ರಿಂಗಣಿಸುತ್ತಲೇ ಇರುತ್ತವೆ. ಕೋವಿಡ್ ಲಾಕ್‌ಡೌನ್ ಕಾರಣಕ್ಕೆ ಇಡೀ ಜಗತ್ತೇ ಸ್ಥಗಿತಗೊಂಡಾಗ ಪ್ರತೀ ಕರೆಯಲ್ಲೂ ಇಪ್ಪತ್ತಿಪ್ಪತ್ತು ಜನ ಹೋಲ್ಡಿನಲ್ಲಿ ಇರುತ್ತಿದ್ದರು ಎಂದರೆ ನಮ್ಮ ಹಾಟ್‌ಲೈನಿಗಿರುವ ಬೇಡಿಕೆ ಅರ್ಥವಾಗಬಹುದು.

ಇಲ್ಲಿಗೆ ಕರೆ ಮಾಡುವ ದನಿಗಳಲ್ಲಿ ಉದ್ವೇಗವಿರುತ್ತದೆ. ಬದುಕಿನ ಕುರಿತಾದ ತೀವ್ರ ಹತಾಶೆ, ಆ ಕ್ಷಣಕ್ಕೆ ಎಲ್ಲವನ್ನೂ ಸುಟ್ಟುಕೊಂಡು ಬಿಡಬೇಕು ಎಂಬಂಥ ಅಂತಃಸ್ಫೋಟ, ಮನಸ್ಸಿನ ವೇದನೆಯನ್ನೂ ಮೀರಿಸುವ ದೈಹಿಕ ಕ್ಲೇಶ, ಹತ್ತಿರದವರ ಸಾವಿನ ಬೇಗುದಿ, ಅನುತ್ತೀರ್ಣಗೊಳಿಸುವ ಪರೀಕ್ಷೆಗಳು... ಎಲ್ಲರಿಗೂ ಅವರವರ ಕಾರಣಗಳಿರುತ್ತವೆ. ಸಾವಿನೆಡೆಗೆ ಮುಖ ಮಾಡಲೂ ಒಂದು ತರ್ಕ ಬೇಕೆ? ನಾಲ್ಕು ದಿನ ಜಪ್ಪಿ ಮಳೆ ಹುಯ್ದಿತೆಂದರೂ

ನಮ್ಮಲ್ಲಿ ಕರೆಗಳು ಹೆಚ್ಚುತ್ತವೆ, ಅಲ್ಲೆಲ್ಲೋ ನಮ್ಮ ದೇಶದ ಕ್ರಿಕೆಟ್ ಟೀಮಿನವರು ಟೆಸ್ಟ್ ಮ್ಯಾಚು ಗೆದ್ದರೆಂಬ ಸುದ್ದಿ ಬಿತ್ತರವಾದ ದಿನ ಕರೆಗಳು ಕುಗ್ಗುತ್ತವೆ. ಇಂಥದ್ದನ್ನೆಲ್ಲ ಒಂದೇ ವಾದ ಸರಣಿಯಲ್ಲಿ ಹಿಡಿದಿಡುವುದು ಕಷ್ಟ.

ಇಲ್ಲಿಗೆ ಕರೆ ಮಾಡುವವರಿಗೆಲ್ಲ ಬೇಕಾಗಿರುವುದು ಒಂದು ಬೆಚ್ಚಗಿನ ಸ್ಪರ್ಶ, ಒಂದು ಸಾಂತ್ವನ, ಒಂದು ನಿರೀಕ್ಷೆ. ಇಷ್ಟು ದೊಡ್ಡ ಪ್ರಪಂಚದಲ್ಲಿ ನಿನ್ನ ಒಂಟಿತನ ನನಗೆ ಅರ್ಥವಾಗುತ್ತದೆ ಎಂದು ಉಸುರುವ, "ನಿನಗಿಲ್ಲಿ ಜಾಗವಿದೆ, ಈ ಜಗತ್ತು ನಿನ್ನದೂ ಹೌದು" ಎಂಬ ಭರವಸೆ ನೀಡುವ ಒಂದೇ ಒಂದು ಸಹಾಯ ಹಸ್ತ. ಅದನ್ನು ದನಿಯ ಮಾರ್ದವದಲ್ಲೇ ಚಾಚಲು ನಮಗೆ ಸಂಸ್ಥೆಯವರಿಂದ ಟ್ರೇನಿಂಗು ಸಿಕ್ಕಿದೆ.

ಒಂದು ದುಗುಡದ ಸಂಗತಿಯೆಂದರೆ ಹೀಗೆ ಕರೆ ಮಾಡಿದವರು ಮುಂದೆ ಏನಾದರು, ನಮ್ಮ ಮಾತು ಕೇಳಿ ಆತ್ಮಹತ್ಯೆಯ ಯೋಚನೆ ಬಿಟ್ಟರೇ ಇಲ್ಲಾ ಫೋನಿಟ್ಟ ತಕ್ಷಣ ತಮ್ಮ ವಿಧಿಯನ್ನು ಮುಂದುವರೆಸಿದರೇ ಎಂಬ ಕುರಿತು ನಮಗೆ ಮಾಹಿತಿ ಸಿಗುವುದಿಲ್ಲ. "ನಿಮಗೆ ಎಷ್ಟು ಹೊತ್ತು ಮಾತನಾಡಬೇಕು ಅನ್ನಿಸುತ್ತದೋ ಮಾತನಾಡಿ, ಅದೊಂದು ಯೋಚನೆ ಬಿಟ್ಟುಬಿಡಿ" ಅಂತ ನಾವು ಹೇಳಿದರೂ, ಅರ್ಧಘಂಟೆ ಮೌನವಾಗಿಯೇ ರಿಸೀವರ್ ಹಿಡಿದು ಬಿಕ್ಕುವ ಅವರನ್ನು ನಾವು ಎಲ್ಲಿಯಾದರೂ ನಿಲ್ಲಿಸಲೇ ಬೇಕಿರುತ್ತದೆ. "ಸಾರಿನಮ್ಮ, ಈಗ ನಾನು ಕರೆಯನ್ನು ತುಂಡರಿಸಲೇಬೇಕಾಗಿದೆ. ಮತ್ತೆ ಈ ರೀತಿಯ ಯೋಚನೆ ಬಂದರೆ ದಯವಿಟ್ಟು ಕರೆ ಮಾಡಿ. ನೆನಪಿದೆಯಲ್ಲ... ಒನ್ ಡೇ ಅಟ್ ಅ ಟೈಮ್... ಟೇಕ್ ಕೇರ್ ಪ್ಲೀಸ್" ಎಂದು ಮುಂದಿನ ಕರೆಗೆ ದಾಟಲೇ ಬೇಕಿರುತ್ತದೆ.

ಹಾಗೆಯೇ ನಾವು ಒಳಬರುವ ಕರೆಗಳನ್ನು ಆಯ್ಕೆ ಮಾಡಿಕೊಳ್ಳುವಂತೆಯೂ ಇಲ್ಲ. ಆ ಕ್ಷಣಕ್ಕೆ ಯಾರ ಲೈನ್ ಖಾಲಿಯಿರುತ್ತದೋ ಅವರು ಹೊಸ ಕರೆಗಳನ್ನು ಸ್ವೀಕರಿಸಬೇಕು. ಅಂತೆಯೇ ಒಂದೇ ನಂಬರಿನಿಂದ ಬರುವ ಕರೆಗಳನ್ನು ಒಬ್ಬರೇ ರಿಸೀವ್ ಮಾಡದಿರುವಂತೆ ನಮ್ಮ ಸಿಸ್ಟಂ ಅಲ್ಗಾರಿದಮ್ ತಡೆ ಹಿಡಿಯುತ್ತದೆ. ಕರೆ ಮಾಡಿದವರು ಒಬ್ಬರೇ ವ್ಯಕ್ತಿಗಾಗಿ ಕೇಳಿದರೂ ನಾವು ಆ ವ್ಯಕ್ತಿಗೆ ಕರೆಯನ್ನು ರೀಡೈರೆಕ್ಟ್ ಮಾಡುವಂತಿಲ್ಲ. ಕರೆ ಮಾಡುವವರು ಮತ್ತು ಎಂಪ್ಲಾಯಿಗಳ ಮಧ್ಯೆ ಬಂಧವೊಂದು ಬೆಳೆಯುವುದು ಅನಾರೋಗ್ಯಕರ ಎಂಬುದು ನಮ್ಮ ಸಂಸ್ಥೆಯ ನಿಲುವು.

ಇಲ್ಲಿ ಕೆಲಸ ಮಾಡುವ ನಾವೆಲ್ಲ ಮನಶ್ಶಾಸ್ತ್ರದ ಪದವೀಧರರು. ಇಲ್ಲಲ್ಲದೇ ಬೇರೆಲ್ಲಿಯೇ ಕೆಲಸ ಸಿಗುವ ಸಣ್ಣದೊಂದು ಅವಕಾಶ ಸಿಕ್ಕರೂ ಒಂದೇಟಿಗೆ ಇಲ್ಲಿಂದ ಹಾರಿ ಹೋಗುವವರೇ. ಆದರೆ ಹಾಗೆ ತೆರೆಯುವ ಅವಕಾಶದ ಕಿಟಕಿ ಅಷ್ಟು ಚಿಕ್ಕದಿರುವುದಕ್ಕೇ ಇಲ್ಲಿಯೇ ಉಳಿದಿದ್ದೇವೆ. ಎಂದಾದರೊಮ್ಮೆ ನಮ್ಮಲ್ಲೇ ಒಬ್ಬರಿಗೆ ಕಾರ್ಪೊರೆಟ್ ಕಂಪನಿಗಳಲ್ಲೋ, ಸರಕಾರಿ ಆಸ್ಪತ್ರೆಗಳಲ್ಲೋ ಹೊಸ ಕೆಲಸ ಸಿಕ್ಕ ಸುದ್ದಿ ಗೊತ್ತಾದೊಡನೆ ಹೊಟ್ಟೆಯಲ್ಲಿ ವಿಪರಿಸಲಾಗದ ತೊಳಲಾಟವಾಗುವುದು. ನಮ್ಮದು ಒಂದು ಸ್ವಯಂಸೇವಾ ಸಂಸ್ಥೆಯಾದುದರಿಂದ ಇಲ್ಲಿ ಸಿಗುವ ಸಂಬಳ ಬಟ್ಟೆಗೆ ಸಾಕಾಗದಿದ್ದರೂ, ಹೊಟ್ಟೆಯ ಹಿಟ್ಟಿಗಾದರೂ ನಿರ್ವಾಹವಾಗುತ್ತದಲ್ಲ ಎಂಬ ಮುಗ್ಗಟ್ಟೇ ನಮ್ಮನ್ನು ಈ ಇಕ್ಕಟ್ಟಿನಲ್ಲೂ ಪೊರೆಯುತ್ತಿರುವುದು.

ಸಾವಿನ ದಂಡೆಯಲ್ಲಿ ನಿಂತವರನ್ನು ಫೋನಿನ ಮೂಲಕ ಈಚೆ ತರುವುದು ಎಷ್ಟೊಂದು ಕಷ್ಟ ಎಂಬುದು ಇಲ್ಲಿ ಕೆಲಸ ಮಾಡದೇ ಇರುವವರಿಗೆ ಊಹೆಗೂ ನಿಲುಕಲಿಕ್ಕಿಲ್ಲ. ಕೆಲವೊಮ್ಮೆ ಕರೆ ಮಾಡಿದವರು ಎಷ್ಟೊಂದು ಚಾಣಾಕ್ಷರಿರುತ್ತಾರೆಂದರೆ ಅವರು ಈಚೆಗೆ ಬರುವುದು ಹಾಗಿರಲಿ, ನಮ್ಮನ್ನೂ ಎಳೆದು ತಮ್ಮ ದಂಡೆಯಲ್ಲಿ ನಿಲ್ಲಿಸಿಕೊಳ್ಳಬಲ್ಲರು! ಭಾವನಾತ್ಮಕ ಸವಕಳಿ ಇಷ್ಟು ತೀವ್ರವಾಗಿರುವ ಕೆಲಸದಲ್ಲಿ ಬಹುಕಾಲ ನೆಲೆ ನಿಲ್ಲಲೂ ನಾವು ಒಂದು ಮಾನಸಿಕ ತಾಟಸ್ಥ್ಯವನ್ನು ಕ್ರಮೇಣ ಕಂಡುಕೊಳ್ಳಬೇಕೇನೋ. ನಾನಿದನ್ನು ಮಾಡುತ್ತ ಬಂದು ನಾಲ್ಕು ವರ್ಷಗಳಾಗಿವೆ.

ಆದರೂ ಅಂದು ಆ ಎಳಸು ದನಿಯನ್ನು ಕೇಳಿ ತಲ್ಲಣಿಸಿ ಹೋದೆ. ಇವಳ ವಯಸ್ಸು ಯಾವುದಾದರೆ ಏನು? ಸಾವಿನ ನಿಶ್ಶಬ್ದ ತಲುಪಲೂ ವಯಸ್ಸಿನ ಹಂಗಿದೆಯೇ?

"ಏನು ಪುಟ್ಟೀ ನಿನ್ನ ಹೆಸರು?"

"ಪಿಂಕಿ."

"ಎಷ್ಟು ವರ್ಷ ನಿನಗೆ?"

"..."

"ಯಾವ ಸ್ಟಾಂಡರ್ಡ್‌ನಲ್ಲಿ ಓದ್ತಿದೀಯಾ?"

"ಥರ್ಡ್."

"ವೆರೀ ಗುಡ್."

ಮುಂದೇನು ಹೇಳಬೇಕೆಂದು ತಿಳಿಯದೇ ತತ್ತರಿಸಿದೆ. ಹೀಗೆ ಸಣ್ಣ ಮಕ್ಕಳ ಕರೆ ಬರುವುದು ಅಷ್ಟೊಂದು ಅಪರೂಪವಾಗಿರುವುದಕ್ಕೇ ನನಗೆ ಹೀಗಾಗುತ್ತಿರಬೇಕು. ಸಂಸ್ಥೆಯವರು ಕೊಟ್ಟ ಬುಕ್‌ಲೆಟ್ ಮುಂದೆಯೇ ಇತ್ತು. ಅದರಲ್ಲಿ ಮಗುವಿನ ಹತ್ತಿರ ಹೇಗೆ ಮಾತನಾಡಬೇಕು ಎಂಬುದನ್ನು ಪ್ರಕಟಿಸಿರಲಿಲ್ಲ. ದೊಡ್ಡವರಿಗಾದರೆ, "ನಿಮ್ಮ ಸುತ್ತ ಮುತ್ತ ಅಪಾಯಕಾರಿ ಆಯುಧಗಳನ್ನೇನಾದರೂ ಇಟ್ಟುಕೊಂಡಿದ್ದೀರಾ? ನನ್ನ ಮೇಲೆ ನಂಬಿಕೆಯಿಟ್ಟು ದಯವಿಟ್ಟು ಅದನ್ನು ಕೈಗೆ ಸಿಗದ ಹಾಗೆ ದೂರದಲ್ಲೆಲ್ಲಾದರೂ ಇರಿಸಿ ಬರುತ್ತೀರಾ?" ಎಂಬುದು ನನ್ನ ಮುಂದಿನ ಸಲಹೆಯಾಗಬೇಕಿತ್ತು.

ಆದರೆ ಈ ಪುಟ್ಟಿಯ ಬಳಿ ಅದನ್ನು ಹೇಳುವುದು ಸಮಂಜಸವೇ? ಅವಳ ತಲೆಯಲ್ಲಿ ನಾನೇ ಏಕೆ ಐಡಿಯಾಗಳನ್ನು ಹುಟ್ಟು ಹಾಕಬೇಕು? ಚೈಲ್ಡ್ ಸೈಕಾಲಜಿ ವಿಷಯದ ಬಗ್ಗೆ ಕಾಲೇಜಿನಲ್ಲಿ ಓದಿದ ಪಠ್ಯವನ್ನು ನೆನಪಿಸಿಕೊಳ್ಳುತ್ತಲೇ ಸಹಜವಾಗಿ ಮಾತನಾಡಲು ಪ್ರಯತ್ನಿಸಿದೆ.

"ನಿನ್ನ ಅಪ್ಪ ಅಮ್ಮ ಎಲ್ಲಿದಾರಮ್ಮ?"

"ಮಮ್ಮ ಆಫೀಸಿಗೆ ಹೋಗಿದಾರೆ. ಡಾಡ ವರ್ಕ್ ಫ್ರಮ್ ಹೋಮ್ ಮಾಡ್ತಿದಾರೆ."

ಜಾಹ್ನವಿ ಅಕ್ಕ ಮತ್ತು ನನ್ನ ನಡುವೆ ಬರೋಬ್ಬರಿ ಹತ್ತು ವರ್ಷಗಳ ಅಂತರವಿದೆ. ನಾನು ಮೂವತ್ತೆರಡು ಕಳೆದರೂ ಮದುವೆಯಾಗದೇ ಉಳಿದಿರುವುದಕ್ಕೆ ಜಾಹ್ನವಿ ಅಕ್ಕ ಮತ್ತು ರಮಣ ಭಾವರ ಅಸಾಧಾರಣ ಹೊಂದಾಣಿಕೆಯ ದಾಂಪತ್ಯವೇ ಕಾರಣ ಅಂದರೂ ಪೂರ್ತಿ ತಪ್ಪಲ್ಲ. ಅಕ್ಕ ಮತ್ತು ಭಾವ ಇಂಜಿನಿಯರಿಂಗು ಮುಗಿಸಿದ ತಕ್ಷಣವೇ ಮದುವೆಯಾಗಿ ತಮ್ಮ ಮೊದಲ ನೌಕರಿಗಳಿಗೆ ಸೇರಿದವರು.

"ಒಂದು ವಯಸ್ಸಿನ ನಂತರ ಸಂಗಾತಿಯನ್ನು ಹುಡುಕಿಕೊಳ್ಳುವ ಉತ್ಸಾಹವೇ ಹೊರಟುಹೋಗುತ್ತದೆ ಅಕ್ಕಾ, ನಿನ್ನ ಮತ್ತು ಭಾವನ ಹಾಗೆ ಅನುರೂಪ ಜೋಡಿ ಒದಗಿಬರಲಿಕ್ಕೂ ಅದೃಷ್ಟ ಬೇಕಲ್ಲ" ಅಂದರೆ ಅಕ್ಕ ಸುಮ್ಮನೇ ನಕ್ಕು ಬಿಡುತ್ತಾಳೆ. "ಡೋಂಟ್ ಲೂಸ್ ಹೋಪ್" ಎಂದು ಕೆನ್ನೆ ಹಿಂಡುತ್ತಾಳೆ.

ಮೂವತ್ತು ದಾಟಿದ ನನ್ನನ್ನು ಇನ್ನೂ ಸಣ್ಣ ಮಕ್ಕಳ ಹಾಗೆ ಕಾಣುವ ಈ ಅಕ್ಕನ ಬಗ್ಗೆ ನನಗೆ ತುಸು ಕಾಳಜಿಯೇ ಆಗುವುದು. ಯಾವುದೇ ಪ್ರಶ್ನೆಗೂ ಒಂದೊಂದೇ ಶಬ್ದದಲ್ಲಿ ಉತ್ತರ ಕೊಡುವ, ಮಾತಿಗಿಂತ ಮೌನದಲ್ಲೇ ಸಾಂತ್ವನ ಕಂಡುಕೊಳ್ಳುವ ಇವಳು ಎಂದಿನಿಂದಲೂ ಹೀಗೆಯೇ. ಒಂದು ಸಾರನ್ನೂ ಎರಡು ಘಂಟೆ ವ್ಯಯಿಸಿ ತಯಾರಿಸುವ ಅಕ್ಕನೂ, ಯಾವತ್ತೂ ಹತ್ತಾರು ಕೆಲಸಗಳನ್ನು ಮೈಗಂಟಿಸಿಕೊಂಡು ಅತ್ತ ಅಡುಗೆಯ ಸೌಟನ್ನೂ ಇತ್ತ ಫೋನಿನಲ್ಲಿ ಸ್ಟಾಕ್ ಎಕ್ಸ್ಚೇಂಜ್ ಪ್ರವರವನ್ನೂ ನಿಭಾಯಿಸುವ ಈ ಲವಲವಿಕೆಯ ಭಾವನೂ ಏಕಾಂತದಲ್ಲಿ ಹೇಗೆ ಸಂವಹನ ಮಾಡುತ್ತಾರೆ ಅಂತ ಊಹಿಸುವುದು ಕಷ್ಟ.

ಅಂದು ಬಾಗಿಲನ್ನು ರಮಣ ಭಾವನೇ ತೆರೆದರು. ವಾರದ ದಿನ ನನ್ನನ್ನಲ್ಲಿ ನಿರೀಕ್ಷಿಸದ ಅವರ ಮುಖದ ಮೇಲೆ ಒಂದು ಕ್ಷಣ ಗಲಿಬಿಲಿ ಕಂಡುಬಂತು. ಮರುಕ್ಷಣವೇ ಯಾವತ್ತಿನ ಹಾಗೆ ಸ್ನೇಹಪರ ನಗುವೊಂದು ಅವರ ತುಟಿಯ ಮೇಲೆ ಮೂಡಿತು.

"ಇಲ್ಲೇ ಸ್ನೇಹಿತೆಯ ಮನೆಗೆ ಬಂದಿದ್ದೆ ಭಾವ. ಶನಿವಾರ ಆಫೀಸಿನವರೆಲ್ಲ ಸೇರಿ ಮೈಸೂರಿಗೆ ಹೋಗ್ತಿದ್ದೇವೆ. ಅದಕ್ಕೇ ಈಗಲೇ ಹೊಕ್ಕು ಹೋಗೋಣ ಅಂತ ಬಂದೆ" ಎಂದು ಸಮಯಕ್ಕೆ ತೋಚಿದ ಸುಳ್ಳು ಹೇಳಿದೆ.

ಒಂದೆರಡು ಶಬ್ದಗಳು ವೇಗವಾಗಿ ಹೊರಬಂದವು ಅಂತ ಕಾಣಿಸುತ್ತದೆ.

ಭಾವ ಅದನ್ನು ಅರ್ಥಮಾಡಿಕೊಂಡಂತೆ, "ಈ ಮನೆಗೆ ಬರೋದಕ್ಕೆ ಹೀಗೆ ಅಳೆದು ತೂಗಿ ಕಾರಣ ಕೊಡಬೇಕಿಲ್ಲ ಸುವೀ" ಅಂದರು.

"ಪೂರ್ವಿ ಸ್ಕೂಲಿನಿಂದ ಬಂದಳೇನು?"

"ಆಗಲೇ ಬಂದಳಲ್ಲ, ಖಿಯ್ ಪುಟ್ಟಕ್ಕ, ಮೌಶಿ ಬಂದಾಳೆ ನೋಡಿಲ್ಲಿ" ಅಂತ ಕೂಗಿ ತಾವು ಚಹ ಮಾಡಲು ಅಡುಗೆ ಮನೆಗೆ ತೆರಳಿದರು. ಪೂರ್ವಿಯನ್ನು ನೋಡುತ್ತಲೇ ನನ್ನ ಎದೆಬಡಿತ ಒಂದು ಸ್ತಿಮಿತಕ್ಕೆ ಬಂತು. ಎಂಟು ವರ್ಷದ ಹುಡುಗಿಯನ್ನು ಸಣ್ಣ ಕೂಸು ಎನ್ನುವಂತೆ ಎತ್ತಿಕೊಂಡೆ. ಪಿಂಕ್ ಬಣ್ಣದ ಫ್ರಾಕು ತೊಟ್ಟು ಎರಡು ಜುಟ್ಟುಗಳಲ್ಲಿ ಮುದ್ದಾಗಿ

ಕಾಣುತ್ತಿದ್ದ ಪೂರ್ವಿ ತನ್ನ ಅರ್ಧ ಭಾರವನ್ನು ನನ್ನ ಹೆಗಲಿಗೆ ವರ್ಗಾಯಿಸಿ ಅಪ್ಪಿಕೊಂಡಳು. "ಸುವಿ ಮೌಶೀ" ಎಂದವಳು ಕೆನ್ನೆಗೆ ಮುತ್ತಿಡುವುದಕ್ಕೂ ಜಾಹ್ನವಿಯಕ್ಕ ಗೇಟು ತೆರೆದು ಒಳಬರುವುದಕ್ಕೂ ಸರಿಹೋಯಿತು.

ಅಂದಿಡೀ ಸಂಜೆ ಅಕ್ಕ-ಭಾವರ ಮನೆಯಲ್ಲೇ, ಪೂರ್ವಿಯ ಹಿಂದೆ ಮುಂದೆಯೇ ಸುತ್ತಾಡುತ್ತ ಕಳೆದೆ. ಅವಳ ಯಾವ ಒಂದು ಮಾತು ಕೃತಿಯಲ್ಲಿ ಗುಟ್ಟು ಬಿಟ್ಟು ಕೊಡುತ್ತಾಳೆ ಅಂತ ಕಾಯ್ದೆ. ಪೂರ್ವಿ ಎಂದಿಗಿಂತ ಹೆಚ್ಚೇ ಉತ್ಸಾಹದಲ್ಲಿದ್ದಳು. ಕಳೆದ ತಿಂಗಳಷ್ಟೇ ಭಾವ ಅವಳಿಗಾಗಿ ನಾಯಿಮರಿಯೊಂದನ್ನು ತಂದುಕೊಟ್ಟಿದ್ದರು. ಕಪ್ಪು ಬಣ್ಣದ, ಮಿರಿ ಮಿರಿ ಮಿಂಚುವ ಈ ಮಾಲ್ಟಿಪೂ ನಾಯಿಮರಿಯನ್ನು ಪೂರ್ವಿ, "ಮಫ್ಫಿ, ಮಫ್ಫಿ" ಎಂದು ಕರೆಯುತ್ತ ಮುದ್ದು ಮಾಡುತ್ತಿದ್ದಳು. ಅದಕ್ಕೆ ತಾನು ಕಲಿಸಿದ ಒಂದೆರಡು ಆಟಗಳನ್ನು ನನ್ನ ಮುಂದೆಯೂ ಸಾದರಪಡಿಸಿದಳು.

"ಈಗಂತೂ ಹಗಲೂ ರಾತ್ರಿ ಮಫ್ಫಿಯದೇ ಧ್ಯಾನವಾಗಿದೆ, ಹೋಮ್ ವರ್ಕಿನ ಕತೆಯನ್ನಂತೂ ಕೇಳಲೇ ಬೇಡ" ಎನ್ನುತ್ತಲೇ ಜಾಹ್ನವಿ ಅಕ್ಕ ರಾತ್ರಿಯ ಊಟಕ್ಕೆ ಪಕೋಡ ಕರಿದಳು. ಭಾವ ಬಂದು ಮಸಾಲೆಯ ರುಚಿ ನೋಡಿ ಒಂದು ಚಿಟಿಕೆ ಉಪ್ಪು ಹನಿಸಿ ಹೋದರು.

"ಸೊರಗಿದಂಗೆ ಕಾಣ್ತಿದ್ದೀಯಲ್ಲಕ್ಕ, ಡೈಟಿಂಗ್ ನಡದದೇನು?" ಅಂದಿದ್ದಕ್ಕೆ, "ರಿಯಲಿ? ಡಸ್ ಇಟ್ ಶೋ?" ಅಂತ ಸೊಂಟದ ಸುತ್ತ ಒಮ್ಮೆ ಕೈಯ್ಯಾಡಿಸಿ ಕಣ್ಣರಳಿಸಿದಳು.

"ಪೂರ್ವಿ ಹೇಗೆ? ಎಷ್ಟು ದೊಡ್ಡವಳಾದಳಲ್ಲ ನೋಡ್ತಾ ನೋಡ್ತಾ?" ನಾನು ಬಂದ ವಿಷಯ ಹೇಗಾದರೂ ಸಹಜವಾಗಿ ನುಸುಳುತ್ತದೇನೋ ನಮ್ಮ ಮಾತುಕತೆಯಲ್ಲಿ ಅಂತ ಕಾಯ್ದೆ.

"ಅದೇ!"

"ಕೆಲಸ ಹೇಗೆ ನಡದದೆ ಅಕ್ಕ?"

"ಯಾವತ್ತಿನ ಹಾಗೆಯೇ."

ನನ್ನ ಪ್ರಶ್ನೆಯನ್ನು ನನಗೇ ಮರಳಿಸಿದ್ದರೂ ಸಾಕಿತ್ತು ಅಕ್ಕ. ಬದಲಿಗೆ ಆಕೆ, "ನೈಸ್ ಡ್ರೆಸ್" ಅಂತ ಮಫ್ಫಿ ಮತ್ತು ಪೂರ್ವಿಯ ಆಟಗಳನ್ನು ನೋಡುತ್ತ ಕುಳಿತುಬಿಟ್ಟಳು.

ಅಂದು ರಾತ್ರಿ ಪೀಜಿಗೆ ತೆರಳದೇ ಅಕ್ಕನ ಮನೆಯಲ್ಲೇ ಕಳೆದೆ. ಪೂರ್ವಿಯ ಪಕ್ಕದಲ್ಲೇ ಮಲಗಿಕೊಂಡೆ. ಮಕ್ಕಳಿಗೆ ಮಾತ್ರ ಸಾಧ್ಯವಾಗುವ ಒಂದು ಬಗೆಯ ನಿಶ್ಚಲತೆಯಲ್ಲಿ ಪೂರ್ವಿ ನಿದ್ದೆ ಹೋಗಿದ್ದಳು. ಕೆಳಗೆ ಗಾದಿಯ ಮೇಲೆ ಮಲಗಬೇಕಿದ್ದ ಮಫ್ಫಿ ಕೂಡ ಮಂಚವೇರಿ ನಮ್ಮಿಬ್ಬರ ಮಧ್ಯವೇ ವಿರಾಜಮಾನವಾಯಿತು. ಈ ನಿರುಮ್ಮಳ ಸಂದರ್ಭದಲ್ಲಿ ನಾನು ಅಕ್ಕ-ಭಾವರೊಂದಿಗೆ ಚರ್ಚಿಸಲು ತಂದಿರುವ ಸುದ್ದಿ ವಿರೋಧಾಭಾಸದಂತೆ ಕಂಡಿತು. ಹೀಗೊಂದು ಸಂಶಯವಿದೆ ಅಂತ ಹೇಳಿದರೂ ತುಸು ಮೂಡಿ ಸ್ವಭಾವದ ಅಕ್ಕ ಮನಸ್ಸಿಗೆ

ಹಚ್ಚಿಕೊಂಡು ರಾದ್ಧಾಂತ ಮಾಡಿಬಿಡಬಹುದಿತ್ತು.

ಕರೆ ಮಾಡಿದವಳು ಬೇರೆಯದೇ ಪಿಂಕಿ ಆಗಿರಬಹುದು. ಮಕ್ಕಳೆಲ್ಲ ಹೆಚ್ಚು ಕಡಿಮೆ ಒಂದೇ ಬಗೆಯಲ್ಲಿ ಮಾತನಾಡುತ್ತಾರೆ ಅಲ್ಲವೇ ಎಂದು ಸಾವರಿಸಿಕೊಂಡೆ. ಹಾಗಂದುಕೊಂಡಿದ್ದೇ ಎಲ್ಲಿತ್ತೋ ನಿದಿರೆ, ಪೂರ್ತಿ ಆವರಿಸಿಕೊಂಡುಬಿಟ್ಟಿತು.

ಮುಂಜಾನೆ ಅಕ್ಕನದ್ದೇ ಒಂದು ಸೆಲ್ವಾರ್ ತೊಟ್ಟು ಆಫೀಸಿಗೆ ಮರಳಿದೆ.

ಅಂದು ಊಟದ ಬಿಡುವಿನಲ್ಲಿ ಸಹೋದ್ಯೋಗಿಗಳ ನಡುವೆ ವಿಚಿತ್ರ ಸಂಗತಿಯೊಂದು ಚರ್ಚೆಯಾಗುತ್ತಿತ್ತು. ಕಳೆದ ಮೂರು ದಿನಗಳಿಂದ ಪಿಂಕಿ ಎಂಬ ಹುಡುಗಿ ಪದೇ ಪದೇ ನಮ್ಮ ನಂಬರಿಗೆ ಕರೆ ಮಾಡಿ ನನಗೆ ಹೇಳಿದ ಮಾತುಗಳನ್ನೇ ಎಲ್ಲ ಕರೆಗಳಲ್ಲೂ ಹೇಳಿದ್ದಳು. ವಿಶೇಷವಾಗಿ ಈ ಕರೆಗಳು ಮುಂಜಾನೆ ಒಂಬತ್ತಕ್ಕೂ ಮುನ್ನ ಮತ್ತು ಮಧ್ಯಾಹ್ನ ಮೂರರ ನಂತರ ಶಾಲೆಯ ಸಮಯವನ್ನು ಹೊರತು ಪಡಿಸಿ ಬರುತ್ತಿದ್ದವು. ನನ್ನ ಕಲೀಗುಗಳೂ ನನ್ನ ಹಾಗೆಯೇ ವಿವಿಧ ಬಗೆಯಲ್ಲಿ ಈ ಮಗುವನ್ನು ಸಮಾಧಾನಪಡಿಸಿ ಕರೆಯನ್ನು ತುಂಡರಿಸಿದ್ದರು.

"ಈ ಮಗು ಹೀಗೆ ಪದೇ ಪದೇ ನಮಗೆ ಕಾಲ್ ಮಾಡುವ ಬಗ್ಗೆ ನನ್ನದೊಂದು ಥಿಯರಿ ಇದೆ" ಅಂದರು ಸುಮನಾ. ಸುಮನಾ ನಮ್ಮೆಲ್ಲರ ಹಾಗೆ ಹೊಟ್ಟೆಪಾಡಿಗಾಗಿ ಈ ಸಂಸ್ಥೆ ಸೇರಿದವರಲ್ಲ. ಅದೆಷ್ಟೋ ವರ್ಷಗಳ ಹಿಂದೆ ಕಾಲೇಜಿನಲ್ಲಿ ಓದುತ್ತಿದ್ದ ಅವರ ಒಬ್ಬನೇ ಮಗ ಹಾಸ್ಟೆಲ್ಲಿನ ಕೋಣೆಯಲ್ಲಿಯೇ ಆತ್ಮಹತ್ಯೆಗೆ ಶರಣಾಗಿದ್ದನಂತೆ. ಆ ನಂತರ ಇವರು ತಮ್ಮ ಓದನ್ನು ಮುಂದುವರೆಸಿ, ಮನಶ್ಶಾಸ್ತ್ರದಲ್ಲಿ ಪಿಎಚ್‌ಡಿ ಪಡೆದಿದ್ದರು. ಚೈಲ್ಡ್ ಸೈಕಾಲಜಿ ವಿಷಯದ ಬಗ್ಗೆ ನಿರರ್ಗಳವಾಗಿ ಮಾತನಾಡಬಲ್ಲ ಇವರು ಆಗಾಗ ನಮ್ಮ ಆಫೀಸಿಗೆ ವಾಲಂಟಿಯರ್ ಆಗಿ ಬರುತ್ತಿದ್ದರು. ನಮ್ಮ ಸಂಸ್ಥೆಯವರು ಕೊಟ್ಟ ಬುಕ್‌ಲೆಟ್‌ನಲ್ಲಿ ನಮೂದಾಗಿರುವ ಅವವೇ ಮಾತುಗಳಲ್ಲಿ ಸಹಾನುಭೂತಿಯನ್ನೂ, ಅಂತಃಕರಣವನ್ನೂ ಹೇಗೆ ತುಂಬುವುದು ಅಂತ ಸಹಾಯ ಮಾಡುತ್ತಿದ್ದರು.

"ಇಷ್ಟು ಚಿಕ್ಕ ಮಗುವಿಗೆ ಸಾವಿನ ಶೂನ್ಯದ ಕುರಿತು ಇನ್ನೂ ತಿಳಿವು ಮೂಡಿರುವುದಿಲ್ಲ. ಆ ಹುಡುಗಿ ಬಹುಶಃ ಎಲ್ಲಿಯೋ ಕೇಳಿದ್ದನ್ನು ಹೀಗೆ ಬಡಬಡಿಸುತ್ತಿರಬಹುದೇನೋ."

"ಎಲ್ಲಿಯೋ ಅಂದರೆ, ಟೀವಿ ಸೀರಿಯಲ್ಲಿನಲ್ಲಿ ಅಂತಾನಾ?"

"ಇರಬಹುದು, ಕೆಲವೊಮ್ಮೆ ಕೌಟುಂಬಿಕ ದೌರ್ಜನ್ಯಕ್ಕೆ ಮಕ್ಕಳು ಸಾಕ್ಷಿಯಾದಾಗ ಮನೆಯಲ್ಲಿ ಕೇಳಿರುವ ಇಂಥ ಮಾತುಗಳು ಮಕ್ಕಳ ಮನಸ್ಸಿನಲ್ಲಿ ಉಳಿದು ಬಿಟ್ಟಿರಬಹುದು. ಇಂಥ ಸಂದರ್ಭಗಳಲ್ಲಿ ಪ್ರತಿ ಕೇಸೂ ಯುನಿಕ್. ಒಂದೇ ಸೂತ್ರವನ್ನು ಬಳಸಿ ಯಾವುದನ್ನೂ ಅಳಿಯಲಾಗದು" ಎಂದರು ಸುಮನಾ.

ಹೀಗೆ ಕರೆ ಮಾಡುತ್ತಿದ್ದ ಹುಡುಗಿ ಯಾರೆಂಬ ರಹಸ್ಯವನ್ನು ನಮ್ಮ ಆಫೀಸಿನ ಮ್ಯಾನೇಜರ್ ಪಾಟೀಲರು ಮಾತ್ರ ಭೇದಿಸಬಹುದಿತ್ತು. ಯಾವ ಕರೆ ಯಾವ ಲೊಕೇಶನ್ನಿನಿಂದ ಬರುತ್ತಿದೆ

ಎಂಬ ಮಾಹಿತಿ ಅವರ ಕಂಪ್ಯೂಟರಿನಲ್ಲಿ ನಮೂದಾಗುತ್ತಿತ್ತು. ನಮಗೆ ಬಂದ ಕರೆಗಳಲ್ಲಿ ಯಾವುದಾದರೂ ಅತೀ ಅಪಾಯಕಾರಿ ಅನ್ನಿಸಿದರೆ ನಾವು ಪಾಟೀಲರಿಗೆ ತಿಳಿಸಬೇಕಿತ್ತು. ಅವರು ಕರೆ ಮಾಡಿದವರಿಗಾಗಿ ಹೆಚ್ಚಿನ ಸಹಾಯವನ್ನು ಕಳಿಸಲು ಈ ಲೊಕೇಶನ್ ಟ್ರಾಕರ್ ನೆರವಾಗುತ್ತಿತ್ತು.

ಆದರೆ ಹೀಗೆ ಸಣ್ಣ ಮಕ್ಕಳು ಕೀಟಲೆಗಾಗಿ ಮಾಡಿದಂತಿರುವ ಕರೆಯ ಲೊಕೇಶನ್ನನ್ನು ಅವರು ಹಂಚಿಕೊಳ್ಳುವ ಪ್ರಮೇಯವೇ ಇರಲಿಲ್ಲ. "ಕೇಳುವುದೂ ದಂಡ" ಅಂದ ಯಶವಂತ.

ಇನ್ನೊಂದೇ ಒಂದು ಬಾರಿ ಪಿಂಕಿಯ ದನಿ ಕೇಳಿದರೂ ಸಾಕು, ಅವಳು ನನ್ನ ಪೂರ್ವಿ ಹೌದೋ ಅಲ್ಲವೋ ಎಂಬುದನ್ನು ಗುರುತು ಹಿಡಿದು ಬಿಡುತ್ತೇನೆ ಅಂದುಕೊಂಡೆ. ಮರು ಕ್ಷಣವೇ ಹೀಗೆ ಕರೆ ಮಾಡಿದ ಕೂಸು ನನ್ನ ಸಂಬಂಧಿಯಾದರೆ ಮಾತ್ರ ತ್ವರಿತಗತಿಯಲ್ಲಿ ಸಹಾಯ ಮಾಡಲು ಇಚ್ಛಿಸುತ್ತಿರುವ ನನ್ನ ಬಗ್ಗೆಯೇ ನನಗೆ ಅಸಮಾಧಾನವೂ ಆಯಿತು.

ಅಂದು ಮಧ್ಯಾಹ್ನದ ನಂತರ ಮತ್ತೆರಡು ಬಾರಿ ಪಿಂಕಿಯ ಕರೆ ಬಂದಿದ್ದು ಸಹೋದ್ಯೋಗಿಗಳಿಂದ ನನಗೆ ಸಂಜೆ ತಿಳಿಯಿತು.

■

ಮುಂಜಾನೆ ಐದೂವರೆಗೆ ನಿದ್ದೆಗಣ್ಣಲ್ಲಿ ಫೋನಿನ ತೆರೆಯ ಮೇಲೆ ಜಾಹ್ನವಿ ಅಕ್ಕನ ಇಪ್ಪತ್ತೆರಡು ಮಿಸ್‌ಕಾಲ್‌ಗಳನ್ನು ಕಂಡು ತಡಬಡಾಯಿಸಿ ಎದ್ದು ಕುಳಿತೆ. ಕರೆ ಮಾಡಿದರೆ ಆಕೆ ಸ್ವೀಕರಿಸಲಿಲ್ಲ. ರಾತ್ರಿಯೇ "ಅರ್ಜಂಟಾಗಿ ಸಿಟಿ ಕ್ಲಿನಿಕ್ಕಿಗೆ ಬಾ" ಅಂತ ಮೆಸೇಜು ಕಳಿಸಿದ್ದಳು.

ಜೀವವನ್ನೇ ಕೈಯಲ್ಲಿ ಹಿಡಿದು ಆಸ್ಪತ್ರೆಗೆ ಓಡಿದರೆ ಕೆದರಿದ ಕೂದಲ ಜಾಹ್ನವಿ ಅಕ್ಕ ವೇಟಿಂಗ್ ರೂಮಿನಲ್ಲಿ ಕುಳಿತಿದ್ದಳು. ಅವಳ ಉಬ್ಬುಗಣ್ಣುಗಳು ಇಡೀ ರಾತ್ರಿ ಅವಳು ನಿದ್ದೆ ಮಾಡದಿರುವುದನ್ನು ಹೇಳುತ್ತಿದ್ದವು. ಒಂದಕ್ಕೊಂದು ಅಂಟಿಕೊಂಡ ಕುರ್ಚಿಗಳ ಮೇಲೆ ಉದ್ದಕೆ ಪೂರ್ವಿ ಅಕ್ಕನ ತೊಡೆಯ ಮೇಲೆ ತಲೆಯಿಟ್ಟು ನಿದ್ರಿಸುತ್ತಿದ್ದಳು. ನಿದ್ದೆಯಲ್ಲಿ ಸಣ್ಣಗೆ ಏರಿಳಿಯುತ್ತಿದ್ದ ಪೂರ್ವಿಯ ಪುಟ್ಟ ಜೀವ ಕಂಡು ನನಗೆ ವಿಲಕ್ಷಣ ಸಮಾಧಾನವಾಯಿತು.

"ರಮಣ ನೋಡು, ರಮಣ.." ಅಂತೇನೋ ಹೇಳುತ್ತ ಅಕ್ಕ ಸಣ್ಣಗೆ ಕಂಪಿಸತೊಡಗಿದಳು. ಪಕ್ಕದಲ್ಲಿ ಕುಳಿತು ಅಕ್ಕನ ಕೈ ಹಿಡಿದೆ. ಇನ್ನೊಂದು ಜೀವದ ಸ್ಪರ್ಶವೇ ಅವಳಲ್ಲಿನ ಏನೋ ಒಂದನ್ನು ಹಸಿಯಾಗಿಸಿತು. ಮಲಗಿದ್ದ ಪೂರ್ವಿಯನ್ನು ಎಡಗೈಯಲ್ಲಿ ಬಾಚಿ ಹಿಡಿದೇ ಅಕ್ಕ ಹೊಟ್ಟೆಯಿಂದ ಬಿಕ್ಕತೊಡಗಿದಳು.

"ಅಕ್ಕ, ಏನಾಯ್ತು ಹೇಳಕ್ಕ, ಭಾವ ಆರಾಮಿದಾರೆ ಹೌದಿಲ್ಲೋ?"

"ರಮಣ, ರಮಣ ಹಿಂಗೆ ಮಾಡ್ಕೋತಾನೇ ಅಂತ ಯಾರಾದರೂ ನಂಬ್ತಾರಾ? ರಾತ್ರಿ ಎಷ್ಟೋ ಹೊತ್ತಿಗೆ ಅವನ ಸ್ಟಡೀ ರೂಮಿನಲ್ಲಿ... ನೇಣು... ಹಾಕಿಕೊಂಡು ಬಿಟ್ಟಿದ್ದಾನೆ. ಮಪ್ಪಿ

ಯಾಕೆ ವಿಚಿತ್ರವಾಗಿ ಕೂಗ್ತಾ ಇದೆ ಅಂತ ನೋಡಿದರೆ ಮಧ್ಯ ರಾತ್ರಿ ನನಗೆ ಏನಾಗಬೇಡ? ಸದ್ಯ ಪೂರ್ವಿ ನೋಡಲಿಲ್ಲ ಅವನು ಹಾಗೆ ತೂಗಾಡೋದನ್ನ. ರಮಣ? ನಂಬೋಕಾಗುತ್ತಾ..? ಡಿಪ್ರೆಷನ್‌ಗೆ ಟ್ರೀಟ್‌ಮೆಂಟ್ ತೊಗೊಳ್ಳುತ್ತಿದ್ದನಂತೆ. ಹೆಂಡತಿಯಾದವಳು ಇಂಥ ವಿಷಯಗಳನ್ನೆಲ್ಲ ಡಾಕ್ಟರ್ ರಿಪೋರ್ಟಿನಿಂದಲೇ ತಿಳಿದುಕೊಳ್ಳಬೇಕಾ? ಒಂದು ಮಾತು... ಒಂದೇ ಮಾತು..."

ಮಾತು ಮುಗಿಸಲಾರದೇ ಅಕ್ಕ ಮತ್ತೆ ಬಿಕ್ಕತೊಡಗಿದಳು.

"ಸಾರಿ ಜಾಹ್ನವಿ, ಬದುಕಿನೊಂದಿಗಿನ ಈ ದಿನದಿನದ ಹೋರಾಟ ನನಗೆ ಸಾಧ್ಯವಾಗುತ್ತಿಲ್ಲ. ಪೂರ್ವಿಗೆ ನನ್ನ ನಗುಮೊಗವಷ್ಟೇ ನೆನಪಿರಲಿ" ಎಂಬ ಒಂದೂವರೆ ಸಾಲಿನ ಪತ್ರವಷ್ಟೇ ಭಾವನ ಸ್ಟಡಿ ಟೇಬಲ್ಲಿನ ಮೇಲೆ ಸಿಕ್ಕಿತಂತೆ.

ಮಧ್ಯಾಹ್ನದ ಹೊತ್ತಿಗೆ ಸಮೀಪದ ಸಂಬಂಧಿಕರೆಲ್ಲ ಆಸ್ಪತ್ರೆಯಲ್ಲೇ ಸೇರತೊಡಗಿದ್ದರು. ಅವರಲ್ಲೇ ಒಬ್ಬರು ಮುಂದಾಳತ್ವ ತೆಗೆದುಕೊಂಡು, "ಮನೆಗೇ, ಮನೆಗೇ ನಡೆಯಿರಿ" ಅಂತ ಹೊರಡಿಸುತ್ತಿದ್ದರು. ಅಕ್ಕ ಆಂಬ್ಯುಲೆನ್ಸಿನಲ್ಲೇ ಮನೆಗೆ ತೆರಳಿದರೆ ನಾನು ಪೂರ್ವಿಯ ಜೊತೆಗೆ ಸಂಬಂಧಿಕರೊಬ್ಬರ ಕಾರು ಏರಿದೆ. ಪೂರ್ವಿ ನನ್ನ ದಾವಣಿಯ ತುದಿಯನ್ನು ಬಲವಾಗಿ ಹಿಡಿದಿದ್ದಳು.

"ಮೌಶೀ, ಡಾಡ ಹೇಳಿದ್ರು."

"ಏನಂತ ಪುಟ್ಟೀ?"

"ಹೇಳಿದ್ರು ಮೌಶೀ."

ಏನಂತ ಇನ್ನೊಮ್ಮೆ ಕೇಳಲು ಧೈರ್ಯವಾಗಲಿಲ್ಲ. ರಸ್ತೆಯ ಬಿಲ್‌ಬೋರ್ಡುಗಳನ್ನು ನೋಡುತ್ತ ದೃಶ್ಯಸರಣಿಯೊಂದು ನನ್ನ ಕಣ್ಣ ಮುಂದೆ ತೆರೆದುಕೊಳ್ಳಲಾರಂಭಿಸಿತು.

ನಿತ್ಯ ವ್ಯವಹರಿಸುವ ಎಲ್ಲರ ಕಣ್ಣಗಳಲ್ಲೂ ಹೀರೋ ಆಗಿರುವ ರಮಣ ಭಾವ, ಪ್ರೀತಿಸಿ ವರಿಸಿದ ಹೆಂಡತಿಯ ಹತ್ತಿರವೂ ಒಂದು ಬಾರಿಯೂ ಅಂತರಂಗದ ತುಮುಲಗಳನ್ನು ತೋಡಿಕೊಳ್ಳದ ಭಾವ, ನಗುಮೊಗದ ಪರದೆಯ ಹಿಂದೆ ಖಿನ್ನತೆಯ ವಿಷಾದ ಹೊತ್ತ ಭಾವ, ಆಗಾಗ ಕಾರಣವೇ ಇಲ್ಲದೇ ಅಳುವ, ಅತ್ತು ಹಗುರಾಗುವ ಅಕ್ಕನ ಬೆನ್ನು ಬಳಸಿ ಮೌನದಲ್ಲೇ ಸಂತೈಸುವ ಭಾವ, ಸ್ನೇಹಿತರ ಮನೆಗಳಲ್ಲಿ ಕಾರ್ಯಕ್ರಮಗಳಾದರೆ ತನ್ನ ಅಂತಸ್ತನ್ನು ಬದಿಗೊತ್ತಿ ಊಟದ ಪಂಕ್ತಿಯಲ್ಲಿ ಬಡಿಸಲು ನಿಲ್ಲುವವನು, ಪೂರ್ವಿಯನ್ನು ಹೆಗಲ ಮೇಲೆ ಹೊತ್ತೇ ಪೇಟೆ ಸುತ್ತುವವನು ಅವತ್ತೊಂದು ದಿನ ಕಿಟಕಿಯ ಹೊರಗೆ ಕಣ್ಣು ನೆಟ್ಟು ನಿಂತೇ ಬಿಟ್ಟಿದ್ದಾನೆ. ಅವನ ಕಣ್ಣಲ್ಲಿ ಧಾರಾಕಾರ ನೀರು ಸುರಿಯುತ್ತಿದೆ.

ಇದು ಅವನ ನಿತ್ಯದ ದಿನಚರಿ. ಪೂರ್ವಿಯನ್ನು ಮಧ್ಯಾಹ್ನ ಕತೆ ಹೇಳಿ ಮಲಗಿಸಿ ಹೀಗೆಯೇ ನಿಲ್ಲುವವನು ಅವನು. "ಒನ್ ಡೇ ಅಟ್ ಅ ಟೈಮ್" ಎಂದು ಕನವರಿಸಿಕೊಳ್ಳುತ್ತಿದ್ದಾನೆ. ಆಫೀಸಿನಿಂದ ಜಾಹ್ನವಿ ಬೇಗ ಬರಲಿ ಅಂತ ಕಾಯುತ್ತಾನೆ.

ಅವನ ಲ್ಯಾಪ್‌ಟಾಪಿನಿಂದ ಮುಂದಿನ ಕರೆ ಬರಲು ಇನ್ನೂ ಅರ್ಧ ಘಂಟೆ ಸಮಯವಿದೆ. ಒಂದೊಂದು ಕ್ಷಣವನ್ನೂ ಒಂದೊಂದು ಯುಗದಂತೆ ಜೀವ ಹಿಂಡಿ ಉರುಳಿಸಬೇಕು ಅವನು.

ಡಾಡನ ಹಿಂದೆಯೇ ನಡೆದು ಬಂದ ಪೂರ್ವಿ ಮಾತ್ರ ಅಂದು ಆತನನ್ನು ರೆಡ್‌ಹ್ಯಾಂಡಾಗಿ ಹಿಡಿದುಬಿಟ್ಟಿದ್ದಾಳೆ. "ಯಾಕೆ ಅಳ್ತಿದ್ದೀ ಡಾಡ? ಬೂಬೂ ಆಗಿದೆಯಾ?" ಅಂತ ಕೇಳುತ್ತಾಳೆ. ಯಾವತ್ತೂ ಕಣ್ಣೊರೆಸಿಕೊಂಡು ನಗುವಿನ ಮುಖವಾಡ ಧರಿಸುತ್ತಿದ್ದ ಭಾವ ಅದೊಂದು ದಿನ ಮಾತ್ರ ಸೋತಿದ್ದಾನೆ.

ದೇವರ ಮುಂದೆ ಮಂಡಿಯೂರುವ ಹಾಗೆ ಈ ಮಗುವಿನ ಕೈಗಳನ್ನು ಹಿಡಿದುಕೊಂಡು "ಐ... ವಾಂಟ್ ಟು... ಡೈ ಪುಟ್ಟಾ, ಐ.." ಅಂತ ಉಸುರಿದ್ದಾನೆ. ಉಸಿರಾಡುವ ಇನ್ನೊಂದು ಜೀವದ ಮುಂದೆ ಇದನ್ನು ತೋಡಿಕೊಂಡು ವಿಚಿತ್ರ ಹಗುರವನ್ನು ಆ ಒಂದು ಕ್ಷಣದ ಮಟ್ಟಿಗೆ ಅನುಭವಿಸಿದ್ದಾನೆ. ಈಗಷ್ಟೇ ಸ್ಕೂಲಿನಲ್ಲಿ ಸರ್ಚ್ ಎಂಜಿನ್‌ನಲ್ಲಿ ಟೈಪು ಮಾಡಲು ಕಲಿತ ಪೂರ್ವಿ ಹಾಗೆಂದರೆ ಏನೆಂದು ಕುತೂಹಲಗೊಂಡಿದ್ದಾಳೆ.

ಇದೆಲ್ಲ ಹೀಗಾಗದೆಯೂ ಇರಬಹುದು. ಆ ಪಿಂಕಿ ಅಲ್ಲಿ ಇನ್ನೆಲ್ಲೋ, ಇನ್ಯಾರೋ ಮೌಶಿಯ ತೊಡೆಯ ಮೇಲೆ ಕುಳಿತಿರಬಹುದು. ಅವರಿಬ್ಬರ ಮನಸ್ಸೂ ದುಗುಡವಿಲ್ಲದೇ ಶಾಂತವಾಗಿರಬಹುದು. "ಐಸ್‌ಕ್ರೀಂ ಕೊಡಿಸು ಮೌಶೀ" ಅಂತ ಆ ಪಿಂಕಿ ಗೋಗರೆಯುತ್ತಿರಬಹುದು. ಪರ್ಸಿನಲ್ಲಿ ನೂರೈವತ್ತೇ ರೂಪಾಯಿಗಳಿವೆಯಲ್ಲ ಅಂತ ಆ ಮೌಶಿ ಚಿಂತಿಸುತ್ತಿರಬಹುದು. ಅವರಿಬ್ಬರ ಜೊತೆಗೆ ನಾವಿಬ್ಬರು ಸ್ಥಳ ಅದಲು-ಬದಲು ಮಾಡಿಕೊಳ್ಳಲು ಸಾಧ್ಯವಾದರೆ... ಎಂಬ ಹುಂಬ ಅರ್ಥಹೀನ ವಿಚಾರವೊಂದು ತಲೆಗೆ ಬಂತು.

ನನ್ನ ಕಾಲ ಮೇಲೆ ಕುಳಿತ ಪೂರ್ವಿಯನ್ನು ಕಾರಿನ ಕುಲುಕಾಟವೇ ತೂಗಿ ಮಲಗಿಸಿತ್ತು. ಇಂದು ಅವಳು ತೊಟ್ಟ ಫ್ರಾಕಿನಲ್ಲಿ ಬೂದು ಬಣ್ಣದ ಹಿನ್ನೆಲೆಯ ಮೇಲೆ ಹಳದಿ ಹೂವುಗಳನ್ನು ಗಮನಿಸಿದೆ. ಆದರೆ ಲಕ್ಷ್ಯ ಕೊಟ್ಟು ನೋಡಿದರೆ ಅದು ಹಳದಿ ಹಿನ್ನಲೆಯಲ್ಲಿ ಬರೆದ ಬೂದು ಎಲೆಗಳ ಚಿತ್ತಾರ ಎಂದೂ ನಿರೂಪಿಸಬಹುದಾಗಿದೆ.

ಜನವರಿ ತಿಂಗಳ ಆ ಸಂಜೆ ರೇಡಿಯೋ ಸದ್ದನ್ನು ಕ್ರಮೇಣ ಹೆಚ್ಚು ಮಾಡಿದ ಹಾಗೆ ಸಣ್ಣಗೆ ಚಳಿ ಅರಿವಿಗೆ ಬರುತ್ತಿತ್ತು. ನನ್ನ ಮುಂಗೈಗೆ ಮೂಗಿಟ್ಟು ಮಲಗಿದ್ದ ಪೂರ್ವಿಯ ಉಸಿರು ಆ ಜಾಗದಲ್ಲಷ್ಟೇ ಬಿಸಿಯನ್ನು ಕರುಣಿಸುತ್ತಿತ್ತು. ಅಲ್ಲೆಲ್ಲೋ ಕುಳಿತಿರುವ ಪಿಂಕಿಯ ಮೌಶಿಯ ಮುಂಗೈ ಕೂಡ ಹೀಗೆಯೇ ಬೆಚ್ಚಗಿರಲಿ ದೇವರೇ ಎಂಬ ಪ್ರಾರ್ಥನೆ ಅದೇಕೋ ನನ್ನೊಳಗನ್ನು ಹಾಯ್ದು ಬಂತು.

□□□

ಟ್ಯಾಟೂ

"ಒಂದು ಮುತ್ತಿನ ಮಹತ್ವವೇನು ಟ್ರೆವರ್?"

ಹತ್ತಿಯ ತುಣುಕಿಗೆ ರಬ್ಬಿಂಗ್ ಅಲ್ಕೋಹಾಲ್ ಸೋಕಿಸುತ್ತ ಕೇಳುತ್ತೇನೆ.

ಹ್ಹಹ್ಹಹ್ಹಾ ನಕ್ಕುಬಿಟ್ಟಿದ್ದಾನೆ ಅವನು, "ಇನ್ನೂ ಇಪ್ಪತ್ತೂ ದಾಟದವರು ಅಂಥ ದೊಡ್ಡ ಪ್ರಶ್ನೆ ಕೇಳಬಾರದು ಕಿಡ್!" ಎಂದಿದ್ದಾನೆ.

"ಇಪ್ಪತ್ತೇನಲ್ಲ. ಕಳೆದ ತಿಂಗಳು ಇಪ್ಪತ್ತೆರಡು ತುಂಬಿದೆ ತಿಳಿಯಿತೇ?" ಮರು ನುಡಿಯುತ್ತೇನೆ ನಾನು.

"ಈಸ್ ಇಟ್? ಶ್ಯೂರ್ ಡೋಂಟ್ ಲುಕ್ ಲೈಕ್ ಇಟ್!" ಎಂದವನು ಕಣ್ಣು ಮಿಟುಕಿಸುತ್ತಾನೆ.

ಮತ್ತೆ ಮೌನ. ತಾಸು, ಎರಡು ತಾಸುಗಳ ತನಕ ಉದರದ ನಿಗೂಢ ಸ್ವರಗಳೂ ಕೇಳಿಸುವಂಥ ನೀರವ. ನನ್ನ ಬೆರಳುಗಳಲ್ಲಿ ಕಾಯವ ಮೃದುವಾಗಿ ಕೊರೆಯುವ ಕುಂಚ. ಮುಂದಿರುವ ಈ ದೇಹ ನನ್ನ ಕ್ಯಾನ್ವಾಸ್. ಬೇರೆ ಕ್ಲಯಂಟುಗಳು ತಮ್ಮ ಮೈಮೇಲೆ ಬರೆದುಕೊಳ್ಳುವ ಟ್ಯಾಟೂ ಚಿತ್ರವನ್ನೋ, ಐಡಿಯಾವನ್ನೋ ತಂದರೆ ಈ ಟ್ರೆವರ್ ಮಾತ್ರ ಪ್ರತಿ ಸರ್ತಿಯ ಹಾಗೆ, "ಈ ಕ್ಷಣ ನಿನ್ನ ಮನಸ್ಸಿನಲ್ಲೇನು ನಡೆಯುತ್ತಿದೆಯೋ ಅದನ್ನು ಬರೀ ಕಿಡ್" ಎನ್ನುತ್ತಾನೆ.

ಬೇರೆ ಕ್ಲಯಂಟುಗಳು ಈ ಬೇಡಿಕೆಯಿಟ್ಟಾಗ, "ಅದು ನಿಮ್ಮದೇ ನಿರ್ಧಾರವಾಗಿರಬೇಕು ಬಾಸ್! ಜೀವನ ಪೂರ್ತಿ ನಿಮ್ಮ ಮೈ ಮೇಲಿರುವ ಟ್ಯಾಟೂ ಅದು. ಐ ಡೋಂಟ್ ವಾಂಟ್ ಟು ಗೆಟ್ ಇನ್ ದ ಮಿಡಲ್ ಆಫ್ ಇಟ್!" ಎಂದು ಜಾರಿಕೊಳ್ಳುವ ನಾನು ಟ್ರೆವರ್‌ನ ಕಾಯದ ಮೇಲೆ ಕುಂಚ ಕಟೆಯುವಾಗ ಮಾತ್ರ ಮರು ಮಾತನಾಡದೇ ಒಳ ಮಾನಸಕ್ಕೆ ಇಳಿಯುತ್ತೇನೆ.

ಏನಿದೆ ಅಲ್ಲಿ? ಒಳಗೆ, ತೀರ ಒಳಗೆ. ಈ ಕ್ಷಣ ನನಗೆ ಅನ್ನಿಸುತ್ತಿರುವುದು ಏನು? ಆ ಒಳಕೋಣೆಯ ಬಾಗಿಲ ಬಳಿ ಸುಳಿಯಲೂ ವಿವರಿಸಲಾಗದ ಭಯ ನನಗೆ. ಅಲ್ಲಿ ಕಗ್ಗತ್ತಲಿದೆ. ಆ ಕತ್ತಲಲ್ಲಿ ಹೊಳೆಹೊಳೆಯುವ ಸಿರಿಂಜು ಇಷ್ಟು ವರ್ಷಗಳ ನಂತರವೂ ಬಾಯಲ್ಲಿ ನೀರೂರಿಸುತ್ತದೆ. ಅಲ್ಲಿ ನನ್ನ ಹೈಸ್ಕೂಲಿನ ಕಡೆಯ ದಿನದ ಆಫ್ಟರ್ ಪಾರ್ಟಿಯಿದೆ. "ಟ್ರೈ ಇಟ್ ಒನ್ಸ್ ಬೇಬಿ ಗರ್ಲ್," ಎನ್ನುತ್ತಾನೆ ನನ್ನ ಆಗಿನ ಬಾಯ್‌ಫ್ರೆಂಡ್ ಪೀಟ್. ತೋಳಿಗೊಂದು ಬಟ್ಟೆ ಬಿಗಿದು ಸಿರಿಂಜಿನ ಮೂಲಕ ಆ ಮಾಯಾ ದ್ರವ ನನ್ನೊಳಗೆ ಸೇರುತ್ತಿದೆ. ಏರುತ್ತ ಏರುತ್ತ ಅದು ನನ್ನೊಳಗಿನ ಕಟ್ಟುಗಳನ್ನೆಲ್ಲ ಸಡಿಲಿಸುತ್ತದೆ.

"ಸುಖವೆಂದರೇನು ಟ್ರೆವರ್?"

ತನ್ನ ತೋಳನ್ನಗಲಿಸಿ ನನಗೆ ಬೆನ್ನು ಮಾಡಿ ಮಲಗಿದ್ದ ಟ್ರೆವರ್ ಒಮ್ಮೆಲೇ ತಲೆಯೆತ್ತಿದ್ದಾನೆ.

"ಏನಾಗಿದೆ ನಿನಗಿವತ್ತು? ಆರ್ ಯೂ ಓಕೆ? ಡೂ ಯೂ ವಾಂಟ್ ಟು ಟಾಕ್ ಅಬೌಟ್ ಸಮ್‌ಥಿಂಗ್ ಕಿಡ್?"

"ಇಲ್ಲ. ಐಮ್ ಗುಡ್ ಟ್ರೆವರ್," ಎಂದು ಹಿಂದೆಗೆಯುತ್ತೇನೆ.

"ನೀನು ಗುಡ್ ಇರಬಹುದು. ಆದರೆ ನನಗೆ ನಿನ್ನೊಂದಿಗೆ ಮಾತನಾಡಲಿಕ್ಕಿದೆ. ಒಂದು ಮುಖ್ಯ ಸಂಗತಿ ಹೇಳೋದಿದೆ. ನಿನ್ನ ಅಪಾಯಿಂಟ್‌ಮೆಂಟುಗಳು ಎಷ್ಟು ಹೊತ್ತಿಗೆ ಮುಗಿಯುತ್ತದೆ ಇವತ್ತು?"

"ಇದೇ ನಿನ್ನ ನಂತರ ಒಬ್ಬ ಗಿರಾಕಿ ಬರುವವಳಿದ್ದಾಳೆ. ಡಿಸೈನ್ ಕೂಡ ಮೊದಲೇ ಡಿಸೈಡ್ ಆಗಿದೆ. ಹೆಚ್ಚೇನೂ ಸಮಯ ತೆಗೆದುಕೊಳ್ಳಲಿಕ್ಕಿಲ್ಲ. ಅವಳ ನಂತರ ನಾನು ಫ್ರೀ."

"ಓಹ್, ಸೀ ಯೂ ಅಟ್ ಫೋರ್ ದೆನ್?"

"ಫೋರ್ ಶುಡ್ ಬಿ ಗ್ರೇಟ್!"

ಅದೇಕೋ ಇಬ್ಬರ ಕಣ್ಣುಗಳೂ ಒಂದೇ ಸಮಯಕ್ಕೆ ಗೋಡೆಯ ಗಡಿಯಾರದ ಮೇಲೆ ಹರಿದಿವೆ. ಈಗ ಸಮಯ ಮಧ್ಯಾಹ್ನ ಒಂದು ಘಂಟೆ.

ಹಿಂದೆ, ಬಹು ಹಿಂದೆ ಅಲ್ಲೆಲ್ಲೋ ಅಮ್ಮ ಭೈರವಿ ರಾಗದಲ್ಲಿ ಹಾಡುತ್ತಿದ್ದಾಳೆ. "ಅಂಗಸೋಂಕೆಂಬುದು ಅಧಮವು. ಉರಸಜ್ಜೆಯೆಂಬುದು ಎದೆಯ ಗೂಂಟ." ಅಲ್ಲಮನ ವಚನವಿರಬೇಕು ಅದು. ನನಗದರ ಅರ್ಥ ಗೊತ್ತಿಲ್ಲ. ಎಷ್ಟೊಂದು ಕನ್ನಡ ಪದಗಳು ಅರ್ಥವಾಗದೇ ಅಮ್ಮನ ದನಿಯ ಮೂಲಕ ನನ್ನೊಳಗೆ ಇಳಿದಿವೆ, ಉಳಿದು ಹೋಗಿವೆ. ಅವನ್ನು ನನ್ನೊಳಗೆ ಹನಿಸಿದ ಅಮ್ಮ ಹೆಜ್ಜೆಹೆಜ್ಜೆಯಾಗಿ ನನ್ನಿಂದ ದೂರ ಸರಿದು ಕಡೆಗೊಮ್ಮೆ ಪೂರ್ತಿ ಇಲ್ಲವಾಗಿ ಈಗ ಆರು ವರ್ಷಗಳೇ ಕಳೆದಿವೆ. ಕ್ಯಾನ್ಸರಿನ ಶುಶ್ರೂಷೆ ಶುರುವಾದ ದಿನವೇ ಮುಳುಗುವ ಹಡಗಿನೊಳಗಿಂದ ಸರಂಜಾಮುಗಳನ್ನು ಸಾಗರದಲ್ಲಿ ಎತ್ತೆತ್ತಿ ಹಾಕಿದ ಹಾಗೆ ಸೀಡಿಗಳಲ್ಲಿ ಮುದ್ರಿಸಿಕೊಂಡ ಅಮ್ಮನ ದನಿ ಈಗ ನ್ಯೂಯಾರ್ಕಿನ ಬ್ರೂಕ್ಲಿನ್ ಬ್ರಿಡ್ಜನ್ನು

ತದೇಕ ಚಿತ್ತದಿಂದ ನೋಡುತ್ತ ನಿಂತಿರುವ ನನ್ನ ಈ ಗ್ರೀಷ್ ಟ್ಯಾಟೂ ಪಾರ್ಲರಿನಲ್ಲಿ ಆಗಾಗ ಉಲಿಯುತ್ತದೆ.

"ಇದು ನಿನ್ನ ತಾಯಿ ಗ್ರೀಷ್ಮಾರ ದನಿಯಲ್ಲವೇ? ಸೋ ಸೂದಿಂಗ್..." ಎನ್ನುತ್ತ ವಿರಮಿಸುತ್ತಾನೆ ಟ್ರೆವರ್.

"ಈ ಹಸಿಯ ಗೂಂಟದಲ್ಲಿ ಕಟ್ಟಿ, ಒಣಗಿದ ಗೂಂಟದಲ್ಲಿ ಬಿಡುವ ಬಾಲಭಾಷೆಯ ಭಂಡರ ನುಡಿಯ ಕೇಳಲಾಗದು ಗುಹೇಶ್ವರಾ" ಎಂದು ಮುಗಿಸುವ ಮೊದಲೇ ಅಮ್ಮನ ದನಿ ಕ್ಷೀಣಿಸುತ್ತ ಸಾಗುತ್ತದೆ. ಈ ರೆಕಾರ್ಡಿಂಗ್ ಮಾಡಿಕೊಳ್ಳುವಾಗ ಅಮ್ಮನ ಕೀಮೋ ನಡೆಯುತ್ತಿತ್ತು. ಹಟಕ್ಕೆ ಬಿದ್ದವರ ಹಾಗೆ ನಾನು ಮತ್ತು ಅಪ್ಪ ದಿನಕ್ಕೆರಡು ಬಾರಿ ಅವಳ ಮುಂದೆ ಕಾಲರ್ ಮೈಕು ಹಿಡಿದು ರೆಕಾರ್ಡರ್ ಒತ್ತುತ್ತಿದ್ದೆವು.

ನಮಗೆ ನಮ್ಮ ಚಿಂತೆ. ಅಮ್ಮ ಇಲ್ಲವಾಗಿಬಿಟ್ಟಾಗ ಆಕೆಯ ನೆನಪುಗಳನ್ನು ಹಿಡಿದಿಟ್ಟುಕೊಳ್ಳುವ, ದುಃಖ ಎದುರಿಸುವ ತಯಾರಿಯ ಚಿಂತೆ. ದಿನಕ್ಕೆ ಹತ್ತು ಬಾರಿ ಆಗಷ್ಟೇ ಎಲ್ಲರ ಕಿಸೆಗಳನ್ನೂ ಅಲಂಕರಿಸಲು ಶುರುವಾಗಿದ್ದ ಸ್ಮಾರ್ಟ್ ಫೋನು ತೆಗೆದು ಸೆಲ್ಫಿ ಕ್ಲಿಕ್ಕಿಸುತ್ತಲೇ ಇದ್ದೆವಲ್ಲ, ಇನ್ನೇನು ಸರಿದು ಹೋಗಲಿರುವ ಸೆಲೆಬ್ರಿಟಿಯ ಮುಂದೆ ಜೀವವನ್ನೇ ಒತ್ತೆಯಿಟ್ಟು ಆಟೋಗ್ರಾಫಿಗಾಗಿ ಅಂಗಲಾಚುವ ಅಭಿಮಾನಿಗಳ ಹಾಗೆ. ಆ ಹೊತ್ತು ಅಮ್ಮನ ಮನಸ್ಸಿನಲ್ಲಿ ಏನು ನಡೆಯುತ್ತಿತ್ತು? ಅವಳಿಗೆ ನಮ್ಮ ದುಗುಡ ಅರ್ಥವಾಗುತ್ತಿತ್ತೇ?

ಅಮ್ಮನ ತಾಳಿಯಲ್ಲಿದ್ದ ಆ ಪುಟ್ಟ ನಾಣ್ಯದಾಕಾರದ ಪದಕವನ್ನು ಕಣ್ಮುಂದೆ ತಂದುಕೊಳ್ಳುತ್ತೇನೆ. ಮದುವೆಯಲ್ಲಿ ಅವರ ಅಜ್ಜಿ ಆಕೆಗೆ ಕೊಟ್ಟಿದ್ದಾಗಿತ್ತಂತೆ ಅದು. ನಟ್ಟ ನಡುವೆ ಒಂದು ಕೆಂಪು ಹರಳು, ಸುತ್ತ ಬಿಳಿ ಹರಳುಗಳ ಬಂಗಾರದ ಪದಕ. ಇರಬೇಕು ಈಗ ಎಲ್ಲೋ ಸ್ಯಾನ್ ಫ್ರಾನ್ಸಿಸ್ಕೋ ಮನೆಯ ಲಾಕರಿನೊಳಗೆ. ನನ್ನ ಕೈಗೆ ಸಿಗಬಾರದು ಅಂತ ಅಪ್ಪ ನನ್ನ ನಶೆಯ ದಿನಗಳಲ್ಲಿ ಎಲ್ಲ ಒಡವೆಗಳನ್ನೂ, ಬೆಲೆ ಬಾಳುವ ವಸ್ತುಗಳನ್ನೂ ಲಾಕರ್‌ಗೆ ರವಾನಿಸಿದ್ದರು. ನಾನು ಆರು ತಿಂಗಳು ರೀಹ್ಯಾಬ್‌ನಲ್ಲಿದ್ದು, ಗುಣವಾಗಿ ಆ ಒಂದು ಒಳಕೋಣೆಯ ಬಾಗಿಲು ಮುಚ್ಚಿ ಕೀಲಿ ಜಡಿದು, ಆ ಕೀಲಿಕೈಯನ್ನು ಸಾಗರದಾಳಕ್ಕೆ ಎಸೆದು ನಾಲ್ಕು ವರ್ಷಗಳೇ ಸರಿದಿವೆ. ಆದರೂ ಅಪ್ಪ ಸಂಶಯದ ಕಣ್ಣುಗಳಿಂದ ನನ್ನನ್ನು ಅಳೆಯುವುದ ಇನ್ನೂ ಬಿಟ್ಟಿಲ್ಲ.

ನನ್ನ ಬದುಕಿನ ಈ ಎಲ್ಲ ವಿವರಗಳೂ ಅನುಕ್ರಮವಾಗಲ್ಲದಿದ್ದರೂ ಬಿಡಿಬಿಡಿಯಾಗಿ ಗೊತ್ತು ಟ್ರೆವರ್‌ನಿಗೆ. ಕಳೆದ ನಾಲ್ಕು ವರ್ಷಗಳ ಒಡನಾಟದಲ್ಲಿ, ನ್ಯೂಯಾರ್ಕಿನ ಈ ಭಾಗಕ್ಕೆ ಅವನು ಬಂದಾಗಲೆಲ್ಲ ಸಂಜೆಯ ಹೊತ್ತು ನಾವಿಬ್ಬರೂ ಉದ್ದಾನುದ್ದ ಬ್ರೂಕ್ಲಿನ್ ಸೇತುವೆಯ ಮೇಲೆ ನಡೆಯುತ್ತ ಮಾತನಾಡುವ ಸ್ವಚ್ಛಂದದಲ್ಲಿ, ಹಾಯ್ದು ಬಂದ ದಾರಿಗಳಿಗೆ ನಾವು ಆಗಾಗ ಮರಳಿ ಮುಖಾಮುಖಿಯಾಗಿದ್ದೇವೆ.

ಅಂದು ಟ್ರೆವರ್‌ನ ತೋಳಿನ ಹೊರಭಾಗದಲ್ಲಿ ಅಮ್ಮನ ತಾಳಿಯ ಆ ಪದಕದ ಹಚ್ಚೆ ಹಸಿಹಸಿಯಾಗಿ ಮೂಡಿ ಬಂತು. "ಅಮೇಜಿಂಗ್!" ಎನ್ನುತ್ತ ಎದ್ದ. "ಇದು ಎಂಟನೆಯದು

ಅಲ್ಲವೇ? ಇಫ್ ಐ ಅಮ್ ನಾಟ್ ರಾಂಗ್" ಎಂದು ನಾನೂ ನೆನಪಿಸಿಕೊಳ್ಳಲು ಯತ್ನಿಸಿದೆ. "ಎಲ್ಲಿದ್ದೀ ನೀನು? ಹನ್ನೊಂದನೇದು ಹುಡುಗೀ!" ಎಂದು ನಾನು ಮರೆತಿರಬಹುದಾದ ಎಡ ಅಂಗಾಲಿನ ಗರಿಕೆಯನ್ನೂ, ಬಲ ಮುಂಗೈ ಮೇಲೆ ಮೂಡಿದ್ದ ನನ್ನ ಬಾಲ್ಯಕಾಲದ ಬೆಕ್ಕು ಅರ್ಮಿಯ ಮುದ್ದು ಕಣ್ಣುಗಳ ಚಿತ್ರವನ್ನೂ ಬೊಟ್ಟು ಮಾಡಿ ತೋರಿಸಿದ. ನಸುನಕ್ಕು, "ಸೀ ಯೂ ಅಟ್ ಫೋರ್!" ಎನ್ನುತ್ತ ಆತನನ್ನು ಬೀಳ್ಕೊಟ್ಟೆ.

■

"ಬಿಡಿಸು. ಚಿತ್ರವನ್ನೇ ಬಿಡಿಸು. ಬೇಡ ಅಂದವರ್ಯಾರು? ಆದರೆ ಅದನ್ನು ಕ್ಯಾನ್ವಾಸಿನ ಮೇಲೆ ಬಿಡಿಸು ಮಗಳೇ. ಸತ್ತ ನಿನ್ನಮ್ಮನ ಆತ್ಮಕ್ಕಾದರೂ ಶಾಂತಿ ದೊರಕಿಸಿಕೊಡು."

ಅಪ್ಪ ಅಂಗಲಾಚಿದಷ್ಟೂ ಸಣ್ಣವರ ಹಾಗೆ ಕಾಣುತ್ತಾರೆ.

"ಅಮ್ಮನನ್ನ ಯಾಕೆ ಎಳೆದು ತರುತ್ತೀರಿ ನಡುವೆ? ನಾನು ಟ್ಯಾಟೂ ಪಾರ್ಲರಿನಲ್ಲಿ ಕೆಲಸ ಮಾಡಿದರೆ ನಿಮ್ಮ ಕಮ್ಯುನಿಟಿಯಲ್ಲಿ ನಿಮ್ಮ ಮರ್ಯಾದೆ ಮಣ್ಣು ಪಾಲಾಗುತ್ತದೆ ಅಂತ ನೀವು ನಂಬಿಕೊಂಡಿದ್ದೀರಿ. ಅದನ್ನು ಹೇಳಿ. ಸುಮ್ಮನೇ ಅಮ್ಮನನ್ನು ಎಳೆದು ತರಬೇಡಿ."

"ಯಾಕಾಗಬಾರದು? ಅಷ್ಟು ದೊಡ್ಡ ಸಾಫ್ಟವೇರ್ ಕಂಪನಿಯ ವೈಸ್ ಪ್ರೆಸಿಡೆಂಟ್ ನಾನು. ಕಂಪನಿಯಲ್ಲಿ ಸಾದಾ ಇಂಜಿನಿಯರ್ ಆಗಿ ಸೇರಿ ಒಂದೊಂದೇ ಮೆಟ್ಟಿಲು ಹತ್ತುತ್ತ ಇಲ್ಲಿಗೆ ಬಂದು ಮುಟ್ಟೋದು ಅಂದ್ರೆ ಏನು ಗೊತ್ತೇನು ನಿನಗೆ? ಈಗ ನಿನ್ನ ಒಂದು ಮುಠ್ಠಾಳತನದಿಂದ ಇಷ್ಟು ದಿನ ಎತ್ತಿ ಹಿಡಿದವರೇ ಕೈ ಬಿಟ್ಟು ಚಪ್ಪಾಳೆ ತಟ್ಟಿ ನಗುವಂತಾಗಿದೆ. ಸಾಲದ್ದಕ್ಕೆ ನಿನ್ನ... ನಿನ್ನ ಹತ್ತಾರು..."

"ಯಾಕೆ ನಿಲ್ಲಿಸಿದಿರಿ? ಹತ್ತಾರು ಚಟಗಳು ಅಂತಲ್ಲವೇ ನೀವು ಹೇಳಬೇಕಂತಿದ್ದದ್ದು? ಯಾಕೆ ನಿಲ್ಲಿಸುತ್ತೀರಿ ಅಲ್ಲಿಗೇ? ಇದ್ದದ್ದು ಒಂದೇ. ಅದನ್ನು ಬಿಟ್ಟಾಗಿದೆ. ಮತ್ತೆ ಈ ಹಿಂಸೆ ತಡೆಯಲಾರದೇ ಅಲ್ಲಿಗೇ ಮರಳುತ್ತೇನೇನೋ ಅನ್ನಿಸುತ್ತಿದೆ."

"ಏನು ಬ್ಲಾಕ್‌ಮೇಲ್ ಮಾಡುತ್ತಿದ್ದೀ ಏನು? ತಿನ್ನೋದು ನನ್ನ ಅನ್ನ. ಉಡೋದು ನಾನು ಕೊಡಿಸಿದ ಬಟ್ಟೆ. ಮಾತು ಮಾತ್ರ ಮಾರುದ್ದ. ಚುಪ್‌ಚಾಪ್ ನಾಳೆಯಿಂದ ಕಾಲೇಜಿಗೆ ಹೋಗಲು ಶುರು ಮಾಡು."

"ನನಗೆ ಕಾಲೇಜು ಇಷ್ಟವಿಲ್ಲ. ನಾಲ್ಕು ಗೋಡೆಗಳ ನಡುವೆ ಕುಳಿತು ಲೆಕ್ಚರ್ ಕೇಳುವುದು, ಕೈ ಎತ್ತಿ ಪ್ರಶ್ನೆ ಕೇಳುವುದು, ಉತ್ತರಿಸುವುದು, ಪರೀಕ್ಷೆ ಬರೆಯುವುದು, ಆ ಅಕ್ಕಪಕ್ಕದವರನ್ನು ಸಹಿಸಿಕೊಳ್ಳುವುದು, ಅವರ ನಗು, ಕಚಪಚ ಧ್ವನಿ... ಇವೆಲ್ಲ ನನ್ನಲ್ಲಿ ಹೇವರಿಕೆ ಹುಟ್ಟಿಸುತ್ತದೆ."

"ಹೌದು ಹುಟ್ಟಿಸುತ್ತದೆ. ನಾಳೆ ತಟ್ಟೆ ಹಿಡಿದು ಭಿಕ್ಷೆ ಬೇಡುವಾಗಲೂ ಹುಟ್ಟುತ್ತದೆ ಹೇವರಿಕೆ. ಆಗ ಏನು ಮಾಡುತ್ತೀ?"

"ಟ್ಯಾಟೂ ಆರ್ಟಿಸ್ಟುಗಳೆಲ್ಲ ಭಿಕ್ಷೆ ಬೇಡುತ್ತಿದ್ದಾರೇನು? ಎರಡು ವರ್ಷ ಒಂದು ಕಡೆ ಇದ್ದು ಕೆಲಸ ಕಲಿಯುತ್ತೇನೆ. ನಂತರ ನನ್ನದೇ ಸ್ಟೂಡಿಯೋ ಪ್ರಾರಂಭಿಸುತ್ತೇನೆ. ಬದುಕು ನಡೆಸಲು ಡಿಗ್ರಿ ಪಡೆಯಲೇ ಬೇಕು ಅಂತಿಲ್ಲ ಅಪ್ಪಾ. ಅಮ್ಮ ಇದ್ದಿದ್ದರೆ ಖಂಡಿತ ನನ್ನ ಮಾತು ಒಪ್ಪುತ್ತಿದ್ದಳು."

"ಓಹ್ ಒಪ್ಪುತ್ತಿದ್ದಳು. ನಾನು ಇಡೀ ದಿನ ದುಡಿದು ತಂದು ಹಾಕುತ್ತಿದ್ದೆ. ಅವಳು ಗ್ಯಾ... ಎಂದು ಹಾರ್ಮೋನಿಯಂ ಹಿಡಿದು ಕೂಡುತ್ತಿದ್ದಳು. ಸಾಲದ್ದಕ್ಕೆ ಆ ಅಪಸ್ವರ ಹೊರಡಿಸುವ ಸ್ಟೂಡೆಂಟುಗಳು ಬೇರೆ. ಅವಳು ನಡೆಸುತ್ತಿದ್ದ ಸಂಗೀತ ಕ್ಲಾಸಿನಿಂದ ಬರುತ್ತಿತ್ತಲ್ಲ ಆ ಹಣ, ಅದರಲ್ಲಿ ಇಂಡಿಯಾಕ್ಕೆ ಒಬ್ಬರ ಒಂದು ಟಿಕೆಟ್ ಕೊಂಡುಕೊಳ್ಳಲೂ ಸಾಧ್ಯವಾಗುತ್ತಿರಲಿಲ್ಲ ತಿಳಿದುಕೋ."

"ಹೌದು ಸತ್ತ ಅಮ್ಮನ ಫೋಟೋದ ಮುಂದೆಯೇ ತೋರಿಸಿರಿ ನಿಮ್ಮ ಪೌರುಷವನ್ನೆಲ್ಲ."

ಸ್ಯಾನ್ ಫ್ರಾನ್ಸಿಸ್ಕೋದ ರೀಹ್ಯಾಬ್ ಕ್ಲಿನಿಕ್ಕಿನಿಂದ ಮನೆಗೆ ಬಂದ ವಾರದೊಳಗೇ, ಆ ಬಾಗಿಲು ದಾಟಿದರೆ ಮತ್ತೆ ಒಳ ಬರುವ ಅವಕಾಶವಿಲ್ಲ ನೋಡು ಎಂಬ ಅಪ್ಪನ ಎಚ್ಚರಿಕೆಯನ್ನೂ ಮೀರಿ ಬ್ಯಾಗೆತ್ತಿಕೊಂಡು ನ್ಯೂಯಾರ್ಕಿನ ಫ್ಲೈಟು ಹತ್ತಿದ್ದೆ. ನ್ಯೂಯಾರ್ಕಿನ ಬ್ರಾಂಕ್ಸ್ ಪ್ರಾಂತ್ಯದ ಟ್ಯಾಟೂ ಪಾರ್ಲರ್ ಒಂದರಲ್ಲಿ ನನ್ನ ಸ್ನೇಹಿತೆಯ ಅಕ್ಕ ಕೆಲಸ ಮಾಡುತ್ತಿದ್ದಳು. ನನ್ನ ಡಿಸೈನ್‌ಗಳನ್ನು ಇಮೇಲ್‌ನಲ್ಲಿ ನೋಡಿ ತನ್ನ ಪಾರ್ಲರಿನಲ್ಲಿ ಖಂಡಿತ ಕೆಲಸ ಕೊಡಿಸುವುದಾಗಿ ಭರವಸೆ ತುಂಬಿದ್ದಳು.

ನಲವತ್ತೈದರಿಂದ ಅರವತ್ತೈದರ ಒಳಗೆ ಯಾವ ವಯಸ್ಸಿನವನೂ ಆಗಿರಬಹುದಾದ ಟ್ರೆವರ್ ಕೆಲಸ ಮಾಡುವುದೂ ಬ್ರಾಂಕ್ಸ್ ಭಾಗದಲ್ಲೇ. ಅಲ್ಲಿನ ಮೊರಕ್ಕನ್ ರೆಸ್ಟೂರೆಂಟ್ ಒಂದರಲ್ಲಿ ಶೆಫ್ ಅವನು. ಒಮ್ಮೆ ನಾನು ಕೆಲಸ ಮಾಡುತ್ತಿದ್ದ ರೂಹಿ ಟ್ಯಾಟೂ ಸ್ಟೂಡಿಯೋಗೆ ಬಂದಿದ್ದ ಅವನು, ತನ್ನ ಮೊದಲ ಟ್ಯಾಟೂ ಹಾಕಿಸಿಕೊಳ್ಳಲು. ಅವನು ಅಪಾಯಿಂಟ್‌ಮೆಂಟ್ ಇಲ್ಲದೇ ಬಂದಿದ್ದರಿಂದ ಆರ್ಟಿಸ್ಟುಗಳ್ಯಾರೂ ಖಾಲಿಯಿರಲಿಲ್ಲ. ಆಗಷ್ಟೇ ಅಲ್ಲಿ ಅಪರೆಂಟಿಸ್ ಆಗಿ ಸೇರಿದ ನಾನೇ ಅವನಿಗೆ ಹಚ್ಚೆ ಹಾಕಬೇಕಾಯಿತು.

ಯಾವ ಟ್ಯಾಟೂ ಬೇಕು ಎಂಬ ಪ್ರಶ್ನೆಗೆ, ಹೆಣ್ಣೊಬ್ಬಳು ತಲೆಯನ್ನು ಅತ್ತ ತಿರುಗಿಸಿ ಕುಳಿತ ಸ್ಕೆಚ್ ಒಂದಕ್ಕೆ ಬೊಟ್ಟು ಮಾಡಿ ತೋರಿಸಿದ್ದ. ಅದೊಂದೇ ಬಾರಿಯಿರಬೇಕು, ಯಾವ ಡಿಸೈನ್ ಬೇಕು ಅಂತ ತಾನೇ ನಿರ್ಧರಿಸಿ ಹೇಳಿದ್ದು ಅವನು.

ಆಗಿನಿಂದ ಎರಡು ಮೂರು ತಿಂಗಳಿಗೊಮ್ಮೆ ತಪ್ಪದೇ ಪಾರ್ಲರಿಗೆ ಬರುವವನು ನನಗಾಗೇ ಕೇಳುತ್ತಿದ್ದುದರಿಂದ ಸದ್ದಿಲ್ಲದೇ ನಮ್ಮ ಸ್ನೇಹ ಅರಳಿಕೊಂಡಿತ್ತು. ಈಗ ನಾನು ಬ್ರೂಕ್ಲಿನ್ನಿನಲ್ಲಿ ನನ್ನದೇ ಪಾರ್ಲರ್ ತೆರೆದ ಎರಡು ವರ್ಷಗಳಿಂದ ಇಲ್ಲಿಗೇ ಬರುತ್ತಿದ್ದಾನೆ. "ನನ್ನ ಮೈಮೇಲಿನ ಚಿತ್ರಗಳೆಲ್ಲ ನಿನ್ನದೇ ಕುಂಚದಿಂದ ಅರಳಿದ ಕಲಾಕೃತಿಗಳು ನೋಡು" ಎನ್ನುತ್ತಾನೆ. ಆಗಾಗ ಶಿರೋ ಎಂಬ ಘಮಘಮಿಸುವ ಸಾರನ್ನು "ತಾಜಾ ಇದೆ, ತಾಜಾ" ಎಂದು ಪುಟ್ಟ ಡಬ್ಬಿಯಲ್ಲಿ ತಂದು ಕೊಡುತ್ತಾನೆ.

ಟ್ರೆವರ್‌ನ ಅತಿ ದೊಡ್ಡ ಕನಸೆಂದರೆ ಮೊರಕ್ಕೋ ದೇಶಕ್ಕೆ ಮರಳಿ ಹೋಗುವುದು.

"ನಿನಗೆ ಗೊತ್ತಿಲ್ಲ ಕಿಡ್. ನೀನು ಇಲ್ಲಿಯೇ ಹುಟ್ಟಿದವಳು. ಇದು ನಿನ್ನದೇ ದೇಶ, ನಿನ್ನದೇ ನೆಲ. ಬೇರೆ ನೆಲದಲ್ಲಿ ಹುಟ್ಟಿ, ಹೊಟ್ಟೆಪಾಡಿಗಾಗಿ ಇಲ್ಲಿ ಬಂದು ಸಿಕ್ಕಿಬಿದ್ದು ತವರು ದೇಶಕ್ಕೆ ಮರಳಿ ಹೋಗುವ ಕನಸು ಕಾಣುವವರ ತಹತಹ ನಿನಗೆ ಅರ್ಥವಾಗಲೇ ಸಾಧ್ಯವಿಲ್ಲ."

"ಆಗಾಗ ಹೋಗಿ ಬರೋದಲ್ಲವೇ? ನಮ್ಮ ತಂದೆ ತಾಯಿ ಎರಡು ವರ್ಷಕ್ಕೊಮ್ಮೆ ಇಂಡಿಯಾ ಟ್ರಿಪ್ಪು ಮಾಡುತ್ತಲೇ ಇದ್ದರು ನಾನು ಚಿಕ್ಕವಳಿದ್ದಾಗ..." ಅಂದಾಗ ಮಾತ್ರ ಟ್ರೆವರ್‌ನ ಸತ್ಯ ಹೊರ ಬೀಳುತ್ತದೆ.

"ಅದೆಲ್ಲ ಲೀಗಲ್ಲಾಗಿ ಈ ದೇಶದಲ್ಲಿ ನೆಲೆ ನಿಂತವರ ಕಥೆಯಾಯಿತು. ನಾನು ಬಂದದ್ದು ಯಾವಾಗ ಗೊತ್ತೇನು? ಇಪ್ಪತ್ತು ವರ್ಷಗಳ ಹಿಂದೆ. ಪ್ರವಾಸಿ ವೀಸಾ ಮೇಲೆ. ಹೆಸರಿಗೆ ಪ್ರವಾಸಿ ವೀಸಾ. ಆದರೆ ನನ್ನ ರೀತಿ ಇಲ್ಲಿಗೆ ಬಂದವರ ಪ್ಲಾನ್ ಮೊದಲಿನಿಂದಲೂ ಒಂದೇ ಆಗಿರುತ್ತದೆ. ಇಲ್ಲಿನ ರೆಸ್ಟೋರೆಂಟ್ ಒಂದರ ಮಾಲಿಕನ ಹತ್ತಿರ ಪಾಸ್‌ಪೋರ್ಟ್ ಅಡವಿಟ್ಟು ದುಡಿಯುವುದು. ಸಾಕಷ್ಟು ಹಣ ಮಾಡುವುದು. ಆದಷ್ಟು ಬೇಗ ದೊಡ್ಡ ಗಂಟಿನ ಜೊತೆಗೆ ತವರೂರಿಗೆ ಮರಳುವುದು."

"ಇಪ್ಪತ್ತು ವರ್ಷಗಳಾದವೇ ನೀನು ಮೊರಕ್ಕೋಗೆ ಹೋಗದೇ?"

"ಅದೇ ವಿಪರ್ಯಾಸ ನೋಡು. ಈ ದೇಶದಲ್ಲಿ ಅನಧಿಕೃತವಾಗಿ ಉಳಿದಾಗ ರೆಸ್ಟೋರೆಂಟ್ ಮಾಲಿಕರು, ಮನೆ ಬಾಡಿಗೆಗೆ ನೀಡುವವರು, ಕ್ಯಾಶ್ ಪಾವತಿಸಿದರೆ ಮಾತ್ರ ಕ್ಲಿನಿಕ್ಕಿಗೆ ಬಿಟ್ಟುಕೊಳ್ಳುವ ವೈದ್ಯರು, ಕಡೆಗೆ ನ್ಯಾಯವಾಗಿ ಟಿಪ್ಸ್ ಕೊಡಬೇಕಾದ ಗಿರಾಕಿಗಳು ಎಲ್ಲರೂ ನಮ್ಮ ತಟ್ಟೆಯಿಂದಲೇ ಎತ್ತಿಕೊಳ್ಳುತ್ತಾರೆ. ಕೊನೆಗೂ ಉಳಿವುದು ಪುಡಿಗಾಸು. ಆ ಪುಡಿಗಾಸಿನಲ್ಲಿ ಉಳಿಸಿ, ಒಂದಿಷ್ಟನ್ನು ಊರಿಗೂ ಕಳಿಸುವಲ್ಲಿ ಗಂಟು ಗಳಿಸಿ ಊರಿಗೆ ಮರಳುವ ಕನಸು ಹಾಗೆಯೇ ಉಳಿದು ಹೋಗುತ್ತದೆ."

ನಮ್ಮ ಟ್ಯಾಟೂ ಸೆಷನ್‌ಗಳ ಮಧ್ಯದಲ್ಲಿ ಇಂಥದೇ ಗೊತ್ತುಗುರಿಯಿಲ್ಲದ ಮಾತುಕತೆ ತೆರೆದುಕೊಳ್ಳುತ್ತದೆ ನಮ್ಮ ನಡುವೆ. ಒಮ್ಮೊಮ್ಮೆ ಅದು ಪಾರ್ಲರಿನ ಹೊರಗೂ, ಬಿಸ್ಟ್ರೋ ಸಲೋನಿ ಎಂಬ ಬಾರಿನಲ್ಲಿ ಬಿಯರಿನ ಜೊತೆಗೂ ಮುಂದುವರೆಯುತ್ತದೆ.

ಒಬ್ಬರಿಗೊಬ್ಬರು ಯಾರೂ ಅಲ್ಲದ, ಆದರೆ ಎಲ್ಲವೂ ಆಗಬಹುದಾದ ಹಗುರ ನಮ್ಮ ಸಂಬಂಧಕ್ಕೆ ಇರುವುದರಿಂದಲೇ ಇದು ಇಷ್ಟು ದಿನ ಉಳಿದಿದೆ ಎಂಬುದನ್ನು ಇಬ್ಬರೂ ಶಬ್ದಗಳಿಲ್ಲದೇ ಆಡಿಕೊಂಡಿದ್ದೇವೆ.

■

ಟ್ರೆವರ್‌ನ ನಂತರ ಬಂದ ಹುಡುಗಿ ಈಗಷ್ಟೇ ಹದಿನೆಂಟು ತುಂಬಿದವಳು. ಪ್ರತಿ ಶಬ್ದವನ್ನೂ ತಾರಕಸ್ಥಾಯಿಯಲ್ಲಿ ಉಚ್ಚರಿಸುವ, ಇಡೀ ಜಗತ್ತೇ ತಮ್ಮ ಆಟದ ಮೈದಾನ ಎಂಬ ಉನ್ಮಾದದಲ್ಲಿರುವ ಈ ಟೀನೇಜರ್‌ಗಳೆಂದರೆ ನನಗೆ ಕಿರಿಕಿರಿ. ಬಂದವಳೇ "ನನ್ನ ಪಪ್ಪಿ

ಕೂಡ ಒಳಗೆ ಬರಬಹುದೇ?" ಎಂದು ತುಟಿಗಳನ್ನು ಊದಿದಂತೆ ಮುದುರಿಸಿ ಕೇಳಿದಳು. ಬಿಳಿ ಕಂದು ಮಿಶ್ರಿತ ಚಿಹ್ವಾವ ಅವಳ ತೋಳ್ಗಳಲ್ಲಿ ಕುಂಯ್ ಕುಂಯ್ ಎಂದು ಒಮ್ಮೆ ಉಲಿಯಿತು.

"ಸಾರಿ, ಪೆಟ್ಸ್ ಆರ್ ನಾಟ್ ಅಲೌಡ್. ಟ್ಯಾಟೂ ಹಾಕಿಸಿಕೊಂಡ ಮೇಲೆ ಇನ್ನೆರಡು ದಿನಗಳು ನೀವು ಎಲ್ಲ ಬಗೆಯ ಪ್ರಾಣಿಗಳಿಂದ ದೂರವಿದ್ದಷ್ಟೂ ಒಳಿತು. ಸಾಕುಪ್ರಾಣಿಗಳ ಕೂದಲಿನಿಂದ ಇನ್‌ಫೆಕ್ಷನ್ ಬೆಳೆಯುವ ಸಾಧ್ಯತೆ ಹೆಚ್ಚು" ಎಂಬ ಅನುಭವದ ಮಾತು ಹೇಳಿದೆ. "ಮೊದಲೇ ತಿಳಿಸಬಾರದೇನು?" ಎಂದೇನೋ ಗೊಣಗಿಕೊಂಡಂತೆ ಮಾಡಿ ನಾಯಿಮರಿಯನ್ನು ಕಾರಿನಲ್ಲಿ ಬಿಟ್ಟು ಬಂದಳು.

ಒಂದು ಸಾದಾ ಪುಟ್ಟ ಗುಲಾಬಿಯನ್ನು ಬಿಡಿಸಿಕೊಳ್ಳುತ್ತಲೇ ಅಯ್ಯಯ್ಯೋ ಹಾಕಿದಳು. ಅವಳು ಫ್ಯಾಷನ್ ಬ್ಲಾಗರ್ ಅಂತೆ. ಟಿಕ್‌ಟಾಕ್‌ನಲ್ಲಿ ಅವಳಿಗೆ ಎರಡು ಮಿಲಿಯನ್ ಫಾಲೋವರ್‌ಗಳು ಇದ್ದಾರಂತೆ. ತನ್ನ ಫ್ಯಾನ್‌ಗಳ ಜೊತೆಗೆ ನನ್ನ ಪಾರ್ಲರಿನಲ್ಲಿದ್ದ ಅಷ್ಟೂ ಹೊತ್ತೂ ಲೈವ್ ಚಾಟ್ ಮಾಡುತ್ತಿದ್ದಳು. "ಇಂಥ ನೋವನ್ನು ನಾನು ಜೀವಮಾನದಲ್ಲಿ ಅನುಭವಿಸಿರಲಿಲ್ಲ ಗಾಡ್ ಓಹ್ ಗಾಡ್" ಎಂದಳು. "ಡೂ ಯೂ ವಾಂಟ್ ಮೀ ಟು ಸ್ಟಾಪ್ ಮ್ಯಾಮ್?" ಎಂಬ ನನ್ನ ಪ್ರಶ್ನೆಗೆ "ನೋ ನೋ ಗೋ ಅಹೆಡ್. ಐಮ್ ಬ್ರೇವ್. ರೈಟ್ ಗಾಯ್ಸ್?" ಎಂದು ತನ್ನ ಫೋನಿನ ಸ್ಕ್ರೀನನ್ನು ಕೇಳಿದಳು. ಲೈವ್ ಚಾಟಿನಲ್ಲಿದ್ದ ನೂರೈವತ್ತೂ ದನಿಗಳು "ಯೆಸ್ ಕ್ವೀನ್! ಗೋ ಜ್ಯೂಲಿ ಗೋ!" ಎಂದು ಹುರಿದುಂಬಿಸಿದವು.

ಸಂಜೆ ಟ್ರೆವರ್‌ನ ಜೊತೆ ಬ್ರೂಕ್ಲಿನ್ ಬ್ರಿಡ್ಜಿನ ಪಾದಕ್ಕಂಟಿದಂತಿರುವ ಬಿಸ್ಟ್ರೋ ಸಲೋನಿಯಲ್ಲಿ ಕುಳಿತು ನಮ್ಮಿಬ್ಬರಿಗೂ ಇಷ್ಟದ ಪೇಲ್ ಏಲ್ ಬಿಯರಿಗೆ ಆರ್ಡರ್ ಕೊಟ್ಟಾಗಲೂ ಆ ಟೀನೇಜ್ ಹುಡುಗಿ ಪೂರ್ಣವಾಗಿ ನನ್ನ ಮನಸ್ಸಿನಿಂದ ನಿರ್ಗಮಿಸಿರಲಿಲ್ಲ. ನನ್ನ ಅನ್ಯಮನಸ್ಕತೆಯನ್ನು ಅವನು ಗಮನಿಸಿದನೇನೋ.

ಪುನಃ ನನ್ನನ್ನು ಈ ಲೋಕಕ್ಕೆ ಎಳೆವ ಸಾಹಸದಲ್ಲಿ, "ಅದೇಕೆ ಆ ವಿಚಿತ್ರ ಪ್ರಶ್ನೆ ಕೇಳಿದೆ ಬೆಳಿಗ್ಗೆ?" ಅಂದ.

"ಯಾವ ಪ್ರಶ್ನೆ?"

"ಅದೇ ಮುತ್ತಿನ ಮಹತ್ವವನ್ನ ಬಗೆಯೋಕೆ ಹೊರಟಿದ್ದೆಯಲ್ಲ." ತುಂಟ ನಗೆಯರಳಿತ್ತು ಅವನ ಮೇಲ್ತುಟಿಯ ಮೇಲೆ.

"ಹೀಗೆ ಪರಿಹಾಸ್ಯ ಮಾಡಿದರೆ ಬಿಲ್‌ಕುಲ್ ಹೇಳೋದಿಲ್ಲ."

"ಹೇಳಮ್ಮ ತಾಯಿ. ಇಷ್ಟೊಂದು ಗಂಭೀರವಾದರೆ ಹೇಗೆ? ಮುತ್ತಿಗೆ ಅದರದ್ದೇ ಆದ ಮಹತ್ವ ಇರತದೇನು? ಕೊಟ್ಟವರು ಯಾರು, ಪಡೆದುಕೊಂಡವರು ಯಾರು, ಹೇಗೆ, ಎಲ್ಲಿ, ಏಕೆ, ಆ ಹೊತ್ತು ಗಾಳಿಯಲ್ಲಿ ತಾಪಮಾನ ಎಷ್ಟಿತ್ತು ಅನ್ನೋದರ ಮೇಲೆ ಆ ಮುತ್ತಿನ ಕಿಮ್ಮತ್ತು ನಿಗದಿಯಾಗೋದು."

ಎಂದಿನಂತೆ ನಾನು ಅವನ ಮಾತುಗಳಿಗೆ ಪಂಚ್ ಲೈನುಗಳನ್ನು ಸೇರಿಸಿ ಮುಂದುವರೆಸುವ ಉತ್ಸಾಹದಲ್ಲಿರಲಿಲ್ಲ.

"ಅವನು ಮತ್ತೆ ಬಂದಿದ್ದ."

"ಓರ್ಹಾನ್!?"

"ಅವನೇ."

"ಏನಂದೆ? ಇವತ್ತಾದರೂ ಮುಂದುವರೆಯಿತೋ ಇಲ್ಲವೋ ನಿಮ್ಮ ಲವ್ ಸ್ಟೋರಿ?"

"ಅದು ಎಲ್ಲಿ ಶುರುವಾಗಿತ್ತೋ ಅಲ್ಲೇ ನಿಂತಿದೆ."

"ಮುಂದುವರೆಸದಿದ್ದರೆ ಅಲ್ಲಿಯೇ ನಿಂತು ಬಿಡುತ್ತದೆ ಕಿಡ್. ಹುಶಾರು. ನಿಂತ ಗಾಡಿಯ ಚಕ್ರಗಳೇ ಕಿಲುಬುಗಟ್ಟೋದು."

"ಏನು ಹೇಳ್ತಿದೀಯ ನೀನು?"

ಟ್ರೆವರ್‌ನ ದನಿಯಲ್ಲಿ ಇಂದೇಕೋ ಒಂದು ಬಗೆಯ ಲಘುತನವಿದೆ. ನನ್ನ ಮನಸ್ಸು ಇನ್ನೆಲ್ಲೋ ಇರುವ ಹಾಗೆ ಅವನ ಮನಸ್ಸೂ ಬೇರ್‍ಯಾವುದೋ ಕೊರಕಲಿನಲ್ಲಿ ಜುಳು ಜುಳು ಜುಳು ಹರಿಯುತ್ತಿರಬಹುದು. ಅಂತರ್ಜಲವ ಇನ್ನೆಲ್ಲೋ ಹರಿಯಬಿಟ್ಟು ನಾವಿಲ್ಲಿ ಈ ಬಿಸ್ಟ್ರೋ ಸಲೋನಿಯ ಕೆಂಪು ಔಟ್ ಡೋರ್ ಛತ್ರಿಯಡಿಯಲ್ಲಿ ಶೀತಲ ಪೇಲ್ ಏಲ್ ಹೀರುತ್ತ ಕಾಯ ಮಾತ್ರ ಹೊದ್ದು ನಾಲಗೆಯಲ್ಲಿ ನಮ್ಮದಲ್ಲದ ಮಾತುಗಳ ಮೂಡಿಸುತ್ತಿರಬಹುದು.

ಒಂದಿಷ್ಟು ಹೊತ್ತು ಇಬ್ಬರೂ ಮಾತನಾಡಲಿಲ್ಲ. ನ್ಯೂಯಾರ್ಕಿನ ಬ್ರೂಕ್ಲಿನ್ ಪ್ರಾಂತ್ಯವನ್ನು ಅದೋ ಅಲ್ಲಿರುವ ಮ್ಯಾನ್‌ಹ್ಯಾಟನ್ ಪ್ರಾಂತ್ಯಕ್ಕೆ ಸೇರಿಸುವ ಬ್ರೂಕ್ಲಿನ್ ಬ್ರಿಡ್ಜ್ ಎಂಬ ಈ ಬೃಹತ್ ತೂಗು ಸೇತುವೆಯತ್ತ ನಮ್ಮಿಬ್ಬರ ಕಣ್ಣು ನೆಟ್ಟಿದ್ದರೂ ದೃಷ್ಟಿ ಹೊರನೆಟ್ಟಿತ್ತೋ ಒಳಗೋ ನಿಖರವಾಗಿ ಊಹಿಸುವುದು ಕಷ್ಟ. ಜಗತ್ತಿನ ಎಲ್ಲೆಡೆಯಿಂದ ಬಂದು ಸೇತುವೆಯ ಮೇಲೆ ಹೆಜ್ಜೆ ಹಾಕುವ ಐ ಲವ್ ನ್ಯೂಯಾರ್ಕ್ ಶರ್ಟು ತೊಟ್ಟ ಪ್ರವಾಸಿಗರು, ಫಟಾಫಟ್ ಮುಂದೆ ಕುಳಿತವರ ಚಿತ್ರವನ್ನು ಚಾರ್‌ಕೋಲ್‌ನಲ್ಲಿ ಬರೆದು ಕೊಡುವ ಕಲಾವಿದರು, ಕೀಚೈನ್ ಮಾರುವವರು, ಈಸ್ಟ್ ರಿವರ್‌ನ ಫೆರಿಯಲ್ಲಿ ಸನ್‌ಹ್ಯಾಟ್ ತೊಟ್ಟು ತಮ್ಮ ಮೋರೆಯ ಜೊತೆಗೆ ಮ್ಯಾನ್‌ಹ್ಯಾಟನ್ನಿನ ಆಕಾಶ ರೇಖೆಯನ್ನು ಸೆರೆಹಿಡಿಯಲು ಪ್ರಯತ್ನಿಸುವ ಪ್ರಯಾಣಿಕರು ಈ ಸಂಜೆಗೆ ವಿಶಿಷ್ಟ ಪ್ರಭೆಯನ್ನು ದಯಪಾಲಿಸಿದ್ದರು.

ಬಿಯರ್ ಬಹುಕಾಲ ತಣ್ಣಗಿರಲು ಬಿಸ್ಟ್ರೋದವರು ಪ್ರತಿ ಟೇಬಲ್ಲಿನ ಮೇಲೆಯೂ ನವೀನ ಮಾದರಿಯ ಐಸ್‌ಪ್ಲೇಟ್‌ಗಳನ್ನು ಅಳವಡಿಸಿದ್ದರು. ಎರಡೇ ತಿಂಗಳ ಹಿಂದೆ ಬಂದಾಗ ಇರದಿದ್ದ ಈ ಹೊಸ ಸೇರ್ಪಡೆ ಕಂಡು ನಮ್ಮೊಳಗಿನ ಪುಳಕ "ಓಹ್!" ಎಂಬ ಉದ್ಗಾರದೊಂದಿಗೆ ಏಕಕಾಲಕ್ಕೆ ಹೊರಬಂತು.

"ಓರ್ಹಾನ್ ಮತ್ತೆ ಅದನ್ನೇ ಕೇಳಿದನೇನು?"

"ಹೌದು."

"ನಿನಗವನು ಇಷ್ಟ ತಾನೇ?"

"ನನ್ನ ಉತ್ತರ ಗೊತ್ತು ನಿನಗೆ."

"ಮತ್ತೇಕೆ ಹಾಗೆ ಅವನನ್ನ ದೂರ ತಳ್ಳುತ್ತಿದ್ದೀ?"

"ಅದಕ್ಕೂ ಉತ್ತರ ಗೊತ್ತು."

"ಯಾವುದೋ ಕಾಲದಲ್ಲಿ, ಅದ್ಯಾವನೋ ಹೈಸ್ಕೂಲಿನ ಬಾಯ್‌ಫ್ರೆಂಡ್ ಲಫಂಗನಾಗಿದ್ದ ಅಂದ ಮಾತ್ರಕ್ಕೆ ಪ್ರಪಂಚದ ಹುಡುಗರೆಲ್ಲ ನಿನ್ನನ್ನ ಡ್ರಗ್ ಅಡಿಕ್ಷನ್ನಿಗೆ ಹಚ್ಚುತ್ತಾರೆ ಅಂತ ತಿಳಿದಿದ್ದೀಯೇನು?"

"ಓರ್ಹಾನ್ ಇವತ್ತು ಬಂದವನು ತನ್ನ ತೋಳಿನ ಮೇಲಿನ ಬಳ್ಳಿಯ ಮುಂದುವರಿಕೆಯಾಗಿ ಒಂದಿಷ್ಟು ಎಲೆಗಳನ್ನು ಬರೆಸಿಕೊಂಡ. ಅವನ ಇರಾಕಿ ನಾಲಗೆಯಲ್ಲಿ ಅವನಿ ಎಂಬ ನನ್ನ ಪೂರ್ಣ ಹೆಸರು ಅದ್ಹೇಗೆ ಸುಭಗವಾಗಿ ಹೊರಳುತ್ತದಲ್ಲ ಅಂತಲೇ ಆಶ್ಚರ್ಯ ನನಗೆ. ಹಣ ಪಾವತಿಸಿ ಹೊರಟವನು, "ಸೋ ಹೌ ಅಬೌಟ್ ದ್ಯಾಟ್ ಡೇಟ್?" ಅಂತ ಕೇಳಿದ ಎಂದಿನ ಹಾಗೆ. "ಸ್ಟಿಲ್ ನೋ, ಐಮ್ ನಾಟ್ ರೆಡಿ ಯಟ್" ಎಂದುತ್ತರಿಸಿದೆ."

"ಒಳ್ಳೆ ರಾಯನ್ ಗಾಸ್‌ಲಿಂಗ್ ಮೂವಿ ಸ್ಟೋರಿಯ ಹಾಗಿದೆ."

"ಆಗಲೇ ಒಂದು ಹೆಜ್ಜೆ ಮುಂದಿಟ್ಟಿದ್ದು ಅವನು. "ನನಗೇಕೆ ಒಂದು ಚಾನ್ಸ್ ಕೊಟ್ಟು ನೋಡಬಾರದು ನೀನು? ಐ ಕ್ಯಾನ್ ಬಿ ಪ್ರಿಟಿ ಪರ್ಸುವೇಸಿವ್. ಮನವೊಲಿಸುವುದರಲ್ಲಿ ಪ್ರವೀಣ ನಾನು" ಎಂದ. ಪ್ರಯಾಸವಿಲ್ಲದೇ ನಮ್ಮ ಬೆರಳುಗಳು ಬೆಸೆದುಕೊಂಡವು. ಕ್ಯಾನ್ ಐ ಕಿಸ್ ಯೂ ಅಂತ ಪಿಸುನುಡಿದ. ನಾಟ್ ಟುಡೇ ಅಂದೆ. ಲೆಟ್ ಮೀ. ಒಂದು ಉನ್ಮತ್ತ ಮುತ್ತಿನ ಮಹತ್ವ ನಿನಗಿನ್ನೂ ಗೊತ್ತಿಲ್ಲ ಅಂದ. ಅದೇ ಪ್ರಶ್ನೆ ಒಳಗೆ ಉಳಿದು ಹೋಯಿತು."

"ನೀನು ಮುಂದುವರೆಯಲು ಹಿಂಜರೆಯುತ್ತಿರುವ ಕಾರಣ ಏನಂದೆ ನೀನು?"

"ನಿನಗೆ ಗೊತ್ತಿದೆ ಟ್ರೆವರ್."

"ನಾಲ್ಕು ವರ್ಷಗಳೇ ಆಗಿ ಹೋಗಿಲ್ಲವೇ ಅದೆಲ್ಲ ಆಗಿ?"

"ಸಮಯಕ್ಕೆ ಎಲ್ಲವನ್ನೂ ಮಾಯಿಸುವ ಶಕ್ತಿ ಇರುವುದಿಲ್ಲ ಟ್ರೆವರ್."

"ಬುಲ್‌ಶಿಟ್. ಒಂದು ಮಾತು ಹೇಳ್ತೀನಿ ನೋಡು ಏವ್. ನಿನಗಿನ್ನೂ ಇಪ್ಪತ್ತರ ಹರೆಯ. ಈಗಲೇ ಯಾಕೆ ಎಪ್ಪತ್ತೈದು ದಾಟಿದವರ ಹಾಗೆ ಆಡುತ್ತೀ? ಇಡೀ ಬದುಕೇ ರೆಡ್ ಕಾರ್ಪೆಟ್ಟಿನ ಹಾಗೆ ಹರಡಿಕೊಂಡಿದೆ ನಿನ್ನ ಮುಂದೆ. ಎಂಜಾಯ್ ಇಟ್ ಕಿಡ್! ಚಿಟಿಕೆ ಹೊಡೆಯುವಷ್ಟರಲ್ಲಿ ಸಮಯ ಹೇಗೆ ಸರಿದು ಹೋಗುತ್ತದೆ ಗೊತ್ತಿಲ್ಲ ನಿನಗಿನ್ನೂ. ಅವನು ಇಷ್ಟ ಹೌದಿಲ್ಲೋ? ಗೋ ಫಾರ್ ಇಟ್. ವೇರ್ ಯುವರ್ ಹಾರ್ಟ್ ಆನ್ ದ ಸ್ಲೀವ್. ರಿಸ್ಕ್ ಯುವರ್ ಹಾರ್ಟ್."

ಒಂದು ಕ್ಷಣ ಬಿಟ್ಟು ಮುಂದುವರೆಸಿದ. "ಹೃದಯವಿರೋದು ಯಾಕೆ ಮತ್ತೆ? ಆಗಾಗ ಅದು ಬಿರುಕು ಬಿಟ್ಟುಕೊಳ್ಳಬೇಕು, ಒಡೆದು ಹೋಗಬೇಕು. ಮತ್ತೆ ಕೂಡಿಕೊಳ್ಳುತ್ತದೆ. ಇನ್ನೂ ಗಟ್ಟಿಯಾಗುತ್ತದೆ. ಹಾಗೇ ಕಲಿಯೋದು. ಹಾಗೇ ಬದುಕೋದು. ಬಹಳ ಬೆಲೆ ಬಾಳೋದನ್ನ ತಿಜೋರಿಯಲ್ಲಿಟ್ಟು ಬೀಗ ಜಡಿಯಬಾರದು. ದಿನ ಬಳಕೆಗೆ ತೆಗೆದು ಬಿಡಬೇಕು ಅನ್ನೋ ಫಿಲಾಸಫಿಯವನು ನಾನು. ನಿಗಿನಿಗಿ ಉರಿಯುತ್ತ, ಪಟಪಟನೆ ಹೊಡೆದುಕೊಳ್ಳುತ್ತ ಇರಬೇಕು ಹೃದಯ. ಅದನ್ನ ಕವಾಟಗಳ ಸೆರೆಯಿಂದ ಬಿಡಿಸಿ ಹೊರ ತಾ ಮೊದಲು. ಒಬ್ಬ ಕೂದಲು ನೆರೆತ ದೋಸ್ತನಾಗಿ ಇದನ್ನು ಹೇಳಲೇಬೇಕು ಅಂತ ಕಾಯುತ್ತಿದ್ದೆ ಬಹಳ ದಿನಗಳಿಂದ. ಉಳಿದಿದ್ದು ನಿನ್ನಿಷ್ಟ."

ತುಸು ಹಿಂದಕ್ಕೊರಗಿದವನು ಕೆಲ ನಿಮಿಷಗಳು ಕಣ್ಮುಚ್ಚಿ ಕುಳಿತ.

ನನಗೆ ಮತ್ತೆ ಮತ್ತೆ ವೃತ್ತಗಳಲ್ಲಿ ಅದೇ ವಿಷಯ ಮಾತನಾಡಲು ಇಷ್ಟವಿರಲಿಲ್ಲ. ಕಪ್ಪು ಏಪ್ರನ್ ಒಂದನ್ನು ಚೆಲುವಾಗಿ ಸೊಂಟಕ್ಕೆ ಬಿಗಿದುಕೊಂಡ ವೇಟ್ರೆಸ್ ಇನ್ನೆರಡು ಲ್ಯಾಗರ್‌ಗಳನ್ನು ಮುಂದಿಟ್ಟು ಹೋದೊಡನೆಯೇ ನಾನೇ ಮಾತು ಬದಲಿಸಿದೆ.

"ಅದೇನೋ ಮಾತನಾಡಬೇಕು ಅಂದಿದ್ದೆಯಲ್ಲ ಮುಂಜಾನೆ?"

ಈಗ ಅವನ ದೇಹದಲ್ಲಿ ವಿಚಿತ್ರ ಉತ್ಸಾಹವೊಂದು ತುಂಬಿಕೊಂಡಿತು. ಕಿಸೆಯಿಂದ ಕಡು ಹಸಿರು ಬಣ್ಣದ ಪುಸ್ತಿಕೆಯನ್ನು ತೆಗೆದು ನನ್ನ ಮುಖಕ್ಕೆ ಹಿಡಿದ.

"ವಾಟ್ ಈಸ್ ದಿಸ್? ನಿನ್ನ ಪಾಸ್‌ಪೋರ್ಟ್ ಏನು?" ಖುಷಿಯಿಂದ ಚೀರಿದೆ.

"ಡೋಂಟ್ ಜಿಂಕ್ಸ್ ಇಟ್. ತೆರೆದು ನೋಡು."

ಹೌದು. ಇದು ಅವನದೇ ಪಾಸ್‌ಪೋರ್ಟ್ ಆಗಿತ್ತು. ಮೊರಕ್ಕೋ ದೇಶದ್ದು. ತಾನು ಕೆಲಸ ಮಾಡುವ ರೆಸ್ಟೋರೆಂಟಿನ ಓನರ್ ಕಡೆಯಿಂದ ಈ ಪಾಸ್‌ಪೋರ್ಟ್ ಮರಳಿ ಪಡೆಯಲು ಟ್ರೆವರ್ ವರ್ಷಾನುಗಟ್ಟಲೆ ಕಷ್ಟಪಟ್ಟಿದ್ದ.

"ಹೇಗೆ ಸಿಕ್ಕಿತು ಇದು? ಅಷ್ಟು ಸುಲಭವಾಗಿ ನಿಮ್ಮ ಓನರ್ ಬಚ್ಚಿಟ್ಟುಕೊಂಡಿದ್ದ ಪಾಸ್‌ಪೋರ್ಟ್ ತೆಗೆದು ಕೊಟ್ಟುಬಿಟ್ಟನೇನು?"

"ಅದ್ಹೇಗೆ ಕೊಡುತ್ತಾನೆ? ಗನ್ ಪಾಯಿಂಟ್‌ನಲ್ಲಿ ಹೆದರಿಸಿದ ಹಾಗೆ ಇಮ್ಮಿಗ್ರೇಷನ್ ಸರ್ವಿಸ್ ವಿಳಾಸಕ್ಕೆ ಇಮೇಲ್ ಬರೆದು ಸೆಂಡ್ ಬಟನ್ನಿನ ಮೇಲೆ ಬೆರಳಿಟ್ಟು ಹೆದರಿಸಬೇಕಾಯಿತು. ಅರ್ಧಘಂಟೆಯಲ್ಲಿ ಲಾಕರಿಗೆ ಹೋಗಿ ಪಾಸ್‌ಪೋರ್ಟ್ ತಂದುಕೊಟ್ಟ."

"ಇಷ್ಟು ವರ್ಷಗಳಲ್ಲಿ ಮೊದಲೇ ಯಾಕೆ ಮಾಡಲಿಲ್ಲ ನೀನಿದನ್ನ?"

"ನಿವೃತ್ತಿ ಜೀವನಕ್ಕೆ ಸಾಕಾಗುವಷ್ಟು ಹಣ ಸೇರಲಿ ಅಂತ ಸುಮ್ಮನಿದ್ದೆ."

"ಸೋ ಯೂ ಹ್ಯಾಡ್ ಅ ಪ್ಲಾನ್ ಆಲ್ ಅಲಾಂಗ್!"

"ಲೋಕ ಕಲಿಸಿದ ಪಾಠಗಳು!"

"ಫ್ಲೈಟ್ ಯಾವಾಗ ಇದೆ?"

"ನಾಳೆ ಮುಂಜಾನೆಯೇ ಕಿಡ್. ನನ್ನ ಇಡೀ ಊರಿನವರೇ ನನ್ನನ್ನ ಸ್ವಾಗತಿಸೋದಕ್ಕೆ ತಯಾರಾಗಿ ನಿಂತಿದ್ದಾರೆ. ಅಲ್ಲಿ ನನ್ನದೇ ರೆಸ್ಟೊರೆಂಟ್ ಒಂದನ್ನ ತೆರೆಯಲು ಜಾಗವೂ ನಿಗದಿಯಾಗಿದೆ. ಅಮೆರಿಕದಲ್ಲಿ ಇಪ್ಪತ್ತು ವರ್ಷದ ಅನುಭವ ಇರುವವನು ಅಂದರೆ ಸುಮ್ಮನೇ ಏನು? ಕೋಫ್ತಾ, ಹರೀರಾ ಸೂಪಿನ ಜೊತೆಗೆ ಫ್ರೆಂಚ್ ಫ್ರೈಗಳನ್ನೂ, ಬರ್ಗರ್‌ಗಳನ್ನೂ ತಯಾರಿಸಿ ಊರವರನ್ನು ಬೆಚ್ಚಿ ಬೀಳಿಸುತ್ತೇನೆ ನೋಡುತ್ತಿರು!" ಎಂದ.

ಇದರ ಅರ್ಥ ಏನೆಂದು ನಿಧಾನಕ್ಕೆ ಅರಿವಾಗತೊಡಗಿತು ನನಗೆ. ಅಂದರೆ ಟ್ರೆವರ್ ಹೊರಡುತ್ತಿದ್ದಾನೆ. ಖಂಡಗಳ ದಾಟಿ. ಒಮ್ಮೆ ಅವನು ಆ ವಿಮಾನ ಹತ್ತಿದನೆಂದರೆ ಮತ್ತೆಂದೂ ಅಮೆರಿಕಕ್ಕೆ ಮರಳುವ ಹಾಗಿಲ್ಲ. ವೀಸಾ ಅವಧಿ ಮುಗಿದ ಮೇಲೆಯೂ ದೇಶದಲ್ಲಿ ಅನಧಿಕೃತವಾಗಿ ಉಳಿದುಕೊಂಡವರ ಹೆಸರುಗಳನ್ನು ಅಮೆರಿಕದ ಇಮಿಗ್ರೇಷನ್ ತಡವಿಲ್ಲದೇ ಬ್ಲಾಕ್ ಮಾಡುತ್ತದೆ. ಮುಂದೆ ಎಷ್ಟೇ ಬಾರಿ ವೀಸಾಕ್ಕೆ ಅಪ್ಲಯ್ ಮಾಡಿದರೂ ಅದು ನಿಷ್ಪ್ರಯೋಜಕ.

"ಸೋ ಯೂ ಆರ್ ಗೋಯಿಂಗ್! ಐ ಮೀನ್, ಗೋಯಿಂಗ್ ಗೋಯಿಂಗ್!"

ನನ್ನ ಕಣ್ಣಂಚಿನಲ್ಲಿ ಗೊತ್ತಾಗದೇ ನೀರು ಹನಿಸಿರಬಹುದೇನೋ.

"ಓಹ್ ಡೋಂಟ್ ವರಿ ಕಿಡ್. ಜಗತ್ತು ಎಷ್ಟು ಚಿಕ್ಕದು ಗೊತ್ತೇನು? ನಿನಗೆ ಮುಂದೊಮ್ಮೆ ವರ್ಲ್ಡ್ ಟೂರ್ ಮಾಡುವ ಆಸೆಯಿದೆಯಲ್ಲ. ಮೊರಕ್ಕೋದಲ್ಲಿ ಒಂದು ಪೂರ್ತಿ ತಿಂಗಳು ಉಳಿವ ಹಾಗೆ ಪ್ಲಾನ್ ಮಾಡುವಿಯಂತೆ..." ಮಾತನಾಡುತ್ತ ಅವನ ದನಿಯೇ ತೇವಗೊಳ್ಳತೊಡಗಿದಂತೆ ಸುಮ್ಮನಾದ.

ಯಾಕೋ ಬಹಳ ಹೊತ್ತು ಇಬ್ಬರಲ್ಲೂ ಮಾತು ಮೂಡಲಿಲ್ಲ. ಯಾವುದೋ ಒಂದು ಸರಪಳಿ ಹರಿದುಹೋದ ಹಾಗೆ. ಅಥವಾ ಇನ್ಯಾವುದೋ ಸರಪಳಿ ಮತ್ತೂ ಗಟ್ಟಿಗೊಳ್ಳುತ್ತಿತ್ತೇ? ಸುಮ್ಮನೇ ಕುಳಿತಿರುವುದಕ್ಕೂ ಒಂದು ಅರ್ಥ ಹುಡುಕಲು ಹೊರಟು ನಿರಾಶೆಗೊಂಡೆ. ಅವನಿಗೂ ಹಾಗೆಯೇ ಅನ್ನಿಸಿರಬಹುದೇನೋ.

"ಆಲ್‌ರೈಟ್ ಏವ್, ನಾನು ಹೇಳಿದ್ದು ನೆನಪಿರಲಿ. ಗುಡ್ ಲಕ್ ವಿಥ್ ಯುವರ್ ಲೈಫ್" ಎಂದು ಮುಂದೆ ಬಾಗಿ ಅಪ್ಪಿದವನೇ ಟ್ರೆವರ್ ತೀರಾ ಸಹಜವೆಂಬಂತೆ ನನ್ನ ತುಟಿಗೆ ಮುತ್ತಿಟ್ಟ. ಮರುಕ್ಷಣವೇ ಹೌದೋ ಅಲ್ಲವೋ ಎಂಬಂತೆ ಮೃದುವಾಗಿ ಎರಡು ಬಾರಿ ಕೆಳತುಟಿಗಳನ್ನು ಮುದ್ದಿಸಿದ.

ಹುಟ್ಟಿದ ಇಪ್ಪತ್ತೆರಡು ವರ್ಷಗಳಲ್ಲಿ ಈ ಲೋಕ ಕಲಿಸಿದ ಪಾಠಗಳನ್ನು ಆಳೆದು ತೂಗಿ ನ್ಯಾಯವಾಗಿ ನೋಡಿದರೆ ನನಗೆ ಆ ಕ್ಷಣ ಕೋಪ ಬರಬೇಕಿತ್ತು. ಅಥವಾ ಅವಮಾನ, ಜಿಗುಪ್ಸೆ, ಹಿಂಸೆಗಳಲ್ಲಿ ಏನಾದರೊಂದು ಅನುಭವಕ್ಕೆ ಬರಬೇಕಿತ್ತು. ಆದರೆ ಇಲ್ಲಿ, ಸಾವಿರಾರು

ಜೀವಗಳು ಕ್ಷಣಮಾತ್ರದಲ್ಲಿ ಸರಿದು ಹೋಗುವ ಈ ಈಸ್ಟ್ ರಿವರ್‌ನ ದಂಡೆಯಲ್ಲಿ, ನಮ್ಮದೇ ದ್ವೀಪವ ಸೃಷ್ಟಿಸಿದ ಕೆಂಪು ಛತ್ರಿಯ ನೆರಳಿನಲ್ಲಿ ಒಂದು ಕ್ಷಣ ನನ್ನ ಎದೆ ಬೆಚ್ಚಗಾಯಿತು. ರೂಢಿಯಿಂದೆಂಬಂತೆ "ಸೀ ಯೂ ಸೂನ್..." ಎಂದುಸುರಿದೆ.

ನಕ್ಕು ಟ್ರೆವರ್ ಇನ್ನೊಮ್ಮೆ ಕೈಕುಲುಕಿದ. ನಂತರ ಆ ಒಂದು ಕ್ಷಣಕ್ಕೂ ತನಗೂ ಲೌಕಿಕವಾದ ಯಾವ ಸಂಬಂಧವೂ ಇಲ್ಲದಂತೆ ಬಿಸ್ಟ್ರೋಗೆ ಬೆನ್ನು ಮಾಡಿ ತನ್ನ ಎಂದಿನ ಸಾವಧಾನದ ನಡಿಗೆಯಲ್ಲಿ ಸಾಗತೊಡಗಿದ. ಟ್ರೆವರ್‌ನ ಕೊನೆಯ ಚಿತ್ರವನ್ನು ಆ ಕ್ಷಣ ನನ್ನ ಸ್ಮೃತಿಪಟಲದಲ್ಲಿ ಹಿಡಿದಿಟ್ಟುಕೊಳ್ಳಲು ಪ್ರಯತ್ನಿಸಿದೆ. ನನ್ನ ಕೆಳತುಟಿಯ ಮೇಲೆ ಟ್ರೆವರ್ ಉಳಿಸಿಹೋದ ಪೇಲ್ ಏಲ್‌ನ ಒಗರು ಸಿಹಿ ಇನ್ನೂ ಹಾಗೆಯೇ ಉಳಿದಿತ್ತು.

"ಅಧರ ತಾಗಿದ ರುಚಿಯ, ಉದರ ತಾಗಿದ ಸುಖವ..." ಅಮ್ಮ ಕಲ್ಯಾಣಿಯಲ್ಲಿ ಹಾಡತೊಡಗಿದಂತೆ ಇನ್ನೆಂದೂ ಸ್ಪರ್ಶಕ್ಕೆ ಸಿಗದ ಟ್ರೆವರ್‌ನ ಅದೃಶ್ಯ ತೋಳುಗಳ ಮೇಲೆ ಎರಡು ತುಟಿಗಳು ಮೃದುವಾಗಿ ಬೆಸೆಯುವ ಮಾಟವಾದ ಹಚ್ಚೆಯೊಂದು ನಿಧಾನಕ್ಕೆ ನನ್ನೊಳಗೆ ರೂಪಗೊಳ್ಳತೊಡಗಿತು.

□□□

ಬರೆಯಲಾಗದ ಕತೆ

ಸಂಪಾದಕರು ಕತೆ ಕೇಳಿದ್ದಾರೆ. ಏನಿದು? ದೀಪಾವಳಿಯೇ ಯುಗಾದಿಯೇ? ಇತ್ತೀಚೆಗೆ ಸಂಕ್ರಾಂತಿಯ ವಿಶೇಷ ಸಂಚಿಕೆಯನ್ನೂ ತಯಾರು ಮಾಡುವ ಹುಕಿ ಬಂದಿದೆಯಲ್ಲವೇ ಪತ್ರಿಕೆಯವರಿಗೆ! ಪಾಪ ಅವರ ಕಷ್ಟ ಅವರಿಗೆ. ಸಾಲದ್ದಕ್ಕೆ ಎರಡು ದಿನಗಳ ಡೆಡ್‌ಲೈನು ಬೇರೆ ನೀಡಿದ್ದಾರೆ. ಎರಡು ದಿನಗಳಲ್ಲಿ ಕತೆಯೊಂದನ್ನು ಬರೆಯಬಹುದೇ? ಎರಡು ಘಂಟೆ ಎತ್ತಿಟ್ಟು ಬಟಾಟೆ ವಡೆ ಮಾಡಿದ ಹಾಗೆಯೇ ಅದು? ಇರಬಹುದು. ಬಟಾಟೆ ವಡೆ ಮಾಡುವುದೇನು ಕಡಿಮೆ ಕಷ್ಟವೇ?

"ಒಂದು ಕತೆ ತಲೆಯಲ್ಲಿದೆ. ಬರೆದು ಕಳಿಸೋದಷ್ಟೇ. ನಿಮಗೆ ಚಿಂತೆ ಬೇಡ" ಅಂತ ಇಮೇಲ್ ಬರೆದು ಮಾತು ಮುಗಿಸಿದೆ. ಸಂಪಾದಕರು ಪ್ರಸನ್ನರಾದರು. ಈಗ ನನಗೆ ಎರಡು ದಿನಗಳ ಗಡವು ಹೊಸದೇನನ್ನಾದರೂ ಹುಟ್ಟಿಸಲು.

ಒಬ್ಬಳು ಹೆಂಗಸಿರುತ್ತಾಳೆ. ಕತೆ ಬರೆಯುತ್ತಾಳೆ ಪತ್ರಿಕೆಗಳಿಗೆ ಆಗಾಗ. ಸಂಪಾದಕರು ಆಕೆಗೆ ಡೆಡ್‌ಲೈನ್ ಒಂದನ್ನು ಕೊಟ್ಟಿದ್ದಾರೆ. "ಕಳಸ್ತೀನಿ ಬಿಡಿ ಸಾರ್. ನೋ ಪ್ರಾಬ್ಲೆಮ್" ಅಂತ ಒಪ್ಪಿಕೊಳ್ಳುತ್ತಾಳೆ.

ಎಷ್ಟಿರಬಹುದು ಅವಳ ವಯಸ್ಸು? ಮೂವತ್ತೈದು ಅಂತಿಟ್ಟುಕೊಳ್ಳುವಾ. ಛೇ, ಈಗಷ್ಟೇ ಹಿಂದಿನ ಕತೆಯಲ್ಲಿ ಮೂವತ್ತೈದು ವರ್ಷದ ಹೆಂಗಸನ್ನೇ ತಂದಿದ್ದೇನೆ ಅಲ್ಲವೇ! ಮತ್ತೆ ರಿಪೀಟ್ ಆಗೋದು ಬೇಡ. ಸುಮಾರು ಇಪ್ಪತ್ತೈದು ಅಂದರೆ ಹೇಗೆ? ಊಹೂಂ, ಬಹಳ ಎಳಸಾಯಿತು. ಇಪ್ಪತ್ತೊಂಬತ್ತು? ತಥ್, ಈ ಇಪ್ಪತ್ತರೋರ ಸಹವಾಸವೇ ಬೇಡ. ಇಡೀ ಜಗತ್ತೇ ತಮ್ಮ ಕಾಲಡಿಯಲ್ಲಿ ಈಗಷ್ಟೇ ಬಿಚ್ಚಿದ ವಸ್ತ್ರದ ಹಾಗೆ ಗೋಲಕೆ ಮುದುರಿ ಬಿದ್ದಿರುತ್ತದೆ, ತುಳಿದರೆ ತುಳಿಸಿಕೊಳ್ಳುತ್ತದೆ, ಒದ್ದರೆ ಒದಿಸಿಕೊಳ್ಳುತ್ತದೆ ಎನ್ನುವ ಉಪೇಕ್ಷೆ ಇರುತ್ತದೆ ಆ ವಯದವರ ಮನೋಲೋಕದಲ್ಲಿ. ಹೋಗಲಿ ನಲವತ್ತು? ನಲವತ್ತೆರಡು?

ನಲವತ್ತಾರು ಅಂದುಕೊಂಡ ಹೊತ್ತಿಗೆ ಮತ್ತೆ ನನ್ನ ವಯಸ್ಸಿಗೇ ಮರಳಿ ಇದು ಬಗೆಹರಿಯುವ ಸಮಸ್ಯೆಯೇ ಅಲ್ಲ ಅನ್ನಿಸಿತು.

ನನಗೆ ನನ್ನದೇ ವಯಸ್ಸಿನವರ ಕತೆ ಬರೆಯಲು ಇಷ್ಟವಿಲ್ಲ. ಅದೊಂಥರಾ ಇಡೀ ದಿನ ಅನುಭವಕ್ಕೆ ಬಂದ ವಿವರಗಳನ್ನೇ ರಾತ್ರಿ ಕನಸಿನಲ್ಲಿಯೂ ಕಂಡ ಹಾಗೆ. ಹಾಳಾಗಿ ಹೋಗಲಿ ಈ ಹೆಂಗಸು ಮತ್ತಿವಳ ಕತೆ ಅಂತ ಒಮ್ಮೆ ತಲೆ ಕೊಡವಿಕೊಂಡೆ. ಅಲ್ಲಿಗೆ ನನ್ನ ಫೋಕಸ್ಸನ್ನು ಇನ್ನೊಂದೆಡೆಗೆ ತಿರುಗಿಸಬೇಕಾಯಿತು.

ಒಬ್ಬ ಮಾಸ್ತರರ ಕತೆ ಬರೆದರೆ ಹೇಗೆ? ಬೇಡ. ಕನ್ನಡ ಸಾಹಿತ್ಯದಲ್ಲಿ ಮಾಸ್ತರರ ಕತೆಗಳೇನು ಕಡಿಮೆ ಇವೆಯೇ? ಒಬ್ಬ ಹೊಸ ತಾಯಿ? ಬೇಡ, ಬೋರ್ ಹೊಡೆಸಬಹುದು. ವಿಚಿತ್ರವಾದ ಏನಾದರೊಂದು ಘಟಿಸಬೇಕು. ಹಾಗಂತ ಎಲೆಗಳು ಮಾತನಾಡುವುದ ಕೇಳಿಸಿಕೊಂಡೆ ಅಂತ ಬರೆಯಲಾಗುವುದಿಲ್ಲ. ನೈಜತೆಯಿಂದಲೂ ಕೂಡಿರಬೇಕು. ಒಂದೂರಿನಲ್ಲಿ ಒಬ್ಬಳು ಹೆಂಗಸಿದ್ದಳು, ಅವಳು ಉಗುರುಗಳಿಂದ ಬೆವರುತ್ತಿದ್ದಳು ಅಂತ ಕತೆಯನ್ನು ಶುರು ಮಾಡಲಾಗುವುದಿಲ್ಲ. ತಂತಾನೇ ಕಳಚಿ ಬಿದ್ದ ಅವಳ ಚರ್ಮದ ತುಣುಕುಗಳು ನೆಲ ಮುಟ್ಟುತ್ತಲೇ ನೆತ್ತರ ಹನಿಗಳಾಗಿಬಿಡುತ್ತಿದ್ದವು ಅಂತ ಹೇಳಿದರೆ ಮುಂದಿನ ವಾಕ್ಯದಲ್ಲೇ ಅದಕ್ಕೊಂದು ಸ್ಪಷ್ಟ ವಿವರಣೆ ನೀಡಲೇಬೇಕಾಗುತ್ತದೆ.

ಕತೆಯೊಂದರಿಂದ ಮಹಾ ಏನನ್ನೂ ಸಾಧಿಸಲಾಗುವುದಿಲ್ಲ ಅಂತ ನಾನು ಹೇಳಿದೆನೆಂದರೆ ಸಾಹಿತ್ಯ ವಲಯದ ಎಲ್ಲೆಡೆಯಿಂದ ನನ್ನ ಕಪಾಳಕ್ಕೆ ಛಟಛಟೀರನೆ ಏಟುಗಳು ಬಂದು ಬೀಳುತ್ತವೆಯೆಂದು ಗೊತ್ತಿದೆ ನನಗೆ. "ನಾವೇನು ಡಾಕ್ಟರುಗಳೇ, ಸೈನಿಕರೇ, ಇಲ್ಲಾ ಪ್ರಭಾವೀ ರಾಷ್ಟ್ರಗಳ ನಾಯಕರೇ? ನಮ್ಮ ಕೃತ್ಯದಿಂದ ಜೀವಗಳು ಉಳಿಯುತ್ತವೆ ಇಲ್ಲಾ ಉರುಳುತ್ತವೆ ಅಂತ ಹೆಮ್ಮೆಪಡಲು? ನಾವು ಮಾಡ್ತಿರೋದು ಅಬ್ಬೇಪಾರಿಗಳು ಸಮಯ ಕಳಿಯೋಕೆ ಮಾಡೋ ಕೆಲಸ ಅಷ್ಟೇ" ಅಂದುಬಿಟ್ಟಿದ್ದೆ ಲಿಟರರಿ ಫೆಸ್ಟಿವಲ್ಲಿನ ಪ್ಯಾನಲ್ ಒಂದರಲ್ಲಿ. ನನ್ನ ಜೊತೆಗಿದ್ದ ಸಹ ಪ್ಯಾನಲಿಸ್ಟುಗಳು, ಸಭಿಕರು ಡಗಡಗಡಗಡಗ ಅಂತ ನನ್ನ ಮೇಲೆ ಗುಂಡು ಹಾರಿಸೋದಷ್ಟೇ ಬಾಕಿಯಿತ್ತು. ನಾನು ಅಂದು ಆನ್‌ಲೈನಿನಲ್ಲಿ ಪಾಲ್ಗೊಂಡಿದ್ದಕ್ಕೆ ಬಚಾವಾದೆ ಅನ್ನಬಹುದು.

ಮುಂದಿನ ಸಾಲಿನಲ್ಲಿ ಕುಳಿತ ಹಿರಿಯರೊಬ್ಬರು ಎದ್ದು ನಿಂತು, "ಅದು ಹಾಗಲ್ಲ. ವೈದ್ಯ ಒಂದು ಕಾಲಕ್ಕೆ ಒಬ್ಬ ರೋಗಿಯನ್ನು ಮಾತ್ರ ಉಳಿಸಬಹುದು. ಆದರೆ ಕಥೆಗಾರ ಹಾಗಲ್ಲ. ಕತೆ ಕಾಲವನ್ನು ಮುನ್ನಡೆಸುತ್ತದೆ. ಕತೆಯೊಂದರಿಂದ ಒಂದು ಜನಜೀವನವನ್ನೇ ಬದಲಿಸಿಬಿಡಬಹುದು, ಹಿಗ್ಗಿಸಬಹುದು, ಕುಗ್ಗಿಸಬಹುದು" ಅಂತೇನೋ ಹೇಳಲು ತೊಡಗಿದ್ದರು.

"ಇಡೀ ಜಗತ್ತೇ ಕತೆಯ ಮೇಲೆ ನಿಂತಿದೆ. ವಿಜ್ಞಾನವೆಂದರೆ ಏನು ಮತ್ತೆ? ಅದೂ ಒಂದು ಫಿಕ್ಷನ್ ತಾನೇ? ಹೀಗ್ಹೀಗೆ ಇಂತಿಂಥ ಲೆಕ್ಕಾಚಾರದ ಪ್ರಕಾರ ಸೂರ್ಯನ ಸುತ್ತ ಗ್ರಹಗಳು ಸುತ್ತುತ್ತವೆ, ಹೀಗ್ಹೀಗೆ ಬೀಜ ನೆಟ್ಟರೆ ಅದು ಗಿಡವಾಗಿ ಮರವಾಗುತ್ತದೆ ಎಂಬುದೆಲ್ಲ ಏನು? ಇವೆಲ್ಲ ಕತೆಗಳೇ. ನಾವು ಕಟ್ಟಿಕೊಂಡಿರುವ, ನಮ್ಮ ಗ್ರಹಿಕೆಗೆ ದಕ್ಕಿರುವ ಕತೆಗಳು. ಹೀಗಿರುವಾಗ

ಕತೆ ಮುಖ್ಯವಲ್ಲ ಅಂತ ಹೇಗೆ ಹೇಳೋದು? ಮಿಸ್ ರೋಹಿಣಿಯವರು ನಮ್ಮನ್ನೆಲ್ಲ ಅಪಾಪೋಲಿಗಳು ಅಂತ ಕರೆದು ಅವಮಾನ ಮಾಡಬಹುದೇ?" ಅಂತ ಇನ್ನೊಂದು ದನಿ ಪ್ಯಾನಲ್‌ನಿಂದಲೇ ಬಂತು.

"ಅಪಾಪೋಲಿ ಅಲ್ಲ. ಅಬ್ಬೇಪಾರಿಗಳು ಅಂದದ್ದು ಅವರು."

"ಅಲ್ಲ ಮಿಸ್ ರೋಹಿಣಿಯವರು ಹಾಗನ್ನೋದು ಸಹಜವೇ. ಅವರು ಅವರ ಬರೆವಣಿಗೆಯ ಬಗ್ಗೆ ಮಾತ್ರ ಮಾತನಾಡುತ್ತಿರಬಹುದು. ಇಂಥ ಗಂಭೀರ ಸೆಷನ್ನಿನಲ್ಲಿ ಅವರನ್ನು ಸೇರಿಸಿಕೊಂಡಿದ್ದೇ ತಪ್ಪು" ಅಂದರು ಮತ್ತೊಬ್ಬರು.

ನನ್ನ ಜೊತೆಗೆ ನನ್ನ ಬರಹಗಳ ಮೇಲೂ ಬಾಂಬುಗಳು ಬಂದು ಬೀಳತೊಡಗಿದ್ದನ್ನು ಕಂಡು ಕಕ್ಕಾಬಿಕ್ಕಿಯಾದ ಸಂಘಟಕರು ಸದ್ದಿಲ್ಲದೇ ನನ್ನನ್ನು ಸೆಷನ್ನಿನಿಂದ ಹೊರ ಹಾಕಿದ್ದರು. ಅಂದಿನಿಂದ ಇಂಥ ಲಿಟರರಿ ಫೆಸ್ಟಿವಲ್ಲುಗಳಿಗೆ ಕರೆ ಬರುವುದು ನಿಂತಿದೆ. ಅವವೇ ಸಮ್ಮೇಳನಗಳಿಗೆ ಹೋಗಿ ಅದದೇ ತೌಡು ಕುಟ್ಟುವುದರಿಂದ ಮುಕ್ತಿ ದೊರೆತು ನಾನೂ ನೆಮ್ಮದಿಯಾಗಿದ್ದೇನೆ.

ನಮ್ಮ ಸಂಪಾದಕರೂ ವಿಶೇಷಾಂಕಕ್ಕಾಗಿ ಕತೆಯನ್ನು ನನ್ನ ಬಳಿಯೇ ಮೊದಲು ಕೇಳಿಲ್ಲವೆಂಬ ಸತ್ಯ ಗೊತ್ತಿದೆ ನನಗೆ. ಅವರು ಇನ್ಯಾರನ್ನೋ ಕೇಳಿ ಎರಡು ತಿಂಗಳ ವಿಸ್ತಾರವಾದ ಗಡುವನ್ನು ನೀಡಿರುತ್ತಾರೆ. ಆ ಲೇಖಕರು ಇನ್ನೇನು ಕೊಟ್ಟೆ, ಕೊಟ್ಟೇಬಿಟ್ಟೆ ಅಂತ ಸತಾಯಿಸಿ ಕಡೇ ಕ್ಷಣದಲ್ಲಿ, "ಸಾಧ್ಯವೇ ಇಲ್ಲ ಸಾರ್. ಈ ಹೊತ್ತು ನಾನು ಕತೆ ಬರೆಯುವ ಆ ಝೋನಿನಲ್ಲಿಲ್ಲ" ಅಂತ ಕೈ ಎತ್ತಿ ಬಿಟ್ಟಿರುತ್ತಾರೆ. ನಮ್ಮ ಸಂಪಾದಕರು ಕಂಗಾಲಾಗಿ ಕೊನೇ ಕ್ಷಣದಲ್ಲಿ ಸ್ಪೇಸ್ ತುಂಬುವುದು ಹೇಗೆಂದು ತಿಳಿಯದೇ ಈಕೆಗೆ ಕೊಟ್ಟರೆ ಎರಡು ದಿನಗಳಲ್ಲಿ ಏನಾದರೊಂದನ್ನು ಗೀಚಿ ಕೊಡುತ್ತಾಳೆ ಅಂತ ನನಗೆ ಮೆಸೇಜು ಒತ್ತಿರುತ್ತಾರೆ.

ಆ ಕುರಿತು ನನಗೇನೂ ಬೇಜಾರಿಲ್ಲ. ಕತೆಯೊಂದನ್ನು ಬರೆಯಲು ಮೂಡು, ಝೋನು, ಸ್ಫೂರ್ತಿ ಇವೆಲ್ಲ ಬೇಕೆಂದು ಕಾಯುವ ತಿಮಿರು ನನಗಿಲ್ಲ. ಒಂದು ಖಾಲಿ ಹಾಳೆ. ಅದರ ಮೇಲೆ ಅದೆಲ್ಲಿಂದಲೋ ಬಂದು ಪುತಪುತನೆ ಉದುರುವ ಅಕ್ಷರಗಳು. ಪದಪದಗಳ ನಡುವೆ, ವಾಕ್ಯಗಳ ಇಕ್ಕೆಲದಲ್ಲಿ ಅಲ್ಲಲ್ಲೇ ಜನಿಸುವ ಅರ್ಥಗಳು, ಒಂದು ಸ್ವರದಿಂದ ಇನ್ನೊಂದು ಸ್ವರಕ್ಕೆ ವೀಣೆ ತಂತಾನೇ ಶ್ರುತಿಗೊಂಡ ಹಾಗೆ. ಓದಿದ್ದು ಕೇಳಿದ್ದು ಜೀವಿಸಿದ್ದು ಎಲ್ಲ ಸೇರಿ ಇನ್ನೇನೋ ಆಗಿ ಮಿಳಿತಗೊಂಡು ಒಸರುವ ಧಾರೆ ಧಾರೆ ಧಾರೆ ಈ ಶಬ್ದಗಳು. ಇವು ಹುಟ್ಟಿಸುವ ಕಂಪನ ನನಗೆ ಇಷ್ಟ. ಅವು ನೀಡುವ ಅಭಯವಿಷ್ಟ. ಹೀಗಾಗಿ ಯಾರೇ ಏನೇ ಬರೆಯಲು ಕೇಳಿದರೂ ತೀರ ಅಂಥ ತಲೆ ಹೋಗುವ ಕೆಲಸವಿಲ್ಲದೇ ನಾನವರಿಗೆ ಇಲ್ಲ ಅನ್ನುವುದಿಲ್ಲ.

ಬರೆವಣಿಗೆ ಒಬ್ಬೊಬ್ಬರಿಗೆ ಒಂದೊಂದು ಬಗೆಯ ಸುಖವನ್ನು ನೀಡುತ್ತದೆ. ಒಬ್ಬರಿಗೆ ಅದು ಬಿಡುವಿನಲ್ಲಿ ಸಮಯ ಕಳೆಯಲು ತೊಡಗಿಕೊಳ್ಳುವ ಹವ್ಯಾಸವಾದರೆ, ಇನ್ನೊಬ್ಬರಿಗೆ ಅದು ಬದುಕೇ ಆಗಿರಬಹುದು. ಇನ್ಯಾರಿಗೋ ಓದು– ಬರಹದ ನೆಪದಲ್ಲಿ ಪರರ ಸ್ನೇಹ ಸಂಪಾದಿಸುವ, ಒಂದಿಷ್ಟು ಪಾಕೆಟ್ ಮನಿ ದುಡಿದುಕೊಳ್ಳುವ ಮಾರ್ಗವಾದರೆ, ಮತ್ಯಾರಿಗೋ

ಅದು ಬದುಕನ್ನು ಹತ್ತಿರದಿಂದ ಕಂಡುಕೊಳ್ಳಬಹುದಾದ ಲೆನ್ಸ್ ಆಗಿರಬಹುದು. ಓದುಗರೂ ಹಾಗೇ. ಓದು ಒಬ್ಬೊಬ್ಬರಿಗೆ ಒಂದೊಂದು ರೀತಿಯ ತೃಪ್ತಿಯನ್ನು ಕೊಡಮಾಡುತ್ತದೆ, ನಮನಮಗೆ ಬೇಕಾದಷ್ಟನ್ನು ಮಾತ್ರ ನಾವು ಎತ್ತಿಕೊಳ್ಳುತ್ತೇವೆ.

ನನಗೆ ಕತೆ ಬರೆಯುವುದೆಂದರೆ ಥೆರಪಿಯ ಹಾಗೆ. ನ್ಯೂಯಾರ್ಕ್ ಹೊರವಲಯದಲ್ಲಿರುವ ಒಂದು ಸಾಫ್ಟ್‌ವೇರ್ ಕಂಪನಿಯಲ್ಲಿ ನಾನು ಕೆಲಸ ಮಾಡುತ್ತೇನೆ. ಕೆಲಸದ ಸುಸ್ತನ್ನೂ, ಟ್ರಾಫಿಕ್ ಗದ್ದಲವನ್ನೂ, ಹತ್ತಿರದ ಸ್ನೇಹಿತರ್ಯಾರೂ ಇಲ್ಲದಂತೆ ಕಟ್ಟಿಕೊಂಡಿರುವ ನನ್ನಾಳದ ಒಂಟಿತನವನ್ನೂ ದಾಟಲು ನನಗೆ ದಕ್ಕಿರುವ ಹಾಯಿದೋಣಿ ಇದೊಂದೇ.

ಬರೀ ಮೇಲು ಮೇಲಿನ ಪ್ರೇಮ ಕತೆಗಳನ್ನು ಮಾತ್ರ ಬರೆಯುತ್ತಾಳೆ ಎಂಬ ದೂರಿದೆ ನನ್ನ ಮೇಲೆ ಅಂತ ಗೊತ್ತು. ಅದಕ್ಕೇನೂ ನನಗೆ ಬೇಜಾರಿಲ್ಲ. ಬರವಣಿಗೆಯಿಂದ ಹೆಚ್ಚಿನದೇನನ್ನೋ ದಕ್ಕಿಸಿಕೊಳ್ಳಬೇಕೆಂಬ ಛಲ ನನಗಿಲ್ಲ ಎಂಬುದಷ್ಟೇ ಈ ಫಿರ್ಯಾದಿಗೆ ನನ್ನ ಉತ್ತರವೇನೋ.

ತಡರಾತ್ರಿಯ ನೀರವದಲ್ಲಿ ನಾನು ಸದ್ದಾಗದ ಹಾಗೆ ಕಿಟಕಿಯ ಪರದೆ ಮುಚ್ಚಬೇಕು. ಕಿಚನ್ನಿನಿಂದ ಥರ್ಮಸ್ಸಿನಲ್ಲಿ ತಂದ ಕಾಫಿಯನ್ನು ನಿಧನಿಧಾನಕ್ಕೆ ಪುಟ್ಟ ಕಪ್ಪಿನಲ್ಲಿ ಬಗ್ಗಿಸಿಕೊಳ್ಳಬೇಕು. ಆಗ ನನ್ನ ಕೋಣೆ ಕಾಫಿಯ ಘಮವನ್ನು ತೆಳುವಾಗಿ ಹೊದ್ದುಕೊಳ್ಳುತ್ತದೆ. ನಾನು ಬಹಳ ಅರ್ಜಂಟಿದ್ದರೆ ಕಂಪ್ಯೂಟರನ್ನು ತೆರೆದೋ, ಇಲ್ಲದಿದ್ದರೆ ಎ-ಫೋರ್ ಹಾಳೆಗಳನ್ನು ಪೇರಿಸಿಟ್ಟುಕೊಂಡೋ ಬಾವಿಯ ಜಾರುಗಲ್ಲುಗಳನ್ನು ಅಂಟಂಟು ಕಾಲ್ಗಳಲ್ಲಿ ಮುತುವರ್ಜಿಯಿಂದ ಇಳಿಯುತ್ತಾರಲ್ಲ ಹಾಗೆ ಕಾಫಿಯ ಘಮಲಿನ ಜೊತೆಗೆ ನಿಧನಿಧಾನಕ್ಕೆ ಈ ಅಕ್ಷರಲೋಕದಲ್ಲಿ ಇಳಿಯಬೇಕು. ಖಾಲಿ ಕಾಗದದ ಮುಂದೆ ದೈನ್ಯಳಾಗಿ ಕುಳಿತು, "ನೀನು ಕೊಟ್ಟಷ್ಟನ್ನು ತೆಗೆದುಕೊಳ್ಳುತ್ತೇನೆ" ಅಂತ ಅರಿಕೆ ಮಾಡಿಕೊಳ್ಳಬೇಕು.

ಮತ್ತು ಇದನ್ನೆಲ್ಲ ನನ್ನ ಅರಿ ಮಲಗಿದ ಮೇಲೆ ಮಾಡಬೇಕು.

■

ಅರಿ ನನ್ನ ಇಪ್ಪತ್ತು ವರ್ಷದ ಕೂಸು. ಅವನನ್ನು ಕೂಸು ಎನ್ನದೇ ಇನ್ನೇಗೆ ಕರೆದರೂ ಸೂಕ್ತವಲ್ಲ ಅಂತಲೇ ನನಗನ್ನಿಸುವುದು. ಈಗ ನಾನು ತೊಟ್ಟಿರುವ ವಸ್ತ್ರದ ಹೆಗಲ ಭಾಗಕ್ಕೆ ಮೂಗಿಟ್ಟರೂ ಅವನ ಬೇಬಿ ಲೋಷನ್ನಿನ ಸಿಹಿ ವಾಸನೆ ಕಾಫಿಯ ಪರಿಮಳವನ್ನೂ ಮೀರಿ ನನ್ನ ಜೀವವನ್ನಾವರಿಸುತ್ತದೆ.

ಅರಿಗೆ ಇಪ್ಪತ್ತು ತುಂಬಿದ್ದರೂ ಈಗಲೂ ನಾನು ಅದೇ ಗುಲಾಬಿ ಬಣ್ಣದ ಶೀಷೆಯಲ್ಲಿ ಬರುವ ಜಾನ್ಸನ್ ಬೇಬಿ ಲೋಷನ್ನನ್ನು ತಡಕಾಡಿ ಕೊಂಡು ತರುವುದಕ್ಕೂ ಒಂದು ಕಾರಣವಿದೆ. ಮೊದಲ ಬಾರಿಗೆ ಅವನ ಇರುವನ್ನು ನನ್ನ ಸ್ಮೃತಿಪಟಲದಲ್ಲಿ ದಾಖಲಿಸಿದ ಪರಿಮಳವದು.

ಅವನು ಹುಟ್ಟಿದ ತಕ್ಷಣ ದಾದಿ ಅವನ ತೂಕವನ್ನು ಪರೀಕ್ಷಿಸಿ, ಕಣ್ಣಿಗೆ ಆಂಟಿಬಯಾಟಿಕ್ ದ್ರವ್ಯವನ್ನು ಲೇಪಿಸಿ ನನ್ನ ಎದೆಯ ಮೇಲಿರಿಸಿದ್ದರೂ ಹೆರಿಗೆಯ ಸುಸ್ತಿನಿಂದ ಆ ಹೊತ್ತು ನನಗೆ ಯಾವ ಅನುಭವವನ್ನೂ ಒಳಗೆಳೆದುಕೊಳ್ಳಲಾಗಿರಲಿಲ್ಲ. ಆದರೆ ಮರುದಿನ ನಾನು

ನಿದ್ದೆ ಕಳೆದೆದ್ದ ಮೇಲೆ ನರ್ಸ್ ಆಗಷ್ಟೇ ಸ್ನಾನ ಮಾಡಿಸಿದ ಬೆಚ್ಚಗಿನ ಮಗುವನ್ನು ಸ್ವಾಡಲ್ ಮಡಿಕೆಯ ತಿಳಿನೀಲಿ ವಸ್ತ್ರದಲ್ಲಿ ತಂದು ಮತ್ತೆ ನನ್ನ ಎದೆಗೊರಗಿಸಿದ್ದಳು.

ನಾನಾಗ ಪುಟ್ಟ ಅರಿಯ ನೆತ್ತಿ ಮೂಸಿ "ವ್ಹಾಟ್ ಸ್ಮೆಲ್ಸ್ ಸೋ ಗುಡ್?" ಅಂದಿದ್ದೆ.

"ನಿನ್ನ ಹಾರ್ಮೋನುಗಳ ಪ್ರಭಾವ ಅದು. ಮಗುವನ್ನು ಎತ್ತಿಕೊಳ್ಳಬೇಕು, ಹಾಲೂಡಿಸಬೇಕು ಅಂತ ತಾಯಿಗೆ ಅನ್ನಿಸುವ ಹಾಗೆ ಪ್ರಕೃತಿಯೇ ಆ ಸಿಹಿ ವಾಸನೆಯನ್ನು ತಾಯಿಯ ಮೂಗಿಗೂ, ಮಗುವಿನ ನೆತ್ತಿಗೂ ತಳುಕು ಹಾಕಿರುತ್ತದೆಯಂತೆ."

"ರಿಯಲೀ?"

ಮತ್ತೆ ಮತ್ತೆ ಹಸುಳೆಯ ನೆತ್ತಿ ಮೂಸಿದ್ದೆ. ಹಾ! ಎನ್ನುವಂಥ ದಿವ್ಯ ಪರಿಮಳ. ತೆಂಗಿನೆಣ್ಣೆಯಲ್ಲಿ ಗುಲಾಬಿಯ ಎಸಳುಗಳನ್ನು ನುರಿದು ಗಂಧದೆಣ್ಣೆ ಸೇರಿಸಿ, ಒಂದು ಹನಿ ವೆನಿಲ್ಲಾ ಹನಿಸಿ ತಯಾರಿಸಿದ ಯಾವುದೋ ತೈಲವನ್ನು ಮಗುವಿನ ಮೈಗೆಲ್ಲ ಲೇಪಿಸಿದ ಹಾಗಿತ್ತು. ಅರಿಯ ಮೃದು ಮಧುರ ಬೆರಳುಗಳನ್ನೂ, ಮಾಟವಾದ ದುಂಡುದುಂಡು ಪಾದಗಳನ್ನೂ ಎಳೆದೆಳೆದು ಮೂಸಿದ್ದೆ.

ಅಂದು ಡ್ಯೂಟಿಯ ಮೇಲಿದ್ದ ನರ್ಸ್, "ಇದೇನು ಬೆಕ್ಕು ತನ್ನ ಮರಿಗಳನ್ನ ಮೂಸಿದ ಹಾಗೆ ಮೂಸುತ್ತಿದ್ದೀಯಲ್ಲ. ನಾನು ಅತ್ತ ಹೋದೊಡನೆ ಮಗುವನ್ನು ನೆಕ್ಕಲು ಶುರು ಮಾಡಿದರೂ ಮಾಡುವವಳೇ ನೀನು!" ಅಂತ ಕಿಸಕ್ಕನೆ ನಕ್ಕಿದ್ದಳು. ಜೊತೆಗೆ ಇದೇ ಪಿಂಕ್ ಬಣ್ಣದ ಬೇಬಿ ಲೋಷನ್ನಿನ ಪುಟ್ಟ ಶೀಷೆಯೊಂದನ್ನು ನನ್ನ ಕೈಗೆ ವರ್ಗಾಯಿಸಿ ಕಣ್ಣು ಮಿಟುಕಿಸಿದ್ದಳು.

ಇಪ್ಪತ್ತು ವರ್ಷಗಳೇ ಕಳೆದಿವೆ ಇದೆಲ್ಲ ಸರಿದು ಹೋಗಿ. ಅರಿ ಮೂರು ತಿಂಗಳಿಗೆ ನನ್ನ ಮುಖ ಗುರುತಿಸಲಿಲ್ಲ, ಆರು ತಿಂಗಳಿಗೆ ಬೆನ್ನ ಮೇಲೆ ಮರಚಿ ಬೀಳಲಿಲ್ಲ, ಎಂಟಕ್ಕೆ ಅಂಬೆಗಾಲಿಕ್ಕಿ ಹತ್ತು ತಿಂಗಳಿಗೆ ಸಟಸಟನೆ ಹೆಜ್ಜೆ ಹಾಕಲಿಲ್ಲ. ಒಂದು ದಿನವೂ ಮೊಲೆಯನ್ನು ಜಗ್ಗಿ ಜಗ್ಗಿ ಹಾಲು ಕುಡಿಯಲಿಲ್ಲ ಅವನು. ಹುಟ್ಟಿ ಇಪ್ಪತ್ನಾಲ್ಕು ಘಂಟೆಗಳಾದರೂ ಅವನು ಒಂಚೂರೂ ಹಸಿವಿನ ಲಕ್ಷಣವನ್ನು ತೋರ್ಪಡಿಸದಿದ್ದಾಗ ಚೆಕ್-ಅಪ್‌ಗೆ ಬಂದ ಡಾಕ್ಟರರು ನಗೆಯಾಡಿದ್ದರು.

"ಕೆಲವು ಮಕ್ಕಳು ಹಾಗೇ, ಬುದ್ಧನ ಸಂತೃಪ್ತಿಯನ್ನು ಧರಿಸಿಯೇ ಹುಟ್ಟಿರುತ್ತವೆ. ಹಸಿವೆಯೂ ಇಲ್ಲ, ಎಂಥದೂ ಇಲ್ಲ. ಇಲ್ಲೇ ಪಕ್ಕದ ವಾರ್ಡಿನಲ್ಲಿ ನೋಡಬೇಕಿತ್ತು ನೀವು. ಎತ್ತಿ ತಾಯಿಯ ಎದೆಗೆ ಆನಿಸಿದೊಡನೆ ನವಜಾತ ಶಿಶು ಮಾಡಿದ ಮೊದಲ ಕೆಲಸವೆಂದರೆ ತಾಯಿಯ ನಿಪ್ಪಲ್ ಹುಡುಕಿದ್ದು. ನೀವೇನೂ ಚಿಂತೆ ಮಾಡಬೇಡಿ. ಮೊದಲು ಸ್ವಲ್ಪ ದಿನ ಹಾಲನ್ನು ಪಂಪ್ ಮಾಡಿ ಬಾಟಲಿಯಲ್ಲಿ ಕೊಡಿ" ಅಂತ ಸಮಾಧಾನಿಸಿದ್ದರು.

ತೂಕದಲ್ಲೂ, ಎತ್ತರದಲ್ಲೂ, ತಲೆಯ ಸುತ್ತಳತೆಯಲ್ಲೂ ಸಹಜವಾಗಿದ್ದ ಅರಿ ಏನು ಮಾಡಿದರೂ ಹಾಲನ್ನೊಂದು ಕುಡಿಯಲೊಲ್ಲನಾಗಿದ್ದ, ಬಾಟಲಿಯನ್ನು ಬಾಯಿಗಿಟ್ಟರೂ. ಕಡೆಗೆ ಅವನ ಮುಖವನ್ನು ನಲವತ್ತೈದು ಡಿಗ್ರಿ ಕೋನದಲ್ಲಿ ಹಿಡಿದು ಒಂದೊಂದೇ

ಹನಿಯನ್ನು ಬಟ್ಟೆಗಂಟಿಸಿ ಹಿಂಡಿ ಗಂಟಲಿನೊಳಗೆ ಹನಿಸಬೇಕಾಯ್ತು. ಆಗಲೂ, "ಆಹಾ, ಇವನ ಧಿಮಾಕು ನೋಡು. ಮಾಡಿಸಿಕೋ ಮಾಡಿಸಿಕೋ ನಿಮ್ಮಮ್ಮನ ಹತ್ತಿರ ಸೇವೆ" ಅಂತ ಮೂರೂ ಶಿಫ್ಟುಗಳಲ್ಲಿ ಬರುವ ನರ್ಸುಗಳು ಅವನಿಗೆ ಮುದ್ದು ಮಾಡುವವರೇ.

ಮೊದಮೊದಲ ತಿಂಗಳುಗಳಲ್ಲಿ ವೈದ್ಯಕೀಯವಾಗಿ ಗುರುತಿಸುವ ಮೈಲುಗಲ್ಲುಗಳನ್ನು ಅರಿ ಕಾಲಕಾಲಕ್ಕೆ ದಾಟದಿದ್ದಾಗಲೂ ಡಾಕ್ಟರುಗಳು ಧೈರ್ಯವನ್ನೇ ತುಂಬಿದ್ದರು.

"ತಾಳ್ಮೆಯಿರಲಿ. ಎಲ್ಲ ಮಕ್ಕಳೂ ಅವರವರದೇ ವೇಗದಲ್ಲಿ ಬೆಳೆಯುತ್ತಾರೆ. ಅವರದೇ ಸಿಹಿ ಸಮಯವನ್ನು ತೆಗೆದುಕೊಳ್ತಾರೆ. ನೀವು ನಿಶ್ಚಿಂತೆಯಿಂದಿರಿ. ಎಂಜಾಯ್ ವೈಲ್ ಇಟ್ ಲಾಸ್ಟ್ಸ್. ಕಣ್ಣು ಮುಚ್ಚಿ ತೆರೆಯುವುದರಲ್ಲಿ ಹೈಸ್ಕೂಲು ಮುಗಿಸಿಬಿಟ್ಟಿರ್ತಾರೆ ಅವರು" ಅಂತ ಭರವಸೆ ನೀಡಿದ್ದರು.

ಆದರೆ ಏಳು ತಿಂಗಳಾದರೂ ಅರಿ ಗೋಣು ಎತ್ತದಿದ್ದಾಗ, ಗಾಢ ಬಣ್ಣಗಳನ್ನು ಮುಖಕ್ಕೆ ಹಿಡಿದರೂ ದಿಟ್ಟಿಸಿ ನೋಡದೇ ತಲೆ ಅಡ್ಡ ಹಾಕಿ ಎತ್ತಲೋ ನೋಡುವಾಗ ಡಾಕ್ಟರರು ಎಚ್ಚೆತ್ತುಕೊಂಡರು. ಸಣ್ಣಾಸ್ಪತ್ರೆಯಿಂದ ದೊಡ್ಡಾಸ್ಪತ್ರೆಗೆ ಹೋಗಬೇಕಾಯಿತು. ಪೀಡಿಯಾಟ್ರಿಶಿಯನ್‌ಗಳಿಂದ ತೇರ್ಗಡೆ ಹೊಂದಿ ಸ್ಪೆಷಲಿಸ್ಟುಗಳನ್ನು ಕಾಣಬೇಕಾಯ್ತು. ಹತ್ತಾರು ಟೆಸ್ಟುಗಳು, ಬ್ಲಡ್ ರಿಪೋರ್ಟುಗಳು, ಎಂಆರ್‌ಐ ಸ್ಕ್ಯಾನುಗಳೆಂಬ ಹಿಂಸೆಯನ್ನು ಹಾಯ್ದು ಬರಬೇಕಾಯ್ತು. ಡಾಕ್ಟರುಗಳೇ ಸೇರಿ ನಡೆಸುವ ಮೀಟಿಂಗುಗಳಲ್ಲೂ ಕೂರಬೇಕಾಯ್ತು.

ಅರಿ ದೈಹಿಕವಾಗಿ ಆರೋಗ್ಯವಾಗಿಯೇ ಇದ್ದ. ಆದರೆ ಯಾವುದಕ್ಕೂ ಪ್ರತಿಕ್ರಿಯಿಸುತ್ತಿರಲಿಲ್ಲ. ಮೊದಲ ಸಲ ನನ್ನ ಎದೆಯ ಮೇಲೆ ಇರಿಸಿದಾಗ ಹೇಗೆ ನಿರ್ಲಿಪ್ತನಾಗಿದ್ದನೋ, ಒಂದು ವರ್ಷ ತುಂಬಿದ ಮೇಲೆಯೂ ಹಾಗೇ, ಎರಡು ವರ್ಷಕ್ಕೂ ಹಾಗೇ. ಎಲ್ಲ ಆಹಾರವನ್ನೂ ದ್ರವ ರೂಪದಲ್ಲಿಯೇ ಅರೆದು ಅವನ ಗಂಟಲೊಳಗೆ ಸುರಿಯಬೇಕಿತ್ತು. ಒಮ್ಮೊಮ್ಮೆ ನನಗೆ ಗೊತ್ತಾಗದೇ ಹೆಚ್ಚು ತಿನ್ನಿಸಿದಾಗ ತಿಂದದ್ದೆಲ್ಲವನ್ನೂ ಕಕ್ಕಿಬಿಡುತ್ತಿದ್ದ. ಎಷ್ಟನ್ನು ತಿನ್ನಬೇಕು, ಎಲ್ಲಿಗೆ ಸಾಕು ಮಾಡಬೇಕು ಎಂಬ ಸಹಜ ಅರಿವು ಮೂಡಿರಲಿಲ್ಲ. ದವಡೆಗಳ ಮೇಲೆಯೂ ಹಿಡಿತ ಬಂದಿರಲಿಲ್ಲ.

"ಈ ಕೇಸು ಆಟಿಸಂ ಸ್ಪೆಕ್ಟ್ರಂನಲ್ಲಿ ಬರಬಹುದೇ?" ಎಂಬ ಡಾಕ್ಟರೊಬ್ಬರ ಪ್ರಶ್ನೆಗೆ ಇನ್ನೊಬ್ಬ ಡಾಕ್ಟರರು ತಲೆಯಾಡಿಸಿದ್ದರು.

"ಅನುವಂಶಿಕತೆಯೇ ಮೂಲವಾಗಿದ್ದರೂ ಆಟಿಸಂ ಮುಖ್ಯವಾಗಿ ನರಮಂಡಲದ ಬೆಳವಣಿಗೆಯಲ್ಲಿನ ನ್ಯೂನತೆ. ಆಟಿಸಂನ ಪರಿಣಾಮದಿಂದ ಪೇಷಂಟಿನ ನಡವಳಿಕೆಯಲ್ಲಿ ವಿವಿಧ ರೀತಿಯ ವ್ಯತ್ಯಾಸಗಳು ಕಂಡುಬರುತ್ತವೆ. ಆದರೆ ಈ ಮಗುವಿನ ಕೇಸಿನಲ್ಲಿ ಹೆಚ್ಚಿನದ್ದೇನೋ ಇದೆ ಅಂತ ನನಗನ್ನಿಸೋದು."

ಅವರು ಮಾತನಾಡುತ್ತಿರುವಾಗಲೇ ನನ್ನ ಮಡಿಲಲ್ಲಿದ್ದ ಅರಿ ಗೋಣು ಅಡ್ಡ ಹಾಕಿ ಸ್ವಾಧೀನ ತಪ್ಪಿಬಿಟ್ಟ, ತಕ್ಷಣ ಅವನನ್ನು ತುರ್ತು ಘಟಕಕ್ಕೆ ದಾಖಲಿಸಲಾಯಿತು, ಇಸಿಜಿ ಟೆಸ್ಟಿಗೆ ಅಣಿಗೊಳಿಸಲಾಯಿತು. ಆಗ ತಿಳಿದಿದ್ದೆಂದರೆ ಘಂಟೆಗೆರಡು ಸಾರಿ ಹೃದಯದಿಂದ

ಮಿದುಳಿಗೆ ರಕ್ತ ಸಂಚಲನ ನಿಂತು ಅವನಿಗೆ ಅಪಸ್ಮಾರ ಸಂಭವಿಸುತ್ತಿತ್ತು. ಕಣ್ರೆಪ್ಪೆಗಳನ್ನು ಕ್ಷಣ ತಟಸ್ಥಗೊಳಿಸುವ ಐ-ಸೀಜರ್‌ಗಳು ಆಗಾಗ ಘಟಿಸುತ್ತಿದ್ದವು. ಡಾಕ್ಟರರು ಇದನ್ನು ಎಪಿಲೆಪ್ಸಿ ಎಂದು ಕರೆದರು.

ಕೂಡಲೆ ಒಂದಿಷ್ಟು ಜೆನೆಟಿಕ್ ಪರೀಕ್ಷೆಗಳನ್ನು ಕೈಗೊಳ್ಳಲಾಯಿತು. ಅಲ್ಲಿ ಉತ್ತರವಿತ್ತು. ಆದರೆ ಆ ಉತ್ತರಕ್ಕೊಂದು ಸಮರ್ಪಕತೆ ಇರಲಿಲ್ಲ.

"ನಮ್ಮ ದೇಹದಲ್ಲಿ ಸಹಸ್ರ ಕೋಟಿ ಜೀವಕಣಗಳಿವೆ. ಪ್ರತೀ ಜೀವಕಣದ ಕೇಂದ್ರದಲ್ಲಿ ಒಂದು ಬೀಜಕಣ. ಆ ಬೀಜಕಣದ ಒಳಗೆ ಇಪ್ಪತ್ಮೂರು ಜೊತೆ ಕ್ರೋಮೋಜೋಮ್‌ಗಳು. ಅಲ್ಲಿ ಸಂಯುಕ್ತವಾಗಿ ವ್ಯವಸ್ಥಿತಗೊಂಡಿರುವ, ನಾವು ಡಿಎನ್‌ಎ ಎಂದು ಕರೆಯುವ ವಂಶವಾಹಿನಿ ಸಾಮಗ್ರಿ. ಈ ಡಿಎನ್‌ಎ ತಂತುಗಳು ಜೀನ್‌ಗಳೆಂಬ ಸಹಸ್ರಾರು ತುಣುಕುಗಳಿಂದ ಮಾಡಲ್ಪಟ್ಟಿರುತ್ತವೆ. ಜೀನ್‌ಗಳ ಕೆಲಸ ನಮ್ಮ ಜೀವ ಕಾರ್ಯನಿರ್ವಹಿಸಲು ಬೇಕಾದ ಪ್ರೋಟೀನ್‌ಗಳನ್ನು ತಯಾರಿಸುವುದು. ಈ ರಿಪೋರ್ಟಿನ ಪ್ರಕಾರ, ನಿಮ್ಮ ಮಗನ ಜೀವಕೋಶದಲ್ಲಿರುವ ಆರನೆಯ ಕ್ರೋಮೋಜೋಮ್‌ನಲ್ಲಿ ಅಗತ್ಯವಿರುವಷ್ಟು ಪ್ರೋಟೀನ್‌ಗಳು ಉತ್ಪತ್ತಿಯಾಗುತ್ತಿಲ್ಲ. ಈ ವ್ಯತ್ಯಾಸದಿಂದ ನರತಂತುಗಳ ನಡುವೆ ಸರಿಯಾದ ಸಂವಹನ ಸಾಧ್ಯವಾಗದೇ ಈ ನ್ಯೂನತೆ ಉಂಟಾಗಿದೆ. ಸರಳವಾದ ಪದಗಳಲ್ಲಿ ಹೇಳಬೇಕಾದರೆ, ಇದೊಂದು ಅಪರೂಪದ ಜೆನೆಟಿಕ್ ಡಿಸ್‌ಆರ್ಡರ್" ಅಂದರು.

"ಅಪರೂಪದ್ದು ಎಂದರೆ? ಎಷ್ಟು ಅಪರೂಪದ್ದು?"

"ಆ ಕುರಿತು ಇನ್ನೂ ಸಂಶೋಧನೆ ನಡೆಯಬೇಕಿದೆ. ಒಂದು ಮಾಹಿತಿಯ ಪ್ರಕಾರ ಸುಮಾರು ಹದಿನಾರು ಸಾವಿರದಲ್ಲಿ ಒಂದು ಮಗು ಹೀಗೆ ಜನಿಸುತ್ತದೆ ಅಂತ ಹೇಳಬಹುದು."

"ಅದು ಅಪರೂಪ ಹೇಗಾಗುತ್ತದೆ ಡಾಕ್?"

"ಇದನ್ನು ನಾವು ಸ್ಪೆಕ್ಟ್ರಂ ಡಿಸ್‌ಆರ್ಡರ್ ಅಂತ ಕರೆಯುತ್ತೇವೆ. ಅಂದರೆ ಒಂದು ಕೇಸಿನಿಂದ ಇನ್ನೊಂದು ಕೇಸಿಗೆ ವಿಕಲತೆಯ ಸ್ವರೂಪ ಒಂದೇ ಆಗಿದ್ದರೂ ತೀವ್ರತೆ ಬೇರೆಬೇರೆಯಾಗಿರುತ್ತದೆ. ಹೀಗಾಗಿ ಎಷ್ಟೋ ಕೇಸುಗಳು ರಿಪೋರ್ಟ್ ಆಗದೇ ಹೋಗುವ ಸಾಧ್ಯತೆಯೇ ಹೆಚ್ಚು. ಮೊದಲೇ ಹೇಳಿದ ಹಾಗೆ ಈ ಕುರಿತು ಇನ್ನೂ ಸಂಶೋಧನೆ ನಡೆಯಬೇಕಿದೆ" ಅಂದಿದ್ದರು.

ಸಂಶೋಧನೆ ನಡೆಯಿತು. ನಡೆಯುತ್ತಿದೆ. ಅರಿಯ ಈ ಸ್ಥಿತಿಯನ್ನು 'ಸಿನ್‌ಗ್ಯಾಪ್ ಒನ್' ಎಂಬ ಹೆಸರಿನಿಂದ ವೈದ್ಯಲೋಕ ಕರೆದಾಗಿದೆ. ಎಂದಿನಿಂದಲೂ ತಿರುಗುತ್ತಿರುವ ಗ್ರಹಗಳನ್ನು ಇದು ಬುಧ, ಇದು ಗುರು ಎಂದ ಹಾಗೆ; ಭೂಮಿಯನ್ನೆಲ್ಲ ಸುತ್ತುವರೆದ ಒಂದೇ ಸಮುದ್ರವನ್ನು ಇದು ಪೆಸಿಫಿಕ್, ಇದು ಅಟ್ಲಾಂಟಿಕ್ ಎಂದು ಹೆಸರು ಕೊಟ್ಟ ಹಾಗೆ; ಮನುಷ್ಯ ಲೋಕದ ಅಂತರ್ನದಿಯಲ್ಲಿ ಹರಿಯುತ್ತಿರುವ ಒಂದೇ ದುಃಖವನ್ನು ಬೇರೆ ಬೇರೆ ಹೆಸರಿನಲ್ಲಿ ಕರೆದ ಹಾಗೆಯೇ ಇದೆ– ಅರಿಯ ಈ ವ್ಯಾಧಿಗೊಂದು ನಾಮ ಕೊಟ್ಟಿರುವುದು.

ನಾನು ಮತ್ತು ನನ್ನ ಅರಿ ಹಾಯ್ದು ಬಂದ ಈ ಇಪ್ಪತ್ತೂ ವರ್ಷಗಳನ್ನು ರೈಲಿನ ಬೋಗಿಗಳ ಮುನ್ನಡೆಸುವ ಇಂಜಿನ್ನಿನಂತೆ ಬೇಬಿ ಲೋಷನ್ನಿನ ಈ ವಾಸನೆ ತನ್ನೊಳಗಿಟ್ಟುಕೊಂಡು ಸಲಹುತ್ತಿದೆ, ನಮ್ಮಿಬ್ಬರನ್ನೂ ಮುನ್ನಡೆಸುತ್ತಿದೆ ಅಂತ ಆಳವಾಗಿ ನಂಬಿದ್ದೇನೆ. ಅರಿಯನ್ನು ಅವನ ಕೋಣೆಯಲ್ಲಿ ಮಲಗಿಸಿ ಬಂದ ಅಷ್ಟೂ ದಿನವೂ ನನ್ನ ಹಸ್ತಗಳ ಮೇಲೆ ಈ ಪರಿಮಳವ ಹೊತ್ತು ನಿಂತಿದ್ದೇನೆ.

ಒಮ್ಮೆ ಎರಡೂ ಹಸ್ತಗಳನ್ನು ಕಣ್ಣೊಗ್ಗಿತ್ತಿಕೊಂಡು ದೀರ್ಘವಾಗಿ ಉಸಿರೆಳೆದುಕೊಂಡೆ. ಅದಕ್ಕೆ ಪ್ರತಿಕ್ರಿಯೆಯೆಂಬಂತೆ ಅರಿಯ ಕೋಣೆಯಿಂದ ಕಿಟಾರನೆ ಕಿರುಚಿದ ಸದ್ದು ಬಂತು.

ಸಮಯ ನೋಡಿದರೆ ರಾತ್ರಿ ಒಂದು ಘಂಟೆ. ತಕ್ಷಣ ಎದ್ದು ಓಡುವ ಧಾವಂತವಿದ್ದರೂ ಕ್ಷಣ ಹಾಗೆಯೇ ಕುಳಿತೆ. ಅವನ ಡಾಕ್ಟರ್ ಕೊಟ್ಟ ಸಲಹೆ ಅದು.

"ರಾತ್ರಿ ಮಗ ಎದ್ದು ಅತ್ತರೆ, ಕಿರುಚಿದರೆ ತಕ್ಷಣ ಸಮಾಧಾನಿಸಲು ಹೋಗಬೇಡಿ. ಲೆಟ್ ಹಿಮ್ ಸೆಲ್ಫ್ ಸೂದ್. ತಲೆದಿಂಬನ್ನೋ, ಚಾದರವನ್ನೋ ತಬ್ಬಿಕೊಂಡು ತನ್ನನ್ನು ತಾನು ಸಮಾಧಾನಿಸಿಕೊಳ್ಳುವುದನ್ನು ಕಲಿಯಬೇಕು ಅವನು. ಆಗಲೇ ನಿಮಗೂ ಸುಖ. ಸಿನ್‌ಗ್ಯಾಪ್ ಒನ್ ಪೇಶಂಟುಗಳಲ್ಲಿ ಈ ಥರಹದ ಸ್ಲೀಪ್ ಅಬ್‌ನಾರ್ಮಲಿಟಿಗಳು ಸಾಮಾನ್ಯ. ರಾತ್ರಿ ನಾಲ್ಕಾರು ಬಾರಿ ಅವನು ಏಳುತ್ತಲೇ ಇರುತ್ತಾನೆ" ಅಂದಿದ್ದರು. ಬಹಳಷ್ಟು ಸರ್ತಿ ಅರಿ ಐದು ನಿಮಿಷ ಅತ್ತು ಮತ್ತೆ ಅಲ್ಲಿಯೇ ನಿದ್ದೆಗೂ ಜಾರುತ್ತಿದ್ದ.

ಆದರೆ ಇಂದೇಕೋ ಹತ್ತು ನಿಮಿಷವಾದರೂ ಅಳು ನಿಲ್ಲಿಸದೇ ನಾನೇ ಹೋಗಬೇಕಾಯ್ತು.

"ಏನಾಯ್ತು ಪುಟ್ಟ, ನಿದ್ದೆ ಬರಲಿಲ್ಲೇನು?" ಎನ್ನುತ್ತ ಬಾಗಿಲು ಸರಿಸಿದಾಗಲೇ ಒಳಗೇನು ನಡೆದಿದೆ ಅಂತ ಗೊತ್ತಾಯ್ತು ನನಗೆ. ಆಡುತ್ತಿದ್ದ ಉಸಿರನ್ನು ಗಪ್ಪನೆ ನಿಲ್ಲಿಸಿ, "ಅಯ್ಯೋ ಪೂಪ್ ಮಾಡಿದಿಯೇನು?" ಎಂಬ ಶಬ್ದಗಳು ನನ್ನ ನಾಲಗೆಯಲ್ಲಿ ಮೂಡಿದವು.

ಅರಿ ಎರಡು ದಿನಗಳಿಂದ ಪಾಯಖಾನೆಗೆ ಹೋಗಿರಲಿಲ್ಲ. ಅವನದ್ದು ಒಂದೇ ಹಟ. ಕಮೋಡಿನ ಮೇಲೆ ಕೂತು ಮಾಡುವುದಿಲ್ಲ, ಎಂದಿನಂತೆ ಡೈಪರಿನಲ್ಲೇ ಮಾಡುತ್ತೇನೆ ಎಂಬುದು. ಅವನಮ್ಮ ನಾನು. ನನ್ನದೂ ಒಂದೇ ಹಟ. ಡೈಪರ್ ಇರುವುದು ರಾತ್ರಿಗೆ ಮಾತ್ರ, ಬೆಳಗಿನ ಹೊತ್ತು ಕಮೋಡಿನಲ್ಲೇ ಮಾಡಬೇಕು ಎಂಬುದು. ಅವನೆಷ್ಟು "ಅಘ್... ಅಘ್... ಮ್‌ಮ್ಮಾ..." ಅಂತ ನನ್ನ ಕತ್ತು ಬಳಸಿ ಗೋಗರೆದರೂ ಈ ಬಾರಿ ನಾನು ಕರಗಿರಲಿಲ್ಲ.

"ಯಾಕೆ ಅಫ್ರೈಡ್ ಆಗುತ್ತದೆ ಪುಟ್ಟಾ? ಅದರಲ್ಲಿ ಭಯಪಡುವಂಥದೇನಿದೆ? ನೋಡು ಬಿಗ್ ಬಾಯ್ ಥರ ಟಾಯ್ಲೆಟ್ಟಿನಲ್ಲೇ ಮಾಡಬೇಕು ಅಲ್ಲೇನು? ಹೊಸಾ ಟಾಯ್ ಕೊಡ್ತೀನಿ ಹಾಗೆ ಮಾಡಿದರೆ" ಅಂತ ಎಷ್ಟೇ ಸಮಾಧಾನ ಹೇಳಿದರೂ ಕಮೋಡಿನ ಗೋಲವನ್ನು ಕಂಡವನೇ ಕಾಲು ಬಡಿಯುತ್ತ ಕುತ್ತಿಗೆಯನ್ನು ಅಡ್ಡಡ್ಡ ಅಲ್ಲಾಡಿಸಿಬಿಟ್ಟಿದ್ದ.

ಈಗ ನೋಡಿದರೆ ನೈಟ್ ಡೈಪರಿನಲ್ಲಿ ಮಾಡಿಕೊಂಡು ಹೀಗೆ ಮೊರೆಯಿಡುತ್ತಿದ್ದಾನೆ.

ಇದು ಎಷ್ಟನೆಯ ಸಾರಿಯೋ ಟಾಯ್ಲೆಟ್ ಟ್ರೇನಿಂಗಿನಲ್ಲಿ ನಪಾಸಾಗಿದ್ದು ನಾವು. "ಗಿವ್ ಹಿಮ್ ಟೈಮ್. ಅವನೇ ತಯಾರಾಗುವ ತನಕ ತಾಳ್ಮೆಯಿಂದ ಕಾಯಬೇಕು ನೀವು" ಎನ್ನುವ ಬಲ್ಲವರ ಸಲಹೆ ಮೀರಿ ಅಷ್ಟಷ್ಟು ದಿನಕ್ಕೆ ನನಗೆ ಎಲ್ಲಿಲ್ಲದ ಉಮೇದು ಬಂದು ಬಿಡುತ್ತದೆ. ಈ ಬಾರಿ ರೂಢಿ ಮಾಡಿಸಿಯೇ ತೀರುತ್ತೇನೆ ಎಂದು. ಅದು ಪ್ರತಿ ಬಾರಿಯೂ ಇಂಥ ಪ್ರಮಾದದಲ್ಲಿ ಕೊನೆಯಾಗುತ್ತದೆ.

ಅರಿ ಇನ್ನೂ ಗಾಢ ನಿದಿರೆಯಲ್ಲಿಯೇ ಇದ್ದ. ಮಲಗಿದ್ದಲ್ಲಿಯೇ ಇರುಸುಮುರುಸಾಗಿ ಆಗಾಗ ಚೀರುತ್ತಿದ್ದ. ನಿದ್ರೆಯಲ್ಲಿ ಹಿಡಿತ ತಪ್ಪಿದ ಅವನ ಕೆಳ ದವಡೆಗಳನ್ನೂ, ಹುಬ್ಬೇರಿಸಿ ಮುಚ್ಚಿದ ಅವನ ಕಣ್ಣುಗಳನ್ನೂ, ತುಸು ಚಪ್ಪಟೆಯಾಗಿ ಎದ್ದು ನಿಂತಂತಿರುವ ಅವನ ಕಪೋಲಗಳನ್ನೂ ಕಂಡು ಕೋಣೆಯನ್ನೆಲ್ಲ ಅಡರಿದ ಘಾಟು ವಾಸನೆ ಮೀರಿ ಮುದ್ದು ಉಕ್ಕಿ ಬಂತು. ಗಂಟಲಿನಾಳದಿಂದ "ಈೀ... ಈೀ..." ಎಂಬ ಸ್ವರ ಹೊರಡಿಸುತ್ತಿದ್ದ.

"ದ್ಯಾಟ್ಸ್ ಓಕೆ ಪುಟ್ಟಾ, ಈಗ ಕ್ಲೀನ್ ಮಾಡಿಬಿಡ್ತೀನಿ" ಎಂದವಳೇ ಹೊಸ ಅಡಲ್ಟ್ ಡೈಪರನ್ನೂ, ವೆಟ್ ವೈಪ್‌ಗಳನ್ನೂ, ಈ ಕಾರಣಕ್ಕಾಗಿಯೇ ಕೊಂಡ ಘಮಘಮ ಲೇಪಿತ ಡೈಪರ್ ಬ್ಯಾಗ್‌ಗಳನ್ನೂ ತಂದು ಅರಿಯ ಪಜಾಮವನ್ನು ಸಡಿಲಿಸಿದೆ. ಪುಣ್ಯಕ್ಕೆ ಡೈಪರಿನಿಂದ ಆಚೆಗೇನೂ ಬಂದಿರಲಿಲ್ಲ.

ಈಗ ಮೊದಲಿನ ಹಾಗೆ ಸುಲಭವಾಗಿ ಅರಿಯ ಕಾಲುಗಳನ್ನು ಹಿಡಿದೆತ್ತಿ ಸೊಂಟವನ್ನೆಲ್ಲ ಕ್ಲೀನ್ ಮಾಡಲು ಆಗುವುದಿಲ್ಲ ನನಗೆ. ಭಾರವಾಗುತ್ತದೆ. "ಪ್ಲೀಸ್ ಹೆಲ್ಪ್ ಮೀ ಡಿಯರ್ ಅರಿ. ಸೊಂಟ ಸ್ವಲ್ಪ ಎತ್ತು" ಎಂದರೂ ಮತ್ತೆ "ಈೀ... ಈೀ..." ಎಂದು ಅಸಮಾಧಾನ ವ್ಯಕ್ತಪಡಿಸಿದ.

ಇರುವುದರಲ್ಲಿಯೇ ಸಾಧ್ಯವಾದಷ್ಟು ಸ್ವಚ್ಛಗೊಳಿಸಿ, ರ್‍ಯಾಶ್ ಆಗದಿರಲು ಡೈಪರ್ ಕ್ರೀಮ್ ಹಾಕಿ ಡೈಪರ್ ತೊಡಿಸಿದೆ. ಮುಂಜಾನೆ ಕ್ಯಾರಲ್ ಬರುವ ಮೊದಲು ಇವನಿಗೆ ಸ್ನಾನ ಮಾಡಿಸಿಯೇ ಆಫೀಸಿಗೆ ಹೋದರಾಯ್ತು ಅಂದುಕೊಂಡೆ.

ಇಪ್ಪತ್ತು ವರ್ಷದ ಯುವಕನ ದೇಹವೇ ಇದು? ಹೈಪೊಟೋನಿಯಾದಿಂದ ದುರ್ಬಲವಾದ ಸ್ನಾಯುಗಳು ಯುವಕನಿಗಿರಬೇಕಾದ ಸಹಜ ದೇಹದಾರ್ಢ್ಯವನ್ನು ಮುಚ್ಚಿಹಾಕಿದ್ದವು. "ಸಿನ್‌ಗ್ಯಾಪ್‌ಒನ್ ಇರುವವರಲ್ಲಿ ಪ್ಯೂಬರ್ಟಿ ಕೂಡ ಬಹು ತಡವಾಗಿ ಚಿಗುರುತ್ತದೆ. ಯಾವಾಗ ಅಂತ ನಿಖರವಾಗಿ ಹೇಳುವುದು ಕಷ್ಟ" ಎಂದಿದ್ದರು ಅವನ ವೈದ್ಯರು. ಇಪ್ಪತ್ತರ ಹುಡುಗನ ಸಪೂರ ಕೈ ಕಾಲುಗಳನ್ನೂ, ಸೂರ್ಯನನ್ನು ಅಷ್ಟಾಗಿ ಕಾಣದೇ ಬಿಳುಚಿದ ಮೈಯನ್ನೂ, ರೋಮ ಮೂಡದ ಮೃದು ಚರ್ಮವನ್ನೂ ಒಮ್ಮೆ ನೇವರಿಸುತ್ತೇನೆ. ಅರಿ ಈಗ ಸ್ವಲ್ಪ ಆರಾಮವಾಗಿ ನಿದ್ರಿಸುತ್ತಿದ್ದಾನೆ. "ಗುಡ್ ನೈಟ್ ಬೇಬಿ" ಅಂತ ಅವನ ಹಣೆಗೆ ಮುತ್ತಿಟ್ಟಾಗ, "ಹೂಂ..." ಎಂದವನು ಸಣ್ಣಕೆ ಉಸುರಿ ಹುಬ್ಬನ್ನು ಮತ್ತಷ್ಟು ಮೇಲೇರಿಸಿ ನನ್ನನ್ನು ಬೀಳ್ಕೊಟ್ಟಿದ್ದಾನೆ. ಅವನ ಮೊಗದ ಗೆರೆಗಳು ಪ್ರಶಾಂತವಾಗಿವೆ.

ಯಾಕೋ ಮಲಗಿದನಲ್ಲ ಅನ್ನಿಸಿತು. ಒಮ್ಮೊಮ್ಮೆ ಹೀಗೆ ರಾತ್ರಿ ಎದ್ದು ನಾಲ್ಕಾರು ತಾಸು ಜಾಗರಣೆ ಮಾಡಿಸಿದ್ದೂ ಇದೆ ಅವನು. ಏನು ಮಾಡಿದರೂ ಊಹೂಂ, ನಿದ್ದೆಯೊಂದನ್ನು

ಮಾಡುವುದಿಲ್ಲ. ಆಗೆಲ್ಲ ಕಾಲ ಮೇಲೆ ಮಲಗಿಸಿಕೊಂಡು, "ಅಲ್ಲಿ ಒಂದೂರಿದೆ ಅಲ್ಲಿ ದೊರೆಯ ಹಾಗಿರುವೆಯೋ ಕಂದ/ ಹಾದಿಯೊಂದಿದೆ ಅಲ್ಲಿ ಹೂಗಳೇ ಹಾಸಿವೆ ಕಂದ" ಎಂದು ಲಾಲಿ ಹಾಡುತ್ತೇನೆ. "ನೀನು ಚಿಕ್ಕವನಿರುವಾಗ ಏನೆನ್ನುತ್ತಿದ್ದೀ ಗೊತ್ತೇನು? ದೆದ್ದೆದ್ದೆದ್ದೆ ಎನ್ನುತ್ತಿದ್ದೀ" ಹೀಗೆ ಹೀಗೆ ಅಂತ ಯಾವುದೋ ಕಾಲದಲ್ಲಿ ಅವನು ದೈಹಿಕವಾಗಿಯೂ ಮಗುವಾಗಿದ್ದ ದಿನಗಳನ್ನು ನೆನಪಿಸುತ್ತೇನೆ. ಅವನೂ ಅದನ್ನೇ ಅನುಸರಿಸುತ್ತ, ಮಂಡಿಯಲ್ಲಿ ಅಂಬೆಗಾಲಿಕ್ಕಿ ನಡೆದಂತೆ ಆಟವಾಡಿ ತೋರಿಸುತ್ತಾನೆ. ಇದು ಈಗಿರುವುದಕ್ಕಿಂತ ಚಿಕ್ಕವನ ಹಾಗೆ ನಟನೆ ಮಾಡಿ ನನ್ನನ್ನು ನಗಿಸುವ ಪ್ರಯತ್ನ ಅವನದು. ನಾನೂ ನಕ್ಕು ನಕ್ಕು, "ಏನೋ ಪುಟ್ಟಣ್ಣ ಅದು?" ಎನ್ನುತ್ತೇನೆ. "ಚಿಕ್ಕವನಿದ್ದಾಗ ಎಷ್ಟು ಗುಂಡಗುಂಡಗಿದ್ದೀ ಗೊತ್ತೇನು? ಈಗಲೂ ಚೆನ್ನಾಗಿ ತಿನ್ನಬೇಕಲ್ಲೇನು? ಅಮ್ಮನ್ನ ನೋಡು?" ಅಂದರೆ "ಮೆಮ್ಮೆಮ್ಮೆಮ್ಮೆ" ಅಂತ ನಗುತ್ತ ನನ್ನ ಮುಖಕ್ಕೆ ತಲೆ ಒತ್ತುತ್ತಾನೆ. ಅವನ ಧ್ವನಿ ಇತ್ತೀಚೆಗಷ್ಟೇ ಒಡೆದು ತಾರಕದಿಂದ ಮಂದ್ರಸ್ಥಾಯಿಗೆ ಹೊರಳುತ್ತಿರುವುದನ್ನು ಸಂಭ್ರಮದಿಂದಲೂ, ಆತಂಕದಿಂದಲೂ ಗಮನಿಸುತ್ತೇನೆ.

ನಾನು ಚೂಡಿದಾರ ತೊಟ್ಟರೆ ಬಹಳ ಖುಷಿ ಅವನಿಗೆ. ನನ್ನ ದಾವಣಿಯನ್ನು ತಲೆಯ ಸುತ್ತ ತೊಟ್ಟುಕೊಂಡು ಅಡ್ಡಡ್ಡಕೆ ತೂಗುತ್ತಾನೆ. ನನ್ನ ಹಣೆಯ ಮೇಲೆ ಸಣ್ಣ ಬಿಂದಿಯಿದ್ದರಂತೂ ತೆಗೆದು ತನ್ನ ಹಣೆಗೆ ಹಚ್ಚಿಕೊಳ್ಳುತ್ತಾನೆ. "ಏನೋ ಮರೀ ಅದು ನಿನ್ನ ಕೊಂಗಾಟ?" ಎಂದು ಮುದ್ದು ಮಾಡಿದರೆ ಕೋಣೆಯ ಮೂಲೆಯಲ್ಲಿಟ್ಟ ತನ್ನ ಶೂಗಳನ್ನು ಬೊಟ್ಟು ಮಾಡಿ ತೋರಿಸುತ್ತಾನೆ. ನಡೆಯುವಾಗ ಸೊಂಟ ಮತ್ತು ಮಂಡಿಯ ಎಲುಬುಗಳನ್ನು ಬ್ಯಾಲೆನ್ಸ್ ಮಾಡಲು ಎರಡೂ ಕೈಗಳನ್ನು ಕಿವಿಗಳ ತನಕ ಎತ್ತಿಯೇ ನಡೆಯುತ್ತಾನೆ. ಆಗ ಪುಟಾಣಿ ಕಾಂಗರೂ ಮರಿಯ ಹಾಗೆ ಕಾಣುತ್ತಾನೆ. ಅವನ ಶೂಗಳು ಕೂಡ ಅವನ ನಡಿಗೆಯನ್ನು ಸುಲಭಗೊಳಿಸುವಂತೆ ವಿಶೇಷ ಗ್ರಿಪ್ ಹೊಂದಿವೆ.

"ಮಧ್ಯರಾತ್ರಿ ಈಗ. ಈಗೆಲ್ಲಿ ಹೊರಗೆ ಹೋಗುವವನು ನೀನು?" ಅಂದರೆ ತಿರುಗಾಡಲು ಪಾರ್ಕಿಗೆ ಹೋಗೋಣ ಅಂತ ಸನ್ನೆ ಮಾಡುತ್ತಾನೆ. "ಸರಿ, ಮುಂಜಾನೆ ಬೇಗ ಎದ್ದು ಹೋಗೋಣಂತೆ. ಈಗ ಮಲಗು ನೀನು" ಅಂದರೆ ಇಲ್ಲ ನಾನು ಹೋಗುವವನೇ, ಹೋಗುವವನೇ ಎನ್ನುವಂತೆ ತಲೆಯ ಸುತ್ತ ಒಮ್ಮೆ ಕೈ ತಿರುಗಿಸಿ ಸನ್ನೆ ಮಾಡುತ್ತಾನೆ. ಆಗ, ಆ ಅರೆಕ್ಷಣದಲ್ಲೆಲ್ಲೋ ಅವನ ಹಾವ ಭಾವ ಹಿಂದೆಂದೋ ಬಾಲ್ಯದಲ್ಲಿ ಮಾತ್ರ ಕಂಡ ನನ್ನ ಅಜ್ಜನಂತಿರುವುದು. ಆಗೆಲ್ಲ ಅರಿಯನ್ನು ಸೂಕ್ಷ್ಮವಾಗಿ ಪರಿಶೀಲಿಸಿ ಅರಿಯ ಮೂಗಿನ ಚೂಪು ನನ್ನಮ್ಮನಂತಲ್ಲವೇ, ಹುಬ್ಬಿನ ಗೆರೆ ದೂರದ ಮೌಶಿಯ ಹಾಗೆ ಅಲ್ಲವೇ ಅಂತ ಗಮನಿಸತೊಡಗುತ್ತೇನೆ. ಅಮ್ಮನ ಪ್ರೀತಿಯ ನೋಟವನ್ನು ಗುರುತಿಸಿದ ಅರಿ ಮರಳಿ ಬಂದು ಮಡಿಲಲ್ಲಿ ಮಲಗುತ್ತಾನೆ. ರೈಮ್ಸ್ ಓದಿ ಹೇಳೆಂದು ಪುಟಾಣಿ ಪುಸ್ತಕ ತೋರಿಸುತ್ತಾನೆ. ಮ್... ಮ್ಮಾ ಅಂದು ಕೆನ್ನೆಗೆ ಮುತ್ತಿಡುತ್ತಾನೆ. ನಾನು ರೈಮ್ಸಿಗೆ ತಕ್ಕಂತೆ ಚುಕ್ಕು ತಟ್ಟುತ್ತ ಒಂದೊಂದೇ ಸಾಲು ಓದಿ ಹೇಳುತ್ತೇನೆ.

ಆದರೆ ಇದು ಎಂದಿನಿಂದಲೂ ಹೀಗೆಯೇ ಏನೂ ಇರಲಿಲ್ಲ.

ಅರಿ ನನ್ನ ಬದುಕಿನಲ್ಲಿ ಬರುವ ಮೊದಲು ಲೋಕ ತರ್ಕಬದ್ಧವಾಗಿದೆ ಅಂತಲೇ ಭ್ರಮಿಸಿದ್ದೆ. ಓದಿನಲ್ಲಿ ಮುಂದಿದ್ದು ಇಂಜಿನಿಯರಿಂಗ್ ಮುಗಿಸಿದ್ದು, ನಂತರ ಕ್ಯಾಂಪಸ್ಸಿನಲ್ಲಿ ಸೆಲೆಕ್ಟ್ ಆದ ನಾಲ್ಕು ಕಂಪನಿಗಳಲ್ಲಿ ಅತಿ ದೊಡ್ಡ ಸಂಬಳ ತರುವ ನೌಕರಿಯನ್ನು ಆಯ್ದುಕೊಂಡಿದ್ದು, ಕೊಂಕಿಲ್ಲದ ಅಪ್ರೈಸಲ್‌ಗಳು, ಆನ್‌ಸೈಟಿಗಾಗಿ ನ್ಯೂಯಾರ್ಕಿಗೆ ಬಂದು ಇಲ್ಲಿಯೇ ಕೆಲಸ ಬದಲಿಸಿ ನೆಲೆ ನಿಂತಿದ್ದು, ಅಜ್ಞಾತ ಊರಿನಲ್ಲಿ ದೊರಕುವ ಸ್ವಚ್ಛಂದವನ್ನು ಮನಸಾರೆ ಸವಿದಿದ್ದು... ಅಕಾಲದಲ್ಲಿ ಈ ಬಸುರಿನ ಬಗ್ಗೆ ಗೊತ್ತಾದಾಗಲೂ ಅದು ಅಸಹಜ ಅಂತ ಅನ್ನಿಸಿರಲಿಲ್ಲ. ಆ ಅವನು, "ನೀನಂದ್ರೆ ಇಷ್ಟವೇ. ಆದ್ರೆ ಇಷ್ಟು ಬೇಗ ನನಗೆ ತಂದೆಯಾಗಲು ಇಷ್ಟವಿಲ್ಲ" ಅಂತ ಅತ್ತಿದ್ದ. ಆಯ್ಕೆ ಅಂತ ಬಂದಾಗ ಅವನನ್ನೇ ಬಿಡುವುದು ಕೂಡ ತರ್ಕಬದ್ಧವೇ ಆಗಿತ್ತು.

"ಬರೋದೇ ಆದ್ರೆ ಮದುವೆಯಾಗಿ ಬಾ. ಇಂಥ ಮೂಗು ಕುಯ್ಯೋ ಕೆಲಸ ಮಾಡಿಕೊಂಡು ನಿನ್ನ ಮುಖ ತೋರಿಸೋದೇ ಬೇಡ. ನೀನಲ್ಲೇ ಸತ್ತೆ ಅಂದುಕೋತೀವಿ" ಎಂಬ ಮಾತುಗಳಿಂದ ತವರಿನ ಋಣವೂ ಹರಿದುಹೋಗಿತ್ತು.

ಅರಿ ಹೀಗೆ ಅಂತ ಮೊದಲು ಗೊತ್ತಾದಾಗ ಅದರಲ್ಲೂ ತರ್ಕ ಹುಡುಕಲು ಪ್ರಯತ್ನಿಸಿದ್ದೆ. ನನ್ನ ವಾಟರ್ ಬ್ರೇಕ್ ಆಗಿ ಇಪ್ಪತ್ತು ತಾಸುಗಳ ನಂತರ ಹೊರಬಂದವನು ಅವನು. ಅದು ಕಾರಣವಿರಬಹುದೇ? ಬಸಿರಿನ ಮೊದಮೊದಲ ದಿನಗಳಲ್ಲಿ ಗೊತ್ತಾಗದೇ ಸ್ಮೋಕ್ ಮಾಡಿದ್ದೆನೇ? ವೈನ್ ಕುಡಿದಿದ್ದೆನೇ? ಆ ಅವನನ್ನು ಹುಡುಕಿಕೊಂಡು ಹೋಗಿ ಕೇಳಿದ್ದೆ. ಅವನ ಕುಟುಂಬದಲ್ಲಿ ಯಾರಿಗಾದರೂ ಹೀಗಿತ್ತೇ ಎಂದು. ಅವನೂ ಇಲ್ಲವೆಂದಿದ್ದ. ಜೊತೆಗೆ ತನ್ನ ಸಂತಾಪವನ್ನೂ ಸೂಚಿಸಿದ್ದ. ಏನಾದರೂ ಕಾರಣ ಇರಲೇಬೇಕಲ್ಲ. ಏನು, ಕಾರಣವೇನು ಅಂತ ಅರಿಯ ವೈದ್ಯರ ಬಳಿ ಅಲವತ್ತುಕೊಂಡಿದ್ದೆ.

"ಗರ್ಭದಲ್ಲಿ ಮೊದಲ ಬಾರಿ ಅಂಡಾಣು ವೀರ್ಯಾಣು ಸೇರಿದಾಗಲೇ ಜೆನೆಟಿಕ್ ಕೋಡ್ ಹಂಚಿಕೆಯಾಗಿಬಿಟ್ಟಿರುತ್ತದೆ. ಇಟ್ ಈಸ್ ಜಸ್ಟ್ ಅ ಮ್ಯಾಟರ್ ಆಫ್ ಚಾನ್ಸ್. ಒಂದು ಸರಳವಾದ ಆಕಸ್ಮಿಕ ಇದು. ಇದಷ್ಟೇ ಏಕೆ, ಆರೋಗ್ಯವಂತ ಮಕ್ಕಳು ಹುಟ್ಟುವುದೂ ಪ್ಯೂರ್ ಕೋ-ಇನ್ಸಿಡೆನ್ಸೇ. ನಿಮಗೆ ನೀವು ಇಷ್ಟು ಹಿಂಸೆ ಕೊಟ್ಟುಕೊಳ್ಳಬೇಡಿ. ಮಗುವನ್ನು ಚೆನ್ನಾಗಿ ಸಾಕಬೇಕಾದರೆ ಇಂಥ ಗಿಲ್ಟನ್ನೆಲ್ಲ ಬಿಟ್ಟುಬಿಡಬೇಕು ನೀವು" ಅಂತ ಸಮಾಧಾನ ಹೇಳಿದ್ದರು.

"ಆದರೂ ಡಾಕ್, ಏನೂ ಕಾರಣವಿಲ್ಲದೇ ಇಂಥದ್ದು ನಡೆಯುತ್ತದೆಯೇ? ಹೇಗೆ ಇದು?"

ಹಿರಿಯರಾದ ಅವರು ತುಸು ಬಗ್ಗಿ ಕುಳಿತು, "ಇನ್ನೇನು ನೀವೇ ಕಾರಣ ಅಂತ ಹುಡುಕಿಕೊಂಡು ಹೋಗಬೇಕಷ್ಟೇ. ಸಮಾಧಾನ ತಂದುಕೊಳ್ಳಿ. ಬೇಕಿದ್ದರೆ ಮನೋವೈದ್ಯರ ಬಳಿಗೆ ಕೌನ್ಸಿಲಿಂಗ್ ಹೋಗಿ. ಛಲದಿಂದ ಇದನ್ನು ಎದುರಿಸಲು ಧೈರ್ಯ ತಂದುಕೊಳ್ಳಿ. ಪರರ ಬಳಿ ಸಹಾಯ ಕೇಳಲು ಹಿಂಜರಿಯಬೇಡಿ. ಇಂಥ ಮಕ್ಕಳನ್ನು ಕೇರ್ ಮಾಡುವ ಪಾಲಕರದ್ದೇ ಒಂದು ಕಮ್ಯುನಿಟಿ ಇದೆ. ಅವರ ಪರಿಚಯ ಮಾಡಿಕೊಳ್ಳಿ. ಹೋಗುತ್ತ ಹೋಗುತ್ತ ಎಲ್ಲ ಸಹನೀಯವಾಗುತ್ತದೆ" ಎಂದಿದ್ದರು.

ಅರಿ ಸಣ್ಣವನಿರುವಾಗ ಮ್ಯಾನೇಜ್ ಮಾಡುವುದು ಅಷ್ಟೇನೂ ಕಷ್ಟವಾಗಿರಲಿಲ್ಲ. ಮೊದಲೆರಡು ವರ್ಷಗಳಂತೂ ಎಲ್ಲ ಮಕ್ಕಳೂ ಹೋಗುವ ಡೇ ಕೇರ್‌ಗೇ ಹೋಗುತ್ತಿದ್ದನಲ್ಲ! ನಂತರ ಸ್ಪೆಷಲ್ ಡೇ ಕೇರ್‌ಗೆ ಕಳಿಸಬೇಕಾಯಿತು. ಆ ನಂತರ ಸ್ಪೆಷಲ್ ಶಾಲೆಗೆ. ಅವನು ಎಂಟು ವರ್ಷ ತಲುಪುವ ವೇಳೆಗೆ ಮನೆಯಲ್ಲಿಟ್ಟುಕೊಂಡು ನಿರ್ವಹಿಸುವುದು ನನಗೆ ಸಾಧ್ಯವೇ ಇಲ್ಲ ಅನ್ನಿಸಿಬಿಟ್ಟಿತ್ತು. ಎಂಟು ವರ್ಷದ ಹುಡುಗನನ್ನು ಸುಲಭವಾಗಿ ಎತ್ತಿಕೊಳ್ಳಲೂ ಕಷ್ಟವಾಗುತ್ತಿತ್ತು. ಹೀಗಾಗಿ ಸ್ವಲ್ಪ ದಿನ ಒಂದು ಕೇರ್ ಫೆಸಿಲಿಟಿ ಹೋಮ್‌ನಲ್ಲಿಟ್ಟಿದ್ದೆ.

ಒಂದು ವಾರ ಬಿಟ್ಟು ಕೇರ್ ಫೆಸಿಲಿಟಿಗೆ ಅರಿಯನ್ನು ನೋಡಲು ಹೋದ ದಿನ ನನ್ನ ಬದುಕಿನ ಗತಿಯನ್ನೇ ಬದಲಿಸಿದ ದಿನ. ಅಲ್ಲಿನ ಒಂದು ಬಗೆಯ ಆಸ್ಪತ್ರೆಯ ವಾಸನೆ, ಅದನ್ನು ಹೊಡೆದು ಹಾಕಲು ಹಾಕಿದ್ದ ರೂಮ್ ಫ್ರೆಷ್‌ನರ್ ಘಾಟು, ಕಿವಿಗೆ ರಾಚುವ ನಿರ್ವಿಕಾರ ಮೌನವನ್ನು ದಾಟಿ "ಅರೀ..." ಎಂದು ಕೋಣೆಯ ಬಾಗಿಲು ತೆರೆದೊಡನೆಯೇ ಅರಿ, "ಮ್ಮ್ಮಾ..." ಎಂದು ಅಳಲು ಶುರುಮಾಡಿದ್ದ. "ಅರೀ, ಡೋಂಟ್ ಕ್ರೈ ಬೇಬಿ" ಅಂತ ಅಪ್ಪಿಕೊಂಡರೆ ಅವನ ತೋಳಿನ ಮೇಲೆ ಅವನದ್ದೇ ಹಲ್ಲಿನ ಗುರುತುಗಳು ಕಂಡಿದ್ದವು. ಕೋಪ ಬಂದಾಗ, ತಾನು ಹೇಳಿದ್ದು ಎದುರಿನವರಿಗೆ ಸಮರ್ಪಕವಾಗಿ ತಿಳಿಸಲು ಸಾಧ್ಯವಾಗದಾಗ ಅರಿ ಹೀಗೆ ತೋಳನ್ನು ಕಚ್ಚಿಕೊಳ್ಳುತ್ತಿದ್ದ. ಒಂದು ವಾರದಲ್ಲಿ ಇನ್ನಷ್ಟು ಸೊರಗಿದಂತೆ ಕಂಡ.

"ಏನಾಯ್ತು ಅರಿ. ಅಳಬಾರದು ಹಾಗೆ. ಅಮ್ಮ ಬರ್‍ತೀನಲ್ಲ ಪ್ರತೀ ವಾರವೂ" ಅಂತ ಅವನನ್ನು ಸಂತೈಸಿದೆ.

"ಮ್ಮ್ಮಾ... ಡ್ಡಾ... ಲೀ...ಮ್ ಹಿಯ್ಯಾ... ಮ್ಮಾ" ಎಂದು ದೊಡ್ಡಕೆ ಅತ್ತುಬಿಟ್ಟ.

ಅವನು ಏನು ಹೇಳುತ್ತಿದ್ದಾನೆ ಎಂದು ತಿಳಿಯಲು ಎರಡು ಮೂರು ಸಾರಿ ಅದನ್ನು ಸ್ಪಷ್ಟವಾಗಿ ಕೇಳಬೇಕಾಯಿತು.

ಕೊನೆಗೆ ತಿಳಿಯಿತು. ಡೋಂಟ್ ಲೀವ್ ಮೀ ಹಿಯರ್ ಅಮ್ಮಾ. ನನ್ನನ್ನು ಇಲ್ಲಿ ಬಿಡಬೇಡ ಅಮ್ಮಾ ಎನ್ನುತ್ತಿದ್ದಾನೆ. ಅವನು ಹಾಗೆ ಹೇಳಿದನೋ ಇಲ್ಲವೋ. ಎಂಟನೆಯ ವಯಸ್ಸಿಗೆ ಅಷ್ಟು ಮಾತನಾಡುವ ಶಕ್ತಿ ಬಂದಿರಲಿಲ್ಲ ಅವನಿಗೆ. ಆದರೂ... ಯಾರಿಗೆ ಗೊತ್ತು? ನರಮಂಡಲದ ಒಗಟುಗಳನ್ನು ಬಿಡಿಸಿದವರ್‍ಯಾರು? ಹಾಗೆಯೇ ಹೇಳಿದ್ದರೂ ಹೇಳಿದ್ದಾನು. ನನಗಂತೂ ಹಾಗೇ ಕೇಳಿಸಿತು.

ಅದು, ಆ ಕ್ಷಣ, ನನ್ನ ಇಡೀ ಬದುಕು ಆ ಒಂದು ಕ್ಷಣಕ್ಕೆ ಬಂದು ನಿಂತು ತಟಸ್ಥವಾಗಿಬಿಟ್ಟಿತು. ಇದು ನನ್ನ ಮಗು, ನಾನು ಇವನ ಅಮ್ಮ. ಈ ವಾರೆ ನೋಟಗಳು, ಚಿಕಿತ್ಸೆಗಳು, ಸುಖ ಎಂಬುದರ ಕಲ್ಪನೆ, ಸಹಜವೇನು ಅಸಹಜವೇನು ಎಂಬ ಭ್ರಮೆ, ಸಮಾಜ ಮತ್ತದರ ಕಟ್ಟುಪಾಡುಗಳು, ಹಣ ಮತ್ತದರಲ್ಲಿ ಹುಡುಕಿಕೊಳ್ಳುವ ಅರ್ಥ, ಸ್ವಾತಂತ್ರ್ಯ, ಕುಟುಂಬ, ಸ್ಪೆಲ್ಲಿಂಗ್ ಬೀ ಸ್ಪರ್ಧೆಗಳು, ಬ್ಯೂಟಿ ಪಾರ್ಲರುಗಳು... ಎಲ್ಲವೂ ನಂತರ ಹುಟ್ಟಿಕೊಂಡಿದ್ದು. ವೃತ್ತದ ಕೇಂದ್ರದಲ್ಲಿ ಅಚಲವಾಗಿ ನಿಂತ ಒಬ್ಬ ತಾಯಿ

ಮತ್ತಾಕೆಯ ಮಗುವಿನ ಸುತ್ತ ಹಬ್ಬಿಕೊಂಡಿದ್ದು ಉಳಿದದ್ದೆಲ್ಲವೂ ಅಂತನ್ನಿಸಿಬಿಟ್ಟಿತು. ಅರಿಯ ವಸ್ತುಗಳನ್ನೆಲ್ಲ ಪ್ಯಾಕ್ ಮಾಡಿಕೊಂಡು ಅವನನ್ನು ಮನೆಗೆ ಕರೆತಂದುಬಿಟ್ಟೆ.

ಸ್ಟಿಯರಿಂಗ್ ವ್ಹೀಲನ್ನು ಗರ್ರನೆ ತಿರುಗಿಸಿ ಯೂ ಟರ್ನ್ ತೆಗೆದುಕೊಂಡ ಹಾಗೆ ತಿಂಗಳೊಳಗೆ ಕೆಲಸ ಬದಲಿಸಿದೆ. ಸಮಯವನ್ನು ಫ್ಲೆಕ್ಸಿಬಲ್ ಆಗಿ ಇರಿಸಿಕೊಂಡೆ. ಮೆಟ್ಟಿಲಿಲ್ಲದ ಮನೆ ಹುಡುಕಿಕೊಂಡೆ. ಅರಿಯನ್ನು ನನ್ನ ಲೋಕಕ್ಕೆ ಎಳೆದು ತರುವ ಸಾಹಸ ಬಿಟ್ಟು ನಾನೇ ಅವನ ಲೋಕದ ಹತ್ತಿರ ಹೋದೆ. ಅವನ ಅಪಸ್ಮಾರವನ್ನು ಕಡಿಮೆ ಮಾಡಲು ಕೀಟೋಜೆನಿಕ್ ಊಟವನ್ನು ತಯಾರಿಸುವುದ ಕಲಿತುಕೊಂಡೆ. ಲೆಕ್ಕವಿಟ್ಟು ಹಣ ಖರ್ಚು ಮಾಡಿದೆ. ಮುಂದೆಂದೋ ನಾನು ಇಲ್ಲವಾದಾಗ ಕೇರ್ ಫೆಸಿಲಿಟಿಗೆ ಮರಳುತ್ತಾನೋ ಏನೋ ಅವನು. ಹಾಗಾಗದೆಯೂ ಇರಬಹುದು. ನಮ್ಮಿಬ್ಬರ ಅದೃಷ್ಟ ಸರಿಯಾಗಿದ್ದರೆ ಅವನೇ ಮೊದಲು ಎದ್ದು ನಡೆಯಬಹುದು. ಆದರೆ ನನ್ನ ಉಸಿರಿರುವ ತನಕ ನಾನು ಸಲಹುತ್ತೇನೆ ಅವನನ್ನು, ನಂತರ ನನ್ನ ಸೇವಿಂಗ್ಸ್ ನೋಡಿಕೊಳ್ಳುತ್ತದೆ ಎಂಬ ಪ್ರತಿಜ್ಞೆ ಮಾಡಿಕೊಂಡೆ.

ಆದರೂ... ಒಮ್ಮೊಮ್ಮೆ ಮಾತ್ರ ಇದೆಲ್ಲ ಈಗಲೇ, ಈ ದಿನವೇ ಮುಗಿದು ಹೋಗಲಿ ಅನ್ನಿಸುತ್ತದೆ. ಇನ್ನು ಏಳಲೇ ಸಾಧ್ಯವಿಲ್ಲ ಅಂತನ್ನುವಷ್ಟು ಸುಸ್ತಾದಾಗ, ಅದೇ ಅದೇ ದಿನಚರಿಯನ್ನು ಪುನಃ ಪುನಃ ಜೀವಿಸಿ ಜೀವ ಹೇಸಿ ಹೋಗುವಾಗ, ನನ್ನ ಬದುಕೊಂದು ಸರಳ ರೇಖೆಯಂತಿರದೇ ಮುಚ್ಚಿಕೊಂಡ ಗೋಲದ ಹಾಗಿರುವುದು ಮನವರಿಕೆಯಾದಾಗ ದೇವರನ್ನಾದರೂ ನಂಬಲು ಸಾಧ್ಯವಾಗಿದ್ದರೆ ಇದೆಲ್ಲ ಸ್ವಲ್ಪವಾದರೂ ಸುಲಭವಾಗುತ್ತಿತ್ತೇ ಅಂತ ಘಾತವಾಗುತ್ತದೆ.

ಅರಿಗೆ ಹದಿನೆಂಟು ತುಂಬುವ ತನಕ ಅವನು ಸ್ಪೆಷಲ್ ಶಾಲೆಗೆ ಹೋಗುತ್ತಿದ್ದ. ಅಲ್ಲಿ ಸಂಜ್ಞೆಯ ಭಾಷೆಯನ್ನು ಸ್ವಲ್ಪ ಕಲಿತಿದ್ದಾನೆ. ಅವನ ಸ್ಥಿತಿಯ ಕಾರಣಕ್ಕಾಗಿ ಎಷ್ಟೋ ವಿವರಗಳು ಅವನಿಗೆ ಮರೆತು ಹೋಗಿವೆ. ಸ್ಪೀಚ್ ರೀಡಿಂಗ್‌ಗಾಗಿ ಅಪರೂಪಕ್ಕೆ ಮಷಿನ್ ಒಂದನ್ನು ಉಪಯೋಗಿಸಿದರೂ ಅದು ಬೇರೆಯವರ ಬಳಿ ಮಾತ್ರ. ನನಗೆ ರೂಢಿಯಿಂದಲೋ ಏನೋ, ಅವನು ಏನು ಹೇಳುತ್ತಿದ್ದಾನೆ ಎಂಬುದು ಸುಲಭವಾಗಿ ಅರ್ಥವಾಗುತ್ತದೆ.

ಆಫೀಸಿನಲ್ಲಿ ನನ್ನ ಕಲೀಗುಗಳಿಂದ ಹಿಡಿದು ಪಾರ್ಕಿನಲ್ಲಿ ಸಿಗುವ ಆಗಂತುಕರ ತನಕ ನಾನು ಬಹು ದುಃಖದಲ್ಲಿದ್ದೇನೆ ಎನ್ನುವಂತೆ ನನ್ನನ್ನು ಕಾಣುವಾಗ ಕಿರಿಕಿರಿಯಾಗುವುದು. ಚೂರೇ ಚೂರು ಸ್ನೇಹ ಸಂಪಾದಿಸಿಕೊಂಡವರೂ, "ಯೂ ಆರ್ ಸೋ ಬ್ರೇವ್. ಆದರೂ ಮೊದಲೇ ಗೊತ್ತಾಗಿದ್ದರೆ ಇವನನ್ನು ಉಳಿಸಿಕೊಳ್ಳುತ್ತಿದ್ದಿರೇ" ಎಂಬಂಥ ಕ್ರೂರ ಪ್ರಶ್ನೆ ಕೇಳುವಾಗ ಮೊದಲೆಲ್ಲ, "ಖಂಡಿತ ಉಳಿಸಿಕೊಳ್ಳುತ್ತಿದ್ದೆ" ಎಂದು ನಿರೂಪಿಸಲು ನಿಲ್ಲುತ್ತಿದ್ದೆ. ಆ ಪ್ರಶ್ನೆಗೆ ಮತ್ತೇಗೆ ಉತ್ತರಿಸಬೇಕು? ನಾನು ಹೇಳುತ್ತಿರುವುದು ಸತ್ಯ. ಇದು ಈ ಕ್ಷಣದ ಸತ್ಯ ಎಂಬುದು ನನ್ನ ಲೋಕದ ಅರಿವಿಲ್ಲದ ಅವರಿಗೆ ಹೇಗೆ ತಿಳಿಸಿ ಹೇಳಬೇಕು? ಆಗೆಲ್ಲ ಅವರು ಹೌದೌದು, ಬಿಡಿ ಎನ್ನುವಂತೆ ತಲೆಯಾಡಿಸಿ ನನಗಿಂತ ಹೆಚ್ಚು ಬದುಕನ್ನು ತಿಳಿದುಕೊಂಡವರಂತೆ ತುಟಿಯಲ್ಲೇ ಕಿರುನಗೆ ನಕ್ಕು ಸರಿದು ಹೋಗುವಾಗ

ಸಂಕಟವಾಗುತ್ತಿತ್ತು. ಈಗ ಯಾರನ್ನೂ ಅಂಥ ಪ್ರಶ್ನೆ ಕೇಳುವಷ್ಟು ಒಳಬಿಟ್ಟುಕೊಳ್ಳುವುದಿಲ್ಲ.

ವಾರಕ್ಕೆ ನಾಲ್ಕು ದಿನ ನಾನು ಆಫೀಸಿಗೆ ಅರ್ಧ ದಿನ ಹೋಗಲೇ ಬೇಕಾಗುತ್ತದೆ. ಆಗ ಕೇರ್ ಏಜೆನ್ಸಿಯಿಂದ ಕ್ಯಾರಲ್ ಹೆಸರಿನ ಸಹಾಯಕಿಯೊಬ್ಬರು ಬಂದು ಅರಿಯನ್ನು ನೋಡಿಕೊಳ್ಳುತ್ತಾರೆ. ಅವನೇನಾದರೂ ಕೀಟಲೆ ಮಾಡಿದಾಗ, "ನೋಡಿ, ಇವನನ್ನ ನಾರ್ಮಲ್ ಅಲ್ಲ ಅನ್ನುತ್ತದಲ್ಲ ಈ ಪ್ರಪಂಚ! ಬಹುಶಃ ಹೊರಗಿದ್ದಾರಲ್ಲ ಅವರೆಲ್ಲ ಇಪ್ಪತ್ತರ ಹರೆಯದವರು, ಅವರೇ ಅಬ್ನಾರ್ಮಲ್ ಇರಬಹುದೇನೋ. ಅವರೆಲ್ಲ ಹೆಚ್ಚೆಚ್ಚು ನಮ್ಮ ಅರಿಯ ಹಾಗೆಯೇ ಇರುವುದಕ್ಕೆ ಕಲಿಯಬೇಕೇನೋ. ಯಾವ ವಯದವರಿಗೆ ಯಾವುದು ನಾರ್ಮಲ್ ಅಂತ ನಿರ್ಧರಿಸಲು ನಾವ್ಯಾರು ಹೇಳಿ?" ಅಂತ ನಗುತ್ತಾರೆ.

ಬದುಕಿನ ನಗ್ನ ಸತ್ಯಗಳಿಗೆ ಒಮ್ಮೆ ಮುಖಾಮುಖಿಯಾದ ಮೇಲೆ ಯಾವ ಮೇಲ್ಹೊದಿಕೆಗಳ ಅವಶ್ಯಕತೆಯೇ ಇಲ್ಲದೇ ಬದುಕು ಸಹನೀಯವಾಗುತ್ತದೆ. ಅರಿಹಂತ ಎಂದರೆ ಶತ್ರುಗಳನ್ನು ಹತ ಮಾಡುವವನು ಅಂತ ಅರ್ಥವಂತೆ. ಶತ್ರು ಎಂಬ ಪದ ಗ್ರಹಿಕೆಗೇ ಸಿಗದಷ್ಟು ಎತ್ತರದಲ್ಲಿರುವ ಈ ಮಗು ನನ್ನನ್ನೂ ಉಳಿಸಿದೆ. ನಾನು ಅರಿಯನ್ನು ಕಾಯ್ದುಕೊಂಡೆ ಅನ್ನಿಸಬಹುದು ಕಾಣುವವರಿಗೆ. ಆದರೆ ಅರಿಯೇ ನನ್ನನ್ನು ಬದುಕಿಸಿಕೊಂಡಿದ್ದಾನೆ. ಅವನ ಸ್ಪರ್ಶದ ಮೂಲಕ. "ಮ್‌ಮ್ಮಾ..." ಎಂಬ ಅವನ ಸವಿದನಿಯ ಮೂಲಕ. ಅವನ ಅಪ್ಪುಗೆಯ ಮೂಲಕ. ಚೂರೇ ಖುಷಿಯಾದರೂ "ಕಿ...ಸ್ಸೀ... ಕಿ...ಸ್ಸೀ..." ಎಂದು ಮುತ್ತಿನ ಸುರಿಮಳೆಗೈವ ಅವನ ಲೀಲೆಗಳ ಮೂಲಕ.

■

ನಿದ್ದೆಗೆಟ್ಟಿದ್ದಕ್ಕೋ ಏನೋ, ಮುಂಜಾನೆ ಡೋರ್ ಬೆಲ್ ಹೊಡೆದುಕೊಳ್ಳುವ ತನಕ ಎಚ್ಚರವೇ ಆಗಲಿಲ್ಲ. ಕ್ಯಾರಲ್ ಬೇಗ ಬಂದಳೇ ಇವತ್ತು ಅಂತ ಸಮಯ ನೋಡಿದರೆ ಆಗಲೇ ಎಂಟು ಘಂಟೆ. ರಾತ್ರಿಯ ಪೂಪ್ ಎಪಿಸೋಡಿನ ನಂತರ ಅವಸರದಲ್ಲಿ ಅಲರಾಂ ಇಡುವುದನ್ನೂ ಮರೆತು ಮಲಗಿಬಿಟ್ಟಿದ್ದೆ. ನೈಟ್ ಪಜಾಮದಲ್ಲಿಯೇ ಹೋಗಿ ಬಾಗಿಲು ತೆರೆದರೆ ಕ್ಯಾರಲ್‌ಳ ಬದಲು ತರುಣನೊಬ್ಬ ನಿಂತಿದ್ದ. "ಹೆಲೋ, ಐಮ್ ಜಾನಥನ್" ಅಂತ ಪರಿಚಯಿಸಿಕೊಂಡ.

"ಕ್ಯಾರಲ್ ಎಲ್ಲಿ?"

"ಕಡೆಯ ಕ್ಷಣದಲ್ಲಿ ಕ್ಯಾರಲ್ ಇವತ್ತು ಸಿಕ್-ಲೀವ್ ತೊಗೊಂಡಿದ್ದಾಳೆ. ಏಜೆನ್ಸಿಯವರು ಇವತ್ತು ಇಲ್ಲಿನ ಡ್ಯೂಟಿಯನ್ನು ನನಗೆ ಅಸೈನ್ ಮಾಡಿದ್ದಾರೆ" ಅಂತ ತನ್ನ ಐಡಿ ತೋರಿಸಿದ.

"ಓಹ್... ಓಹ್ ನೋ. ಇಷ್ಟು ಲಾಸ್ಟ್ ಮಿನಿಟ್‌ನಲ್ಲಿಯೇ? ನಾನೂ ಬಹಳ ಗಡಿಬಿಡಿಯಲ್ಲಿದ್ದೇನೆ. ಅರಿಯ ಕಂಡೀಷನ್ನನ್ನೂ, ತೆಗೆದುಕೊಳ್ಳಬೇಕಾದ ಮಾತ್ರೆಗಳನ್ನೂ, ಎಮರ್ಜೆನ್ಸಿ ಪ್ರೊಸೀಜರುಗಳನ್ನೂ ವಿವರಿಸುತ್ತ ಕೂಡಲು ಸಮಯವಿಲ್ಲ ನನ್ನ ಬಳಿ. ಇನ್ನರ್ಧ ಘಂಟೆಯಲ್ಲಿ ನಾನು ಡ್ರೈವ್ ಮಾಡಲು ಶುರು ಮಾಡಬೇಕು" ಅಂತೆಲ್ಲ ಕಿರಿಕಿರಿ ಮಾಡಿಕೊಂಡೆ.

ಜಾನಥನ್ ನಸುನಗುತ್ತಲೇ ಇದ್ದ. "ಏನೇನೂ ಟೆನ್ಶನ್ ಬೇಡ ನಿಮಗೆ ಮಿಸ್. ನನ್ನ ಬಳಿ ಇರುವ ಫೈಲಿನಲ್ಲಿ ಎಲ್ಲ ಮಾಹಿತಿಯೂ ಇದೆ. ನೀವು ನಿಶ್ಚಿಂತೆಯಿಂದ ಹೋಗಿ ಬನ್ನಿ" ಎಂದ.

ಯೋಚಿಸುತ್ತ ಕೂರಲು ನನ್ನ ಬಳಿ ಅಷ್ಟು ಸಮಯವೂ ಇರಲಿಲ್ಲ. ಅವನಿಗೊಂದು ಥ್ಯಾಂಕ್ಸ್ ಹೇಳಿ, ರಾತ್ರಿಯ ಎಪಿಸೋಡಿನ ಬಗ್ಗೆ ಹೇಳಿ, ಹೀಗ್ಹೀಗೆ ಸ್ನಾನ ಮಾಡಿಸಿಯೇ ಹೊರಡೋಣ ಅಂದುಕೊಂಡಿದ್ದೆ. ತಡವಾಗಿ ಹೋಗಿದೆ. ಸಂಜೆ ನಾನೇ ಮಾಡಿಸುತ್ತೇನೆ. ಅವನಿಗೆ ಇನ್ಯಾರ ಬಳಿಯಲ್ಲೂ ಸ್ನಾನ ಹಾಕಿಸಿಕೊಂಡು ಅಭ್ಯಾಸವಿಲ್ಲ" ಅಂತ ಶಾವರ್ ತೆಗೆದುಕೊಳ್ಳಲು ನಡೆದೆ.

ಜಾನಥನ್, "ಆಸ್ ಯೂ ಸೇ ಮಿಸ್" ಅಂದ.

ಹತ್ತೇ ನಿಮಿಷದಲ್ಲಿ ತಯಾರಾಗಿ ಬಂದಾಗಲೂ ಅರಿ ಎದ್ದಿರಲಿಲ್ಲ. ಹೊಸಬರನ್ನು ಕಂಡೊಡನೆ ಅವನು ಒಮ್ಮೆಲೇ ಹೆದರಿಕೊಳ್ಳುತ್ತಾನೆ. ಸ್ವಲ್ಪ ಸಮಯವಿದ್ದರೆ ನಾನೇ ಜಾನಥನ್ನನ್ನು ಅರಿಗೆ ಪರಿಚಯ ಮಾಡಿಸಿಕೊಟ್ಟು ತೆರಳಬಹುದಿತ್ತು. ಆಗಲೂ ಅವನು ನನ್ನನ್ನು ಸುಲಭಕ್ಕೆ ಹೋಗಗೊಡುತ್ತಾನೆ ಅಂತ ಹೇಳಲಾಗದು. ನೋಡಿದರೆ ಆ ಹೊಸ ಕ್ಲಯಂಟುಗಳು ಇಂದೇ ವಿಸಿಟ್ ಮಾಡುವವರಿದ್ದಾರೆ. ಆ ಮೀಟಿಂಗಿನಲ್ಲಿ ನಾನು ಹಾಜರಿರಲೇಬೇಕು. ಹೀಗಾಗಿ ಅರಿಯನ್ನು ಕೊನೇ ಕ್ಷಣದಲ್ಲಿ ಎಬ್ಬಿಸುವ ರಿಸ್ಕ್ ತೊಗೊಳ್ಳಲಾರದೇ ಜಾನಥನ್ನನಿಗೆ ಏನು ತಿಳಿಯದಿದ್ದರೂ ಕರೆ ಮಾಡೆಂದು ತಿಳಿಸಿ ಕಾರ್‌ನ ಕೀಲಿ ತಿರುವಿದೆ.

ಆಫೀಸು ತಲುಪಿ ಒಂದು ಘಂಟೆ ಕಳೆಯುವಷ್ಟರಲ್ಲಿ ನನಗೆ ನಿರಾಳವಾಗುವ ಹಾಗೆ ಜಾನಥನ್ ಸಂದೇಶ ಕಳಿಸಿದ್ದ. "ಮೊದಲು ಎದ್ದಾಗ ಅರಿ ಭಯಪಟ್ಟುಕೊಂಡ. ಕ್ಯಾರಲ್‌ಳಿಗಾಗಿಯೇ ಕೇಳಿದ. ನಾನೇ ನಿಧಾನಕ್ಕೆ ಅವನ ರೈಮ್‌ಗಳನ್ನೆಲ್ಲ ಓದಿ ಹೇಳಿದೆ. ಸ್ವಲ್ಪ ಹೊತ್ತು ಟೀವಿಯಲ್ಲಿ ಅವನಿಷ್ಟದ ಪೆಪ್ಪಾ ಪಿಗ್ ಹಾಕಿಕೊಟ್ಟೆ. ನಂತರ ಲೆಗೋ ಆಟಿಕೆಗಳ ಜೊತೆಗೆ ಆಟವಾಡತೊಡಗಿದೆ. ಅರಿ ನಿಧಾನಕ್ಕೆ ಸರಿದು ಬಂದು ನನ್ನ ಜೊತೆ ಸ್ನೇಹದಿಂದ ಆಟವಾಡತೊಡಗಿದ. ಈಗ ಅವನಿಗೆ ಬ್ರೇಕ್‌ಫಾಸ್ಟ್ ತಿನ್ನಿಸುತ್ತಿದ್ದೇನೆ. ಬೆಳಗಿನ ಡೈಪರ್ ಕ್ಲೀನಿಂಗ್ ಕೂಡ ಮುಗಿದಿದೆ" ಎಂದಿದ್ದ. ನಾನೂ ನಿರಾಳವಾಗಿ ಕ್ಲಯಂಟ್ ಮೀಟಿಂಗಿಗೆ ತೆರಳಿದೆ.

ಮಧ್ಯಾಹ್ನ ಲಂಚ್ ಮೀಟಿಂಗ್ ಮುಗಿಸಿ ಬಂದಾಗಲೇ ನನಗೆ ಆಘಾತ ಕಾದಿತ್ತು. ಜಾನಥನ್ ಹತ್ತು ಬಾರಿ ಕರೆ ಮಾಡಿದ್ದ. ಎರಡು ಮೆಸೇಜುಗಳನ್ನೂ ಬಿಟ್ಟಿದ್ದ. ನಡುಗುವ ಕೈಗಳಿಂದ ತೆರೆದು ನೋಡಿದರೆ ಒಂದರಲ್ಲಿ "ದಯವಿಟ್ಟು ಬೇಗ ಬನ್ನಿ" ಅಂದಿತ್ತು. ಅರ್ಧ ಘಂಟೆ ನಂತರ ಕಳಿಸಿದ ಇನ್ನೊಂದು ಮೆಸೇಜಿನಲ್ಲಿ, "ಯಾರ ಜೀವಕ್ಕೂ ಯಾವ ಧಾಡಿಯೂ ಆಗಿಲ್ಲ. ಚಿಂತೆ ಬೇಡ. ಈ ಮೆಸೇಜ್ ನೋಡಿದ ತಕ್ಷಣ ಬನ್ನಿ" ಎಂದಿತ್ತು. ಕರೆ ಮಾಡಿದರೆ ಅತ್ತ ರಿಸೀವ್ ಮಾಡಲಿಲ್ಲ. ಒಂಚೂರೂ ಜವಾಬ್ದಾರಿಯಿಂದ ವರ್ತಿಸದ ಈ ತಿಳಿಗೇಡಿ ಹೊಸ ಹುಡುಗನ ಮೇಲೆ ನನಗೆ ಕೋಪವೇ ಬಂತು. ಅರ್ಧ ಘಂಟೆ ಡ್ರೈವ್ ಮಾಡಿ ಬೆವರಿಳಿಸುತ್ತ ಬಾಗಿಲು ನೂಕಿದೆ. "ಅರೀ... ಎಲ್ಲಿ ಅರಿ?" ಅಂದೆ.

ಜಾನಥನ್ ಸೋಫಾದ ಮೇಲೆ ಪವಡಿಸಿದ್ದ. ಅವನ ಕಣ್ಣುಗಳು ಕೋಪದಿಂದ ಉರಿಯುತ್ತಿದ್ದವು. ನಾನು "ಅರೀ..." ಎನ್ನುತ್ತ ಅರಿಯ ಕೋಣೆಯ ಬಾಗಿಲಿಗೆ ಓಡಿದೆ.

ಜಾನಥನ್ ಮೈ ಮೇಲೆ ಬಂದವರ ಹಾಗೆ, "ಏನ್ರೀ, ತರಡಿಗೇ ಕೈ ಹಾಕ್ತಾನೆ ನಿಮ್ಮ ಮಗ" ಎಂದರಚಿದ.

"ಏನು?"

"ಯಾಕೆ ಹೇಳಿದ್ದು ಕೇಳಲಿಲ್ಲವಾ? ಮಗನ ಹಾಗೆ ನಿನಗೂ ಬಿಡಿಸಿ ಬಿಡಿಸಿ ಹೇಳಬೇಕಾ?"

ಕೆನ್ನೆಗೆ ಛಟೀರನೆ ಬಾರಿಸಿದಂತಾಯಿತು. "ಏನೇ, ಅಲ್ಲಿಗೇ ಕೈ ಹಾಕ್ತೀಯಲ್ಲೇ ರಂಡೆ" ಅಂತ ಅವನು ನನಗೇ ಹೇಳಿದ ಹಾಗೆ ವಿಚಲಿತಗೊಂಡೆ.

"ಎಲ್ಲಿದ್ದಾನೆ ಅರಿ, ಏನು ಮಾಡಿದೆ ಅವನಿಗೆ?"

"ಅವನಿಗೇನೂ ಧಾಡಿಯಾಗಿಲ್ಲ. ಕೋಣೆಯಲ್ಲೇ ಇದ್ದಾನೆ" ಎನ್ನುತ್ತ ನಾನು ಬಾಗಿಲು ದಾಟಿ ಅರಿಯನ್ನು ನೋಡದಂತೆ ನನ್ನನ್ನು ತಡೆಗಟ್ಟಿ ಅರಚತೊಡಗಿದ. ಇವನು ಕತೆ ಓದಿ ಹೇಳುತ್ತಿದ್ದನಂತೆ, ಅರಿ ಹತ್ತಿರ ಬಂದು ಇವನ ಮಗ್ಗುಲಲ್ಲೇ ಕುಳಿತನಂತೆ. ಅಲ್ಲಿಗೇ ಕೈ ಹಾಕಿದನಂತೆ. ಇವನೆಷ್ಟು ಬಿಡಿಸಿಕೊಂಡರೂ ಕೇಳಲಿಲ್ಲವಂತೆ. ಮುತ್ತಿಡಲೇ ಬಂದನಂತೆ... ಇನ್ನೂ ಏನೇನೋ.

"ಐ ವಾಂಟ್ ಟು ಸೀ ಮೈ ಸನ್. ದಾರಿ ಬಿಡು ನನಗೆ" ಎಂದರೂ ಕೇಳದೇ ಮತ್ತೆ ಮತ್ತೆ ಅದನ್ನೇ ಮೊದಲಿನಿಂದ ಹೇಳಲು ಶುರುಮಾಡಿದ. "ಇಂಥವರನ್ನೆಲ್ಲ ಕೇರ್ ಫೆಸಿಲಿಟಿಯಲ್ಲಿಡಬೇಕು, ಮನೆಯಲ್ಲಲ್ಲ. ಕೈ ಕಾಲು ಕಟ್ಟಿ ಹಾಕ್ತಾರೆ ಅಲ್ಲಿ" ಅಂದ. ಮತ್ತೆ ಮತ್ತೆ ಮಧ್ಯಾಹ್ನ ಏನೇನಾಯ್ತು ಅಂತ ಮರುಕಳಿಸಿ ಹೇಳತೊಡಗಿದ.

"ಯೂ..." ಈ ಬಾರಿ ನನ್ನ ಧ್ವನಿ ಕೀರಲಾಯ್ತು. "ಔಟ್ ಆಫ್ ಮೈ ಹೌಸ್. ಹೀ ಈಸ್ ಅ ಚೈಲ್ಡ್. ಔಟ್ ಆಫ್ ಮೈ ಹೌಸ್" ಎಂದರಚಿದೆ. "ಔಟ್..." ಎಂದು ಇನ್ನೊಮ್ಮೆ ತಾರಕಸ್ವರದಲ್ಲಿ ಅರಚಿದ ಮೇಲೆ ನನ್ನ ಬದಿಗೊಂದು ಉದಾಸೀನದ ಕೊಂಕನ್ನೆಸೆದು, ಧಡಾರನೆ ಬಾಗಿಲು ಹಾಕಿ ಅವನು ಹೊರಟುಹೋದ.

ನನ್ನ ದೊಡ್ಡ ಧ್ವನಿಗೆ ಭಯಪಟ್ಟು ಅರಿ "ಈೀ... ಈೀ..." ಎಂದು ಅಳತೊಡಗಿದ್ದ. ನನ್ನನ್ನು ಕಂಡವನೇ "ಮ್‌ಮ್ಮಾ..." ಎಂದು ಅವನ ದುಃಖದ ಕಟ್ಟೆಯೊಡೆಯಿತು. ಮರುಕ್ಷಣವೇ ತನ್ನ ಎಡತೋಳನ್ನು ಬಾಯಿಗೆ ತಂದು ಜೋರಾಗಿ ಕಚ್ಚಿಕೊಂಡ. ಆ ನೋವಿಗೆ ಇನ್ನಷ್ಟು ಚೀರಿ ಅತ್ತ. "ಅಯ್ಯೋ ಪುಟ್ಟ, ಹಾಗೆ ಮಾಡಬಾರದು ಪುಟ್ಟ, ದ್ಯಾಟ್ಸ್ ಓಕೆ ಬೇಬಿ. ದ್ಯಾಟ್ಸ್ ಓಕೆ. ಬಾ ಇಲ್ಲಿ" ಅಂತ ಮಂಚದ ಮೇಲೆ ಅವನ ಪಕ್ಕ ಕುಳಿತು ಅವನನ್ನಪ್ಪಿಕೊಂಡೆ. ತೋಳು ನೋಡಿದರೆ ಈಗಾಗಲೇ ಎರಡು ಬಾರಿ ಅವನು ಹತಾಶೆಯಿಂದ ಕಚ್ಚಿಕೊಂಡ ಕುರುಹುಗಳಿದ್ದವು. ನಾನು ಫಸ್ಟ್ ಏಯ್ಡ್ ಬಾಕ್ಸನ್ನು ತರುತ್ತೇನೆ ಇರು ಅಂದರೂ ನನ್ನನ್ನು ಏಳಲು ಬಿಡದಷ್ಟು ಗಟ್ಟಿಯಾಗಿ ಅಪ್ಪಿಕೊಂಡಿದ್ದ.

ನನ್ನೊಳಗೆ ಗಾಢವಾದುದೊಂದು ಮೌನವಿದೆ. ಇಷ್ಟು ವರ್ಷ ತಾಳ್ಮೆಯಿಂದ, ಅರಿವಿನಿಂದ, ಅನುಭವದಿಂದ ಸಿದ್ಧಿಸಿಕೊಂಡಿದ್ದು ಅದು. ಹಾಗೆಲ್ಲ ಸುಲಭವಾಗಿ ಕಲಕುವುದಿಲ್ಲ. ಆದರೆ ಇಂದೇಕೋ ಅರಿಯ ಕಣ್ಣೀರಿನ ಜೊತೆ ನನ್ನ ಕಣ್ಣೀರೂ ಸೇರಿ ನನ್ನ ಶರ್ಟನ್ನು ತೊಯ್ಯಿಸಿತು. ಅರಿಯನ್ನು ಇನ್ನಷ್ಟು ಮತ್ತಷ್ಟು ಬಿಗಿದಪ್ಪಿ ಹಿಡಿದೆ. ನಮ್ಮಿಬ್ಬರ ಚರ್ಮಗಳು ಕರಗಿ ಹೋದ ಹಾಗೆ, ರಕ್ತ ಮಾಂಸ ಬೆರೆತು ನಾವಿಬ್ಬರೂ ಒಂದೇ ಆಗಿಬಿಟ್ಟ ಹಾಗೆ, ಹಿಂದೊಂದು ಕಾಲದಲ್ಲಿದ್ದಂತೆ ಅವನನ್ನು ನನ್ನೊಡಲಲ್ಲಿ ಹುದುಗಿಸಿಟ್ಟು ಹೊರ ಲೋಕದಿಂದ ಅವನನ್ನು ಸದಾ ಕಾಲ ಕಾಪಾಡಬಲ್ಲ ಹಾಗೆ ಕಲ್ಪಿಸಿಕೊಂಡೆ. ಸಂಜೆ ಎಷ್ಟೋ ಹೊತ್ತಿನ ತನಕ ಅವನ ಮೃದು ಅಂಗೈಗಳನ್ನು ಸವರುತ್ತ ಕುಳಿತೆ.

ಕೇರ್ ಏಜೆನ್ಸಿಯವರ ಕರೆಗಳು, ಇಮೇಲ್‌ಗಳು ಬರುತ್ತಲೇ ಇದ್ದವು. "ಅವನು ಹೊಸ ಹುಡುಗ. ಇಂಥ ವಿಷಯಗಳಲ್ಲಿ ನಮ್ಮ ಕೇರ್ ಟೇಕರ್‌ಗಳೆಲ್ಲ ಇಲ್ಲಿಗೆ ಸೇರುವ ಮೊದಲೇ ಟ್ರೇನ್ ಆಗಿರುತ್ತಾರೆ. ಈತನ ವಿಷಯದಲ್ಲೂ ಹಾಗೆಯೇ ಅಂದುಕೊಂಡಿದ್ದೆವು. ನಮ್ಮಿಂದ ಪ್ರಮಾದವಾಗಿದೆ. ಅವನು ಮಾಡಿದ ತಪ್ಪಿನ ಜವಾಬ್ದಾರಿಯನ್ನು ನಾವು ಹೊತ್ತು ಕ್ಷಮೆ ಕೇಳುತ್ತಿದ್ದೇವೆ" ಎಂಬ ಒಕ್ಕಣಿಕೆಯಿರುವ ಇಮೇಲನ್ನು ಪೂರ್ತಿ ಓದದೇ ಹಾಗೇ ಮುಚ್ಚಿದೆ. ಕ್ಯಾರಲ್ ಕೂಡ ಮೆಸೇಜಿನಲ್ಲಿ ಸಾರಿ ಕೇಳಿದ್ದಳು. ಅದ್ಯಾಕೋ ಯಾರಿಗೂ ಮರು ಸಂದೇಶ ಬರೆಯುವ ಉತ್ಸಾಹವೇ ಇರಲಿಲ್ಲ.

■

ಬದುಕು ಕಷ್ಟದ್ದೋ ಬರೆವಣಿಗೆಯೋ ಎಂಬ ಚರ್ಚೆ ಏಳುತ್ತದೆ ಸಾಹಿತ್ಯ ಲೋಕದಲ್ಲಿ ಆಗಾಗ. ಅಬ್ಬಬ್ಬಾ ಬರೆವಣಿಗೆ ಎಷ್ಟೊಂದು ಕಷ್ಟ ಅಂತ ಅಲವತ್ತುಕೊಳ್ಳುವವರಿಗೆ ಕೇಳುವುದಿದೆ ನಾನು. ಹೌದೇ? ಬರೆವಣಿಗೆ ಎಂಥ ಸವಾಲುಗಳನ್ನು ಎಸೆದಿದೆ ನಿಮ್ಮ ಮುಂದೆ?

ಎಲ್ಲಿ ಇದು? ಬಹು ದೂರ. ಒಂದು ಕಡಲು, ಕಡಲ ದಂಡೆ ಕಣ್ಣ ಮುಂದೆ ಬರುತ್ತಿದೆ. ಅಲ್ಲೊಬ್ಬರು ಇಲ್ಲೊಬ್ಬರು ಜೋಡಿಗಳಲ್ಲಿ, ಒಂಟಿಯಾಗಿ ಕಾಣಿಸುತ್ತಿದ್ದಾರೆ. ಗುಂಪು ಗದ್ದಲವಿಲ್ಲದ ಪ್ರಶಾಂತ ತೀರ. ಸಂಜೆ? ಹೌದು. ಬಾಲ್ಯದಲ್ಲಿ ಕಂಡು ಅನುಭವಿಸಿದ ಅದೇ ಸಂಜೆಯ ಸೊಬಗು. ಸೂರ್ಯ ಇನ್ನೇನು ಮುಳುಗುವ ಸನ್ನಾಹದಲ್ಲಿದ್ದಾನೆ. ಟಾರು ರಸ್ತೆ ಮಣ್ಣಿನ ರಸ್ತೆಯಾಗಿ, ಮಣ್ಣು ಮರಳ ಜೊತೆ ಸೇರುತ್ತ ಸೇರುತ್ತಲೇ ದಾರಿ ಯಾವುದು, ತೀರ ಯಾವುದು ಎಂದೇ ಗೊತ್ತಾಗದ ಹಾದಿಯಲ್ಲಿ ಅವನೊಬ್ಬ ನಿಂತಿದ್ದಾನೆ, ಪಾದಗಳು ಮೆಲುವಾಗಿ ಹುಗಿಯುವ ಹೊಯಿಗೆ ರಾಸಿಯಲ್ಲಿ ಜೀವದಾಯಿನಿಯಂತಹ ಎಳನೀರು ಮಾರುತ್ತ.

ಯಾರವನು? ಆ ಎತ್ತರವ ನಾನು ಬಲ್ಲೆ. ತಗ್ಗಿಸಿದ ತಲೆಯನ್ನವನು ನಿಧಾನಕ್ಕೆ ಎತ್ತಿದ್ದಾನೆ. ಎರಡೂ ಕೈಗಳಲ್ಲಿ ಎಳನೀರನ್ನು ಹಿಡಿದು ನನ್ನ ದಿಕ್ಕಿನಲ್ಲೇ ನೋಡುತ್ತ ತಲೆಯನ್ನು ಚೂರು ಹಿಂದಕ್ಕಾನಿಸಿ ಕಣ್ಣು ಮುಚ್ಚಿ ಹುಬ್ಬುಗಳನ್ನು ಎತ್ತರಿಸಿದ್ದಾನೆ. "ಹ್ಯಾ... ಹ್ಯಾ..." ಎಂದು ಸಂತಸದಲ್ಲಿ ತೇಲುತ್ತಿದ್ದಾನೆ.

"ಏಯ್ ಪುಟ್ಟಾ!" ಅಂತ ಅಚ್ಚರಿಗೊಂಡಿದ್ದೇನೆ ನಾನು. ಇಲ್ಲೆಲ್ಲಿ ಬಂದ ಇವನು! ಬೊಂಡ ಕೆತ್ತುವುದನ್ನು ಹೇಗೆ ಕಲಿತುಕೊಂಡ? ಹಸಿರು ಎಲೆಎಲೆಯ ಚಿತ್ತಾರವಿರುವ ಈ ಶರ್ಟನ್ನು ಎಂದು, ಎಲ್ಲಿ ಕೊಂಡ? ದೊಡ್ಡ ಮನುಷ್ಯರ ಹಾಗೆ ಬಣ್ಣದ ಬರ್ಮುಡಾ ಧರಿಸಿದ್ದಾನೆ. "ಅರೀ..." ಅಂತ ಹತ್ತಿರ ಹೋಗಲೆತ್ನಿಸುತ್ತೇನೆ ನಾನು.

ನನ್ನ ದಿಕ್ಕಿನಲ್ಲೇ ಕಣ್ಣು ನೆಟ್ಟಿದ್ದರೂ ಅರಿ ನನ್ನನ್ನು ನೋಡುತ್ತಿಲ್ಲ ಅಂತ ಕ್ರಮೇಣ ಗೊತ್ತಾಗುತ್ತಿದೆ. ಅವನ ದೃಷ್ಟಿ ನನ್ನನ್ನು ದಾಟಿ ಇನ್ನೆಲ್ಲೋ ನೆಟ್ಟಿದೆ. ತಕ್ಷಣ ಹಿಂತಿರುಗಿ ನೋಡಿದ್ದೇನೆ ನಾನು. ಅಲ್ಲಿ ಬರುತ್ತಿದ್ದಾನೆ ಆ ಇನ್ನೊಬ್ಬ, ಮುಗುಳ್ನಗುತ್ತ. ಈ ಸ್ಫುರದ್ರೂಪಿ ಯುವಕನನ್ನು ಹಿಂದೆಲ್ಲೂ ಕಂಡಿಲ್ಲ ನಾನು, ಇದೇ ಮೊದಲ ಬಾರಿ ಕಾಣುತ್ತಿದ್ದೇನೆ. ನನ್ನನ್ನು ಮೀರಿ ಅರಿಗೆ ಇವ ಎಲ್ಲಿ ಸಿಕ್ಕ? ಹೇಗೆ ಪರಿಚಯವಾದ?

ಅರಿ ಮತ್ತೆ "ದ್ದಾ... ದ್ದಾ?" ಎಂದು ಎಲ್ಲಿಗೆ ಹೋಗಿದ್ದೆ ಅಂತ ಕೇಳುತ್ತಾನೆ.

"ಯಾಕೋ? ಮಳೆ ಬರಬಹುದು ಅಂದಿದ್ದೆಯಲ್ಲ. ಕೊಡೆ ತರೋದಕ್ಕೂ ಹೋಗಬಾರದೇನೋ?" ಅಂತ ಮರು ನುಡಿಯುತ್ತಾನೆ ಆ ಆತ. ನನ್ನನ್ನು ಇಬ್ಬರೂ ಕಾಣದ ಹಾಗಿದ್ದಾರೆ. ಹತ್ತಿರವಾಗುತ್ತಲೇ ಇಬ್ಬರೂ ಚುಂಬಿಸಿಕೊಳ್ಳುತ್ತಾರೆ.

ಒಬ್ಬ ಬೊಂಡ ಹಿಡಿದು, ಇನ್ನೊಬ್ಬ ಇನ್ನೂ ಬಿಚ್ಚದ ಕೊಡೆ ಹಿಡಿದು ಕಡಲ ತೀರಕ್ಕೆ ನಡೆದು ಹೋಗುತ್ತಾರೆ. ಒಣ ಮರಳಲ್ಲಿ ಹೆಜ್ಜೆ ಮೂಡಿಸದ ಅವರ ಪಾದಗಳು ಒದ್ದೆ ರೇವೆಯಲ್ಲಿ ಸ್ಪಷ್ಟ ಗುರುತುಗಳನ್ನು ಮೂಡಿಸುತ್ತಿವೆ. ಎರಡೂ ಜೊತೆ ಪಾದದ ಗುರುತುಗಳು ಹತ್ತಿರ ಹತ್ತಿರವಾಗುತ್ತ ಕಡೆಗೊಮ್ಮೆ ಒಂದೇ ಎನ್ನಿಸುವಷ್ಟು ಹತ್ತಿರ ಬಂದಿವೆ. ಸುತ್ತ ಸಂಜೆಯ ಸೊಬಗು.

ಒಮ್ಮೆ ಕಣ್ರೆಪ್ಪೆ ಬಡಿದರೂ, ಚೂರು ದೃಷ್ಟಿ ಸರಿಸಿದರೂ ಈ ಕ್ಷಣ ಎಲ್ಲಿ ಚದುರಿ ಹೋಗಿ ಬಿಡಬಹುದೋ ಎಂದು ನಾನು ಅದೇ ಜಾಗದಲ್ಲಿ ಬಹಳ ಹೊತ್ತಿನಿಂದ ನಿಂತೇ, ನಿಂತೇ ಉಳಿದಿದ್ದೇನೆ. ಹೀಗೆ.

□□□

ಸಂದರ್ಶನ

ಮಾತು ಆಡಿದರೆ ಅದಕ್ಕೊಂದು ಇದು ಇರಬೇಕು ಎಂಬ ಲೋಕೋಕ್ತಿಯನ್ನು ಎಲ್ಲರಂತೆ ಸ್ಮೃತಿ ಕೂಡ ಎಳವೆಯಿಂದಲೇ ಕೇಳಿ ಬೆಳೆದವಳು. ಆ ಇದು ಎಂದರೆ ಏನೆಂಬುದರ ಕುರಿತು ಮಾತ್ರ ಈಗಲೂ, ಈ ಮೂವತ್ತೈದರ ಇಳಿ ಯೌವನದಲ್ಲೂ ಅವಳಿಗೆ ಅವಳದೇ ಅನುಮಾನಗಳಿವೆ.

"ಇದು ಅಂದ್ರ ಅದ... ವಜನು" ಉಪ್ಪಿಟ್ಟಿಗಾಗಿ ಹುರಿಯುತ್ತಿದ್ದ ರವೆಯ ಕಮ್ಮನೆ ಪರಿಮಳವನ್ನೇ ಮೈಹೊದ್ದು ಅಂದಿದ್ದಳು ಆಯಿ.

"ಒಂದು ಘನತೆ" ಅಂದಿದ್ದರು ಮನೆಯನ್ನೇ ನಡುಗಿಸುವಂತೆ ಒಮ್ಮೆ ಸೀನಿ ತಲೆ ಎತ್ತಿದ ಅಪ್ಪ.

"ತರ್ಕಬದ್ಧವಾಗಿರಬೇಕು" ಅಂತ ಹರಿಹಾಯ್ದಿದ್ದರು ಪಾಠ ಕಲಿಸಿದ ಗುರುಗಳು.

"ಮತ್ತೇನ? ಅರ್ಥ ಅನ್ನೋದೊಂದು ಇರಬೇಕು. ಒಮ್ಮೊಮ್ಮೆ ನಿನ್ನ ಮಾತಿಗ ಅದ ಇರಂಗಿಲ್ಲ" ಅಂತ ನಕ್ಕಿದ್ದಳು ಗೆಳತಿ.

"ಒಂದು ಮಾದಕತೆ ಇರಬೇಕು. ಅದ್ವೈತಲ್ಲ... ಅಷ್ಟು ಸಾಕು ನನಗ" ವಾಕ್ಯ ಪೂರ್ತಿಗೊಳಿಸುವ ಮುನ್ನವೇ ಬರಸೆಳೆದು ತುಟಿಗೆ ತುಟಿ ಸೇರಿಸಿದ್ದ ಒಂದು ಕಾಲದಲ್ಲಿ ಪ್ರಾಣವೇ ಆಗಿದ್ದ ಆ ಗೆಳೆಯ. ಅವನ ತುಂಟಾಟ ನೆನೆದು ಈಗಲೂ ಎದೆ ಬೆಚ್ಚಗಾಗುತ್ತದಲ್ಲ!

ಇನ್ನು ಮಾಣಿಕ್ಯದ ದೀಪ್ತಿಯಂತಿರಬೇಕು, ಸ್ಫಟಿಕದ ಶಲಾಕೆಯಂತಿರಬೇಕು ಎಂಬ ಸಾಲುಗಳ ಬಗೆಗೆಲ್ಲ "ಉಪಮೆ– ಅಲಂಕಾರ ಗುರುತಿಸಿ ಬರೆಯಿರಿ" ಅಂತಿದ್ದ ಪ್ರಶ್ನೆಗಳಿಗೆ ಶಾಲೆಯಲ್ಲೂ ತಪ್ಪು ಉತ್ತರಗಳನ್ನು ಬರೆದು ಬರುತ್ತಿದ್ದ ಸ್ಮೃತಿ ಈಗಂತೂ ಲಕ್ಷ್ಯ ಕೊಡಲು ಹೋಗುವುದೇ ಇಲ್ಲ. ಅದ್ಯಾವುದೋ ಸಿನಿಮಾದಲ್ಲಿ ಉಪೇಂದ್ರ ಹೇಳುತ್ತಾನಲ್ಲ, ನನಗೆ ಇಲ್ಲಿಗೂ

(ಹೃದಯಕ್ಕೂ) ಇಲ್ಲಿಗೂ (ನಾಲಗೆಗೂ) ಫಿಲ್ಟರೇ ಇಲ್ಲ. ಅದಕ್ಕೇ ಮನಸ್ಸಿನಲ್ಲಿರೋದೆಲ್ಲ ಹಂಗಂಗೇ ಹೊರಬಂದುಬಿಡುತ್ತೆ ಅಂತ, ಟೀವಿಯಲ್ಲಿ ಆ ಸೀನು ಬರುವಾಗ ಮನೆಯವರೆಲ್ಲ ಜೋಕು ಕೇಳಿದವರಂತೆ ನಕ್ಕು ಬಿಟ್ಟಿದ್ದರೆ ಸ್ಮೃತಿಗೆ ಮಾತ್ರ "ಅವನು ಹೇಳುವುದರಲ್ಲಿ ತಪ್ಪೇನಿದೆ?" ಅಂತಲೇ ಅನ್ನಿಸಿ ಉಪೇಂದ್ರನ ಮೇಲೆ ಸಣ್ಣದೊಂದು ಕ್ರಶ್ ಆಗಿದ್ದೂ ಇದೆ.

ಈ ಸಂದರ್ಶನದ ದೆಸೆಯಿಂದಲ್ಲದಿದ್ದರೆ ಅವಳು ಮಾತಿನ ಸಾಧ್ಯತೆಗಳ ಬಗ್ಗೆ, ಅದು ಅಣಿಗೊಳಿಸುವ ಸಂದರ್ಭಗಳ ಸತ್ಯಾಸತ್ಯತೆಗಳ ಬಗೆಗೆ, ಆ ನಂತರ ಉಳಿಸುವ ತಾಕಲಾಟಗಳ ಬಗೆಗೆ ಯೋಚಿಸಬೇಕಾಗಿಯೇ ಇರಲಿಲ್ಲವೇನೋ.

"ರೀ, ನಂದು ಸಂದರ್ಶನ ಮಾಡತಾರಂತ" ಎಂದಾಗ ಪ್ರಮೋದ ತುಟಿ ತೆರೆಯದೇ ನಾಸಿಕದಿಂದಲೇ ನಕ್ಕುಬಿಟ್ಟಿದ್ದ. ಬಿಕ್ಕಿನಂಥ ಸದ್ದು ಬಂದ ಬೆನ್ನಲ್ಲೇ ಅವನ ತುಟಿ– ಕೆನ್ನೆಗಳ ಮೇಲೆ ಬಿದ್ದ ನಗುವಲ್ಲದ ನಗುವಿನ ರೇಖೆಗಳನ್ನು ಗಮನಿಸುತ್ತ ಸ್ಮೃತಿ ಮುಂದಿನ ಮಾತನಾಡಲು ಕ್ಷಣ ತಡೆದಳು. ಇದು ಮದುವೆಗೆ ಮುನ್ನ ಅವಳ ತಾಯಿ ಗಂಗೂಬಾಯಿ ಕೊಟ್ಟಿದ್ದ ಸಲಹೆ.

"ಮಾತೊಂದು ನೋಡಿ ಆಡು ತಂಗೀ. ಯಾವ ಸಂದರ್ಭದಾಗ ಏನು ಆಡಬೇಕು, ಯಾವುದು ಆಡಬಾರದು ಅನ್ನೋದೊಂದು ತಿಳಿಯಂಗಿಲ್ಲ ನಿನಗ. ಅದೊಂದು ಬಿಟ್ಟರ ತೊಳೆದಿಟ್ಟ ಬಂಗಾರಾನ ನೋಡು" ಎನ್ನುತ್ತ ಒಮ್ಮೆ ದೃಷ್ಟಿ ತೆಗೆದು ನೆಟಿಗೆ ಮುರಿದಿದ್ದರು ಗಂಗೂಬಾಯಿಯವರು. ಕಣ್ಣಿಗೆ ತೆಳುವಾಗಿ ಕಾಡಿಗೆ ಹಚ್ಚಿ ಚೆಂದದ ಡ್ರೆಸ್ಸು ತೊಟ್ಟು ಕೆಲವು ಬಟ್ಟೆಗಳ ಬಣ್ಣ–ವಿನ್ಯಾಸಗಳಲ್ಲಿ ಅಪರೂಪಕ್ಕೊಮ್ಮೆ ಕಣ್ಣು ಕುಕ್ಕುವಂತೆ ಕಾಣುತ್ತಿದ್ದ ಸ್ಮೃತಿಯನ್ನು ದೇವರ ಫೋಟೋದೆದುರಿಗೆ ನಿಲ್ಲಿಸಿ ಅವರು ಆಗಾಗ ಹೀಗೆ ಅಲವತ್ತುಕೊಳ್ಳುವುದಿತ್ತು. ಬದುಕಿನ ಎಷ್ಟೋ ಆಯಕಟ್ಟಿನ ಸಂದಿಗಳಲ್ಲಿ ಆಯಿಯ ಈ ಮಾತು ಊದಿನಕಡ್ಡಿಯ ಅದೇ ದಟ್ಟ ಹೊಗೆ– ಪರಿಮಳಗಳ ಜೊತೆಗೆ ಮತ್ತೆ ಮತ್ತೆ ಕೇಳಿಸುವುದಿದೆ ಸ್ಮೃತಿಗೆ, ಆಯಿ ಅಂದು ನುಡಿದ ಸಾಲುಗಳು ಕಿವಿಯ ಲೋಲಾಕಿನ ಮೇಲೆ ಶಾಶ್ವತವಾಗಿ ಅಂಟಿಬಿಟ್ಟಿದೆಯೇನೋ ಎನ್ನುವ ಹಾಗೆ.

"ಏನು ಇಂಟರ್‌ವ್ಯೂ ಮಾಡ್ತಾರಂತೆ? ಬೂದುಗುಂಬಳಕಾಯಿ ಹುಳಿ ಹೇಗೆ ಮಾಡೋದು ಅನ್ನೋದರ ಬಗ್ಗೆ ಏನು?"

ಮೀಸೆ, ಕೆನ್ನೆಯ ತುಂಬೆಲ್ಲ ಬಿಳಿ ಬಣ್ಣದ ಬುರುಗು ಮೆತ್ತಿಕೊಂಡು ಹೆದ್ದಾರಿಯ ಮೇಲೆ ಕಾರು ಓಡಿಸುವಷ್ಟು ನೇರವಾಗಿ ಗಡ್ಡ ಹೆರೆದುಕೊಳ್ಳುತ್ತಿದ್ದ ಪ್ರಮೋದ ಒಮ್ಮೆಲೇ ಡಿಸೆಂಬರ್ ತಿಂಗಳ ಕ್ರಿಸ್‌ಮಸ್ ತಾತನ ಹಾಗೆ ಕಂಡು ಸ್ಮೃತಿಗೆ ನಗು ಬಂತು. ಈಗ ಏನು ಹೇಳಬೇಕು? ಈ ಸಂದರ್ಭಕ್ಕೆ ತಕ್ಕ ನಂಜಿಲ್ಲದ ಉತ್ತರ ಯಾವುದು? "ಹೌದು" ಅಂದುಬಿಟ್ಟರೆ? ಮೊನೆ ದೊಡ್ಡ ದೊಡ್ಡ ವಾಕ್ಯಗಳಲ್ಲೇ ಇರಬೇಕೆಂದೇನೂ ಇಲ್ಲವಲ್ಲ. ಒಂದೇ ಶಬ್ದದಿಂದ ಮೂಡಿದ ಮೊನಚು ಕೂಡ ಸೀದಾ ಎದೆಯನ್ನೇ ಬಗೆಯಬಹುದು.

"ಏನೋ ಬೇಡದ ಮಾತು ಬಂದ್ರ ಅದನ್ನ ಮುಂದುವರೆಸೋದರಿಂದ ಯಾರಿಗೂ ಸುಖ ಇಲ್ಲ ತಂಗಿ. ಧೂಳು ಜಾಡಿಸಿಧಂಗ ನಿರ್ಲಕ್ಷ್ಯ ಮಾಡಿಬಿಡಬೇಕು ಅಂಥವನ್ನ..."

ಈ ಆಯಿಗೆ ನನ್ನ ಲೋಲಾಕಿನ ಮೇಲೇನು ಕೆಲಸ? ಅರಿವಾಗದಂತೆ ಸ್ಮೃತಿಯ ಕೈ ತನ್ನ ಕಿವಿಯನ್ನು ಒಮ್ಮೆ ನೇವರಿಸಿಕೊಂಡಿತು. ಒಂದೇ ಕಿವಿ ಮುಟ್ಟಿದಂತಾಗಬಾರದು ಅಂತ ಕೈ ತಂತಾನೇ ಇನ್ನೊಂದು ಕಿವಿಯನ್ನೂ ಸೋಕಿತು.

■

ಸ್ಮೃತಿ ತನ್ನ ಎಗ್ಗಿಲ್ಲದ ಚುರುಕು ಮಾತು ಮಾತ್ರದಿಂದಲೇ ಸೃಷ್ಟಿಸುತ್ತಿದ್ದ ಪ್ರಮಾದವನ್ನು ಮೊದಲು ಗುರುತಿಸಿದವಳು ಆಯಿಯೇ ಆಗಿದ್ದಳು. ಮಕ್ಕಳು ತೀರ ಸಣ್ಣವರಿರುವಾಗ ಮನೆಗೆ ಬಂದ ಅತಿಥಿಗಳನ್ನು "ನೀವು ಯಾವಾಗ ಹೋಗುತ್ತೀರಿ? ನೀವು ಹೋದ ಮೇಲೆ ನಮಗೆ ಜಾಮೂನು ತಿನ್ನಲಿಕ್ಕುಂಟು" ಅಂತ ಹೇಳಿ ಎಲ್ಲರಿಂದ ಮುದ್ದು ಮಾಡಿಸಿಕೊಳ್ಳುವುದು ಬೇರೆ. ಆದರೆ ಹನ್ನೆರಡರ ಹುಡುಗಿಯೊಬ್ಬಳು ತಮ್ಮ ಹೊಸ ಮಗುವಿನೊಂದಿಗೆ ಮನೆಗೆ ಬಂದ ಮಧ್ಯವಯಸ್ಸು ದಾಟಿದ ದಂಪತಿಗಳನ್ನು ಕುರಿತು, "ಓಹ್, ಏನು ಅಂಕಲ್ ನಿಮ್ಮದೆಲ್ಲ ಇನ್ನೂ ನಡೆಯುತ್ತಿದೆ ಅಂದ ಹಾಗಾಯಿತು" ಅನ್ನಬಾರದು. ನಂತರ ಅವಳೇ, "ಸಂದರ್ಭ ತಿಳಿಗೊಳಿಸಲು ಜೋಕು ಮಾಡಿದೆ" ಅಂತ ತನ್ನ ಮಾತನ್ನು ಸಮರ್ಥಿಸಿಕೊಂಡರೂ ಹಾಸ್ಯಕ್ಕಾಗಿಯೂ ಸಲುಗೆಯಿಲ್ಲದವರ ಮುಂದೆ ಹಾಗೆ ಆಡಬಾರದು. ಯಾಕೆ? ಅದೊಂದು ತಿಳಿವಳಿಕೆ. ಮನಸ್ಸಿನಲ್ಲಿ ಎಲ್ಲರೂ ಅಂದುಕೊಳ್ಳುತ್ತಾರೆ. ಆದರೆ ಬಾಯಿ ಬಿಟ್ಟು ಹೇಳುವುದು ತರವಲ್ಲ. ಆ ಅದೃಶ್ಯ ಗೆರೆ ಎಲ್ಲಿದೆಯೆಂದು ಅನುಭವವೇ ಎಲ್ಲರಿಗೂ ಬಾಯಿಪಾಠ ಮಾಡಿಸಿರುತ್ತದೆ. ಆದರೆ ಸ್ಮೃತಿಗೆ ಮಾತ್ರ ಅದು ಒಂದು ಅಂದಾಜಿನಲ್ಲಿ ಕಾಣಿಸಿದರೂ ಯಾಕೋ ಸುಸ್ಪಷ್ಟವಾಗಿ ತೋಚುವುದಿಲ್ಲ, ಅವಳೆಷ್ಟು ಪ್ರಯತ್ನಪಟ್ಟರೂ.

ಒಮ್ಮೆ ತಂದೆಯ ಮೇಲಧಿಕಾರಿಗಳಾದ ಸಾವಿರಮಠರು ಮನೆಗೆ ಬಂದಿದ್ದರು. ಆಫೀಸಿನಲ್ಲಿ ಕಟ್ಟುನಿಟ್ಟಿನ ಅಧಿಕಾರಿಯಾಗಿದ್ದ ಸಾವಿರಮಠರ ಬಗ್ಗೆ ತನ್ನ ತಂದೆ-ತಾಯಿಯರ ಮಾತುಕತೆಯ ಮುಖಾಂತರ ಹದಿನಾರೋ ಹದಿನೇಳೋ ವರ್ಷದವಳಿದ್ದ ಸ್ಮೃತಿಗೆ ಸಾಕಷ್ಟು ತಿಳಿದಿತ್ತು. "ಏನು ತಂಗೀ, ಏನು ಕಲೀತಿಯವಾ?" ಅಂತ ಮಾತು ಶುರು ಮಾಡಿದ್ದು ಸಾವಿರಮಠರೇ. ಅದೊಂದು ಸಂಭಾಷಣೆಯನ್ನು ಮುಂದುವರೆಸುವ ದೆಸೆಯಿಂದ ಸ್ಮೃತಿ ಅವರಿಗೆ ಏನೇನನ್ನು ಕೇಳಬೇಕು! ಅವರನ್ನು ಉಪಚರಿಸುವ ಜವಾಬ್ದಾರಿಯೆಲ್ಲ ತನ್ನ ಮೇಲೆಯೇ ಬಿದ್ದಂತೆ ಕಂಗಾಲಾದಳು.

ತನ್ನದೇ ವಯಸ್ಸಿನ ಅವರ ಮಗ ನಿಖಿಲನ ಬಿಳಿಕೂದಲ ಸಮಸ್ಯೆ ಪರಿಹಾರವಾಯಿತೇ ಅಂತ ಕಾಳಜಿ ತೋರಿದಳು. ನಿಮ್ಮ ಹೆಂಡತಿ ಪಾವಗಡದ ಅವರ ತವರಿಗೆ ಹೋಗಿದ್ದರಲ್ಲ ಮರಳಿದರೇ ಅಂದಳು. ಹೊಸ ವರ್ಷದ ಪಾರ್ಟಿಯಲ್ಲಿ ನಿಮ್ಮ ಅತ್ತೆ ಸಾವಿತ್ರಿಬಾಯಿಯವರು ಎಲ್ಲರೂ ಬೆಚ್ಚುವಂತೆ ಡರ್‌ರ್‌ರ್... ಅಂತ ಗ್ಯಾಸು ಬಿಟ್ಟರಂತೆ ಹೌದೇ ಅಂತ ನಕ್ಕುಬಿಟ್ಟಳು.

ಆಫೀಸಿನಲ್ಲಿ ತಪ್ಪಿಯೂ ಆಡಬಾರದ ಒಂದು ಮಾತನ್ನೂ ಆಡದ ಈ ಮೊಕಾಶಿಯವರಿಗೆ ಒಬ್ಬ ಮಗಳಿದ್ದದ್ದೇ ಗೊತ್ತಿರದಿದ್ದ ಸಾವಿರಮಠರು ಅರೆಕ್ಷಣ ದಿಕ್ಕುಗೆಟ್ಟಂತಾದರು. ಕಡೆಗವಳು, "ಅಂದ ಹಾಗೆ ನಿಮ್ಮ ಪೈಲ್ಸ್ ಸಮಸ್ಯೆ ವಾಸಿಯಾಗಿದೆಯೇ ಈಗ?" ಅಂತ

ಕೇಳಿದ್ದೇ ಗಂಗೂಬಾಯಿಯವರು ಮಗಳನ್ನು ಹೆಚ್ಚು ಕಡಿಮೆ ಒಳಕೋಣೆಗೆ ನೂಕಿಕೊಂಡೇ ಹೋಗಬೇಕಾಯಿತು.

ಹಾಗಂತ ಸ್ಮೃತಿ ಮಳ್ಳಿಯೇನಲ್ಲ. ಟೆಕ್ಸ್‌ಟೈಲ್ಸ್ ವಿಷಯದಲ್ಲಿ ಎಂಜಿನಿಯರಿಂಗ್ ಮುಗಿಸಿರುವ ಅವಳ ಅಂಕಪಟ್ಟಿಗಳು ಈ ಹೇಳಿಕೆಗೆ ಪುರಾವೆ ಒದಗಿಸುತ್ತವೆ. ಇಂಗ್ಲೀಷಿನಲ್ಲಿ know your place ಎಂಬ ನುಡಿಗಟ್ಟಿದೆಯಲ್ಲ, ಹಾಗೆ ಸಂದರ್ಭವೊಂದರಲ್ಲಿ ತನ್ನ ಜಾಗವೇನು ಎಂಬುದು ಅವಳಿಗೆ ತಕ್ಷಣಕ್ಕೆ ಹೊಳೆಯುವುದಿಲ್ಲ. ಕೆಲವು ವೇಳೆಯಲ್ಲಾದರೂ ತಾನು ಅಷ್ಟೇನೂ ಮುಖ್ಯವಲ್ಲ ಎಂಬ ಜಾಗರೂಕತೆ ಯಾರೋ ಹೇಳಿ ಕೊಟ್ಟು ಬರುವುದಲ್ಲ. ಅದು ತನ್ನಿಂದ ತಾನೇ ಸಹಜವಾಗಿ ಒಡಮೂಡಬೇಕಾಗುತ್ತದೆ.

ಇನ್ನು ಮುಂಬೈಯಿಂದ ವರ್ಷಕ್ಕೊಮ್ಮೆ ಬರುತ್ತಿದ್ದ ತಾಯಿಯ ಚಿಕ್ಕಿಯನ್ನು ಕುರಿತು, "ಈ ಸರ್ತಿಯ ಸೀರೆ ಹೊಸಾದು ನೋಡ್ರಿ. ಹೋದ ವರ್ಷ ನೀವು ಬಂದಾಗ ತಿಂಗಳ ಕೊನೆ ಆಗಿತ್ತಲ್ಲ. ಆಯಿ ಆಕೀದೇ ಹೊಸ ಸೀರೆಯೊಂದರ ಫಾಲ್ಸ್ ಬಿಚ್ಚಿ ನಿಮಗ ಆಯರ ಕೊಟ್ಟಿದ್ದಳು" ಅಂದಿದ್ದು, ಅವರ ಮಗ ಸುಧಾಕರನಿಗೆ ಹೆಣ್ಣು ನೋಡುವ ಶಾಸ್ತ್ರದ ದಿನ "ನೀವು ತಲೆಗೆ ಟೋಪನ್ ಹಾಕ್ತೀರಂತ ಹೌದ ಮಾಮಾ? ತಲಿ ನೋಯಂಗಿಲ್ಲೇನು?" ಅಂತ ಯಾರ ಮುಂದೆ ಕೇಳಬಾರದಿತ್ತೋ ಅವರ ಮುಂದೆಯೇ ಕೇಳಿಬಿಟ್ಟಿದ್ದು, ಸಪ್ಪನೆ ಮುಖ ಮಾಡಿ ಕುಳಿತ ವಸಂತಾ ಮಾಮಿಗೆ "ನಿಮ್ಮ ಮಗಳು ಓಡಿ ಹೋದಳಂತ ಬೇಜಾರು ಮಾಡಿಕೊಂಡೀರಲ್ಲ. ಯಾಕ ಬಿಡ್ರೀ ಮಾಮಿ, ಇಷ್ಟವಾದವರನ್ನ ಆಗಿಯರೇ ಸುಖವಾಗಿರ್ತಾಳ ಖುಷಿ ಅಕ್ಕ" ಅಂದಿದ್ದು... ಇದನ್ನೆಲ್ಲ ವಿವರಿಸುತ್ತ ಕುಳಿತರೆ ಅದೇ ಹತ್ತು ಪುಟವಾದೀತು.

ಎಳೆಯ ವಯಸ್ಸಿನಿಂದಲೇ ಡಯಾಬಿಟೀಸ್ ಖಾಯಿಲೆಯಿದ್ದ ತಂದೆಯವರಿಗೆ ಆಸೆ ಎಂದು ಬೂಂದಿ ಲಾಡುವಿನ ಚೂರು ಕೊಟ್ಟು, ಆಯಿಯಿಂದ "ಅವರನ್ನ ತಗೀಬೇಕಂತ ಮಾಡೀಯೇನೇ?" ಅಂತ ಬೈಸಿಕೊಂಡಾಗ ಸುಮ್ಮನಿರುವುದು ಬಿಟ್ಟು "ಹೌದು ಅವರು ಹೋದ್ರ ನನಗ ಆಸ್ತಿ ಸಿಗತದ ನೋಡು ಇವತ್ತ. ಅದಕ್ಕ ಕೊಡಾಕತ್ತೇನಿ" ಎಂದು ನುಡಿದು ಫಳೀರನೆ ಕಪಾಳಕ್ಕೆ ಬಾರಿಸಿಕೊಂಡಿದ್ದಳಲ್ಲ ಹದಿನೆಂಟರ ಹುಡುಗಿ... ಅದಕ್ಕೇನು ಹೇಳುವುದು?

ಅಮೆರಿಕದ ಶಿಕಾಗೋ ನಗರದಲ್ಲಿ ಆಗಷ್ಟೇ ಕೆಲಸಕ್ಕೆ ಸೇರಿದ ಪ್ರಮೋದನೊಂದಿಗೆ ಮದುವೆ ಗೊತ್ತಾದಾಗ ಭಾವೀ ಸೊಸೆಯನ್ನು ಮಾತನಾಡಿಸಿಕೊಂಡು ಹೋದರಾಯಿತು ಅಂತ ಮೈಸೂರಿನಿಂದ ಬಂದ ಸರೋಜಾದೇವಿಯವರು ಸ್ಮೃತಿಯ ಕೆನ್ನೆ ಮುಟ್ಟುತ್ತ, ಬೆನ್ನು ನೇವರಿಸುತ್ತ "ಮದುವೆಯ ನಂತರವೂ ಕೆಲಸ ಮಾಡುವ ಇಚ್ಛೆಯಿದೆಯೇನಮ್ಮ?" ಅಂತ ಸಹಜ ಕೇಳಿದ್ದರು.

"ಅದನ್ನ ಡಿಸೈಡ್ ಮಾಡಬೇಕಾದವರು ನಾನು ಮತ್ತು ಪ್ರಮೋದ ಅಲ್ಲೇನು ಆಂಟಿ?" ಅಂದುಬಿಟ್ಟ ಈ ಸೊಸೆಮುದ್ದಿನ ಬೆನ್ನಮೇಲಿಂದ ಸರೋಜಾದೇವಿಯವರ ಕೈ ಮೆಲ್ಲಗೆ ಹಿಂದೆ ಸರಿದಿತ್ತು. ಮುಖಕ್ಕೆ ತಣ್ಣೀರು ಉಗ್ಗಿದಂತೆ ಕಪ್ಪಿಟ್ಟ ಈ ಬೀಗಿತಿಯ ಚಹರೆ ಗಮನಿಸಿ ಮನಸ್ಸಿನಲ್ಲೇ ಗೋಡೆಗೆ ಹಣೆಹಣೆ ಚಚ್ಚಿಕೊಂಡ ಗಂಗೂಬಾಯಿಯವರು ಆ ರಾತ್ರಿಯೇ

ಮಗಳನ್ನು ದೇವರ ಮುಂದೆ ನಿಲ್ಲಿಸಿ ಗಾಂಧೀಜಿಯವರ ತಾಯಿಯ ಮಾದರಿಯಲ್ಲೇ ಮೂರು ಭಾಷೆ ತೊಗೊಂಡರು.

ಒಂದು: ಮೌನ ಅಥವಾ ಮುಗುಳ್ನಗೆ ಎಲ್ಲಿ ಉತ್ತರವಾಗಬಲ್ಲದೋ ಅಲ್ಲಿ ಒಂದೂ ಶಬ್ದವನ್ನು ಇನ್ನು ಮುಂದೆ ಉಚ್ಚರಿಸುವ ಹಾಗಿಲ್ಲ. ಎರಡು: ನಾನು ಮತ್ತು ಡಿಸೈಡ್ ಎಂಬೆರಡು ಶಬ್ದಗಳನ್ನು ಇನ್ನೆಂದೂ ಒಂದೇ ವಾಕ್ಯದಲ್ಲಿ ಬಳಸುವ ಹಾಗಿಲ್ಲ. ಕಡೆಯದು: ಗಂಡನ ಜೊತೆಗಿರಲಿ, ಅವರಪ್ಪನ ಜೊತೆಗಿರಲಿ ಅಥವಾ ಜಗತ್ತಿನ ಯಾವ ಹುಚ್ಚು ಸೂಳೆಮಗನ ಒಟ್ಟಿಗೇ ಇರಲಿ (ಇವು ಗಂಗೂಬಾಯಿಯವರದೇ ಶಬ್ದಗಳು) ಮಾತನಾಡಲೇ ಬೇಕು ಎಂಬ ಸಂದರ್ಭ ಒದಗಿ ಬಂದಾಗ ಪ್ರತೀ ಶಬ್ದವನ್ನೂ ಒಮ್ಮೆ ಮನಸ್ಸಿನಲ್ಲಿ ಹೇಳಿಕೊಂಡೇ ಅದು ಇನ್ನೊಬ್ಬರಿಗೆ ಹೇಗೆ ಕೇಳಿಸುತ್ತದೆ ಅಂತ ಒಮ್ಮೆ ಮನಸ್ಸಿನ ಕಿವಿಯಲ್ಲಿ ಕೇಳಿಸಿಕೊಂಡ ನಂತರವೇ ಆ ಶಬ್ದಗಳನ್ನು ಗಂಟಲಿನಿಂದ ಬೊಗಳಬೇಕು. ಈ ಕ್ಷಣದಿಂದ ಮುಂದೆ ಸತ್ತು ಹೆಣವಾಗುವವರೆಗೂ ಈ ಮೂರು ಮಾತುಗಳನ್ನು ನಡೆಸಿ ಕೊಡಬೇಕು.

ಸ್ಮೃತಿ ಆಯಿತು ಅಂತ ಭಾಷೆ ಕೊಟ್ಟಳು. ರಾತ್ರಿ ಊಟಕ್ಕೆ ನಿಲ್ಲುತ್ತೇನೆ ಎಂದು ಬಂದಿದ್ದ ಸರೋಜಾದೇವಿಯವರು ಅಂದು ಬಂದ ಅರ್ಧಘಂಟೆಯಲ್ಲಿಯೇ ತೆರಳಿಬಿಟ್ಟಿದ್ದು ಅವಳು ಹಾಗೆ ಮೃದುವಾಗಿದ್ದಕ್ಕೆ ಕಾರಣವಿದ್ದಿರಬಹುದು. ಅಥವಾ ದಿನವೂ ರಾತ್ರಿ ಒಂಬತ್ತಕ್ಕೆ ಆಸೆಯಿಂದ ಕರೆ ಮಾಡಿ ಎರಡು ತಾಸು ಕಳೆದರೂ ಫೋನನ್ನು ತುಂಡರಿಸದೇ ಮುದ್ದುಗರೆಯುತ್ತಿದ್ದ ಪ್ರಮೋದ ಅಂದು ಕರೆಯನ್ನೇ ಮಾಡದಿದ್ದದ್ದು ಅದಕ್ಕೊಂದು ವಜಹವಾಯಿತೋ? ಏನೋ. ಹಾಗೆಲ್ಲ ಸಣ್ಣಸಣ್ಣ ಸೂಕ್ಷ್ಮಗಳನ್ನು ಅಳೆದು ತೂಗಿ ಮಾಡಲು ಸ್ಮೃತಿಯೇನು ಅವಳ ತಾಯಿ ಗಂಗೂಬಾಯಿಯೇ? ಈಗೇನು ಮೌನವಾಗಿದ್ದರೆ ಸುಖವಾಗಿರಲು ಸಾಧ್ಯ ಅಷ್ಟೇ ಹೌದಿಲ್ಲೋ? ಆಯಿತು. ಅದನ್ನೇ ಮಾಡುತ್ತೇನೆ ಎಂದು ಶಬ್ದತ್ಯಾಗ ಮಾಡಿದಳು. ದೇಹವನ್ನೇ ತನ್ನ ಭಾಷೆಯನ್ನಾಗಿಸಿಕೊಂಡಳು.

■

ಇದು ಇಂದಿನ ಕತೆಯೇನಲ್ಲ. ಇವೆಲ್ಲ ನಡೆದೇ ಆಯಿತಲ್ಲ ಈಗ ವರುಷ ಹನ್ನೆರಡು. ನಿಧಾನಕ್ಕೆ ಸ್ಮೃತಿಗೆ ಅಂದು ದೇವರ ಫೋಟೋದೆದುರು ನಡೆದ ಪ್ರಹಸನ ಅನವಶ್ಯಕವಾಗಿತ್ತು ಅಂತ ಮನವರಿಕೆಯಾಗಿದೆ. ಈ ಈಚೆಕಡೆಯ ಲೋಕದಲ್ಲಿ ತನ್ನ ಮಾತಿಗೂ ಮೌನಕ್ಕೂ ಒಂದೇ ಬೆಲೆಯಿರುವುದನ್ನು ನಿಧಾನಕ್ಕೆ ಕಂಡುಕೊಂಡಿದ್ದಾಳೆ.

ನಿತ್ಯ ರಾತ್ರಿ ದಿನಚರಿಯಂತೆ ಸೇರಿಯಾದ ಮೇಲೆ ಇವಳ ಬೆತ್ತಲೆ ಎದೆಗೊರಗಿಕೊಂಡು ಪ್ರಮೋದ ತನ್ನ ಬಾಲ್ಯದ ದಿನಗಳನ್ನೂ, ಕಾಲೇಜಿನಲ್ಲಿ ಎದುರಿಸಿದ ತುಮುಲಗಳನ್ನೂ, ಅಮೆರಿಕದಲ್ಲಿ ಅವನು ಒಂಟಿಯಾಗಿ ಕಳೆದ ಮೊದಮೊದಲ ಅನುಭವಗಳನ್ನೂ ಮರು ರೂಪಿಸುತ್ತಾನೆ. ನೂರಾರು ಬಾರಿ ಕೇಳಿದ್ದರೂ ಸ್ಮೃತಿ ಇದೇ ಮೊದಲ ಬಾರಿ ಕೇಳಿದ ಹಾಗೆ ಆ ಸ್ವಗತವನ್ನು ಕೇಳಿಸಿಕೊಳ್ಳುತ್ತಾಳೆ. ಅವನು ನಿರೂಪಿಸುವ ಮೊದಲೇ ಎಷ್ಟೊಂದು ಕತೆಗಳು ಅವವೇ ಆವರಣ ಗಂಧ ರೂಪಗಳಲ್ಲಿ ಅವಳ ಅರಿವಿನಲ್ಲಿ ಮೂಡುವವು. ಎಷ್ಟೋ

ಹೊತ್ತಿನ ನಂತರ ಅವನು ಮಾತನಾಡುತ್ತಲೇ ನಿದ್ದೆ ಹೋಗುವ. ಅಥವಾ "ನಾವಿಬ್ಬರೂ ಒಬ್ಬರನ್ನೊಬ್ಬರು ಎಷ್ಟು ಚೆನ್ನಾಗಿ ಅರ್ಥಮಾಡಿಕೊಂಡಿದ್ದೀವಲ್ಲ, ನಾವು ಎಷ್ಟೊಂದು ವಿಷಯಗಳನ್ನು ಹಂಚಿಕೊಳ್ಳುತ್ತೇವಲ್ಲ" ಅಂತ ಇನ್ನೊಂದು ಸೆಷನ್ನಿಗೆ ತಯಾರಾಗುವ.

ಆಗೆಲ್ಲ "ಹೌದ? ನನ್ನ ಬದುಕಿನ ಒಂದೇ ಒಂದು ಘಟನೆಯನ್ನು ನಿರೂಪಿಸು ನೋಡೋಣ" ಎಂಬ ಯೋಚನೆಯೊಂದು ಸ್ಮೃತಿಯಲ್ಲಿ ಮಿಂಚಿ ಮರೆಯಾಗುವುದು. ಆದರದು ಮನದ ಬಿರಡೆಗೆ ತಟ್ಟಿದ ಸಿಮೆಂಟಿನ ದಪ್ಪ ಪದರನ್ನು ದಾಟಿ ಹೊರ ಬರುವುದಿಲ್ಲ. ಒಂದೆರಡು ಬಾರಿ ಹೊರ ಬರಲು ಪ್ರಯತ್ನಿಸಿದರೂ ಆ ಎಲ್ಲ ಮಾತುಗಳು ಎರಡೇ ನಿಮಿಷದಲ್ಲಿ ಶುರುವಾಗುವ ಪ್ರಮೋದನ ಗೊರಕೆಯ ಸದ್ದಿನಲ್ಲಿ ಮುಸುಕಾಗಿಬಿಟ್ಟಿವೆ. ಕ್ರಮೇಣ ಆಯಿ ಮೌನವಹಿಸೆಂದು ಹೇಳಿದ್ದು ಮಾತಿನ ವಿಷಯದಲ್ಲಿ ಮಾತ್ರವಲ್ಲ ಎಂಬುದು ಸ್ಮೃತಿಗೆ ಅರಿವಾಗಿದೆ.

ಸ್ಮೃತಿ–ಪ್ರಮೋದರಿಗೆ ಆರು ವರ್ಷದ ಮಗನಿದ್ದಾನೆ. ಹೆಸರು ಆರವ್. ಈ ಸೆಪ್ಟೆಂಬರಿನಿಂದ ಶಿಕಾಗೋ ನಗರದ ಲಿಂಕನ್ ಎಲಿಮೆಂಟರಿ ಶಾಲೆಯಲ್ಲಿ ಮೊದಲ ತರಗತಿ ಓದಲು ಶುರುಮಾಡಿದ್ದಾನೆ. "ಥೇಟು ಅಪ್ಪನಂತೆಯೇ ಕಾಣುತ್ತಾನಲ್ಲವೇ!" ಅಂತ ಕಂಡವರೆಲ್ಲ ಅಭಿಮಾನದಿಂದ ಹೊಗಳುತ್ತಾರೆ.

"ಅವರಪ್ಪನ ಜೊತೆಗೇ ಮಾಡಿದ್ದು ಅಂದಮೇಲೆ ಅವನ ಹಾಗೆಯೇ ಕಾಣಬೇಕಲ್ಲ" ಎಂಬ ತರಂಗಗಳು ಸ್ಮೃತಿಯೊಳಗೆ ಎದ್ದು ಅಲ್ಲೇ ಶಾಂತವಾಗುತ್ತವೆ. ಬದಲಿಗೆ ಹಾಗೆ ನುಡಿದವರ ಪ್ರಶಂಸೆಗೆ ಉತ್ತರವಾಗಿ ಮುಗುಳುನಗೆಯೊಂದು ಅವಳ ತುಟಿಯ ಮೇಲೆ ಮೂಡುತ್ತದೆ.

"ಹಿಂದೆ ಮುಂದೆ ನೋಡದೆ/ ಎದುರು ಮಾತನಾಡದೆ/ ನಾನು ಕೂಗಿದಾಗಲೆಲ್ಲ ಬರುವಳೆನ್ನ ಶಾರದೆ..." ಕಾರು ಓಡಿಸುವಾಗ ಇಂಟರ್ನೆಟ್ ರೇಡಿಯೋದಲ್ಲಿ ಸಿ.ಅಶ್ವತ್ಥ್ ಹಾಡುತ್ತಿದ್ದರೆ ಪ್ರಮೋದ ಪಕ್ಕದಲ್ಲಿ ಕುಳಿತವಳ ಕಡೆ ನೋಡಿ ಒಮ್ಮೆ ಹುಬ್ಬು ಹಾರಿಸುತ್ತಾನೆ.

ಸರೋಜಾದೇವಿಯವರೂ ಶಿಕಾಗೋದ ಈ ಮಗನ ಮನೆಗೆ ಮೂರು ಬಾರಿ ಬಂದು ಹೋಗಿಯಾಗಿದೆ. ಮೊಕಾಶಿಯವರು ಈಗೆರಡು ವರ್ಷಗಳ ಹಿಂದೆ ತೀರಿಕೊಂಡರು. ಅದೇಕೋ ಗಂಗೂಬಾಯಿಯವರು ಅಮೆರಿಕೆಯ ಕಡೆಗೆ ಬರುವ ಮನಸ್ಸು ಮಾಡಿಲ್ಲ. ಕೇಳಿದರೆ, "ನೀವ ಮೂರು ವರ್ಷಕ್ಕೊಮ್ಮೆ ಬರತೀರಲ್ಲ, ಅಷ್ಟ ಸಾಕು" ಎನ್ನುತ್ತಾರೆ. ಒಮ್ಮೆ ನೋಡಿ ಬಂದರಾಯಿತು ಅಂತ ಹೊರಟರೆ ಕನಿಷ್ಠ ಎರಡು ತಿಂಗಳಾದರೂ ಉಳಿಯಲೇ ಬೇಕಂತೆ. ಮಗಳ ಮನೆಯಲ್ಲಿ ಅಷ್ಟೆಲ್ಲ ದಿನ ಹೇಗೆ ನಿಲ್ಲುವುದು ಎಂಬ ಸಂಕೋಚವೇ ಅವರನ್ನು ಧಾರವಾಡದ ನಾರಾಯಣಪುರದಲ್ಲೇ ತಡೆದಿಟ್ಟಿದೆ.

ಸ್ಮೃತಿ ಕೆಲಸಕ್ಕಂತೂ ಹೋಗುತ್ತಿಲ್ಲ. ಶಿಕಾಗೋದ ಫುಲ್ಟನ್ ಮಾರ್ಕೆಟ್ ಡಿಸ್ಟ್ರಿಕ್ಟ್ ಎಂಬ ಈ ಟೆಕ್ ಕೇಂದ್ರದಲ್ಲಿ ತಾನು ಹುಲಕೋಟಿಯಲ್ಲಿ ಕಲಿತ ಟೆಕ್ಸ್‌ಟೈಲ್ಸ್ ಇಂಜಿನಿಯರಿಂಗ್ ಪದವಿಗೆ ಮೂರು ಕಾಸಿನ ಕಿಮ್ಮತ್ತಿಲ್ಲಗ್ಗು ಯಾರೂ ಬಾಯಿ ಬಿಟ್ಟು ಹೇಳದೇ ಅವಳಿಗೆ ತಿಳಿದು ಹೋಗಿದೆ. ಹಾಗಂತ ಅವಳೇನೂ ಬೇಜಾರಲ್ಲಿ ಬಿದ್ದಿಲ್ಲ. ಪ್ರಮೋದನಿಗಿಷ್ಟ ಅಂತ ದಿನಕ್ಕೆ

ಮೂರು ತರಹದ ಅಡುಗೆ ಮಾಡುತ್ತ, ಹಿತ್ತಿಲಲ್ಲಿ ಹತ್ತಾರು ಕೈಗಿಡಗಳನ್ನು ಬೆಳೆಸಿಕೊಂಡು, ಆರವ್‌ನಿಗೆ ಎ–ಬಿ–ಸಿ ತಿದ್ದಿಸುತ್ತ, ಫೇಸ್‌ಬುಕ್ಕಿನಲ್ಲಿ ಸಾಲಿಗೆ ಸಾಲು ಸೇರಿಸಿ ನಾಲ್ಕೆಂಟು ಸಾಲಿನ ಪ್ರಾಸಬದ್ಧ ಕವಿತೆ ಪ್ರಕಟಿಸುತ್ತ, ಅಲ್ಲಿ ಬರುವ ನೂರಾರು ಲೈಕು ಕಮೆಂಟುಗಳಿಗೆ ಥ್ಯಾಂಕ್ಯೂ ಥ್ಯಾಂಕ್ಯೂ ಎಂದು ಹಾರ್ಟ್ ಎಮೋಜಿಗಳ ಜೊತೆಗೆ ಪ್ರತಿಕ್ರಿಯಿಸುತ್ತ, ವಿದ್ಯಾರಣ್ಯ ಕನ್ನಡ ಸಂಘದ ಗಣೇಶ ಹಬ್ಬ, ಯುಗಾದಿ, ಹೊಸ ವರ್ಷಗಳ ಸಂಭ್ರಮಗಳನ್ನು ಎದುರು ನೋಡುತ್ತ ಅವಳ ದಿನಗಳು ಒಂದೊಂದಾಗಿ, ಒಂದೊಂದಾಗಿ ಬಿಡಿಸಲು ಬಾರದಷ್ಟು ಏಕವಾಗಿ ಸರಿದು ಹೋಗುತ್ತಿವೆ.

ಅಂಥದ್ದರಲ್ಲೇ ಬಂದದ್ದು ಪ್ರಭಾಕರ ವೆಂಕಟಪತಿ ಎಂಬುವವನ ಈ ಸಂದೇಶ. "ನಮ್ಮದು ಹೊಸ ಆನ್‌ಲೈನ್ ಚಾನಲ್ ಮ್ಯಾಡಮ್. ನಿಮ್ಮದೊಂದು ಲೈವ್ ಸಂದರ್ಶನ ಮಾಡುತ್ತಿದ್ದೇವೆ. ಬರುವ ಭಾನುವಾರ ನಿಮ್ಮ ಸಮಯ ಬೆಳಿಗ್ಗೆ ಹತ್ತು ಘಂಟೆಗೆ. ಹತ್ತು ನಿಮಿಷದ ಮೊದಲೇ ಆನ್‌ಲೈನಿನಲ್ಲಿರಿ. ವಿವರಗಳನ್ನೆಲ್ಲ ಅಂದೇ ಹೇಳುತ್ತೇನೆ" ಅಂದಿದ್ದ.

ಸಂದರ್ಶನ ಮಾಡುವಂಥ ಸಾಧನೆ ತಾನೇನು ಮಾಡಿದ್ದೇನೆ ಎಂದು ಸ್ಮೃತಿಗೆ ತಿಳಿಯಲಿಲ್ಲ. ಹಾಗಂತ ಕೇಳಿ ಬರೆದ ಸಂದೇಶಕ್ಕೆ ಪ್ರಭಾಕರನಿಂದ ಉತ್ತರವೂ ಬರಲಿಲ್ಲ. ಯೂಟ್ಯೂಬಿನಲ್ಲಿ ಸಿನಿಮಾ ನಟಿಯರು ಕೈ ಬೆರಳುಗಳನ್ನು ಎತ್ತೆತ್ತಿ ಆಡಿಸುತ್ತ ಮಾತಿಗೊಮ್ಮೆ ಕೂದಲು ನೇವರಿಸಿಕೊಳ್ಳುತ್ತ ಅರ್ಧ ಕನ್ನಡ ಅರ್ಧ ಇಂಗ್ಲೀಷಿನಲ್ಲಿ ಪ್ರಶ್ನೆಗಳಿಗೆ ಉತ್ತರಿಸುವುದನ್ನು ತನ್ಮಯಳಾಗಿ ನೋಡುತ್ತಿದ್ದ ಸ್ಮೃತಿ ಭಾನುವಾರ ಮುಂಜಾನೆಯಾಗುವುದನ್ನೇ ವಿಚಿತ್ರ ಕಳವಳದಿಂದ ಕಾಯಬೇಕಾಯಿತು.

■

"ನಮ್ಮ ಚಾನಲ್ಲಿನ ಉದ್ದೇಶವೇ ಅದು ಮ್ಯಾಡಮ್. ಯಾರ ಮೇಲೆ ಸ್ಪಾಟ್‌ಲೈಟ್ ಇಲ್ಲವೋ ಅವರನ್ನು ಮುನ್ನೆಲೆಗೆ ತರುವುದು. ಈ ಕಾರ್ಯಕ್ರಮದ ಹೆಸರು ಹರಟೆ ಕಟ್ಟೆ. ಯಾವ ನಿರ್ದಿಷ್ಟ ವಿಷಯವೂ ಇಲ್ಲದೇ ಆಸಕ್ತಿಯ ಎಲ್ಲ ಸಂಗತಿಗಳ ಕುರಿತು ಮಾತನಾಡುವುದು. ಸ್ನೇಹಿತರೊಬ್ಬರ ಲೈಕಿನಿಂದ ಫೇಸಬುಕ್ಕಿನಲ್ಲಿ ನಿಮ್ಮ ಪ್ರೊಫೈಲನ್ನು ನಾನು ತೆಗೆದು ನೋಡುವಂತಾಯಿತು. ಏನಾಶ್ಚರ್ಯ! ಕಳೆದ ಎರಡು ವರ್ಷಗಳಿಂದ ನೀವು ವಾರಕ್ಕೈದು ಕವಿತೆಗಳನ್ನು ಪೋಸ್ಟ್ ಮಾಡುತ್ತಿದ್ದೀರಿ. ಅವು ಎಷ್ಟು ಸುಮಧುರವಾಗಿವೆ! ರಾಗ ಕಟ್ಟಿ ಹಾಡಿದರೆ ಕನ್ನಡನಾಡಿನ ಪ್ರತಿ ಮನೆಮನೆಯಲ್ಲೂ ನಿಮ್ಮ ಕವಿತೆಗಳೇ ಉಲಿಯುತ್ತವೆ. ನೋಡ್ತಿರಿ ಬೇಕಾದರೆ. ಬೇರೆಯವರೂ ಬರೀತಾರೆ ಕವಿತೆ ಅನ್ನೋದನ್ನ... ಓದಿದೀರಾ ಮೇಡಂ ನೀವು ಇತ್ತೀಚೆಗೆ? ಕಾಲು ಕಟ್ಟಿದ ಹುಂಜವನ್ನು ತಲೆಕೆಳಗಾಗಿ ಹ್ಯಾಂಡಲ್ಲಿಗೆ ಸಿಕ್ಕಿಸಿ ಸ್ಕೈಕಲ್ಲನ್ನು ಇಳಿಜಾರಿನಲ್ಲಿ ಓಡಿಸುವಾಗ ಹುಂಜದ ಬಾಯಿಂದ ಒಂದು ಸ್ವರ ಹೊರಡುತ್ತದಲ್ಲ, ಹಾಗಿರುತ್ತದೆ ಈಗಿನವರು ಬರೆಯುವ ಕವಿತೆಯೆಂಬುದು. ನಿಮಗೆ ಸ್ವತಃ ನಿಮ್ಮ ಶಕ್ತಿಯ ಬಗ್ಗೆ ಅರಿವೇ ಇಲ್ಲ. ಅದಕ್ಕೇ ನಿಮ್ಮದೊಂದು ಇಂಟರ್‌ವ್ಯೂ ಮಾಡಿದರೆ ಕನ್ನಡ ಕಾವ್ಯಲೋಕದ ಮ್ಯಾಪ್‌ನಲ್ಲಿ ನಿಮ್ಮನ್ನು ಪ್ರತಿಷ್ಠಾಪಿಸಿದ ಕೀರ್ತಿ ನಮ್ಮ ಚಾನಲ್‌ದಾಗುತ್ತದೆ..."

ಸ್ಮೃತಿ ಹಾಗೆಲ್ಲ ತನ್ನ ಕವಿತೆಗಳ ಬಗ್ಗೆ ಯೋಚಿಸಿದವಳೇ ಅಲ್ಲ. ಕರ್ನಾಟಕದ ಯಾವುದೇ ಭಾಗದಲ್ಲಿ ನೆಲೆಯಾಗಿದ್ದರೂ ಅವಳು ಕನ್ನಡದ ಒಂದಕ್ಷರವನ್ನೂ ಬರೆಯದೇ, ಓದದೇ ಪೂರ್ತಿ ಬದುಕನ್ನು ಕಳೆದುಬಿಡುತ್ತಿದ್ದಳೋ ಏನೋ. ಹೀಗಾಗಿಯೇ ಕನ್ನಡದ ನಾಡು ನುಡಿಯ ಬಗ್ಗೆ ತನಗೂ, ಪ್ರಮೋದನಿಗೂ ಇರುವ ಪ್ರೇಮವನ್ನೆಲ್ಲ ಅವಳು ಅಮೆರಿಕವೆಂಬ ಈ ನೆಲ ದಯಪಾಲಿಸಿದ ಅನ್ಯ ಪ್ರಜ್ಞೆಗೇ ಅರ್ಪಿಸುತ್ತಾಳೆ. ಅವಳು ಸುಮ್ಮನಿದ್ದರೂ ಇಲ್ಲಿ ಊರಿಗೊಂದರಂತೆ ತಲೆಯೆತ್ತಿರುವ ಕನ್ನಡ ಸಂಘಗಳು ಅವಳನ್ನು ಸುಮ್ಮನಿರಲು ಬಿಡಬೇಕಲ್ಲ. ಶಿಕಾಗೋದ ವಿದ್ಯಾರಣ್ಯ ಕನ್ನಡ ಸಂಘ ವರ್ಷಕ್ಕೆರಡು ಬಾರಿ ಕಾವ್ಯ ಸ್ಪರ್ಧೆಯನ್ನೂ, ಪ್ರಬಂಧ– ಕಥಾ ಸ್ಪರ್ಧೆಗಳನ್ನೂ ಏರ್ಪಡಿಸುತ್ತದೆ. ಸ್ಮೃತಿಗೆ ನಾಲ್ಕಾರು ಬಾರಿ ಈ ಸ್ಪರ್ಧೆಗಳಲ್ಲಿ ಪ್ರಶಂಸೆಯೂ ದೊರೆತಿದೆ.

ಪ್ರಭಾಕರ ಅವನ ಪ್ರೊಫೈಲು ಚಿತ್ರಕ್ಕಿಂತ ಕನಿಷ್ಟ ಹತ್ತಾದರೂ ವರ್ಷ ಹಿರಿಯನಂತೆ ಕಂಡ. ಅವನು ಬಹುಕಾಲದ ಸ್ನೇಹಿತನಂತೆ ಮೊದಲ ಭೇಟಿಯಲ್ಲೇ ಆತ್ಮೀಯವಾಗಿ ಮಾತನಾಡುವುದು ಕಂಡು ಸ್ಮೃತಿ ಈ ಸಂದರ್ಭವನ್ನು ಹೇಗೆ ನಿಭಾಯಿಸುವುದೋ ತಿಳಿಯದೇ ತುಸು ಅಧೀರಳಾದಳು. ಮೊದಲೆರಡು ಮಾತುಗಳಲ್ಲೇ, "ಅರೇ! ಈ ನವಿಲಿನ ಬಣ್ಣದ ಸೀರೆಯಲ್ಲಿ ಎಷ್ಟು ಫ್ರೆಶ್ ಆಗಿ ಕಾಣುತ್ತಿದ್ದೀರಿ! ನಿಮ್ಮ ಚಿತ್ರ ನೋಡಿಯೇ ನಮ್ಮ ವೀಕ್ಷಕರು ಲಿಂಕನ್ನು ಕ್ಲಿಕ್ ಮಾಡುತ್ತಾರೆ ನೋಡುತ್ತಿರಿ. ಇನ್ನು ನಿಮ್ಮ ಮಾತೆಲ್ಲ ಬೋನಸ್" ಎಂದು ಎದೆ ತಂಪಾಗುವಂತೆ ಉದ್ಗರಿಸಿದ್ದಾನಲ್ಲ.

"ನೀವು ಏನು ಹೇಳುತ್ತಿದ್ದೀರೋ... ನೀವು ನನ್ನನ್ನು ಬೇರೆ ಯಾರೋ ಅಂತ ಮಿಸ್ಟೇಕ್ ಮಾಡಿಕೊಂಡಿಲ್ಲ ತಾನೇ? ನನ್ನ ಪತಿ ಅದನ್ನು ಮೊದಲು ಕೇಳಿಬಿಡು ಅಂದಿದ್ದಾರೆ. ನಾನು ಅಂಥ ದೊಡ್ಡ ಬರಹಗಾರ್ತಿ ಏನಲ್ಲ, ಸಂದರ್ಶನ ಮಾಡುವಷ್ಟು. ಸುಮ್ಮನೇ ಮನಸ್ಸಿಗೆ ಬಂದಾಗ ನಾಲ್ಕು ಸಾಲು ಬರೆದು ಪೋಸ್ಟ್ ಮಾಡುತ್ತೇನೆ ಅಷ್ಟೇ..."

ಪ್ರಮೋದನನ್ನು ಕುರಿತು ಹೇಳುವಾಗ ಅವನನ್ನು ಹೇಗೆ ಸಂಬೋಧಿಸಬೇಕೆಂದು ಒಂದು ಕ್ಷಣ ತಿಳಿಯಲಿಲ್ಲ. ನಮ್ಮ ಯಜಮಾನರು ಅನ್ನಬಾರದು ಅಂತ ಅಲ್ಲಿ ಇಲ್ಲಿ ಓದಿ ತಿಳಿದಿತ್ತು. ನಮ್ಮ ಮನೆಯವರು ಅಂದರೆ ಅದು ಒಬ್ಬನ ಕುರಿತಾಗಿ ಹೇಳದೇ ಮನೆಯ ಎಲ್ಲರ ಕುರಿತಾಗಿ ಹೇಳಿದಂತೆ ಭಾಸವಾಗುತ್ತಿತ್ತು. ಇನ್ನು ಗಂಡ ಎನ್ನುವ ಶಬ್ದ ಸ್ಮೃತಿಗೆ ಮೊದಲಿನಿಂದಲೂ ವರ್ಜ್ಯ. ಗಂಡ ಅಂದಾಕ್ಷಣ ಅದೊಂದಿದೆ ದಂಡಕ್ಕೆ ಎಂದ ಹಾಗಾಗುತ್ತದೆ ಅನ್ನಿಸುತ್ತಿತ್ತು. ಇನ್ನು ಹಸ್ಬಂಡ್ ಶಬ್ದದ ಮೊದಲರ್ಧ ಅವಳಿಗೆ ಉಚ್ಚರಿಸಲು ಇಷ್ಟವಿಲ್ಲ. ಕೆಲ ಹೊಸ ಕಾಲದ ಹೆಂಗಸರ ಹಾಗೆ ಪ್ರಮೋದ– ಅವನು– ಇವನು ಅಂದುಬಿಟ್ಟರೆ ಅಲ್ಲೆಲ್ಲೋ ಇರುವ ಗಂಗೂಬಾಯಿಯವರು ತಾವಿದ್ದಲ್ಲಿಂದಲೇ ಬೀಸಿದ ಸೌಟಿಗೆ ಇಲ್ಲಿ ತನ್ನ ತಲೆ ಹಾರಿಹೋಗುವುದು ಗ್ಯಾರೆಂಟಿ ಅಂತ ಗೊತ್ತಿತ್ತು. ಸುಮ್ಮನೇ ಕುಳಿತ ಈ ಮೌನಗೌರಿಯನ್ನು ಪ್ರಭಾಕರನೇ ಮಾತಿಗೆಳೆದ.

"ಏನು ಸ್ಮೃತಿಯವರೇ, ಗಂಧರ್ವ ಕನ್ಯೆಯ ಹಾಗೆ ಕುಳಿತುಬಿಟ್ಟಿರಿ..."

ಹೊಸಬರ ಬಾಯಲ್ಲಿ ತನ್ನ ಹೆಸರು ಕೇಳದೇ ಎಷ್ಟು ಕಾಲವಾಗಿಬಿಟ್ಟಿತ್ತು ಅಂತ ಸ್ಮೃತಿಗೆ ಛಕ್ಕನೆ ಹೊಳೆಯಿತು. ಹೊರದೇಶದಲ್ಲಿ ಹೌಸ್‌ವೈಫ್ ಆಗಿ ಇರುವುದೆಂದರೆ ಭಾರತದಲ್ಲಿ

ಮನೆಯೊಡತಿ ಆಗಿರುವುದಕ್ಕಿಂತ ಎಷ್ಟು ಭಿನ್ನ ಅಂತ ಕೆಲವೊಮ್ಮೆ ಅವಳ ಅನುಭವಕ್ಕೆ ಬರುವುದು. ಹೋಮ್ ಮೇಕರ್ ಎನ್ನಲಿ, ಸ್ಟೇ ಅಟ್ ಹೋಮ್ ಮಾಮ್ ಎನ್ನಲಿ, ಫ್ಯಾಮಿಲಿ ಮ್ಯಾನೇಜರ್ ಎನ್ನಲಿ ಅಥವಾ ಇನ್ನ್ಯಾವುದೇ ಸುಡುಗಾಡು ಹೆಸರು ಕೊಡಲಿ ತನ್ನ ಸುಖಕ್ಕಾಗಿ ಮಾತ್ರವೆಂದು ಇನ್ನೊಂದು ವಲಯವನ್ನು ಸೃಷ್ಟಿಸಿಕೊಳ್ಳದೇ, ಆ ಇನ್ನೊಂದು ಲೋಕದ ರುಚಿಯನ್ನು ಒಮ್ಮೆಯೂ ಕಾಣದೇ ಅನುಭವಿಸದೇ ಇಡೀ ಬದುಕು ಒಕ್ಕಣ್ಣಿನ ಜೊತೆಗೇ ಬದುಕಿ ಒಂದು ದಿನ ಇದ್ದದ್ದೇ ಸುಳ್ಳು ಎನ್ನುವ ಹಾಗೆ ಎದ್ದು ನಡೆದುಬಿಡುವುದು ಬಹು ಕಷ್ಟದ ಹಾದಿ. ಒಂದು ಹಂತ ಮುಗಿದ ಮೇಲೆ ಹಿಂತಿರುಗಲು ಆಗದಂತೆ ವಯಸ್ಸೂ ಮನಸ್ಸೂ ದಾಟಿ ಹೋಗಿರುತ್ತದಲ್ಲ.

ಭಾರತದಲ್ಲಾದರೆ ನೆರೆ ಹೊರೆಯವರಾದರೂ ಇರುತ್ತಾರೆ. ಯಾರೋ ಬಂದು ಅವೇಳೆಯಲ್ಲಿ ಬಾಗಿಲು ಬಡಿಯುತ್ತಾರೆ. ಬಸ್ಸಿನಲ್ಲಿ ಸಿಕ್ಕವರು ತೀರ ವೈಯಕ್ತಿಕ ವಿಷಯಗಳನ್ನು ಎಗ್ಗಿಲ್ಲದೇ ಹೇಳಿಕೊಳ್ಳುತ್ತಾರೆ. ತರಕಾರಿ ಅಂಗಡಿಯವನು ಅಕ್ಕಾ ಎನ್ನುತ್ತಾನೆ. ದೇವಸ್ಥಾನದ ಪೂಜಾರಿ ಆರತಿ ತೊಗೊಳ್ಳಲು ಮರೆತವಳ ಮುಂದೆ ಅರೆಕ್ಷಣ ನಿಂತು ತಾಯೀ ಎನ್ನುತ್ತಾರೆ. ಒಂದು ಕಾಲದಲ್ಲಿ ಸಹಪಾಠಿಯಾಗಿದ್ದವಳು ಚಮತ್ಕಾರವೆಂಬಂತೆ ರಸ್ತೆಯಲ್ಲಿ ಸಿಕ್ಕಿಬಿಡುತ್ತಾಳೆ, ಮನೆಗೆ ಕರೆಯುತ್ತಾಳೆ, ತನ್ನ ಅತ್ತೆ- ನಾದಿನಿಯರ ಗೋಳನ್ನು ಸಂಕೋಚವಿಲ್ಲದೇ ಹೇಳಿಕೊಳ್ಳುತ್ತಾಳೆ. ಮೊದಲೆಂದೂ ಪರಿಚಯವೇ ಇಲ್ಲದ ಮಗುವೂ ಆಂಟಿ ಅಂದು ಅಪ್ಪಿಕೊಳ್ಳುತ್ತದೆ, ಪಪ್ಪಿ ಕೊಡುತ್ತದೆ. ಪೋಸ್ಟ್‌ಮನ್ "ಊಟ ಆತೇನವಾ ತಂಗೀ" ಅಂತ ವಿಚಾರಿಸುತ್ತಾನೆ. ಮೆಡಿಕಲ್ ಶಾಪಿನವನು ಕಣ್ಣಿನಲ್ಲೇ ನಗುತ್ತಾನೆ.

ಇಲ್ಲಿ ಸ್ಮೃತಿ ಪ್ರಮೋದ ಮತ್ತು ಆರವ್‌ನ ಹೊರತಾಗಿ ಬೇರೆ ಯಾರ ಬಳಿಯೂ ಮಾತನಾಡದೇ ವಾರಗಳು, ಕೆಲವೊಮ್ಮೆ ತಿಂಗಳುಗಳೇ ಕಳೆದು ಹೋಗಿದ್ದೂ ಇದೆ. ವಾರಾಂತ್ಯದ ಒಂದು ದಿನ ಮೂವರೂ ಹೋಗಿ ದಿನಸಿಯನ್ನು ಕಾರಿನ ಟ್ರಂಕಿನಲ್ಲಿ ಹಾಕಿಕೊಂಡು ಬರುವುದು ಬಿಟ್ಟರೆ ಮನೆಯ ಹೊರಗೆ ಕಾಲಿಡದೆಯೂ ಸ್ಮೃತಿ ವರ್ಷಗಟ್ಟಲೆ ಕಳೆದುಬಿಡಬಹುದು.

ಹಾಗೆ ಕಳೆಯಲೇಬೇಕೆಂದೇನೂ ಇಲ್ಲ. ಇವಳೇ ಹೊರಹೋಗಿ ತನ್ನಂತೆಯೇ ಇರುವವರ ಸ್ನೇಹ ಸಂಪಾದಿಸಬಹುದು. ಅದೇ ವ್ಯತ್ಯಾಸ. ಇಲ್ಲಿ ಇವಳೇ ಸಂಬಂಧಗಳ ಹುಡುಕಿ ಹೋಗಬೇಕು. ಊರಲ್ಲಿ ಹಾಗಾಗುವುದಿಲ್ಲ. "ಇಲ್ಲೇ ಬಂದಿದ್ದೆ. ಹಾಗೇ ನಿಮ್ಮ ಮನೆ ಹೊಕ್ಕಿ ಹೋದರಾಯ್ತು ಅಂತ ಬಂದೆ" ಅಂತ ಮಟಮಟ ಮಧ್ಯಾಹ್ನ ಅತಿಥಿ ಬಾಳೊಳಗೆ ಪ್ರವೇಶಿಸುತ್ತಾನಲ್ಲ!

"ಸ್ಮೃತಿ, ಹೀಗೆ ಸುಮ್ಮನೆ ಕುಳಿತರೆ ಆಗುವುದಿಲ್ಲ. ತಿಳೀತಲ್ಲ? ಒಮ್ಮೆ ಲೈವ್ ಶುರುವಾದ ನಂತರ ಸರಾಗವಾಗಿ ಹರಿಯಲಿ ಮಾತುಕತೆ. ತಿಳೀತಲ್ಲ?"

"ಸಾರಿ ಪ್ರಭಾಕರ್ ಅವರೇ, ಏನು ಪ್ರಶ್ನೆ ಕೇಳುತ್ತೀರಿ ಅಂತ ಮೊದಲೇ ಹೇಳಿದರೆ ಮನಸ್ಸಿನಲ್ಲೇ ಉತ್ತರ ತಯಾರು ಮಾಡಿಟ್ಟುಕೊಂಡಿರುತ್ತೇನೆ."

"ಇದು ಆರಾಮಾಗಿ ಕ್ಯಾಶುವಲ್ ಆಗಿರುವ ಸಂದರ್ಶನ. ನಿಮ್ಮ ಓದಿನ ಬಗ್ಗೆ, ಅಮೆರಿಕದಲ್ಲಿ ನಿಮ್ಮ ಬದುಕಿನ ಬಗ್ಗೆ... ನಿಮ್ಮ ಸಂಸಾರದ ಬಗ್ಗೆ... ಹೀಗೇ ಆರಾಮಾಗಿ ಸ್ನೇಹಿತರ ಜೊತೆಗೆ ಹರಟೆ ಹೊಡೆಯುತ್ತೀರಲ್ಲ, ಆ ಧಾಟಿಯಲ್ಲೇ ಇರಲಿ ಮಾತುಕತೆ. ತಿಳೀತಲ್ಲ? ಹಾಂ?"

ಮೊದಲಿನಿಂದಲೂ ಸ್ನೇಹಿತರು ಅಂತಿದ್ದದ್ದೇ ಕಡಿಮೆ. ಹೈಸ್ಕೂಲಿನಲ್ಲಿ ಅವಳೊಬ್ಬಳಿದ್ದಳು ಶ್ರೇಯಾ. ಚಿಟ್ಟೆಯ ಹಾಗೆ ನಡೆಯುತ್ತಾಳೆ ಎಂಬ ಕಾರಣಕ್ಕೆ (ಹಾಗೆಂದರೇನೆಂದು ಈಗಲೂ ಸ್ಮೃತಿ ಯೋಚಿಸುತ್ತಾಳೆ) ಮನೆಯಲ್ಲಿ ಅವಳ ಸಹವಾಸ ಬಿಡಿಸಿದ್ದರು. ಯಾರದ್ದಾದರೂ ನಡಿಗೆ ನೋಡಿ ಸ್ನೇಹ ಮಾಡಲು ಸಾಧ್ಯವೇ? ಏನೋ. ನಂತರವೂ ಅಷ್ಟೇ, ಸ್ನೇಹದಲ್ಲಿ ಒಂದು ಬಗೆಯ ಕೊಡುಕೊಳ್ಳುವಿಕೆಯಿರುತ್ತದಲ್ಲ, ಒಂದು ರೀತಿಯ ನಿರಹಂಕಾರವನ್ನು ಬಯಸುತ್ತದಲ್ಲ ಆ ಸಂಬಂಧ, ಆ ಕಾರಣಕ್ಕಾಗಿಯೇ ಸ್ಮೃತಿಗೆ ಪ್ರಾಣ ಸ್ನೇಹಿತರು ಅನ್ನುವವರಾರೂ ಉಳಿದು ಬಂದಿರಲಿಲ್ಲ.

"ಓಕೆ ಇನ್ನೂ ಐವತ್ತೇ ಸೆಕೆಂಡಿನಲ್ಲಿ ಲೈವ್ ಹೋಗುತ್ತಿದ್ದೇವೆ. ಸ್ಮೃತಿ, ತಿಳೀತಲ್ಲ? ಓಪನ್ ಅಪ್, ಓಪನ್ ಅಪ್. ಟಾಕ್ ಟಾಕ್ ಟಾಕ್. ಯೂ ನೋ ಹೌ ಟು ಟಾಕ್ ರೈಟ್? ನಿಮ್ಮ ಕವಿತೆಗಳನ್ನ ಓದಿದರೆ ತಿಳಿಯುತ್ತದೆ ನೀವು ಬಹಳ ಮಾತನಾಡುವವರು ಅಂತ. ಯೂ ಆರ್ ಪ್ರೆಸೆಂಟೆಬಲ್ ಟೂ. ನನ್ನನ್ನ ಡಿಸಪಾಯಿಂಟ್ ಮಾಡಬೇಡಿ. ನಗುನಗುತ್ತ ಮಾತನಾಡಿ. ಒಮ್ಮೆ ಶುರುವಾದ ಮೇಲೆ ಸ್ಕ್ರೀನ್‌ನಿಂದ ಹೊರಹೋಗುವ ಹಾಗಿಲ್ಲ ತಿಳೀತಲ್ಲ? ಚಿನ್ ಸ್ವಲ್ಪ ಡೌನ್. ಬ್ಯೂಟಿಫುಲ್. ಕೆಳಗಡೆ ಬಲಕ್ಕೆ ಒಂದು ಕೌಂಟ್ ಕಾಣಸ್ತಿದೆಯಲ್ಲ. ಅದು ಎಷ್ಟು ಜನ ಈ ಸಂದರ್ಶನ ನೋಡುತ್ತಿದ್ದಾರೆ ಅಂತ ತಿಳಿಯುವುದಕ್ಕೆ. ಇನ್ನು ಬಲಕ್ಕಿರುವುದು ಲೈಕು ಮತ್ತು ಕಮೆಂಟುಗಳು. ಯೂ ನೋ ವಾಟ್ ಟು ಡೂ. ಜಸ್ಟ್ ಲೆಟ್ ಯುವರ್‌ಸೆಲ್ಫ್ ಫ್ರೀ. ತಿಳೀತಲ್ಲ?"

ಇವನ ತಿಳೀತಲ್ಲ ಕಾಟದಿಂದ ಇನ್ನೊಂದು ಘಂಟೆ ತನಗೆ ಮುಕ್ತಿಯಿಲ್ಲ ಅಂದುಕೊಂಡಳು ಸ್ಮೃತಿ. ವಿಷಯವಿಲ್ಲದೇ ಏನು ಮಾತನಾಡುವುದು? ಓದಿನ ಬಗ್ಗೆ ಅಂತ ಹೇಳುತ್ತಿದ್ದಾನೆ. ಶಾಲೆ-ಕಾಲೇಜಿನ ಓದಿನ ಬಗ್ಗೆ ಕೇಳಿದನೋ ಅಥವಾ ಓದನ್ನು ಒಂದು ಹವ್ಯಾಸದ ಹಾಗೆ ಕೇಳುತ್ತಿದ್ದಾನೋ? ಸ್ಮೃತಿಯ ಪಾದದ ಬೆರಳುಗಳು ತುಸು ಅದುರಿದವು. ಇತ್ತೀಚೆಗೆ ಯಾವ ಪುಸ್ತಕ ಓದಿದಿರಿ ಅಂತ ಕೇಳಿಬಿಟ್ಟರೆ! ತಡಕಾಡಿದರೂ ಒಂದು ಪುಸ್ತಕದ ಹೆಸರೂ ನೆನಪಿಗೆ ಬರುತ್ತಿಲ್ಲ. ಧಾರವಾಡದಲ್ಲಿದ್ದಾಗಲಾದರೆ ಸುಧಾ ತರಂಗ ಕರ್ಮವೀರಗಳನ್ನಾದರೂ ಓದುತ್ತಿದ್ದೆನಲ್ಲ. ಅದನ್ನೇ ಈಗಲೂ ಚಾಚೂ ತಪ್ಪದೇ ಓದುತ್ತಿದ್ದೇನೆ ಅಂತ ಹೇಳಿದರೆ ಹೇಗೆ? ಅದು ಒಳ್ಳೆಯ ಓದು ಹೌದೋ ಅಲ್ಲವೋ?

ಥ್ರೀ ಟೂ ಒನ್ ಎಂದು ಬೆರಳುಗಳಲ್ಲೇ ಎಣಿಸುತ್ತ ಕಡೆಯಲ್ಲಿ ಅವನು ಹೆಬ್ಬೆರಳನ್ನು ಎತ್ತಿ ಹಿಡಿದು ಥಂಬ್ಸ್ ಅಪ್ ಸಂಜ್ಞೆ ಮಾಡಿದ್ದೇ ಲೈವ್ ಎಂಬ ಕೆಂಪು ಮಿಣುಕು ದೀಪ ತೆರೆಯ ಮೇಲೆ ಹೊತ್ತಿಕೊಂಡಿತು. ಸ್ಮೃತಿ ಅಟ್ಟದ ಮೇಲೆ ಪ್ರಮೋದನ ಹೋಮ್ ಆಫೀಸಿನ ಅವನ ಕಂಪ್ಯೂಟರ್ ಮುಂದೆ ಕುಳಿತಿದ್ದಾಳೆ. ಹಿನ್ನಲೆಯಲ್ಲಿ ಪ್ರಮೋದನ ಜಾವಾ ಸ್ಕ್ರಿಪ್ಟ್, ಓಕ್ಯಾಮಲ್ ಪ್ರೋಗ್ರಾಮಿಂಗ್ ಪುಸ್ತಕಗಳನ್ನು ಒಪ್ಪವಾಗಿ ಪೇರಿಸಿಟ್ಟ ಕಪ್ಪು ಬಣ್ಣದ ಉದ್ದ ಬುಕ್ ರ್ಯಾಕ್ ಕಾಣಿಸುತ್ತಿದೆ. ಅದರ ಮೇಲೆ ಕೃತಕ ಎಲೆಗಳ ಒಂದು ಹೂಬುಟ್ಟಿ.

ಪ್ರಭಾಕರ ಸ್ಮೃತಿಯನ್ನು ಪರಿಚಯಿಸಲು ಹೋಗಿ ಏನೇನೋ ಹೇಳಿದ. ಅದ್ಭುತ, ಉತ್ಕೃಷ್ಟ, ಸುಂದರ, ಅಮೇಜಿಂಗ್, ವಂಡರ್‌ಫುಲ್, ಸೂಪರ್, ಸಕ್ಕತ್ ಮುಂತಾದ ವಿಶೇಷಣಗಳನ್ನು ಒತ್ತಿಒತ್ತಿ ಹೇಳುವುದು ಕೇಳಿದರೆ ಇವನು ಮಾತನಾಡಲು ಹೊರಟಿರುವ ಒಂದಕ್ಷರದ ಮೇಲೂ ಇವನಿಗೇ ನಂಬಿಕೆಯಿಲ್ಲ ಎಂದು ಸುಲಭವಾಗಿ ಹೇಳಬಹುದಿತ್ತು. ಸ್ಮೃತಿಯ ಪ್ರೊಫೈಲ್ ಒಳಗಿರುವ ವಿವರಗಳನ್ನೇ ತಿರುವು-ಮುರುವಾಗಿ ಹೇಳಿದ. ಕೇಳಿದ್ದನ್ನೇ ಕೇಳಿ ಸ್ಮೃತಿಗೇ ಸುಸ್ತಾಗಿಬಿಟ್ಟಿತು.

"ಈಗ ಹೇಳಿ ಸ್ಮೃತಿಯವರೇ, ನಿಮ್ಮ ಬರವಣಿಗೆಗೆ ಸ್ಫೂರ್ತಿಯೇನು?"

"ಹಾಗೇನಿಲ್ಲ. ಸಮಯವಾದಾಗ ಗೀಚೋದಷ್ಟೇ."

"ಧಾರವಾಡದಲ್ಲಿ ಬೆಳೆಯುವಾಗ ಸಾಹಿತಿಗಳ ಒಡನಾಟ, ಪರಿಚಯ ಇದ್ದೇ ಇರಬೇಕಲ್ಲ?"

"ಅಷ್ಟೇನೂ ಇರಲಿಲ್ಲ."

"ನಿಮ್ಮ ಬಾಲ್ಯ ಹೇಗಿತ್ತು?"

"ಎಲ್ಲರ ಹಾಗೆ."

"ತುಂಬಾ ಓದುತ್ತೀರಾ? ಕವಿತೆ? ಕತೆ? ಕಾದಂಬರಿ?"

"ಮೊದಲು ಪತ್ರಿಕೆ ಓದ್ತಿದ್ದೆ. ಈಗ ಅದೂ ತಪ್ಪಿಹೋಗಿದೆ."

"ನಿಮ್ಮ ಮನೆಯಲ್ಲಿ ತಂದೆ ತಾಯಿ, ಗಂಡ ಅತ್ತೆ ಮಾವ ಎಲ್ಲರೂ ನಿಮ್ಮ ಬರವಣಿಗೆಯನ್ನ ಸಪೋರ್ಟ್ ಮಾಡ್ತಾರಾ?"

"ಸಪೋರ್ಟ್ ಮಾಡೋದಕ್ಕೆ ಏನಿದೆ?"

"ಐ ಮೀನ್, ಅವರು ಓದಿ ಮೆಚ್ತಾರಾ?"

"ಒಮ್ಮೊಮ್ಮೆ."

"ವೆಲ್..."

ಇವಳ ಒಂದೊಂದೇ ಸಾಲಿನ ಉತ್ತರಗಳನ್ನು ವಿಸ್ತರಿಸುವಂತೆ ಪ್ರಭಾಕರ ಮೊದಲು ಸಂಜ್ಞೆಗಳಲ್ಲಿ ಹೇಳಿ ನೋಡಿದ. ನಂತರ "ಮಾತನಾಡಿ, ನಿಮ್ಮ ಮಾತು ಕೇಳೋದಕ್ಕೇ ಇಲ್ಲಿ ನಾವು ಸೇರಿರೋದು" ಅಂದ. ಸ್ಮೃತಿ ದಾರಿಗೆ ಬರದಿದ್ದುದನ್ನು ನೋಡಿ ಕಡೆಗೆ ಬೇಸತ್ತು ಒಮ್ಮೆಲೇ ಸಂದರ್ಭವನ್ನು ತನ್ನ ಕೈಗೆ ತೆಗೆದುಕೊಳ್ಳುವವನಂತೆ, "ಏನು ಮೇಡಮ್, ಇಂಗ್ಲೀಷಿನಲ್ಲಿ ಒಂದು ಉಕ್ತಿಯಿದೆಯಲ್ಲ, A beautiful woman is a silent one ಅಂತ. ಅದನ್ನು ಬಹಳ ಗಂಭೀರವಾಗಿ ತೆಗೆದುಕೊಂಡಿದ್ದೀರೋ ಹೇಗೆ?" ಅಂದುಬಿಟ್ಟ.

ಅವನಾಡಿದ ಮಾತು ಕೇಳಿ ಸ್ಮೃತಿಗೆ ಸಂತೆಯಲ್ಲಿ ಸೆರಗೆಳೆದಂತೆ ಮರ್ಮಾಘಾತ ವಾಗಿಬಿಟ್ಟಿತು. ಅನಾಮತ್ತಾಗಿ ಕರುಳಿಗೆ ಕೈ ಹಾಕಿ ಯಾರೋ ತನ್ನ ಗುಟ್ಟನ್ನು ಹೊರಗೆಳೆದುಬಿಟ್ಟಂತೆ

ತತ್ತರಿಸಿದಳು. ಅದೇ ಕ್ಷಣ ಅವಳೊಳಗಿನ ಒಂದು ಸ್ವಿಚ್ಚು ಝಗ್ಗನೆ ಹೊತ್ತಿಕೊಂಡುಬಿಟ್ಟಿತು. ಅಟ್ಟದ ಕತ್ತಲಲ್ಲಿ ಸುರುಳಿ ಸುತ್ತಿಟ್ಟಿದ್ದ ಹಗ್ಗದ ಕಟ್ಟೊಂದು ತಂತಾನೇ ಪುಳಕ್ಕೆಂದು ಬಿಚ್ಚಿಕೊಂಡ ಹಾಗೆ ಆಗಿ ಹೋಯಿತು.

ಮನೆಯವರು ಸಪೋರ್ಟ್ ಮಾಡ್ತಾರಾ ಎಂಬ ಪ್ರಶ್ನೆಗೆ "ಸಪೋರ್ಟ್ ಮಾಡೋದಕ್ಕೆ ಅವರೇನು ಪೊಲಕದ ಹುಕ್ಕುಗಳೇನ್ರೀ?" ಎಂಬ ಉತ್ತರ ಅವಳ ಮನಸ್ಸಿನಲ್ಲೇ ಎದ್ದಿತ್ತು. ಹೊರಬಂದಿರಲಿಲ್ಲ ಅಷ್ಟೇ. ಆದರೆ ಈಗ ನಿಧಾನಕ್ಕೆ ಬಿರಡೆ ಬಾಯಿ ತೆರೆಯುತ್ತಿತ್ತು.

"ಹೇಳಿ ಸ್ಮೃತಿ, ಕಳೆದ ಹನ್ನೆರಡು ವರ್ಷಗಳಿಂದ ಅಮೆರಿಕದಲ್ಲಿ ವಾಸವಾಗಿದ್ದೀರಲ್ಲ. ಮೊದಲು ಭಾರತದಲ್ಲಿದ್ದುದಕ್ಕೂ, ಈ ಹೊಸ ಪ್ರದೇಶಕ್ಕೂ ವ್ಯತ್ಯಾಸವೇನು?"

"ಅಯ್ಯೋ ಬಿಡಿ. ಊದೋದು ಕೊಟ್ಟು ಬಾರಿಸೋದು ತೊಗೊಂಡ ಹಾಗಿದೆ."

ಪ್ರಭಾಕರ ಮನಸುಪೂರ್ತಿ ನಕ್ಕುಬಿಟ್ಟ.

"ನೋಡಿ! ಐ ನ್ಯೂ ಯೂ ಹ್ಯಾಡ್ ಇಟ್ ಇನ್ ಯೂ. ಇದಲ್ಲವೇ ಕವಿತ್ವ! ಯಾಕೆ ಅಮೆರಿಕ ಇಷ್ಟವಾಗುತ್ತಿಲ್ಲವಾ?"

"ಏನೋ, ದೇಶದಲ್ಲಿ ಏನಿರುತ್ತೆ. ಮುಖ್ಯ ಖುಷಿಯಾಗಿರಬೇಕು."

"ಅಂದ್ರೆ ನೀವು ಅನ್‌ಹ್ಯಾಪಿ ಆಗಿದ್ದೀರಂತ ಹೇಳ್ತಿದೀರಾ?"

"ಹಾಗಂತ ಏನಿಲ್ಲ..."

ಕವಲುದಾರಿಯಲ್ಲಿ ನಿಂತಂತೆ ತೋರಿತು ಸ್ಮೃತಿಗೆ. ಎರಡರಲ್ಲಿ ಒಂದು ದಾರಿಯನ್ನು ಆಯ್ದುಕೊಳ್ಳಲೇ ಬೇಕಿತ್ತು. ನಾಲಗೆ ತಲೆಗಿಂತ ಮುಂದೆ ಮುಂದೆ ಓಡ ಹತ್ತಿತು.

"...ಮನೆ ಸಂಸಾರ ಅಂದರೆ ಹಾಗೇ ಅಲ್ವಾ? ನಿರಂತರವಾಗಿ ಅಟೆಂಡ್ ಮಾಡುತ್ತಿರಬೇಕು, ಮೇಂಟೆನೆನ್ಸ್ ಮಾಡುತ್ತಿರಬೇಕು. ಇಲ್ಲದಿದ್ದರೆ ಕೀಲುಗಳೆಲ್ಲ ಕಿತ್ತು ಕೈಗೆ ಬರುತ್ವೆ. ಎಲ್ಲ ಕಡೆಗೆ ಇರೋದೇ. Everyone is unhappy, atleast I'm not pretending. ಅದಕ್ಕೇ ಅಲ್ವಾ? ಯಾರದ್ದಾದರೂ ಡಿವೋರ್ಸ್ ಸುದ್ದಿ ಬಂದ ತಕ್ಷಣ ನಮಗೆ ಒಳಗೊಳಗೇ ವಿಕ್ಷಿಪ್ತ ಆನಂದವಾಗುತ್ತದೆ. ಇದು ಕಷ್ಟದ್ದೇ, ನಾನಾಗಿದ್ದಕ್ಕೆ ನಡೆಸಿಕೊಂಡು ಹೋಗುತ್ತಿದ್ದೇನೆ ಅಂತ ಹೆಮ್ಮೆಯಾಗುತ್ತದೆ."

ವೀಕ್ಷಕರ ಸಂಖ್ಯೆ ನಿಧನಿಧಾನಕ್ಕೆ ಏರುತ್ತಲಿರುವುದರ ಮೇಲೆ ಸ್ಮೃತಿಯ ಕಣ್ಣುಗಳು ಹಾಯ್ದು ಮಾತಿನ ರುಚಿಗೆ ಇನ್ನಷ್ಟು ಹದ, ಹುಕಿ ಬಂದು ಸೇರಿದವು.

ವಿಷಯವಿಲ್ಲದಾಗ ಮಾತನಾಡುವ ಅವಕಾಶ ಸಿಗಬಾರದು. ಆಗ ಯಾವ ಮಾತು ಬರುತ್ತದೆ, ಯಾವುದು ಉಳಿಯುತ್ತದೆ ಹೇಳಲಾಗುವುದಿಲ್ಲ. ಸ್ಮೃತಿ ಏನೋ ಹೇಳಲು ಹೋಗಿ ಇನ್ನೇನೋ ಹೇಳಿದಳು. ನಿರೂಪಿಸುತ್ತಿದ್ದ ಕತೆಯನ್ನು ಅರ್ಧಕ್ಕೇ ನಿಲ್ಲಿಸಿ ಹೊಸ ವಿಷಯವನ್ನು ಎತ್ತಿಕೊಂಡಳು. ಅವಳ ಭಿತ್ತಿಯಲ್ಲಿದ್ದ ಮಾತುಗಳೆಲ್ಲ ಬೆಂಕಿ ಬಿದ್ದ ಸಿನಿಮಾ ಥಿಯಟರಿನ

ಸಣ್ಣ ಬಾಗಿಲಿನಿಂದ ಒಬ್ಬರ ಮೇಲೊಬ್ಬರು ಎರಗೆರಗಿ ಹೊರ ಬರುವ ಜನಸಾಗರದಂತೆ ಪುತಪುತನೆ ಹೊರಬಂದವು. ವೈಯಕ್ತಿಕವಾದ್ದು ಸಾರ್ವತ್ರಿಕವಾಯಿತು. ಸಾರ್ವತ್ರಿಕವಾದ್ದಕ್ಕೆ ಬಲ ಬರಲಿ ಎಂದು ತನ್ನ ವೈಯಕ್ತಿಕ ಅನುಭವಗಳನ್ನು ಹೊರಗೆ ತಂದಳು. ಅದನ್ನು ಎಲ್ಲಿ ನಿಲ್ಲಿಸಬೇಕೆಂದೇ ತಿಳಿಯದೆ ತಬ್ಬಿಬ್ಬಾದಳು.

ಮಾತಾಡುತ್ತಾಡುತ್ತ ಸ್ಮೃತಿಗೆ ಇಷ್ಟು ವರ್ಷ ತನ್ನನ್ನು ಸುಮ್ಮನುಳಿಸಿದ್ದು ಅಂದು ದೇವರ ಮುಂದೆ ಆಯಿಗೆ ಕೊಟ್ಟ ವಚನವಲ್ಲ, ಬದಲಿಗೆ ಸಿಗದೇ ಹೋದ ಅವಕಾಶ ಮತ್ತು ವೇದಿಕೆ ಎಂಬ ಸತ್ಯವಂತೂ ಗೋಚರವಾಯಿತು.

ಆದರೆ ಆ ಲಹರಿ ಸ್ಥಿರಗೊಳ್ಳುವ ಮೊದಲೇ ಒಂದು ವರ್ಷ ಡಯಟ್ ನೆಪದಲ್ಲಿ ಕೇಕು ಬಿಟ್ಟವರು ಆ ಗಡಿ ಕಳೆದದ್ದೇ ದೊಡ್ಡ ಕೇಕನ್ನು ಮುದ್ದೆಗಟ್ಟಿ ಬಾಯಲ್ಲಿ ತುರುಕಿಕೊಳ್ಳುವಂತೆ ಮಾತುಗಳು ಗಲಗಲಗಲ ಎಂದು ಅವಳ ನಾಲಿಗೆಯಲ್ಲಿ ಉಲಿದವು. ಕೆಲವು ಕ್ಷಣಗಳಲ್ಲಂತೂ ಚ್ಯಾನಲ್ಲಿನ ತಾಂತ್ರಿಕ ತಂಡದವರು ತಮ್ಮ ಡಿಸ್‌ಪ್ಲೇ ವಾಲ್ಯೂಮನ್ನೇ ಎರಡು ನಂಬರ್ ಸಣ್ಣದು ಮಾಡಬೇಕಾಯಿತು. ತನ್ನೊಳಗೊಂದು ಟೈಮ್ ಬಾಂಬ್ ಟಿಕ್ ಟಿಕ್ ಟಿಕ್ ಎಂದು ಬಡಿದುಕೊಳ್ಳುತ್ತ ಇರುವಂತೆ, ಅದು ಸಿಡಿಯದೇ ಇರಲು ತನಗೆ ಈ ಶಬ್ದಶಾಪವೇ ಉಃಶಾಪವಾದಂತೆ, ಜೀವನವಿಡೀ ಮೊಸರನ್ನವನ್ನೇ ಉಂಡವರು ಉಪ್ಪಿನಕಾಯಿಯ ರುಚಿಯನ್ನು ಮೊದಮೊದಲು ಕಂಡುಕೊಂಡಂತೆ... ಅವಳ ಮನಃಪಟಲದಲ್ಲಿ ಆ ಹೊತ್ತು ಏನೇನು ನಡೆದಿತ್ತು ಎಂದು ವಿವರಿಸುವುದು ಕಷ್ಟ.

ಕಡೆಯಲ್ಲಿ ಪ್ರಭಾಕರನ ಯಾವುದೋ ಸರಳ ಪ್ರಶ್ನೆಗೆ ಸ್ಮೃತಿ, "ಈಗ ನೋಡಿ ನಮ್ಮವರಿಗೆ ದಿನವೂ ಅದು ಬೇಕಾಗುತ್ತದೆ. ನನಗೆ ಹಾಗೆ ಬೇಕು ಅಂತಿಲ್ಲ. ಆಕ್ಟಿವಿಸಮ್ ಸಾವಿರ ಹೇಳಲಿ. ಆದರೆ ಆ ಕ್ಷಣ ನನ್ನ ಮುಂದೆ ನಿಲ್ಲುವ ಆಯ್ಕೆಗಳು ಎರಡೇ. ಈಗ ಒಂದಿಪ್ಪತ್ತು ನಿಮಿಷ ಸಹಕರಿಸಿ ನಂತರ ನೆಮ್ಮದಿಯಾಗಿ ನಿದ್ರಿಸುವುದು ಸುಖವೋ ಅಥವಾ ಇಲ್ಲ ಅಂತ ಹೇಳಿದ್ದಕ್ಕೆ ಮುಂದಿನ ಇಪ್ಪತ್ತು ಘಂಟೆ ಅವರು ಸಿಡಿಸಿಡಿ ಎನ್ನುವುದನ್ನು ಸಹಿಸಿಕೊಳ್ಳುವುದು ಸುಖವೋ ಎಂಬುದು" ಅಂದುಬಿಟ್ಟಳು. ಪ್ರಭಾಕರನ ಕಣ್ಣು ನಾಟಕೀಯವಾಗಿ ಹೆಚ್ಚುತ್ತಿರುವ ವೀಕ್ಷಕರ ಸಂಖ್ಯೆಯ ಮೇಲೆ ನಿಂತು ಅವನು ಪ್ರಸನ್ನನಾದ.

ಕೆಳ ಅಂತಸ್ತಿನಲ್ಲಿ ಆರವ್‌ನನ್ನು ಆಟವಾಡಿಸುತ್ತ ಇಯರ್‌ಫೋನಿನಲ್ಲಿ ಸಂದರ್ಶನವನ್ನು ಕೇಳಿಸಿಕೊಳ್ಳುತ್ತಿದ್ದ ಪ್ರಮೋದನಿಗೆ ಹೆಂಡತಿಯ ಈ ವಿಶ್ವರೂಪದರ್ಶನದಿಂದಾಗಿ ಎದೆಯ ಒಂದೆರಡು ಬಡಿತಗಳು ಕ್ಷಣ ನಿಂತುಬಿಟ್ಟಂತಾದವು. ಅವನಿಗೆ ಸ್ಮೃತಿ ಮಾತನಾಡುತ್ತಿದ್ದದ್ದು ದೂರದಲ್ಲಿ ಬರಿ ಕಿವಿಗೂ ಕೇಳಿಸುತ್ತಿತ್ತು. ಸೆಕೆಂಡುಗಳ ಅಂತರದಲ್ಲಿ ಇಯರ್‌ಫೋನಿನೊಳಗೂ ಕೇಳಿಸುತ್ತಿತ್ತು. ತಕ್ಷಣ ಅವನಿಗೆ ಈ ಗಂಡಾಂತರದಿಂದ ಹೇಗೆ ಪಾರಾಗಬೇಕೆಂದೇ ತಿಳಿಯಲಿಲ್ಲ. ಅತ್ತ ನಾರಾಯಣಪುರದ ಮನೆಯಲ್ಲಿ ಗಂಗೂಬಾಯಿಯವರಂತೂ ದೇವರ ಮುಂದೆ ತಲೆಯ ಮೇಲೆ ಕೈಹೊತ್ತು ಕಿವಿ ಮುಚ್ಚಿ ಕುಳಿತೇಬಿಟ್ಟಿದ್ದರು. ಇತ್ತ ಸೈಲೆಂಟ್ ಮೋಡ್‌ನಲ್ಲಿಟ್ಟಿದ್ದ ಸ್ಮೃತಿಯ ಫೋನು ಯಾವ ಸದ್ದನ್ನೂ ಹೊರಡಿಸದೇ ಯಾರು ಯಾರೋ ಹಿತೈಷಿಗಳಿಂದ ಸಂದೇಶ- ಕರೆಗಳನ್ನು ಹೀರಿಕೊಳ್ಳುತ್ತ ತೆಪ್ಪಗೆ ಬಿದ್ದಿತ್ತು.

"ಒಂದೇ ಒಂದು ಘಂಟೆ ಮಗು ಗದ್ದಲ ಮಾಡದ ಹಾಗೆ ನೋಡಿಕೊಳ್ಳುತ್ತೀರಲ್ಲ, ಇವತ್ತೊಂದಿನ ಪ್ಲೀಸ್" ಅಂತ ಹೇಳಿ ಬಂದಿದ್ದರೂ ದಡದಡದಡನೆ ಸದ್ದು ಮಾಡುತ್ತ ಪ್ರಮೋದ ಮೆಟ್ಟಿಲೇರುತ್ತೇರುತ್ತ ಬರುವುದು ತಿಳಿದಾಗ ಸ್ಮೃತಿ, "ಇದೇನು ಸಾರ್! ಗಂಡನ ನರಕ ದೊಡ್ಡದೋ ಮಕ್ಕಳ ನರಕ ದೊಡ್ಡದೋ ಅಂತ ಕೇಳಿದ ಹಾಗೆ ಕೇಳುತ್ತಿದ್ದೀರಲ್ಲ!" ಎಂದು ರಸವತ್ತಾದ ಯಾವುದೋ ಕತೆಗೆ ಮುನ್ನುಡಿ ಬರೆಯುತ್ತಿದ್ದಾಳೆ. ಪ್ರಭಾಕರ ಹ್ಹಹ್ಹಹ್ಹಾ ಎಂದು ನಗುತ್ತ "ಯಾವುದು ದೊಡ್ಡದು ಹಾಗಾದರೆ?" ಎಂದಿದ್ದಾನೆ. "ಏನು ಕೇಳ್ತೀರಾ, ಒಂದು ಮುಗಿಯದ್ದು, ಇನ್ನೊಂದು ಮುಗಿಯೋದು" ಎಂಬ ಅವಳ ಉತ್ತರಕ್ಕೆ ಅವನ ನಗು ಮುಗಿಲು ಮುಟ್ಟಿದೆ.

ನಿಮಿಷಕ್ಕೆ ನೂರರಂತೆ ಏರುತ್ತಲೇ ಹೋಗುತ್ತಿರುವ ವ್ಯೂವರ್‌ಗಳು ದಯಪಾಲಿಸುತ್ತಿರುವ ಲೈಕು, ಕಮೆಂಟು, ಎಮೋಜಿಗಳು ಬಿದ್ದ ಬೆಲ್ಲವನ್ನೆತ್ತಿದ ಜಾಗವನ್ನೂ ಬಿಡದೇ ನೆಕ್ಕಲು ಬರುವ ಇರುವೆಗಳ ಹಗೂರ ಹೆಜ್ಜೆಗುರುತುಗಳನ್ನು ನೆನಪಿಸುವಂತಿವೆ.

□□□

ಓದಿ ಓದಿ ಮರುಳಾಗಿ!

ಛಂದ ಪುಸ್ತಕ ಬಹುಮಾನ

ಹೊಸ ಕತೆಗಾರರನ್ನು ಗುರುತಿಸುವ ಸಲುವಾಗಿ ನಮ್ಮ ಪ್ರಕಾಶನ ಸಂಸ್ಥೆಯು ಕಳೆದ ಹದಿಮೂರು ವರ್ಷಗಳಿಂದ ಕತೆಗಳ ಹಸ್ತಪ್ರತಿ ಸ್ಪರ್ಧೆಯನ್ನು ನಡೆಸುತ್ತಾ ಬಂದಿದೆ. ಈವರೆಗೆ ಒಂದೂ ಕಥಾಸಂಕಲನವನ್ನು ಪ್ರಕಟಿಸದವರು ಈ ಸ್ಪರ್ಧೆಯಲ್ಲಿ ಭಾಗವಹಿಸಬಹುದು. ಇತರ ಪ್ರಕಾರಗಳಲ್ಲಿ ಒಂದೆರಡು ಪುಸ್ತಕಗಳನ್ನು ಪ್ರಕಟ ಮಾಡಿದವರೂ ಇದರಲ್ಲಿ ಭಾಗವಹಿಸುವ ಅವಕಾಶವಿರುತ್ತದೆ. ಮೊದಲ ಸುತ್ತಿನ ಆಯ್ಕೆಯನ್ನು ಪ್ರಕಾಶನದ ಸದಸ್ಯರು ಮಾಡಿ, ಕೊನೆಯ ಆಯ್ಕೆಗಾಗಿ ಸುಮಾರು ಹತ್ತು ಹಸ್ತಪ್ರತಿಗಳನ್ನು ನಾಡಿನ ಹಿರಿಯ ಸಾಹಿತಿಗಳಿಗೆ ಒಪ್ಪಿಸುತ್ತಾರೆ. ಆಯ್ಕೆಯಾದ ಹಸ್ತಪ್ರತಿಯನ್ನು ಪುಸ್ತಕ ರೂಪದಲ್ಲಿ ಪ್ರಕಟಿಸಿ, ಪ್ರಶಸ್ತಿ ಪತ್ರ, ಫಲಕ ಹಾಗೂ ಮೂವತ್ತು ಸಾವಿರ ರೂಪಾಯಿ ಬಹುಮಾನವನ್ನು ನೀಡಲಾಗುತ್ತದೆ. ಈವರೆಗೂ ಈ ಪ್ರಶಸ್ತಿಯಲ್ಲಿ ಬಹುಮಾನ ಪಡೆದವರ ವಿವರಗಳ ಪಟ್ಟಿಯನ್ನು ಮುಂದಿನ ಪುಟದಲ್ಲಿ ನೀಡಿದ್ದೇವೆ.

ಇವರಲ್ಲಿ ಮೌನೇಶ ಬಡಿಗೇರ, ಶಾಂತಿ ಕೆ ಅಪ್ಪಣ್ಣ, ಪದ್ಮನಾಭ ಭಟ್ ಶೇವ್ಕಾರ ಮತ್ತು ಸ್ವಾಮಿ ಪೊನ್ನಾಚಿ ಅವರಿಗೆ ಕೇಂದ್ರ ಸಾಹಿತ್ಯ ಅಕಾಡೆಮಿಯ ಯುವ ಪುರಸ್ಕಾರ ದೊರೆತಿದೆ. ವಿನಯಾ, ಶಾಂತಿ ಕೆ ಅಪ್ಪಣ್ಣ ಮತ್ತು ಪದ್ಮನಾಭ ಭಟ್ ಶೇವ್ಕಾರರ ಪುಸ್ತಕಗಳಿಗೆ ಕರ್ನಾಟಕ ಸಾಹಿತ್ಯ ಅಕಾಡೆಮಿಯ ಪುಸ್ತಕ ಬಹುಮಾನ ಅಥವಾ ದತ್ತಿ ಬಹುಮಾನಗಳು ಸಂದಿವೆ. ಇನ್ನೂ ಹಲವಾರು ನಾಡಿನ ಪ್ರಮುಖ ಪ್ರಶಸ್ತಿ ಮತ್ತು ಬಹುಮಾನಗಳೂ ಈ ಕೃತಿಗಳಿಗೆ ಲಭ್ಯವಾಗಿವೆ.

ನೀವು ಈ ಸ್ಪರ್ಧೆಯಲ್ಲಿ ಭಾಗವಹಿಸಬೇಕೆ? ಹಾಗಿದ್ದರೆ ನಮ್ಮ ಮುಂದಿನ ವರ್ಷದ ಸ್ಪರ್ಧೆಯ ಆಹ್ವಾನವನ್ನು ಖ್ಯಾತ ಕನ್ನಡ ನಿಯತಕಾಲಿಕಗಳಲ್ಲಿ ಅಥವಾ ಸಾಮಾಜಿಕ ಜಾಲತಾಣಗಳಲ್ಲಿ ನಿರೀಕ್ಷಿಸಿರಿ. ಹೆಚ್ಚಿನ ವಿವರಗಳಿಗೆ 98444 22782 ಗೆ ಸಂದೇಶ ಕಳುಹಿಸಿರಿ.

ಓದಿ ಓದಿ ಮರುಳಾಗಿ!

ಛಂದ ಪುಸ್ತಕ ಬಹುಮಾನ ಪಡೆದ ಕೃತಿಗಳು

ಕತೆಗಾರರು	ಕಥಾಸಂಕಲನ	ತೀರ್ಪುಗಾರರು
ಸುನಂದಾ ಕಡಮೆ	ಪುಟ್ಟ ಪಾದದ ಗುರುತು	ಅಶೋಕ ಹೆಗಡೆ/ ಸುಮಂಗಲಾ
ಅಲಕ ತೀರ್ಥಹಳ್ಳಿ	ಈ ಕತೆಗಳ ಸಹವಾಸವೇ ಸಾಕು	ಕೇಶವ ಮಳಗಿ/ ಸುಮಂಗಲಾ
ಲೋಕೇಶ ಅಗಸನಕಟ್ಟೆ	ಹಟ್ಟಿಯೆಂಬ ಭೂಮಿಯ ತುಣುಕು	ಬೊಳುವಾರು
ವಿನಯಾ	ಊರ ಒಳಗಣ ಬಯಲು	ನೇಮಿಚಂದ್ರ
ಸಂದೀಪ ನಾಯಕ	ಗೋಡೆಗೆ ಬರೆದ ನವಿಲು	ಅಮರೇಶ ನುಗಡೋಣಿ
ಕಣಾದ ರಾಘವ	ಮೊದಲ ಮಳೆಯ ಮಣ್ಣು	ಕೆ. ಸತ್ಯನಾರಾಯಣ
ಬಸವಣ್ಣೆಪ್ಪಾ ಕಂಬಾರ	ಆಟಿಕೆ	ಕುಂ. ವೀರಭದ್ರಪ್ಪ
ಮೌನೇಶ ಬಡಿಗೇರ	ಮಾಯಾಕೋಲಾಹಲ	ಓ.ಎಲ್.ಎನ್. ಸ್ವಾಮಿ
ಪದ್ಮನಾಭ ಭಟ್	ಕೇಪಿನ ಡಬ್ಬಿ	ಎಂ. ಎಸ್. ಆಶಾದೇವಿ
ಶಾಂತಿ ಕೆ ಅಪ್ಪಣ್ಣ	ಮನಸು ಅಭಿಸಾರಿಕೆ	ಎಚ್.ಎಸ್.ಆರ್
ದಯಾನಂದ	ದೇವರು ಕಚ್ಚಿದ ಸೇಬು	ನಾ. ಡಿಸೋಜಾ
ಸ್ವಾಮಿ ಪೊನ್ನಾಚಿ	ಧೂಪದ ಮಕ್ಕಳು	ಎಂ. ಎಸ್. ಶ್ರೀರಾಮ್
ಶಶಿ ತರೀಕೆರೆ	ಡುಮಿಂಗ	ಲಲಿತಾ ಸಿದ್ಧಬಸವಯ್ಯ
ಛಾಯಾ ಭಟ್	ಬಯಲರಸಿ ಹೊರಟವಳು	ತಾರಿಣಿ ಶುಭದಾಯಿನಿ
ಕಾವ್ಯಾ ಕಡಮೆ	ಮಾಕೋನ ಏಕಾಂತ	ಟಿ.ಪಿ. ಅಶೋಕ

ಛಂದ ಪುಸ್ತಕ ಬಹುಮಾನ

ಪುಟ್ಟ ಪಾದದ ಗುರುತು - ಸುನಂದಾ ಪ್ರಕಾಶ ಕಡಮೆ - ₹ 120
ಈ ಕತೆಗಳ ಸಹವಾಸವೇ ಸಾಕು - ಅಲಕ ತೀರ್ಥಹಳ್ಳಿ - ₹ 60
ಹಟ್ಟಿಯೆಂಬ ಭೂಮಿಯ ತುಣುಕು - ಲೋಕೇಶ ಅಗಸನಕಟ್ಟೆ - ₹ 180
ಗೋಡೆಗೆ ಬರೆದ ನವಿಲು - ಸಂದೀಪ ನಾಯಕ - ₹ 60
ಮೊದಲ ಮಳೆಯ ಮಣ್ಣು - ಕಣಾದ ರಾಘವ - ₹ 140
ಆಟಿಕೆ - ಬಸವಣ್ಣೆಪ್ಪಾ ಕಂಬಾರ - ₹ 100
ಮಾಯಾಕೋಲಾಹಲ - ಮೌನೇಶ ಬಡಿಗೇರ - ₹ 165
ಕೇಪಿನ ಡಬ್ಬಿ - ಪದ್ಮನಾಭ ಭಟ್, ಶೇವ್ಕಾರ - ₹ 150
ಮನಸು ಅಭಿಸಾರಿಕೆ - ಶಾಂತಿ ಕೆ ಅಪ್ಪಣ್ಣ - ₹ 230
ದೇವರು ಕಚ್ಚಿದ ಸೇಬು - ದಯಾನಂದ - ₹ 140
ಧೂಪದ ಮಕ್ಕಳು - ಸ್ವಾಮಿ ಪೊನ್ನಾಚಿ - ₹ 130
ಡುಮಿಂಗ - ಶಶಿ ತರೀಕೆರೆ - ₹ 130
ಬಯಲರಸಿ ಹೊರಟವಳು - ಛಾಯಾ ಭಟ್ - ₹ 120
ಮಾಕೋನ ಏಕಾಂತ - ಕಾವ್ಯಾ ಕಡಮೆ - ₹ 130

ಕಥಾಸಂಕಲನ

ಶಕುಂತಳಾ - ಗುರುಪ್ರಸಾದ್ ಕಾಗಿನೆಲೆ - ₹ 80
ಜುಮುರು ಮಳೆ - ಸುಮಂಗಲಾ - ₹ 220
ಶಾಲಭಂಜಿಕೆ - ಡಾ. ಕೆ. ಎನ್. ಗಣೇಶಯ್ಯ - ₹ 180 (7ನೇ ಮುದ್ರಣ)
ಕಾರಂತಜ್ಜನಿಗೊಂದು ಪತ್ರ - ಸಚ್ಚಿದಾನಂದ ಹೆಗಡೆ - ₹ 150
ಹಕೂನ ಮಟಾಟ - ನಾಗರಾಜ ವಸ್ತಾರೆ - ₹ 80
ಕಾಲಿಟ್ಟಲ್ಲಿ ಕಾಲುದಾರಿ - ಸುಮಂಗಲಾ - ₹ 80
ಹುಲಿರಾಯ - ಕೀರ್ತಿರಾಜ್ - ₹ 80
ನಿರವಯವ - ನಾಗರಾಜ ವಸ್ತಾರೆ - ₹ 125
ಹನ್ನೊಂದನೇ ಅಡ್ಡರಸ್ತೆ - ಸುಮಂಗಲಾ - ₹ 170
ಗಾಳಿಗೆ ಮೆತ್ತಿದ ಬಣ್ಣ - ಕರ್ಕಿ ಕೃಷ್ಣಮೂರ್ತಿ - ₹ 180
ಕನ್ನಡಿ ಹರಳು - ಪದ್ಮನಾಭ ಭಟ್, ಶೇವ್ಕಾರ - ₹ 130
ಒಂದು ಚಿಟಿಕೆ ಮಣ್ಣು - ಲಕ್ಷ್ಮಣ ಬಾದಾಮಿ - ₹ 130
ಬಂಗಲೆ ಕತೆಗಳು - ಎಸ್ ಸುರೇಂದ್ರನಾಥ್ - ₹ 160
ದೇವರ ರಜಾ - ಗುರುಪ್ರಸಾದ್ ಕಾಗಿನೆಲೆ - ₹ 225 (2ನೇ ಮುದ್ರಣ)
ಕಟ್ಟು ಕತೆಗಳು - ಎಸ್ ಸುರೇಂದ್ರನಾಥ್ - ₹ 210
ಮಡಿಲು (ನೀಳ್ಗತೆ) - ನಾಗರಾಜ ವಸ್ತಾರೆ - ₹ 15
ತಿರಾಮಿಸು - ಶಶಿ ತರೀಕೆರೆ - ₹ 210

ತೊಟ್ಟು ಕ್ರಾಂತಿ - ಕಾವ್ಯಾ ಕಡಮೆ - ₹ 180

ಪ್ರಬಂಧ

ಪೂರ್ವ ಪಶ್ಚಿಮ - ಎಂ. ಆರ್. ದತ್ತಾತ್ರಿ - ₹ 80
ರಾಗಿಮುದ್ದೆ - ರಘುನಾಥ ಚ. ಹ. - ₹ 120
ಕುಟ್ಟವಲಕ್ಕಿ / ಗೊಜ್ಜವಲಕ್ಕಿ - ಪ್ರಶಾಂತ ಆಡೂರ - ₹ 170 / ₹ 170
ಕಿಲಿಮಂಜಾರೋ - ಪ್ರಶಾಂತ್ ಬೀಚಿ - ₹ 80
ಮಿಸಳ್ ಭಾಜಿ - ಭಾರತಿ ಬಿ ವಿ - ₹ 190
ನೀ ಮಾಯೆಯೊಳಗೋ... - ವಿಕ್ರಮ ಹತ್ವಾರ - ₹ 150
ಸಾವೆಂಬ ಲಹರಿ - ಗುರುಪ್ರಸಾದ ಕಾಗಿನೆಲೆ - ₹ 140
ವೈದ್ಯ, ಮತ್ತೊಬ್ಬ - ಗುರುಪ್ರಸಾದ ಕಾಗಿನೆಲೆ - ₹ 120
ಅಪ್ಪನ ರ್‍ಯಾಲೀಸ್ ಸೈಕಲ್ - ದರ್ಶನ್ ಜಯಣ್ಣ - ₹ 110
ಇಮೋಜಿ ಭಾಷೆ - ಕರ್ಕಿ ಕೃಷ್ಣಮೂರ್ತಿ - ₹ 150

ಅನುವಾದ

ದಿ ಚಾಯ್ಸ್ - ಈಡಿತ್ ಎವಾ ಎಗರ್ (ಜಯಶ್ರೀ ಭಟ್) - ₹ 280
ದೇಹವೇ ದೇಶ - ಗರಿಮಾ ಶ್ರೀವಾಸ್ತವ (ವಿಕ್ರಮ ವಿಸಾಜಿ) - ₹ 250
ಪರ್ಸೆಪೊಲಿಸ್- ಮಾರ್ಜಾನ್ ಸತ್ರಪಿ (ಪ್ರೀತಿ ನಾಗರಾಜ) - ₹ 395
ಗಾಳಿ ಪಳಗಿಸಿದ ಬಾಲಕ - ವಿಲಿಯಂ ಕಾಂಕ್ವಾಂಬಾ (ಕರುಣಾ ಬಿ ಎಸ್) - ₹ 180
ಅಮೋಸ್ ಫಾರ್ಚೂನ್ - ಎಲಿಝಬೆತ್ ಯೇಟ್ಸ್ (ಜಯಶ್ರೀ ಭಟ್) - ₹ 110
ನವ ಜೀವಗಳು - ವಿಲಿಯಂ ಡಾಲ್ರಿಂಪಲ್ (ನವೀನ ಗಂಗೋತ್ರಿ) - ₹ 250
ಮೈಕೆಲ್ ಕೆ - ಜೆ.ಎಂ. ಕುಟ್‌ಸೀ (ಸುನಿಲ್ ರಾವ್) - ₹ 170
ಲೇರಿಯೊಂಕ - ಹೆನ್ರಿ ಆರ್. ಓಲೆ ಕುಲೆಟ್ (ಪ್ರಶಾಂತ ಬೀಚಿ) - ₹ 140
ಅರೆಶತಮಾನದ ಮೌನ - ಯಾನ್ ರಫ್-ಓ'ಹರ್ನ್ (ಅರುಣ್) - ₹ 310
ಪರ್ವತದಲ್ಲಿ ಪವಾಡ - ನ್ಯಾಂಡೊ ಪರಾಡೊ (ಸಂಯುಕ್ತಾ ಪುಲಿಗಲ್) - ₹ 340
ಚಂದಿರ ಬೇಕೆಂದವನು - ಮಿಮಿ ಬೇರ್ಡ್ (ಪ್ರಜ್ಞಾ ಶಾಸ್ತ್ರಿ) - ₹ 180
ಬಂಡೂಲ - ವಿಕಿ ಕಾನ್‌ಸ್ಟಂಟೀನ್ ಕ್ರುಕ್ (ರಾಜ್ಯಶ್ರೀ ಕುಳಮರ್ವ) - ₹ 425
ರೆಬೆಲ್ ಸುಲ್ತಾನರು - ಮನು ಎಸ್ ಪಿಳ್ಳೈ (ಸಂಯುಕ್ತಾ ಪುಲಿಗಲ್) - ₹ 420
ಫಾಲೋಯಿಂಗ್ ಫಿಶ್ - ಸಮಂತ್ ಸುಬ್ರಮಣಿಯನ್ (ಸಹನಾ ಹೆಗಡೆ) - ₹ 280
ಜಗವ ಚುಂಬಿಸು - ಸುಬ್ರೊತೋ ಬಾಗ್ಚಿ (ವಂದನಾ ಪಿ ಸಿ) - ₹ 240
ಪರ್ದಾ ಅಂಡ್ ಪಾಲಿಗಮಿ - ಇಕ್ಬಾಲುನ್ನೀಸಾ ಹುಸೇನ್ (ದಾದಾಪೀರ್) - ₹ 380
ವಾಡಿವಾಸಲ್ - ಚಿ. ಸು. ಚೆಲ್ಲಪ್ಪ (ಸತ್ಯಕಿ) - ₹ 100
ನಾಲ್ಕನೇ ಎಕರೆ - ಶ್ರೀರಮಣ (ಅಜಯ್ ವರ್ಮಾ ಅಲ್ಲೂರಿ) - ₹ 100
ಮಾವೋನ ಕೊನೆಯ ನರ್ತಕ - ಲೀ ಶ್ವಿನ್‌ಶಿಂಗ್ (ಜಯಶ್ರೀ ಭಟ್) - ₹ 340

ಕೋಬಾಲ್ಟ್ ಬ್ಲೂ - ಸಚಿನ್ ಕುಂಡಲ್‌ಕರ್ (ಸಪ್ನಾ ಕಟ್ಟಿ) - ₹ 150
ವಿದ್ಯಾವಂತ ವೇಶ್ಯೆಯ ಆತ್ಮಕಥೆ - ಮಾನದಾ ದೇವಿ (ನಾಗ ಹುಬ್ಳಿ) - ₹ 240
ದಿ ಲೈಟ್‌ಹೌಸ್ ಫ್ಯಾಮಿಲಿ - ಫಿರಾತ್ ಸುನೇಲ್ (ಮಾಧುರಿ ಕುಲಕರ್ಣಿ) - ₹ 230
ನನ್ನ ತಂಗಿ ಈಡಾ - ಕಾರೊಲೀನ ವಾಲ್ (ಹರ್ಷ ರಘುರಾಮ್) - ₹ 260
ಸತ್ತವರ ಸೊಲ್ಲು - ಆಶುತೋಷ್ ಭಾರದ್ವಾಜ್ (ಕಾರ್ತಿಕ್ ಆರ್.) - ₹ 380

ವಸುಧೇಂದ್ರ

ಮನೀಷೆ - ಕತೆಗಳು - ₹ 120 (8ನೇ ಮುದ್ರಣ)
ಯುಗಾದಿ - ಕತೆಗಳು - ₹ 190 (9ನೇ ಮುದ್ರಣ)
ಚೇಳು - ಕತೆಗಳು - ₹ 120 (8ನೇ ಮುದ್ರಣ)
ಹಂಪಿ ಎಕ್ಸ್‌ಪ್ರೆಸ್ - ಕತೆಗಳು - ₹ 195 (9ನೇ ಮುದ್ರಣ)
ಮೋಹನಸ್ವಾಮಿ - ಕತೆಗಳು - ₹ 270 (7ನೇ ಮುದ್ರಣ)
ವಿಷಮ ಭಿನ್ನರಾಶಿ - ಕತೆಗಳು - ₹ 280 (4ನೇ ಮುದ್ರಣ)
ಕೋತಿಗಳು - ಪ್ರಬಂಧ - ₹ 120 (8ನೇ ಮುದ್ರಣ)
ನಮ್ಮಮ್ಮ ಅಂದ್ರೆ ನಂಗಿಷ್ಟ - ಪ್ರಬಂಧ - ₹ 80 (26ನೇ ಮುದ್ರಣ)
ರಕ್ಷಕ ಅನಾಥ - ಪ್ರಬಂಧ - ₹ 110 (5ನೇ ಮುದ್ರಣ)
ವರ್ಣಮಯ - ಪ್ರಬಂಧ - ₹ 225 (6ನೇ ಮುದ್ರಣ)
ಐದು ಪೈಸೆ ವರದಕ್ಷಿಣೆ - ಪ್ರಬಂಧ - ₹ 280 (5ನೇ ಮುದ್ರಣ)
ಹರಿಚಿತ್ತ ಸತ್ಯ - ಕಾದಂಬರಿ - ₹ 200 (6ನೇ ಮುದ್ರಣ)
ತೇಜೋ-ತುಂಗಭದ್ರಾ - ಕಾದಂಬರಿ - ಉತ್ತಮ/ಸಾದಾ (₹ 500/₹ 450) (15ನೇ ಮುದ್ರಣ)
ಮಿಥುನ - ಶ್ರೀರಮಣರ ಕತೆಗಳು - ₹ 135 (8ನೇ ಮುದ್ರಣ)
ಎವರೆಸ್ಟ್ - ಜಾನ್ ಕ್ರಾಕೌರ್ - ₹ 420 (4ನೇ ಮುದ್ರಣ)
ರೇಷ್ಮೆ ಬಟ್ಟೆ - ಕಾದಂಬರಿ - ₹ 450

ಕಾದಂಬರಿ

ಎನ್ನ ಭವದ ಕೇಡು - ಎಸ್ ಸುರೇಂದ್ರನಾಥ್ - ₹ 75
ನ್ಯಾಸ - ಹರೀಶ ಹಾಗಲವಾಡಿ - ₹ 250
ಗುಣ - ಗುರುಪ್ರಸಾದ್ ಕಾಗಿನೆಲೆ - ₹ 150
ದ್ವೀಪವ ಬಯಸಿ - ಎಂ. ಆರ್. ದತ್ತಾತ್ರಿ - ₹ 320
ತಾಂಬಾಯಿಯ ಪತ್ರ - ದತ್ತಾತ್ರಿ ಎಂ ಆರ್ - ₹ 160
ಅಗೆದಷ್ಟೂ ನಕ್ಷತ್ರ - ಸುಮಂಗಲಾ - ₹ 230
ಪ್ರಿಯೇ ಚಾರುಶೀಲೆ - ಸಾಗರಾಜ ವಸ್ತಾರೆ - ₹ 380
ಋಷ್ಯಶೃಂಗ - ಹರೀಶ ಹಾಗಲವಾಡಿ - ₹ 125

ಅಂತು - ಪ್ರಕಾಶ ನಾಯಕ್ - ₹ 200
ಚುಕ್ಕಿ ಬೆಳಕಿನ ಜಾಡು - ಕರ್ಕಿ ಕೃಷ್ಣಮೂರ್ತಿ - ₹ 200
ದೀಪವಿರದ ದಾರಿಯಲ್ಲಿ - ಸುಶಾಂತ್ ಕೋಟ್ಯಾನ್ - ₹ 160
ದಾರಿ - ಕುಸುಮಾ ಆಯರಹಳ್ಳಿ - ₹ 395
ಬರೀ ಎರಡು ರೆಕ್ಕೆ - ಸುನಂದಾ ಪ್ರಕಾಶ ಕಡಮೆ - ₹ 260

ಕವಿತೆ

ಮದ್ಯಸಾರ - ಅಪಾರ - ₹ 90
ಪೂರ್ಣನ ಗರಿಗಳು - ಪೂರ್ಣಪ್ರಜ್ಞ - ₹ 70
ಹಲೋ ಹಲೋ ಚಂದಮಾಮ - ರಾಧೇಶ ತೋಳ್ಪಾಡಿ - ₹ 50

ಪದಚರಿತೆ

ಸರಿಗನ್ನಡಂ ಗೆಲ್ಗೆ - ಅಪಾರ - ₹ 390

www.ingramcontent.com/pod-product-compliance
Lightning Source LLC
LaVergne TN
LVHW090407051026
849518LV00006B/2266
* 9 7 8 8 1 9 6 7 2 4 8 2 5 *